இது யாருடைய வகுப்பறை...?

இரா. ஆயிஷா நடராசன்

BOOKS FOR CHILDREN

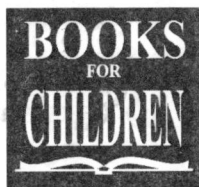

ITHU YARUDAIYA VAGUPPARAI...?

ERA. NATARASAN

Firs t Published: September, 2013 | 16th Print: November, 2024

Published by

BOOKS FOR CHILDREN
im print of Bharathi Puthakalayam
7, Elango Salai, Teynampet, Chennai - 600 018
Email: bharathiputhakalayam@gmail.com | www.thamizhbooks.com

இது யாருடைய வகுப்பறை...?

ஆயிஷா இரா. நடராசன்

முதல் பதிப்பு: செப்டம்பர், 2013 | 16வது அச்சு: நவம்பர், 2024

வெளியீடு:

BOOKS FOR CHILDREN

புக்ஸ் ஃபார் சில்ரன்
பாரதி புத்தகாலயத்தின் ஓர் அங்கம்
7, இளங்கோ சாலை, தேனாம்பேட்டை, சென்னை - 600 018
தொலைபேசி : 044 24332424, 24332924

விற்பனை உரிமை

பாரதி புத்தகாலயம்

விற்பனை நிலையங்கள்

7. இளங்கோ சாலை, தேனாம்பேட்டை, சென்னை - 600 018

ஈரோடு: 39, ஸ்டேட் பாங்க் சாலை - 9245448353
கரூர்: நாரத கானசபா அருகில் (TNGEA OFFICE)- 9442706676
காரைக்குடி : 12, 2 வது தெரு, கம்பன் மணிமண்டபம் பின்புறம் - 9443406150
கும்பகோணம்: 352, ரயில் நிலையம் எதிரில் - 9443995061
கோவை: சிங்காநல்லூர் பேருந்து நிலையம் - 641 005 - 8903707294
சிதம்பரம்: 22A / 18B தேரடி கடைத் தெரு, கீழவீதி அருகில் - 9994399347
செங்கல்பட்டு: 1 D ஜி.எஸ்.டி சாலை - 044 27426964
சேலம்: 15, வித்யாலயா சாலை, ராமகிருஷ்ணா பார்க் அவென்யூ - 636 007- 8610050311
தஞ்சாவூர்: கடை எண்.8, முன்னாள் இராணுவத்தினர் மாளிகை, H.P.O. எதிரில் - 613 001 - 9442781491
திண்டுக்கல்: பேருந்து நிலையம் - 9942331105, 9976053719
திருச்சி: வெண்மணி இல்லம், கரூர் புறவழிச்சாலை - 9994289492
திருநெல்வேலி: நவஜீவன் டிரஸ்ட் வளாகம், 48-B/10, அம்பை ரோடு, வீரமாணிக்கபுரம் - 9442149981
திருப்பூர்: 447, அவினாசி சாலை - 9486105018 | **திருவண்ணாமலை:** முத்தம்மாள் நகர்
திருவல்லிக்கேணி: 48, தேரடி தெரு - 9444428358 | **திருவாரூர்:** 35, நேதாஜி சாலை - 9442540543
நாகர்கோவில்: 699, கே.பி.ரோடு R.V.புரம் - 9443450111 | **நெய்வேலி:** பேருந்து நிலையம் அருகில் - 9443659147
பழனி: பேருந்து நிலையம் - 7010760693 | **பெரம்பூர்:** 52, கூக்ஸ் ரோடு - 9444373716
புதுச்சேரி : கிழக்கு கடற்கரைச் சாலை, இலாசுப்பேட்டை, 9486102777
மதுரை: மேல பெருமாள் மேஸ்திரி வீதி - 625 001 - 9443449225 & சர்வோதயா மெயின்ரோடு
வடபழனி: பேருந்து நிலையம் எதிரில் அடையார் ஆனந்தபவன் மாடியில் - 9444476967
விருதுநகர்: 131, கச்சேரி சாலை - 0456 2245300 | **வேலூர்:** பேஸ் III, சத்துவாச்சாரி - 9442553893

நினைத்த நூல்கள்... நினைத்த நேரத்தில்...

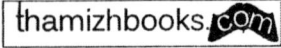

thamizhbooks.com 8778073949

ரூ.275/-
அச்சு : பிரிண்டெக், சென்னை 5.

சமர்ப்பணம்...

ஆசிரியராக வேண்டும் எனும் விருப்பத்தை
எனக்குள் விதைத்த எங்கள்
பேராசிரியர் ஆத்ரேயா அவர்களுக்கு....

உள்ளே...

1.	ஆசிரியர்களே தேவையில்லை என்றார் ரூசோ...!	25
2	யாருடைய வகுப்பறை இது?	55
3	அறிவியல் தெரியும்....ராமலிங்கத்தைத் தெரியுமா?	85
4	வகுப்பறையின் மேற்கூரை தீப்பற்றிய போது	107
5	'உள்ளேன் டீச்சர்'	133
6	அவங்க வகுப்பறை நம்ம வகுப்பறை...	177
7	வகுப்பறையின் சுவர்களைத் தகர்த்தெறிந்தவர்கள் !	213

முன்னுரை

ஒரு என்சைக்ளோபீடியா போல..........

'இது யாருடைய வகுப்பறை' படித்து முடித்ததும் நெடுநாள் கனவொன்று பலித்தது போல மனம் நிரம்பியிருந்தது.

கல்வி பற்றித் தமிழில் எழுதுவோரும், வாசிப்போரும் கூடி வருகின்றனர். பெரும்பாலான எழுத்துகள் மேடையேறிப் பேசுகின்றன. மேடைச் சத்தம் தேவைதான். இல்லாவிட்டால் அரசாங்கத்தின் தூக்கம் கலையாது. ஆனால், அது மட்டும் போதாது. பள்ளிக்கூடத்தின் கேட்டைத் திறந்து உள்ளே நுழையும் எழுத்துகள் தேவை. உள்ளே நுழைந்து வகுப்பறைக்குள் எட்டிப் பார்க்க வேண்டும். அங்கு நிலவும் ஆசிரியர் மாணவர் உறவு, அதில் கிளம்பும் அன்றாடச் சிக்கல், கற்றல் நடைபெறும் விதம், கற்கும் குழந்தைகளின் உளவியல், பாடப் புத்தகங்களின் பாரம் இவை குறித்தெல்லாம் பேசும் பேச்சும் எழுதும் எழுத்தும் வேண்டும்.

'இது யாருடைய வகுப்பறை' அந்த வழியில்......ஒரு மலர்ச்சி. ஒரு மைல் கல். முதல் பள்ளி அமைப்பான லீசியத்தில் தொடங்குகிறது நூலின் பயணம். லீசியத்தில் தொடங்கி செயல்வழிக் கற்றல் முக்கியத்துவம் பெற்று, கல்வி உரிமையும் குழந்தை உரிமையும் அழுத்தம் பெற்று பிரகாசத்தின் அறிகுறிகள் தென்பட்டு வரும் இன்றைய நம் வகுப்பறை வரை நடந்து வருகிறது. சோர்வும் சலிப்புமற்ற பயணம். வழி நெடுகக் கல்வியாளர்கள்!

கல்வி விவாதங்கள்! உரிமைப் போராட்டங்கள்!

இது ஒரு முழுமையான முயற்சி. தமிழில் முதல் முயற்சி. முதல் எட்டு என்றாலும் அழுத்தமான எட்டு. சிலிர்ப்பும் அதிர்வுகளும் தோன்றுவது உறுதி. தகவல்களும் அறிவாராய்ச்சிகளும் நிரம்பியுள்ள இந்நூலை ஆயாசம் இன்றி வாசிக்க முடிகிறது. அதற்கு இரு காரணங்கள். நூலின் மொழி ஒரு காரணம்; நூலின் அணுகுமுறை மற்றொரு காரணம்.

இரா. நடராசனின் விரல்களில் உள்ளது ஒரு படைப்பு மொழி. ஆசிரியர்கள் மத்தியில் ஆயிஷா ஏற்படுத்தியிருக்கும் தாக்கத்தைப் பல சந்தர்ப்பங்களில் பார்த்தவன் நான். எதைப் பேசினாலும் ஓர் அறிவிப்பு போல உணர்ச்சியற்றும் சம்பிரதாயமாகவும் பேசக் கூடிய

ஆசிரியர்கள் கூட ஆயிஷா கதையை விவரிக்கும்போது நெகிழ்ச்சியான வார்த்தைகளில் கண்கள் ஈரமாகிப் பேசும் ஆச்சர்யத்தை ஒரு தடவை இரு தடவை அல்ல பல தடவைகள் பார்த்திருக்கிறேன். ஆயிஷாவின் தாக்கம் அப்படி. நடராசனின் மொழி அப்படி. அக்கறையும் விமர்சனமும் இணைந்த அணுகுமுறை நூலின் மற்றொரு சிறப்பு. எத்தனை கோபத்திலும் பகுத்தறிவு பிறழாத அணுகுமுறையும் கூட.

ஆங்கில ஆக்கிரமிப்புக் கல்விக்கு வித்திட்ட மெக்காலே கல்விமுறையையும், நம் வகுப்பறையின் மீது ஏறி உட்கார்ந்திருக்கும் மேற்கின் கனத்தையும் விமர்சிக்கும் நடராசன், இதன் விளைவாக குருசிஷ்யன் என்ற அகண்ட இடைவெளி நீங்கி வகுப்பறையில் ஆசிரியர்மாணவர் உறவு உருவானதையும், குருவின் மேதாவித்தனத்தைச் சார்ந்திருந்த கல்வி பாடப்பொருள் மையக் கல்வியாகப் பரிணாமம் பெற்றதையும் பதிவு செய்யத் தவறவில்லை. 'வகுப்பறை உலகளாவிய வகுப்பறையாக' மாறியதை நடராசனின் வார்த்தைகளில் வாசிப்பது புத்துணர்வு தரும் அனுபவம்.

அது மட்டுமல்ல. "இக்கல்விமுறை மெக்காலேவாதிகளால் முன்னெடுத்து வரப்பட்டதுதான் என்றாலும், அது இல்லாமல் போயிருந்தால் சமூகத்தின் பெரும்பாலானவர்களுக்கு அடிப்படைக் கல்வி என்பது எட்டாக்கனியாகவே இருந்திருக்கும்" என்று யதார்த்தத்தைச் சொல்வதும் மறுக்க முடியாத உண்மை.

கல்வித் திட்டத்தில் ஆயிரம் பிரச்சினை. ஆனால் குற்றம் சொல்ல அகப்பட்டவர் ஆசிரியர் மட்டுமே. மனிதர்களை உருவாக்குவதில் அப்பாவி ஆசிரியர்கள் அளித்துள்ள பங்கை வேறு எவரும் இன்னும் அளிக்கவில்லை. எந்த நாட்டிலும் இதுதான் உண்மை.

பாரதி பாணியில் "இதை நாற்பதினாயிரம் கோயிலில் சொல்வேன்" எனச் சத்தியம் செய்து சொல்லலாம். இந்தப் புரிதல் நடராசனின் நூலில் அடிநாதமாக இருக்கிறது. "ஆசிரியர்களே தேவையில்லை" என்று ரூசோ சொன்ன அதிரவைக்கும் வாக்கியத்தோடு நூல் தொடங்குகிறது. ஆனால், 'ஆசிரியர் வகுப்பறையின் பிராண வாயு' என்ற இவனோவ் (Igor Ivanov) கருத்தை நோக்கி நூல் நகர்கிறது. "ஒரு பள்ளியின் கட்டட மற்றும் தளவாட வசதிகளையும், அப்பள்ளி அமைந்துள்ள சமூகப் பொருளாதாரச் சூழல்களையும் கடந்து தனிமனித ஆசிரியர் பங்களிப்பு கல்வித்தரத்தைப் பெருமளவு உயர்த்த முடியும்" என்று ஆசிரியரின் முக்கியத்துவத்தை உணர்த்தும் ஆய்வு உண்மை நூலின் அச்சாணி ஆகிறது.

இரண்டு ஆண்டுகளுக்கு முன் மாவட்டக் கல்வி அதிகாரி ஒருவர் கட்டாய இலவசக் கல்வி உரிமைச் சட்டம் பற்றி உரையாடிய

கூட்டத்தில் நானும் கலந்து கொண்டேன். 'இனிமேல் பிள்ளைகளை அடிக்கக்கூடாது பாத்துக்கங்க' என்று பிரம்பில்லாமல் ஆசிரியர்களை மிரட்டியபடி சட்டத்தின் ஒவ்வொரு சரத்தையும் ஆசிரியர்கள் மீது அதிகாரி திணித்ததைப் பார்த்தேன். கூட்டம் முடியும் வரை ஒரு ஆசிரியரும் ஒரு வார்த்தையும் பேசவில்லை. செயல்வழிக் கற்றலும் இப்படித்தான் சிரித்த முகத்தோடு வந்து சேரவில்லை. 'நான் ஆணையிட்டால்' என்று பாடிக் கொண்டு வந்ததாக ஆசிரியர்கள் பலர் ஆதங்கப்படுகின்றனர்.

இந்தக் குழந்தை ஏன் கற்றுக் கொள்ளத் திணறுகிறது? இந்தக் குழந்தைக்கு ஏன் இவ்வளவு குறைவான ஆர்வம்? இந்தக் குழந்தை ஏன் படித்ததையெல்லாம் மறந்து போகிறது? பலமற்ற குழந்தைகளைத் துன்புறுத்தும் பலசாலிக் குழந்தைகளைக் கோபமுகம் காட்டாமல் வழிக்குக் கொண்டுவர முடியுமா? என ஆசிரியரின் தினசரி வாழ்வில் கேள்விகள் முளைத்துக் கொண்டே இருக்கின்றன. விடைகள் வேண்டும். விடைகளுக்குப் பதிலாக அரசாணைகள் வருகின்றன. அரசாணைகள் தீர்வும் அல்ல; மலர்ச்சிக்கு வழியும் அல்ல.

மலர்ச்சி குன்றிய ஆசிரியர்கள்! மலர்ச்சி குன்றிய வகுப்பறைகள்! ஆசிரியர்கள் மீது நம்பிக்கை வைத்து மாற்றங்களை முன்வைக்கும் திட்டங்கள் தேவை; இதயங்கள் தேவை.

அந்த இதயம் இந்த நூலில் இருக்கிறது. 'காலம் மாறிவருகிறது. நாமும் மாறவேண்டும்' என்று இதமான விமர்சனக் குரலில் நூல் ஆசிரியர்களிடம் பேசுகிறது. இதோ ஒரு சிறிய உதாரணம்: "ஒரு மாணவர் வகுப்பிற்குப் பேனா எடுத்து வரவில்லை என்பதற்காக, முழு வகுப்பும் வேடிக்கை பார்க்க அதைப் பெரிய பிரச்சனை ஆக்கிப் பாடவேளை நேரத்தைச் சபித்தலிலும் சண்டையிடுதலிலும் ஆசிரியர் கழித்த காலங்கள் முடிந்துவிட்டன. அதே ஆசிரியர் ஓரிரு கூடுதல் பேனாக்களோடு வகுப்பிற்கு முன்னேற்பாட்டோடு வந்து அவ்விதம் பேனா எடுத்து வராத மாணவருக்குப் பேனாவைக் கொடுத்து 'நிலமை'க்கு உடனடி முற்றுப்புள்ளி வைத்துப் பாடப்பொருளைத் தொடர்வதுதான் இன்றைய காலம்" என்றெழுதுகிறார் நடராசன்.

ஆசிரியர்கள் மீது நம்பிக்கை வைத்தவர்களும் அவர்கள் மாறவேண்டும் என்று விரும்புகிறார்கள் என்பதுதானே உண்மை.

அந்த உண்மையை ஆசிரியர்கள் கவனித்துப் பார்க்க வேண்டும். பாதையில் கிடக்கும் தண்ணீரைப் போல அலட்சியமாய்த் தாண்டிப் போய் விடக் கூடாது. கடுமையாக உழைத்து உருவாக்கப்பட்டிருக்கும் இந்நூலில் ஏழு கட்டுரைகள் இருக்கின்றன. ஒவ்வொரு கட்டுரையின் தலைப்பும் வித்தியாசமாகவும் கவித்துவமாகவும் இருக்கிறது.

'ஆசிரியர்களே தேவையில்லை என்கிறார் ரூசோ' என்பது முதல் கட்டுரையின் தலைப்பு. கல்வியின் வரலாறு அறிய விரும்புவோர்க்கு இந்தக் கட்டுரை ஒரு பொக்கிஷம். கிரேக்கத்தின் ஆரம்பகால ஆசிரியர்களான சோபிஸ்டுகள் (Sophist) பற்றிய குறிப்பு அபூர்வமானது. தொடர்ந்து அணி வகுத்து வரும் ஐரோப்பிய மறுமலர்ச்சிக் காலச் சிந்தனையாளர்களின் பெயர்கள் பங்களிப்புகள் மெல்ல மெல்ல உருவாகி வந்த நவீன கல்வியின் வரலாற்றைச் சொல்கின்றன.

மத அடிப்படைக் கல்வியில் முதன் முதலாகப் பகுத்தறிவை இணைத்த தாமஸ் அக்வினாஸ் (Thomas Aquinas), மனிதநேயக் கல்வியாளர் எராஸ்மஸ் (Erasmus), 'கல்வியில் ஜனநாயகம் குறித்த முதல் குரல்' என நடராசன் பாராட்டும் ஸ்பினோசா (Spinoza), கல்வியில் தர்க்கங்களின் இடத்தில் அறிவியல் சோதனைகளை வலியுறுத்தி அறிவியல் மையக் கல்விக்கு வித்திட்ட பிரான்சிஸ் பேகன் (Francis Bacon), மூளையால் மட்டுமல்ல இதயத்தின் வழியும் கைகளின் மூலமும் குழந்தைகள் கற்கவேண்டும் என்று முழங்கிய பெஸ்டலோசி (Pestalozzi), குழந்தைக் கல்விக்கான கிண்டர் கார்டன் முன்மாதிரியைத் தந்த புரோபெல் (Froebel), கல்வி உளவியலுக்கு வித்திட்டவர் எனக் கருதப்படும் ஹெர்பார்ட் (Herbart).... போன்றோரின் பங்களிப்பை நடராசன் விவரிக்கையில் மறந்து போன உறவினர்களைச் சந்தித்த சந்தோஷம் உண்டாகிறது. விமர்சனமின்றி எந்தக் கல்வியாளரையும் ஏற்கவில்லை. இது நடராசனின் தனித்துவம். உதாரணமாக 17ஆம் நூற்றாண்டின் மனிதநேயக் கல்விச் சிந்தனையாளரான கோமினியஸ் (John Amos Cominius) ஆசிரியர் பயிற்சி தோன்றுவதில் செய்துள்ள பங்களிப்பைப் பாராட்டும் நடராசன் "வெறுமனே ஆசிரியர்களுக்கு வகுப்பறைகளை அறிமுகம் செய்யும் பயிற்சியாக (கோமினியஸ்) வைத்தார். தேவைப்பட்டதோ மாணவர்களை ஆசிரியர்களுக்கு அறிமுகம் செய்யும் பயிற்சி" என்று தன் விமர்சன முத்திரையைப் பதிக்கத்தவறவில்லை.

யாருடைய வகுப்பறை இது என்ற அடிப்படையான கேள்வியை இரண்டாவது கட்டுரை எழுப்புகிறது. கல்வியில் பெரிய தாக்கத்தை உண்டுபண்ணியவை ரூசோவின் சிந்தனைகளும், ஜான் டூயி (John Dewey)யின் சிந்தனைகளும். ரூசோ கல்வியை (Education) முன்வைக்க, ஜான் டூயி பள்ளியை (Schooling) முன்வைத்தார் என்கிறார் நடராசன். "கல்வி என்பது பரந்துபட்ட செயலாக்கம்; பள்ளி ஒரு குறுகிய செயலாக்கம்" என இரண்டையும் வேறுபடுத்திக் காட்டுகிறார். பள்ளி என்ற கருத்தாக்கமே நாளுக்கு நாள் வலுப்பெற்றது. அது கல்வியை வேலைக்கான அடையாளச் சீட்டாக மாற்றிவிட்டது.

விடைகளின் பின்னாலும், மதிப்பெண்களைத் துரத்தியும் வகுப்பறையை ஓட வைத்து விட்டது. இதுதான் நம் வகுப்பறை. இது நாம் உருவாக்கிய வகுப்பறை அல்ல; இது நமக்குக் கிடைத்த வகுப்பறை. 1813இல் கிழக்கிந்தியக் கம்பெனி கொண்டு வந்த சட்டம் (Charter Act of 1813) தொடங்கி இன்றைய நிலை வரையிலான இந்தியக் கல்வி வரலாற்றை இக்கட்டுரை ஆய்வு செய்கிறது. மெக்காலே வருகைக்கு முன்னரே இந்தியாவில் ஆங்கிலக் கல்வி வேட்கை வேரூன்றி விட்டதை நடராசனின் ஆய்வு உணர்த்துகிறது.

1937-இல் காங்கிரஸ் ஆட்சி செய்த மாகாணங்களின் கல்வி அமைச்சர்கள் கூடிய மாநாடு வார்தாவில் நடந்தது. 'உடல் உழைப்புடன் சேர்ந்த நல்ல மனிதர்களை உருவாக்கும் வல்லமை பெற்ற' அடிப்படைக் கல்வியை மாநாடு பரிந்துரைத்தது. அந்த லட்சியக் கல்வி இந்திய வகுப்பறைக்குள் நுழையவே இல்லை என்பது பரிதாபகரமான உண்மை. "காந்தியின் ராட்டையும் வகுப்பறையும் ஒரு துயரக்கதை" என்று நடராசன் எழுதுவது மனதை அழுத்தும் ஒற்றை வரிக் கவிதை.

இந்தியக் கல்வி வரலாற்றின் திருப்புமுனைகளாகக் கருதப்படும் சார்லஸ் உட் பரிந்துரை (Wood's despatch, 1854), கோத்தாரி கமிசன்(1964) இரண்டின் மீதான அங்கீகாரத்திலும் கொஞ்சம் விமர்சனம் கலந்தே இருக்கிறது. "ஆங்கிலேய வாடை வீசும் பாடப் பொருள், தேர்வு முறை, பாடம் நடத்தும் முறை இவற்றில் பெரிய மாற்றத்தைக் கொண்டு வரவில்லை" என்பது கோத்தாரி கமிசன் மீது நடராசன் வெளிப்படுத்தும் ஆதங்கம். ஆய்வாளர்களில் நடராசனைப் போல சமாதானமாகாத கோபக்காரர்களைப் பார்ப்பது அபூர்வம். அடுத்த கட்டத்துக்குப் போக இந்த கோபம் அவசியம்.

அடுத்த இரண்டு கட்டுரைகளையும் நூலின் ஆன்மா எனச் சொல்லலாம். நாம் அதிகம் பேசிக்கொள்ளாத இது ஏதோ ஆசிரியர் பயிற்சி சம்பந்தப்பட்டது என நாம் ஒதுக்கி வைத்துள்ள குழந்தை உளவியல், கற்றல் கற்பித்தல் கோட்பாடுகள் ஆகியவை குறித்து இக்கட்டுரைகள் விவாதிக்கின்றன. "குழந்தைப் பருவ உளவியல் மற்றும் கற்றல் கற்பித்தல் சிந்தனைகளின் அடிப்படையில் கல்வி நம் வகுப்பறையில் நடந்தால் மட்டுமே நமது வகுப்பறைக்குள் வெளிச்சம் வரும்" என்று அழுத்தம் கொடுத்துச் சொல்கிறார் நடராசன். ஆசிரியர்கள் பொறுமையாகவும், ஒருவருக்கொருவர் விவாதித்துக் கொண்டும் வாசிக்க வேண்டிய பகுதிகள் இவை.

மூன்றாம் இயலின் தலைப்பு 'அறிவியல் தெரியும் ராமலிங்கத்தைத் தெரியுமா?' என்பது. ஓர் அறிவியல் ஆசிரியர்க்கு அறிவியலும் தெரிந்திருக்க வேண்டும். அறிவியல் கற்கும் மாணவன் ராமலிங்கத்தைப் பற்றியும் தெரிந்திருக்க வேண்டும் என்பது கட்டுரையின் பிழிவு.

அதற்கான தேவையும் இருக்கிறது. “காலம் மாறிவிட்டது. ஆசிரியர், பணியாள் அந்தஸ்தில் இருந்து விடுபட்டு மனிதவள மேம்பாட்டு நிபுணராக மாறி ஆண்டுகள் பல ஆகிவிட்டன” என்கிறார் நடராசன். “குழந்தையைப் புரிந்து கொள்வதே ஒரு ஆசிரியரின் அடிப்படைத் தகுதி” என்று பெருங்குரல் எடுத்து அவர் வலியுறுத்துகிறார். அப்படிச் சொல்வதற்குத் தேவை இருக்கிறது. கவனஞ் சிதறிக் கிடக்கும் ஆசிரியர்கள் காதிலும் இந்தக் கருத்து விழவேண்டுமே!

குழந்தைப் பருவம் தொடங்கி குமாரப் பருவம் (Adolescence) வரையிலான உளவியல் மாற்றங்களை விவரித்துச் செல்கிறது இக்கட்டுரை. குமாரப் பருவத்தில் நிகழும் மாற்றங்கள் முக்கியமானவை. எதிர்ப்புணர்வு தலைதூக்கும் காலம். குமாரப் பருவம் குறித்த புரிதல் இல்லாவிட்டால் இயல்பாக நடந்துகொள்ளவில்லை என்று பிள்ளைகள் மீது குற்றம் சாட்டுவோம். அந்தப் பருவத்தில் இயல்பாய் நடந்து கொண்டால்தான் பிரச்சினை! பிராய்டின் மகளான அன்னா பிராய்டு சொல்வார்: “...to be normal during the adolescent period is by itself abnormal!" 'எட்டாம் வகுப்பு வந்ததுமே மாறிட்டான் சார்!' என்று குறைப்படும் ஆசிரிய ஆசிரியைகள் வரிவிடாமல் படிக்க வேண்டிய கட்டுரை இது. ‘வகுப்பறையின் மேற்கூரை தீப்பற்றிய போது..’ என்பது அடுத்த கட்டுரையின் தலைப்பு. துள்ளி ஓட வேண்டிய குழந்தைகள் கை கட்டி வாய் பொத்தி நெருப்பில் வெந்து மடிந்த கும்பகோணத்துத் துயரத்தை நினைவூட்டிப் பதைக்க வைக்கும் கட்டுரை இது.

வகுப்பறை விதிகளின் குரூரத்தை இத்தனை புரிதலோடு யாரும் இதற்கு முன்னர் பேசியதில்லை. எரிக் எரிக்சன் (Erik Erikson), தாண்டைக் (Thorndike), பாவ்லோவ் (Pavlov), ஸ்கின்னர் (Skinner), ஜீன் பியாஜெட் (Jean Piaget), ஹோவார்டு கார்ட்னர் (Howard Gardner) போன்ற புகழ் பெற்ற கல்வி உளவியலாளர் கருத்துக்களை எல்லாம் திரட்டித் தருகிறது இக் கட்டுரை. தேடல் உள்ள ஆசிரியர்களுக்கு இது அபூர்வமான வாய்ப்பு. இக் கல்வியாளர்களைக் குழந்தைகளின் நண்பர்கள் என்பேன். குழந்தைகளை நாம் கிறுக்குவதற்குக் கிடைத்த வெள்ளைத் தாள்களாகக் கருதாதவர் ஜீன் பியாஜெட். குழந்தைகளின் அறிவை மதித்தவர். குழந்தைகளோடு உரையாடும்போது உங்கள் ஒளியை மறையுங்கள் Mask your Brightness என்று சொல்வதுண்டு. அவ்வாறு மறைத்துக்கொண்டு ஆயிரக்கணக்கான குழந்தைகளோடு உரையாடியவர் ஜீன் பியாஜெட்.

எத்தனை கல்விக் கோட்பாடுகள் வந்தாலும் வகுப்பறைக்கென்று ஒரு பிடிவாதம் இருக்கிறது. பரிசுகள், தண்டனைகள் மூலம் குழந்தைகளின் ஆர்வத்தைத் தூண்டப் பார்க்கும் நடத்தைக்

கோட்பாட்டின் (Behaviourism) மீது எத்தனையோ விமர்சனங்கள் இருக்கின்றன பரிசும் தண்டனையும் குழந்தையின் சுயத்தையும் சுதந்திரத்தையும் சிதைக்கின்றன என்பது உட்பட. இருந்தபோதும் நம் வகுப்பறைகளில் ஆதிக்கம் செலுத்துவது நடத்தைக் கோட்பாடுதானே!

பிடிவாதம் மட்டுமல்ல தடைகளும் ஏராளம் இருக்கின்றன விதிகளின் ரூபத்தில். ஆசிரியரையும் மாணவரையும் எதிரெதிரே நிறுத்திய விதிகள்! பேசுவது குறித்த விதிகள் நகர்தல் குறித்த விதிகள் என எண்ணற்ற விதிகள். Bel Kaufman எழுதிய Up the Down Staircase என்ற ஆங்கில நாவல் நினைவுக்கு வருகிறது. பள்ளி விதிகளை மையப்படுத்திய நாவல். மாணவர்கள் மேலே ஏறுவதற்கு ஒரு படிக்கட்டு; இறங்குவதற்கு ஒரு படிக்கட்டு. மாறி ஏறி இறங்காமல் பார்த்துக் கொள்வது ஆசிரியர் பொறுப்பு. அதுதான் நாவலின் தலைப்பு.

"இந்த வகுப்பறை விதிகளை எல்லாம் மீறி கற்றல் கற்பித்தல் நடைபெறுவது பெரிய சவாலாக இருக்கிறது" என்கிறார் நடராசன். கல்வித்துறை கவனத்தில் கொள்ள வேண்டிய கருத்து இது. வேரோடிக் கிடக்கும் விதிகளைப் பறித்தெடுக்காமல் ஆசிரியரிடமிருந்து அதிகாரங்களைப் பறிப்பதால் மட்டும் வகுப்பறைக்கு வசந்தம் வரப்போவதில்லை என்பதை நடராசன் உறுதிபடக் கூறுகிறார்.

ஒரு மேடையில் கட்டாய இலவசக் கல்வி உரிமை குறித்த பேச்சு மற்றொரு மேடையில் குழந்தைகளின் உரிமை குறித்த முழக்கம் ஓர் அரங்கில் தொடர் மதிப்பீடு குறித்த விளக்கம் மற்றோர் அரங்கில் பாடத்திட்டம், செயல்வழிக் கற்றல் குறித்த விளக்கம் இப்படித் துண்டு துண்டாகக் கேட்கும் அத்தனை குரல்களையும் 'உள்ளேன் டீச்சர்' என்ற ஒரு கட்டுரை இணைக்கிறது. "உள்ளேன் டீச்சர் என்ற அக் குழந்தையின் பிரவேசத்தோடு பறைசாற்றப்படுவது அதன் வருகை மட்டுமல்ல; அதன் இருப்பும் வகுப்பறையில் அதன் உரிமையும் ஆகும்" என்று அழகாகச் சொல்கிறார் நடராசன்.

தகவல்கள் நிரம்பிய கட்டுரை இது. இந்த ஒரு கட்டுரையை 'உள்ளேன் டீச்சர்' என்று தனி நூலாக்கி ஒவ்வோர் ஆசிரியர் கையிலும் கொடுத்தால் என்ன? என்று மனதுக்குள் ஓடியது. சில தகவல்கள் அதிர வைக்கின்றன. தேசிய குழந்தை உரிமைப் பாதுகாப்பு கமிஷன் (NCPR) ஆண்டுதோறும் குழந்தைகள் மீதான வன்முறை குறித்த புகார்களை விசாரித்துத் தீர்ப்பு அளிக்கிறது. குவியும் புகார்கள் எவ்வளவாம்? ஆண்டுதோறும் 10 லட்சமாம்! (பெரும்பாலானவை ஆசிரியர் மீது). சில தகவல்கள் இதுவரை நாம் அதிகம் பேசாதவை. 18, 19-ஆம் நூற்றாண்டுக் குழந்தை உரிமைப்

போராளிகளான தாமஸ் ஸ்பென்ஸ் (Thomas Spence), இடல்லோ அக்லிடா, How to love a child என்ற அற்புதமான நூல் எழுதிய ஜேனஸ் கார்க்சாக் (Janus Korczak) போன்றோர் பற்றிய தகவல்கள் அத்தகையவை.

குழந்தைகளை அடையாளப்படுத்திப் பிரிக்காமல் அனைவரும் சமமாக இருந்து கற்கக் கூடிய நேர்மையான வகுப்பறையை உருவாக்க வேண்டியது ஆசிரியர் கடமை என்ற மையக்கருத்து இக்கட்டுரையில் உரத்து ஒலிக்கிறது.

ஆசிரியர் காலத்துக்கேற்றபடி மாறவேண்டும் என்ற குரல் மீண்டும் இக்கட்டுரையில் ஒலிக்கிறது. தேசிய கலைத்திட்ட வடிவமைப்பு 2005 (NCF2005)ஆவணத்தை வாசிக்க ஆர்வங்காட்டாத ஆசிரியர் மீது கோபத்தையும் இக்கட்டுரை வெளிப்படுத்துகிறது. இன்றைய குழந்தையும் குடும்பமும் நேற்றிருந்த குழந்தையும் குடும்பமும் அல்ல. கல்வியாளர் ஜான் ஹோல்ட்(John Holt) கருத்துப்படி இன்று குழந்தை பெற்றோரின் சொத்து; பாசப்பொருள்; அதி செல்லப் பிராணி; வாழ்வின் நோக்கமும் அர்த்தமும்.... "குழந்தையை அடிங்க! ஒதைங்க! ஓங்க பொறுப்பு' என்று ஆசிரியர்களிடம் பெற்றோர் பேசிய காலம் மலையேறிவிட்டது. குருசிஷ்ய உறவுகளும் கிழிபட்டு விட்டன. ஆசிரியரின் அணுகு முறைகளில் மனநிலைகளில் கற்பிக்கும் வழிகளில் காலத்துக்கேற்ற மாற்றம் மிக மிக அவசியம்... 'அவங்க வகுப்பறை..நம்ம வகுப்பறை..' என்பது அடுத்த கட்டுரை. பிற நாட்டு வகுப்பறைகளை அலசும் இக்கட்டுரை, பின்லாந்து, கியூபா நாடுகளின் கல்விமுறையைப் பரவசத்துடன் பகிர்ந்து கொள்கிறது. கெடுபிடியும் இறுக்கமும் அற்ற வகுப்பறைகளை உருவாக்கி இன்று கல்வித்தரத்தில் முன்னுக்கு நிற்கிறது பின்லாந்து.' கல்வியின் மெக்கா பின்லாந்து' என்கிறார் நடராசன். கியூபாவில் வகுப்பறை என்பது பாடப்புத்தக ஆதிக்கத்தில் சிக்கிய வகுப்பறை அல்ல. முழு மனிதனை உருவாக்கும் பட்டறை அது. ஜப்பானின் சுமையற்ற கல்வித்திட்டமும் (யுட்டோரி) வெகுவாக நம்மை ஈர்க்கிறது. யுட்டோரி திட்டம் பள்ளி நேரத்தையும் பாடப்புத்தகச் சுமையையும் கணிசமாகக் குறைத்துள்ளது.

இந்தப் பரவசங்களை எல்லாம் பின்னுக்குத் தள்ளுகிறது 'மகிழ்ச்சியான குழந்தைகள் தரவரிசைப் பட்டியலில் இந்தியாவுக்கு 116வது இடம்' என்ற தகவல். 'வகுப்பறையின் சுவர்களைத் தகர்த்தெறிவோம்' என்பது நூலின் இறுதிக் கட்டுரை. வகுப்பறையின் அடிப்படையான பிரச்சினையான ஆசிரியர் மாணவர் உறவு குறித்துப் பேசும் கட்டுரை இது. 'மாணவர்களின் ஒத்துழைப்பின்மை' ஆசிரியர் பலரால் சமாளிக்க முடியாத கட்டத்துக்கு வளர்ந்து வருகிறது. ஆத்திரம் அவ்வப்போது உச்சிக்கு ஏறுகிறது.

உணர்ச்சிவசப்பட்டால் நிலைமை இன்னும் சிக்கலாகும். அறிவியல் பூர்வமாக அணுக ஆசிரியர்கள் கற்றுக் கொள்ள வேண்டும். துணைக்கு வருகின்றன ஆல்பிரட் ஆட்லர் (Alfred Adler), அன்னா பிராய்டு (Anna Freud), சாண்டர்ஸ் (Sanders) ஆகியோர் குழந்தைகள் நடத்தை குறித்து ஆராய்ந்து வெளியிட்ட கருத்துக்கள்.

'குழுவில் அங்கீகாரம் பெற தலைமைப் பண்பாய் நடத்தை மீறல்' என்பது ஆய்வாளர்கள் முன்வைக்கும் காரணங்களில் ஒன்று. இது கல்லூரி வகுப்பறையில் அடிக்கடி நிகழக்கூடிய ஒன்று. பாடம் நடத்தும்போது குறும்பு கமெண்ட்ஸ் அடித்து மாணவர்கள் அடிக்கடி தங்களை வெளிப்படுத்தப் பார்ப்பார்கள். மாணவர்களின் வகுப்பறை அது. ஆசிரியர்களே ஆக்கிரமித்து நின்றால் நடத்தை மீறலைத் தவிர்க்க முடியாது.

தீர்வுகளையும் கட்டுரை பேசுகிறது. வாட்கின்ஸ் மற்றும் வாக்னர் (Watkins and Wagner) ஆய்வு செய்து வெளியிட்ட தீர்வுகளில் தலையாயவை இரண்டு. ஒன்று நம்பிக்கையூட்டும் ஆசிரியர் மாணவர் உறவு; மற்றொன்று சிறப்பாகப் பாடம் நடத்தும் முறை. இவை இரண்டும்தான் உரசல்களுக்குத் தீர்வு. இவை இரண்டும்தான் வகுப்பறையின் பெரிய சக்திகள்; ஆசிரியரின் இரு கண்கள். இந்த இரண்டில் ஏற்படும் பலவீனங்களைத் தொடர்ந்து சரிசெய்ய வேண்டும். செய்தால் வகுப்பறை மலர்ந்து சிரிக்கும். தேசத்தின் முகத்திலும் களை உண்டாகும்.

மாண்டசோரி, பாவ்லோபிரையரே போன்றவர்கள் சிந்தனையாளர்கள் மட்டுமல்லர்; இயக்கவாதிகளும் கூட. ஆசிரியர் மாணவர் உறவில் நிலவிய அதிகாரப் போக்கைக் கண்டித்தவர்கள். அத்தகையோர் ஐவரின் கருத்துக்களை இக்கட்டுரையில் காண்கிறோம்.

ஆண்டன் மக்கெரென்கோ (Anton Makarenko) என்ற ரஷ்யக் கல்வியாளர் "குழந்தைகளோடு விளையாடு; விளையாட்டை வழிநடத்தாதே" என்று வேண்டிக் கொள்கிறார். குழந்தைகளின் ஒவ்வொரு செயல்பாட்டிலும் தலையிட்டு ஒழுங்குபடுத்தத் துடிக்கும் ஆசிரியர் பெற்றோர் மனோபாவத்தில் நிறைந்து வழிவது அதிகாரம்தான்; அன்பல்ல.

ஆசிரியர் என்பவர் பாடம் நடத்திப் போகிறவர் மட்டுமல்லர். அவர் வகிக்க வேண்டிய பாத்திரங்கள் ஏராளம் இருக்கின்றன. அவற்றைப் பட்டியலிடுகிறது கட்டுரை. "காலம் நம் மீது வைத்திருக்கும் நம்பிக்கையைக் காப்பாற்றுவோம்" என்று தோழமையுடன் உரையாடி நூல் முடிகிறது. 'இது யாருடைய வகுப்பறை' வாசித்து முடித்ததும்,

பலவிதமான எண்ணங்கள்; உணர்வுகள். ஒரு வரலாற்று நூலை வாசித்த பரவசம் ஒரு நேரம்; ஆராய்ச்சி நூலை வாசித்த பெருமிதம் இன்னொரு நேரம்; தகவல்கள் நிரம்பிய ஒரு என்சைக்ளோ பீடியாவைப் புரட்டிய பிரமிப்பு எந்த நேரமும்.

உண்மைதான். இது கல்வி குறித்த ஒரு என்சைக்ளோபீடியா போல.... தமிழ் என்சைக்ளோபீடியா. மனித நேயச் சிந்தனையாளர்கள், கல்வியாளர்கள், உரிமைப் போராளிகள் பலருடைய பெயர்களை இந்நூலின் வழியேதான் முதன்முதலாகத் தெரிந்து கொண்டேன் என்பதை நான் மறைக்காமல் ஒப்புக் கொள்ளவேண்டும். கல்லூரிப் பணிக்காலத்தில் என் கல்லூரி வளாகத்தில் நுழையாத பெயர்கள் இவை. பிற்பாடு அறிவொளிக்குப் போனபின் அறிவியல் இயக்க மேடைகளின் வழி சில கல்வியாளர்கள் பெயர்களைத் தெரிந்து கொண்டேன். பணி ஓய்வுக்குப் பிறகு இன்னும் சிலரைப் பற்றித் தெரிந்து கொண்டேன். ஒரு சிறப்புப் பள்ளிக்குச் சென்றபோதுதான், குறைபாடுடைய குழந்தை என்று நாம் நினைக்கக்கூடிய எந்தக் குழந்தையும் பிற குழந்தைகளைப் போலக் கற்க முடியும் என்பதை ஆய்வுகளின் மூலமும் சோதனைகளின் மூலமும் நிரூபித்துக் காட்டிய சிறப்புக் கல்வியின் ஆதார சிந்தனையாளர்களான (Founders of Special Education) இடார்ட் (Jean Itard) பற்றியும், அவருடைய மாணவரான சேகுவின் (Seguin) பற்றியும் தெரிந்து கொண்டேன். வகுப்பறையைப் புரிந்து கொள்ள வகுப்பறையை விட்டு வெளியே வந்து வாசிக்க வேண்டும். தேட வேண்டும். இது ஆசிரியர்களுக்கும் பொருந்தும்; மாணவர்களுக்கும் பொருந்தும்.

'இது யாருடைய வகுப்பறை?' என்று நூல் எழுப்பும் கேள்வியிலேயே விடையும் இருக்கிறது. இது நம்முடைய வகுப்பறை அல்ல. பிறர் உருவாக்கிய வகுப்பறையை எந்தக் கேள்வியுமின்றி நாம் சுமந்து கொண்டிருக்கிறோம். தங்கள் குழந்தைகளுக்குத் தேவையான தங்கள் தேசத்துக்குத் தேவையான வகுப்பறையைக் கியூபா நாட்டினர் உருவாக்கி இருக்கிறார்கள். நாம் அப்படியல்ல.

இந்தியக் கல்விப் பாதையில் மாற்றம் தேவை. மேற்கத்திய அறிவும் ஆராய்ச்சியும் ஏராளம் இருக்கின்றன. ஆனால் அவை போதுமா? கற்கும் விதத்தில் ஒருசில ஒற்றுமை இருக்கலாம்.

ஆனால் பண்பாட்டு ரீதியாக ஆயிரம் வேறுபாடுகள். அறிவொளியின் போதே பார்த்திருக்கிறேன். கிராமத்தில் சிறிய சாதிக் கலவரம் நடந்தால் போதும், பள்ளிக்கூடம் பல நாட்களுக்கு மூடிக் கிடக்கும். அறிவொளி மையத்தின் ஆயுளோ அதோடு முடிந்து போகும்.

பூப்புனித விழாவில் இருந்து மீண்டு கல்விப் பாதைக்கு வந்து சகஜமாய் இணைய பெண் குழந்தை இங்கு கொஞ்ச காலத்தை

இழக்க வேண்டியிருக்கிறது. இழந்து இழந்து கற்கிற பண்பாட்டுச் சூழல் இங்கு.

இந்தியக் குழந்தைகளுக்கான கல்வி உளவியல் கற்றல் கோட்பாடு ஆகியவற்றை நாம் தேடிக் காண வேண்டாமா? மனிதர்களை உருவாக்கும் வகுப்பறைகளை நோக்கி நம் கவனம் மெல்லத் திரும்ப வேண்டாமா? 'எப்படியாவது வெற்றி' என்ற இலக்கை நோக்கிப் பிள்ளைகளை மந்தைகளாய்த் துரத்தும் பண்பாட்டுச் சிதைவைத் தடுத்து நிறுத்த வேண்டாமா?

கேள்விகள்... ஆதங்கங்கள்.. வருத்தங்கள்.. ஆகியவற்றுக்கான தீர்வுகள் இதயம் தோய்ந்து செய்து முடிக்கப்பட்ட நல்ல முயற்சிகளில்தான் கிடைக்கின்றன.

'இது யாருடைய வகுப்பறை?' அப்படிப்பட்ட நல்ல முயற்சி; நம்பிக்கைக்குரிய முயற்சி.

நெஞ்சம் நிறைந்த வாழ்த்துக்களுடன்..........

ச.மாடசாமி.

ஆனால்... இங்கு எப்போது?

அன்னயாவினும் புண்ணியம் கோடி ஆங்கோர் ஏழைக்கு எழுத்தறிவித்தல்
- பாரதி

ஏழைக்கு ஒரு கல்வி. பணக்காரர்களுக்கு ஒரு கல்வி. பலருக்கு அது எட்டாத கனவு... என்று நமது பள்ளிக் கல்வி ஏற்றத்தாழ்வு நிறைந்ததாக உள்ளது. அனைவருக்கும் கட்டாய இலவசக் கல்வி அளிக்க வேண்டும் என்ற குரல் இந்திய விடுதலைக்கு முன்பே எழுந்துவிட்டாலும் கூட, இலவசக் கல்வியை அடிப்படை உரிமையாக்க, சுதந்திரம் பெற்று 65 ஆண்டு காலம் போராட வேண்டியதிருந்தது. ஒருவழியாக எப்படியோ இப்போதாவது இதற்கான சட்டம் வந்து விட்டது. ஆனால், இதுவரை பள்ளிக்குச் செல்லாத 6 வயதிலிருந்து 14 வயதுவரை உள்ள 80 லட்சம் குழந்தைகளுக்கு பள்ளி செல்லும் வாய்ப்பு எப்போது கிடைக்கும்? பள்ளிகளில் சேரும் மாணவர்களின் இடைநிற்றலை முழுமையாகத் தடுப்பது எப்போது? தரமான பொதுக்கல்வி முறையும் அருகமைப் பள்ளி முறையும் எப்போது நடைமுறைக்கு வரும்? அனைவரும் கல்வி அறிவு பெற்றவர்களாகத் திகழ்வது எப்போது? இதுபோன்ற கேள்விகளுக்கான நமது தேடல்கள் இன்னமும் தொடர்கின்றன.

பள்ளிகளில் கட்டடங்கள், ஆய்வறைகள், உள்கட்டமைப்பு வசதிகள் போன்றவற்றைவிட மாணவர்களுக்குக் கற்பிப்பதில் ஆசிரியர்களின் பங்கு முக்கியமானது. மாணவர்கள் வாழ்வில் முக்கிய தாக்கத்தை ஏற்படுத்துகிறவர்களாக ஆசிரியர்கள் இருக்கின்றனர். நல்ல ஆசிரியர்கள் தங்களது அர்ப்பணிப்பு உணர்வாலும் உழைப்பாலும் பள்ளிகளைச் சிறக்கச் செய்துள்ளனர். ஆனாலும், வகுப்பறை மாணவர்களுக்கு இனிமையான ஒன்றாக இருக்கவில்லை என்பதை சுட்டிக்காட்டும் பல கல்வியாளர்கள், மாணவர்களின் பாடச்சுமையைக் குறைத்து கற்றலில் இனிமையை ஏற்படுத்த வேண்டும் என்கிறார்கள். இந்த நிலையில், ‘‘ஆசிரியர்களே தேவையில்லை” என்கிறார் ரூசோ. “பள்ளிக்கூடமே அவசியமில்லை” என்று ஜான் ஹோல்ட் பிரகடனம் செய்கிறார்... இப்படிப் பல விவாதத்துக்குரிய கருத்துகளுடன் தொடங்குகிறது ‘இது யாருடைய வகுப்பறை?’ என்ற இந்தப் புத்தகம். ஆசிரியராக மட்டுமல்லாமல் எழுத்தாளராகவும் இருக்கின்ற `ஆயிஷா' நடராசன் இந்தப் புத்தகத்தின் மூலம் வகுப்பறை வாயிலாக பள்ளிக் கல்விச் சூழலின் பல்வேறு பரிமாணங்களை நமக்குக் காட்டுகிறார். கல்வியில் நாம் கடந்துவந்த பாதை, நிபுணர் குழுக்களின் பரிந்துரைகள், கல்வி உளவியல் கோட்பாடுகள், கல்வித்துறை அறிஞர்கள், பிறநாடுகளில் உள்ள கல்வி முறைகள் போன்ற தகவல்களை நடைமுறை

யதார்த்தத்துடன் எளிமையாக இணைத்துக் காட்டி சமகாலக் கல்வி குறித்த உரையாடலைத் தொடங்கி இருக்கிறார்.

பாடத் திட்டங்கள் மற்றும் பாடப்புத்தகங்களைத் தாண்டி கல்விக் கொள்கை குறித்த சிந்தனைகளில் ஆசிரியர் ஒருவர் தீவிர கவனம் செலுத்தியிருப்பது அபூர்வமானது.

தற்போதைய கல்விமுறை சமூகப் பிரிவுகளை அதிகப்படுத்தி வர்க்க வேறுபாடுகளை ஆழமாகப் புரையோட வைத்து மக்களிடையேயும் வர்க்கங்களிடமும் இடைவெளியை அதிகமாக்குவது பற்றி விலாவாரியாக சொல்கிறது இந்தப் புத்தகம். பொது அரசியல் நிர்பந்தங்களுக்கு ஏற்ப மாறி வந்த கல்வியின் முகம் பற்றியும் அறிவியல் தொழில்நுட்பத்தில் நவீனத்துவம் கலந்த பிறகு ஆசிரியர் மாணவர் உறவு என்பது ஒரு நுகர்வு அமைப்பின் விற்பனை சிப்பந்தியாக ஆசிரியரையும், நுகர்வோராக மாணவரையும் உருமாற்றியுள்ளதையும் சுட்டிக்காட்டுகிறது. பள்ளி இறுதியாண்டில் பாட மதிப்பெண்களைப் பெற நடைபெறும் மனப்பாட யுத்தம் பற்றியும் கல்விச் செயல்பாட்டிற்கான வகுப்பறை என்பது வெறும் விதிகளைக் காப்பாற்றும் கொத்தளமாய் இருப்பதையும் படம் பிடித்துக் காட்டுகிறது. சமூக அவலங்கள், வீதியில் நடக்கும் அநியாயங்களுக்காக குரல் கொடுக்காத தனது சொந்த நலன் பேணும் சுயநலமிகளாக அது அவர்களை ஆக்குவதையும் இந்தப் புத்தகம் சமூக அக்கறையோடு பதிவு செய்கிறது. குழந்தைகள் சொல்வதைச் செவிமடுக்காத முரட்டு அதிகாரக் கல்வி முறையின் பின் விளைவுகள் இப்படித்தான் இருக்கும் என்பதை கவலையோடு சொல்லிச் செல்கிறார் நூலாசிரியர்.

இந்தப் புத்தகத்தில் கூறப்பட்டுள்ள கருத்துகள் குறித்து மாற்றுக் கருத்துகள் இருக்கலாம். ஆனால், இதில் விவாதிக்கப்பட்டுள்ள விஷயங்கள் முக்கியத்துவம் வாய்ந்தவை. பள்ளி ஆசிரியராக இருந்து பெற்ற நேரடி அனுபவத்தில் கூறப்பட்டுள்ள பல ஆலோசனைகள் நடைமுறைக்கு வர வேண்டியவை. மாற்றுக் கல்வி முறை விவாதப் பொருளாக இருக்கும் இந்தக் காலகட்டத்தில், ஆசிரியர்களும் ஆசிரியர்களாக வர விரும்புபவர்களும் கல்வித் துறையில் ஆர்வமிக்கவர்களும் சமூக ஆர்வலர்களும் படிக்க வேண்டிய புத்தகம் இது. "உலகில் குழந்தைகள் மகிழ்ச்சியாக இருக்கும் நாடுகளில் தான் கல்வியும் நிறைவாக உள்ளது. அங்கே ஆசிரியர்களும் மகிழ்ச்சியாக இருக்கிறார்கள். வகுப்பறைகளும் குதூகலமாய் உள்ளன. ஆனால் இங்கு எப்போது?" இதுதான் ஆசிரியர் எழுப்பும் கேள்வி. அதுதான் புத்தகத்தின் மைய நீரோட்டமும்கூட.

பொன்.தனசேகரன்
ஆசிரியர், புதிய தலைமுறை கல்வி

2

வெப்பமும் வெளிச்சமுமாக ஒரு புத்தகம்

நம் நாட்டின் தலைவிதி வகுப்பறைகளில்தான் தீர்மானிக்கப்படுகிறது என்ற கூற்று வகுப்பறையின் அதி முக்கியத்துவத்தைக் கூறுவதாக இருக்கிறது. யாருக்கான தலைவிதியை தீர்மானிக்கப்படுகிறது என்பதுதான் கேள்வி. தொலைந்து போன தங்களது வாழ்க்கையை உழைப்பால் மட்டுமே தேடிக் கொண்டிருக்கின்ற பாட்டாளி வர்க்கத்திற்கான தலைவிதியையா? அல்லது நம் நாட்டின் 80%-90% மக்களின் வாழ்க்கை தொலைவதற்கு காரணமாக இருந்தவர்களின் இருக்கிறவர்களின் தலைவிதியையா? எதைத் தீர்மானிக்கிறது நமது வகுப்பறைகள்?

ஆசையான வார்த்தைகளால் நாட்டின் தலைவிதியை மாற்றிவிட முடியுமா? சரியான அரசியல் நடவடிக்கையால்தான் ஒரு நாட்டின் தலைவிதி தீர்மானிக்கப்படும். நல்ல கூற்றுகள் அர்த்தமுள்ளதாக ஆக வேண்டுமெனில், பாடுபடும் மக்களின் மேம்பாட்டிற்கான அரசியல் நடவடிக்கைகள் வேண்டும். உண்மையான கல்வி என்பது ஒரு அரசியல் செயல்பாடு என்று கூறுவார் பாவ்லோ பிரையரே.

ஒரு நாட்டில் கல்வி அனைவருக்கும் சமச்சீராக எவ்வித ஏற்றத் தாழ்வுமின்றி சென்றடைந்தால், ஏற்றத் தாழ்வற்ற சமூகம் அமைவதற்கு அது ஒரு முக்கிய காரணியாக இருக்கும். ஒரு நாட்டின் ஒட்டுமொத்த அரசியல் மேம்பாட்டிற்கான நடவடிக்கை அந்நாட்டின் கல்வி நடவடிக்கையைப் பொறுத்தே அமையும் என்று கூறினால் அது மிகையாகாது.

ஆனால் நம் நாட்டில் இன்று நடப்பது என்ன? மாணவர்களைத் தேடிச்சென்று கல்வியைக் கொடுக்க வேண்டிய அரசு அதன் கையைக் கழுவி, வியாபாரிகளிடம் கல்வியை ஒப்படைத்துவிட்டது. எந்த வியாபாரிக்கும் இலாபம்தானே முக்கியம். சுதந்திரப் போராட்ட காலத்தில் டாக்டர் ஜாகீர் உசேன் பேராசிரியராக இருந்த பல்கலைக் கழகத்திற்கு, பிரிட்டிஷ் அரசு கொடுத்து வந்த நிதியை நிறுத்தியதால், 1000க்கும் மேல் மாத ஊதியம் வாங்க வேண்டிய பேராசிரியர்கள் ரூ.100 மட்டுமே ஊதியமாக வாங்கிக் கொண்டு அந்தப் பல்கலைக் கழகம் இயங்க உதவினார்கள். நாட்டின் நல்ல எதிர்காலச் சந்ததியை உருவாக்கும் கல்வியாளர்கள் தங்களது தேவைகளை இழந்து மாணவர்களின் கல்வியைக் காப்பாற்றினார்கள்.

என் மாநிலத்தின் ஏழைக் குழந்தைகள் அனைவரும் படிக்க இலவசக் கல்வி கொடுப்பதால் ஏற்படும் நிதிச் சுமையை சமாளிக்க, தேவைப்பட்டால், மக்களிடம் துண்டேந்தி பிச்சையெடுத்தாவது படிக்க வைப்பேன் என்று சொன்னார் காமராஜர். தாய்ப்பாலுக்கு சமப்படுத்தி உணர்ச்சிப் பெருக்குடன் கூறியவரும் அவரே.

போதுமான பள்ளிக்கூட வசதியில்லாத காலத்தில் நல்ல இதயமுள்ள தனவந்தர்களும், பாட்டாளி வர்க்கத்தைச் சேர்ந்த கிராமக் குழுக்களும் அந்தந்த ஊர்களில் எல்லாக் குழந்தைகளும் படிக்க வழிவகை செய்தார்கள்.

எங்கே போயிற்று இதெல்லாம்? உலகமயச் சூறாவளியில் காணாமல் போய்விட்டனவா இவர்களுடைய உன்னத முயற்சிகள்.

அனைவருக்கும் தரமான கல்வி என்னும் கனவு, வெறும் திட்டத்தால் மட்டும் நிறைவேறுவது அல்ல. திடசிந்தனையாக உறுதிப்பட்டால், உள்ளார்ந்த ஈடுபாட்டால் மட்டுமே நிறைவேறும். இதற்கு அரசியல்வாதிகள், அதிகாரிகள், ஆசிரியர்கள், மாணவர்கள் மற்றும் பெற்றோர்கள் ஒரே சங்கிலியாகச் சேர்ந்து கல்வியைக் காப்பாற்றிட வேண்டும். வெறும் உணர்வால் மட்டுமே இது சாத்தியமா?

கல்வியின் வரலாறைத் தெரிந்து கொள்ள வேண்டுமா? கல்வியின் அரசியலைப் புரிந்து கொள்ள வேண்டாமா? பாடத்திட்டத்தைப் பற்றி, கல்வி கோட்பாட்டைப் பற்றி தெரிய வேண்டாமா? ஆசிரியர்-மாணவர் உறவின் அற்புதம் பற்றியும், பெற்றோர் - குழந்தை பரஸ்பர எதிர்பார்ப்புகளின் அடிப்படையில் அவர்கள் உறவைப் பற்றியும் தெரிந்திட வேண்டாமா? மாணவர்களின் உளவியல் பற்றி புரிந்திட வேண்டாமா? கல்வி சம்பந்தமாக பல்வேறு ஆய்வறிக்கைகள் (கோத்தாரி கமிட்டி முதல் யஷ்பால் கமிட்டி வரை) குறித்து தெரிந்திட வேண்டாமா? கல்விச் சட்டங்கள் பற்றி தெரிந்திட வேண்டாமா? நான்கு சுவர்களுக்குள் வகுப்பறை என்ற எல்லையைத் தாண்டி உலகத்தையே வகுப்பறையாக மாற்றிய மாற்றுக் கல்வியாளர்களைப் பற்றியும் அவர்களது மாற்றுக் கல்விமுறை பற்றியும் தெரிந்திட வேண்டாமா? கல்வியில் சாதித்துள்ள பல்வேறு நாடுகளின் முயற்சிகளைத் தெரிந்து கொள்ள வேண்டாமா? குறிப்பாக, கியூபா, சீனா, ரஷ்யா போன்ற சோசலிச நாடுகளின் கல்வி குறித்த அனுபவத்தை தெரிந்து கொள்ள வேண்டாமா?

இவை அனைத்தைப் பற்றியும் மிக அழகான நடையில் மேற்குறிப்பிட்ட தகவல்களைவிடவும் கூடுதலான பல தகவல்களை தேடித்தேடிக் கொண்டு வந்து சேர்த்துள்ளார் ஆயிஷா நடராசன் அவருடைய "இது யாருடைய வகுப்பறை?" என்ற புத்தகத்தில்.

கல்வி வரலாறு, அரசியல், கற்றல்-கற்பித்தல் முறைகள், ஆசிரியர்-மாணவர் உறவு, கல்விக் குழுக்களின் பரிந்துரைகள், கல்வி குறித்த சட்டங்கள், கல்வி உளவியல், கல்வியில் சாதித்துள்ள நாடுகளின் அனுபவங்கள், மாற்றுக் கல்வியாளர்களின் "கல்வி எல்லையை விரிவுப்படுத்த முயற்சி" போன்று பல்வேறு விஷயங்களைப் பற்றி இயன்றவரை ஆழமாகவும், விசாலமாகவும் எடுத்துரைத்துள்ளார். ஒரு மேல்நிலைப் பள்ளியின் தலைமையாசிரியராக பணி செய்து கொண்டே ஆயிஷா நடராசன் அவர்களின் இந்த முயற்சி என்னை பிரமிக்க வைக்கிறது. அவருடைய தேடலின் தாகமும் சிந்தனைத் தெளிவும் இப்புத்தகம் முழுவதும் வியாபித்திருக்கிறது. மிக முக்கியமானது என்னவென்றால், கல்வியில் காலூன்றி வேலை செய்பவர்களுக்கு இந்த நூல் அவர்களின் தேடலையும், தெளிவையும் அதிகரிக்க நிச்சயம் உதவும். கல்விப்பணியில் கால்பதிக்க ஆரம்பிப்பவர்களுக்கு இந்த நூல் அவர்களின் கல்வித் தேடல் பயணத்தைத் துவங்க உதவும்.

இப்புத்தகத்தில் என் மனதைத் தொட்ட ஒரு சிலவற்றைப் பற்றி இங்கு குறிப்பிடுகிறேன். இதைவிட மேலான கருத்துச் செறிவுகள் அடங்கிய அற்புத நூல் இது.

கல்வி முறைகள் அனைத்தும் ஜனநாயக அமைப்பையோ சமதர்ம சிந்தனைகளையோ அடிப்படையாகக் கொண்டவை அல்ல. அனைத்து வகுப்பின மக்களுக்குமான வர்க்க பேதமற்ற அமைப்பு முறையாக அவற்றால் செயல்பட முடியாது என்பதில் இரு வேறு கருத்துக்களுக்கு இடமில்லை.

தற்போதைய கல்விமுறை சமூகப் பிரிவுகளை அதிகப்படுத்த வர்க்க வேறுபாடுகளை ஆழமாகப் புரையோட வைத்து தொடர்ந்து தக்க வைத்து மக்களிடையேயும் வர்க்கங்களிடையேயும் இடைவெளி அதிகமாக்குகிறது. நமது நாட்டின் கல்வியைக் குறித்த ஆய்வறிக்கைகளை சமர்ப்பித்த கோத்தாரி குழுவிலிருந்து (1966) யஷ்பால் கமிட்டி (2005) வரை யாவருமே ஒப்புக் கொண்ட கருத்து இது.

ஒரு ஆசிரியரின் பார்வையில் பிரச்சினை அணுகப்படவே இல்லை என்பது துரதிருஷ்டவசமான சூழலாகும்.

காலம் மனித வளர்ச்சி நடைபெறுவதற்கான வெளி என்றார் கார்ல் மார்க்ஸ்.

பிளேட்டோவில் தொடங்கி ஆக்னிவாஸ், ஏராஸ்மஸ், மார்ட்டின் லூதர் வழியே மறுமலர்ச்சி கழகத்தைக் கண்டு பெக்கான் வழியே அறிவியல் மயமான நமது கல்வி ஒரு விஷயத்தில் மாறவே இல்லை. அதுதான் ஆசிரியர் மாணவர் உறவு.

1834-இல் இந்தியா வந்த மெக்காலேவுக்கு முன்னரே இங்கே கல்வி, ஆங்கிலக் கல்வியாக வேரூன்றியதை நாம் வாசிக்கும்போது அதிர்ச்சியாக இருந்தது.

கல்வி உளவியலின் முக்கிய கோட்பாடுகள் பிறந்தது ரஷ்ய உளவியலாளர் கொலஸ்னிக் என்பாரின் வழியிலாகும்.

தொழில் புரட்சி கண்டுபிடித்த குழந்தைப் பருவத்தை தகவல் தொழில் நுட்பப் புரட்சி தொலைத்துவிட்டது அறிஞர் ஹாவார்டு கார்ட்னர்.

ஒரு குழந்தை எவ்வளவு வேகமாக வளர்கிறதோ அதைவிட வேகமாக சிந்தித்து செயலாற்றும் பெரிய சாரால் இன்றைய ஆசிரியருடையது. ஒரு குழந்தையின் வளர்ச்சியில் இன்று பெற்றோரை விட அதிக பங்காற்றுபவராக ஆசிரியர் இருக்க வேண்டிய கட்டாயம் ஏற்பட்டுள்ளது.

இலக்கு தெரியாமல் உதைபடும் பந்துபோல அலைக்கழிக்கப்படும் குழந்தைகளுக்கு மாற்று இலக்காக தேர்வும் மதிப்பெண் பெறுவதும் என ஆகிவிட்டது. இது கண்கட்டி வித்தையைமோசமானது.

ஜப்பான், சீனா, கன்னடா, ரஷ்யா உட்பட 28 நாடுகளில் பாடப் புத்தகம் கிடையாது. இங்கிலாந்தில் பாடப் புத்தகம் மட்டுமல்ல, காகிதத்திற்கே வேலை இல்லை.

உலகின் தலைசிறந்த கல்வியை சுவிட்சர்லாந்தும், பின்லாந்தும், கியூபாவுமே தருகின்றன. இந்த நாடுகளின் பாடப் பொருள்களை அந்தந்தப் பள்ளி ஆசிரியர்களே தயார் செய்கிறார்கள்.

கியூபாவில் பள்ளி இறுதி (பொது) தேர்வு என்று ஒன்று இல்லை.

சிரி பென்சில்வேனியா, வெனிசுலா, ஸ்பெயின் ஆகிய நாடுகளில் பாடப்பொருள் தயாரிக்கும் குழுவிலும், பாடப் புத்தகம் தயாரிப்பதிலும் மாணவர்களும் பங்கேற்கின்றனர்.

உலக அளவிலான கோடிக்கணக்கான டாலர் நல உதவி பெற்று நடக்கும் ஒன்றாக நமது கல்வி 1969இல் மாறியது. அதிலிருந்து உலக அளவிலான குழந்தை உரிமைச் சட்ட விதிகள் அனைத்தும் நம் நாட்டிற்கும் பொருந்தும். காமராசரின் மதிய உணவும், எம்.ஜி.ஆரின் சத்துணவும் உலக டாலர் உதவித் தொகை திட்டங்களே என்பதை மறந்துவிடக் கூடாது. நமது இந்திய பட்ஜெட்டில் கல்விக்காக ஒதுக்கப்படும் குறைந்தபட்ச நிதி கூட பெரும்பகுதி ஏதாவது ஒரு உலகக் குழந்தை நல அமைப்பின் திட்டப் பகுதியாய் இருப்பதும் பலருக்கும் தெரியாது.

உங்கள் வாழ்நாளில் அறிந்த ஒரு நல்லவரைக் கும்பிடுங்கள் என்று சமீபத்தில் ஒரு தொலைக்காட்சி சானல் கேட்டபோது 99%ம் பேர் ஏதாவது ஒரு ஆசிரியரின் பெயரை எழுதினார்களாம்.

ஒரு நாட்டில் ஏறத்தாழ எல்லாரும் 100% கல்வி பெறுகிற உலகின் ஒரே நாடாக பின்லாந்து உள்ளது. இன்றைய கார்ப்பரேட் உலகில் கல்வி சுற்றுலா என்பதே அந்த நாட்டிற்கு இன்று 27% அந்நிய செலாவணி வருமானத்தை வாரி வழங்குமளவிற்கு, அந்த நாட்டு வகுப்பறையை பார்த்து கற்றுக் கொள்ள ஆண்டு தோறும் நேரடியாக அங்கே விஜயம் செய்யும் கல்வியாளர்கள் கூட்டம் அதிகரித்து வருகிறது. ஆண்டுக்கு சுமார் 15,000 வெளிநாட்டுப் பிரதி நிதிகள் பின்லாந்தின் பள்ளிக் கல்வி குறித்து அறிந்துவர உலகின் சுமார் 56 நாடுகளிலிருந்து படை எடுக்கிறார்கள்.

பின்லாந்தின் கல்விமுறை தேர்வுகளே இல்லாத கல்வி முறை.

13 வயது ஆகும் வரை வகுப்பில் யார் முதல் யார் எந்த இடம் என தரம் பிரிப்பதே கிடையாது. அப்படி அந்த வயதில் பிரித்து சொல்ல வேண்டுமானால் பெற்றோர்கள் முறைப்படி விண்ணப்பித்தால் மட்டுமே சொல்வார்கள்.

ஒரு தனியார் பள்ளிகூட இல்லாத பின்லாந்தில் தனிக் கவன வெளி டியூஷன் (தனி வகுப்பு) எனும் பேச்சுக்கே இடமில்லை.

ஒவ்வொரு திறனுக்கும் ஏழெட்டு புத்தகம் இருக்கும். அதில் எதையும் தேர்ந்தெடுக்கும் உரிமை குழந்தைக்கு மட்டுமே உண்டு.

கியூபாவில் ஆறு வயதில் ஒரு குழந்தை பள்ளிக்கு போகிறது. அது வரை உள்ளூர் கல்வி அமைப்புகள் அந்தந்த இல்லங்களுக்கு பிரதி நிதிகளை அனுப்பி குழந்தையின் பொது சுகாதாரம் உணவு மற்றும் விளையாட்டு ஆகியவற்றின் அடிப்படைகளில் உதவுகின்றன. இதன் மூலம் குழந்தைகள் இருப்பிடம் தேடி கல்வி நுழைந்து விடும் நாடாக கியூபா உள்ளது.

வெனிஸ் நகரத்தின் மிதக்கும் வகுப்பறைகள்; பாலஸ்தீனத்தில் அரசியல் யுத்த குண்டு மழையில் பள்ளிகள் தரை மட்டமான போது வகுப்பறை ஓடும் ரயிலுக்கு இடம் பெயர்ந்தது. லல்லு பிரசாத் யாதவ் பீகாரின் முதலமைச்சராக இருந்தபோது மேய்ச்சல் வகுப்பறை போன்றவை குறிப்பிடத்தக்கவை.

இஸ்ரேல் நாட்டில் அதிகபட்சமாக 77% குழந்தைகள் ஆண்டு ஒன்றிற்கு எட்டு புத்தகங்கள் (பாடப் புத்தகத்திற்கு வெளியே) வாசிக்கின்றனர்.

சேவைத்துறையை ஒரு உற்பத்தித் துறையாக மாற்றி அதன் வருமானத்தை உற்பத்தியை தேசிய ஒட்டுமொத்த இன்டெக்சில் சேர்த்தது 1990 முதல் நடக்கும் ஒருவகை மோசடி என்று அமெர்த்தியாசென் போன்ற மூன்றாம் உலகப் பொருளாதார நிபுணர்கள் கருதுகிறார்கள்.

இன்னும் நிறைய புதையல்கள் அடங்கியுள்ள புத்தகம் இது. அனேகக் கல்வியாளர்களை அறிமுகம் செய்கிறது. நிறைய கல்வியாளர்களைப் பற்றிய புத்தகங்களைப் படித்ததாக நான் நினைத்துக் கொண்டிருந்தேன். இப்புத்தகத்தை வாசித்த பின் எனக்கு முன் நானே கூசி நின்றேன். கற்றது கைம்மண்ணளவு என்பது மீண்டும் நினைவுக்கு வந்தது.

ஜான் டூயியின் கல்வியை ஜனநாயகப் படுத்துவதற்கான முயற்சி, ஜான் ஹோல்ட்டின் பெற்றோர்- குழந்தை பற்றிய ஆய்வின் முடிவுகள் மரியா மாண்டசொரி, ஆண்டன் மக்கெரென்கோ, பாவ்லோபிரையரே, கோர்டான் மற்றும் ஆண்ட்ரூ பொலார்டு, இகோர் பெட்ரோவிச் சிவானோவ் போன்ற வகுப்பறையின் சுவர்களை தகர்த்தெறிந்தவர்களின் முயற்சிகள் என பட்டியல் நீண்டுகொண்டே இருக்கிறது.

இன்றைய கல்வியின் குறைபாடுகளுக்குக் காரணமாக ஆசிரியர்களைச் சுட்டிக்காட்டி தன் குறையை மறைத்துக் கொள்கிறது. பெற்றோர்களின் பேராசைதான் தனியார் பள்ளி வளர்ச்சிக்குக் காரணம் என்றும் கூறி தப்பிக்க முயற்சிக்கிறது அரசு.

இன்றையச் சூழலில் கல்வியை கல்வி வியாபாரிகளிடமிருந்து காப்பாற்ற, உள்நோக்கம் கொண்ட அரசிடமிருந்து காப்பாற்ற ஆசிரியர் - மாணவர்- பெற்றோர் இயக்கங்கள் அவசியம் படிக்க வேண்டிய புத்தகம் இது. விவாதிக்க வேண்டிய புத்தகம் இது. இதன் மூலம் ஆசிரியர் - மாணவர்- பெற்றோர் இயக்கங்களுக்கு ஒரு புதிய வலிமை சேரும் என்பதில் என்ன கருத்து வேறுபாடு இருக்க முடியும்.

“போயிட்டு வாங்க சார்” என்ற புத்தகத்தை பரிசளித்து பேராசிரியர் மாடசாமி எனக்கு எழுதிய வாசகம் நினைவுக்கு வருகிறது.

சின்னச் சின்ன வெளிச்சத்தையும் பார்க்கிற கண்கள் உங்களுடையது அது எழுப்பும் மெல்லிய சப்தத்தை கேட்கிற காதுகள் உங்களுடையது அது அணைந்து விடாமல் பாதுகாக்கும் கைகள் உங்களுடையது. என்று எழுதியிருந்தார். இந்த வரிகள் எனக்காக எழுதப்பட்டதாக நினைக்கவில்லை. அக்கறை உள்ள ஆசிரியர்கள் அனைவருக்கும் எழுதப்பட்டதாகவே நினைக்கிறேன்.

ஆசிரிய நண்பர்களே! பெரிய பொறுப்புகள் உங்களுக்கு காத்திருக்கிறது. நம் பள்ளிக் குழந்தைகளை யாரும் கைவிடட்டும். நாம் கைவிட்டு விடக் கூடாது. குழந்தைகளுடன் ஆசிரிய வாழ்க்கையை கட்டிப்போட்டுக் கொண்டவர்களுக்கு இப்புத்தகம் ஒரு பெரிய ஆயுதம்.

வெப்பமும் வெளிச்சமுமாக ஒரு புத்தகம்.
இப்புத்தகம் கையில் எடுத்துவிடு
அதுவே உந்தன் போர் வாள்.

ஜெ. கிருஷ்ணமூர்த்தி
புதுச்சேரி

1

ஆசிரியர்களே தேவையில்லை என்றார் ரூசோ...!

1. குருகுலம், திண்ணைப்பள்ளி, மதரஸா (பள்ளிவாசல் பள்ளி)
2. தேவாலயக் கல்வி எப்படி?
3. கல்வியும் தத்துவமும்... வரலாற்றுப் பார்வை.
4. மறுமலர்ச்சி யுகக் கல்வியே இன்றைய கல்வி.

1

ஆசிரியர்களே தேவையில்லை... என்றார் ரூசோ..!

1

“ஆசிரியர்களே தேவையில்லை” என்கிறார் ரூசோ.

“பள்ளிக்கூடமே அவசியமில்லை” என்று ஜான்ஹோல்ட் பிரகடனம் செய்கிறார்.

“பள்ளிகள் குழந்தைகளுக்கு நல்லதே அல்ல” (Schools are bad places for kids) என்று மாற்றுக் கல்வியாளர்களான குரூஸ் போன்றவர்கள் எப்போதும் முன்மொழிகிறார்கள். ஸ்பினோசா, இமானுவேல் காண்ட், பெஸ்டலோஸி, ஹெர்பார்ட் உட்பட வரலாற்றின் நவீன கல்வியாளர்கள் தொடர்ந்து வகுப்பறை அமைப்பு முறையை கடுமையாக சாடுவதற்கு என்ன காரணம்? கிளாட் ஆல்வாரஸ் குறிப்பிடுவது போல இந்த சமூகத்தை கல்வி உதிர்ப்பு (de schooling) செய்ய வேண்டிய தேவை வந்துவிட்டதா?

கற்றல் குழந்தைகளுக்கு ஒரு சுமையாகவும், மனஅழுத்தம் தரும் ஆபத்துகளில் ஒன்றாகவும் உள்ளது என்கிற உண்மை கல்வியின் உண்மையான நோக்கத்தையும் தரத்தையும் சீர்குலைக்கிறது. ஆனால் ‘பள்ளிக்கூடம்’ மற்றும் ‘பொது போதனா முறை’ எனும் வடிவமே மனித வரலாற்றின் புதிய அம்சம்தான். ஒரு பொருளில் இன்று உலகெங்கும் உள்ள பள்ளி (School) எனும் அமைப்பு அறிமுகமாகி இருநூறு ஆண்டுகளே ஆகின்றன. ‘குழந்தைப் பருவம் என்பதே தொழிற்புரட்சியின் கண்டுபிடிப்புதான்’ என்றார் வில்ட்ராண்ட் (The History of Philosophy) தொழிற்சாலைகளின் அறிமுகம் பெரியவர்களைப் பகல் - இரவு ஷிப்ட் வேலைகளுக்குச் செல்லும் கட்டாயத்தை ஏற்படுத்தியதால் அதுவரை பெரியவர்களோடு பெரியவர்களாகக் குடும்பத்தில் வாழ்ந்து வந்த குழந்தைகளை அவர்களது பாதுகாப்புக் கருதி எங்காவது ஒரு இடத்தில் ‘அடைத்து’ வைக்க வேண்டிய அவசியம் ஏற்பட்டது என வரலாற்றாளர்கள் கருதுகிறார்கள். அதுவரை ஞாயிறு பைபிள் (sabbath) கல்வி தவிர வேறு எதுவும் கிடையாது.

குருகுலம், திண்ணைப்பள்ளி, மதரஸா (பள்ளிவாசல் பள்ளி)

1800-களில் இந்தியாவில் பள்ளிக்கூடம் என்கிற ஒன்று பிரித்தானிய மிஷினரிகளால் ஆங்கிலேய ராணுவ வீரர்களின் பிள்ளைகளை மய்யமாய்க் கொண்டும் மதப் பிரச்சாரத்தை, போதனையை இலக்காகக் கொண்டும் தொடங்கப்பட்டது. இந்து மத சனாதனக் கல்வியே குரு குலம். அதன் நீட்சியாகத் தமிழ்ச் சூழலில் அந்தண வேளாள மரபு 'திண்ணை'ப் பள்ளிகளை நடத்தியது. இன்றும் அதனை நமது கல்வியின் பாரம்பரியப் பொக்கிஷமாகவும் புனிதங்களின் அடையாளமாகவும் பலரும் உயர்த்திப் பிடிப்பதைப் பார்க்கிறோம். பள்ளிக்கூடம் என்பது சிலர் மட்டுமே அனுபவிக்கும் 'குரு'வின் குலமாக ஏன் இருக்க வேண்டும்? அப்படி இல்லாதது என பொதுவில் காகிதப் புலிகள் வரிந்து கட்டும் தமிழ்ப் பள்ளி வீட்டுத் 'திண்ணை'யில் ஏன் இயங்க வேண்டும்? என நாம் தொடுக்கும் ஒற்றைக் கேள்வி போதும், இந்த இரு புனித மரபுகளுமே பொலபொலவென விழுந்து தன் வர்ணாசிரம பிரிவினைவாதப் பற்கள் தெரிய இளிப்பதைக் காணலாம். இசுலாமிய அரசுகள் அவிசென்னா அல்குவாரஸ்மி வழியில் தங்களது மொகலாயப் பேரரசு முதல் நவாப் ராஜ்யம் வரை பள்ளிவாசல்களில் அராபிய (குரான்) வாசிப்பு வகுப்புகளைப் பெரிய கல்வி எழுச்சியாக வர்ணிப்பதைப் பார்க்கிறோம். இன்றும் 'பள்ளி' என்கிற சொல் பள்ளிவாசல் எனும் சொல்லிலிருந்து வந்ததாக வெள்ளிக்கிழமை ஜமாத்துகளில் மஜீத்களும் இமாம்களும் முழங்குவதைப் பார்க்கிறோம். தீவிர மத சம்பிரதாய மனிதர்களை உருவாக்குவதே மேற்கண்ட இக்கல்விகளின் நோக்கம்.

1. குருகுலக் கல்வி, பிராமண, ஷத்திரிய வம்சாவளி அடையாளங்கள் மதச் சம்பிரதாயங்கள் வர்ணாசிரம மனுதர்ம சாஸ்திரத்தைக் காக்கும் பிரஜைகள் அவர்களின் காப்பாளர்களை உருவாக்கும் நோக்கத்தைக் கொண்டது.
2. 'திண்ணை'ப்பள்ளி என்பது வீர சைவ மரபின் வேளாள அடையாளங்களை ஆதினங்களின் மரபார்ந்த 'தெய்வ'த்தமிழ் கூறுகளைச் சந்ததிகளுக்குக் கொண்டு செல்லும் நோக்கத்தைக் கொண்டது. சமண நூல்கள், ஓலைச்சுவடிகள் பலவற்றை அழித்த கொடிய பின்னணி கொண்டது.
3. 'பள்ளிவாசல்' ஜமாத்துகள் அரபி பாட வகுப்புகளாகத் திருமறையான குரானையும் இசுலாமிய வாழ்க்கை முறையையும் போதிக்கும் அமைப்பையும் உறுதியான இசுலாமியனை உருவாக்கும் நோக்கத்தையும் கொண்டவை.

மேற்கண்ட இந்தியப் பாரம்பரிய புராதன, புனிதம் மிக்க (சரி நீங்கள் எந்தச் சொல்லைப் பயன்படுத்தினாலும் பரவாயில்லை) கல்விமுறைகள் அனைத்தும் ஜனநாயக அமைப்பையோ சமதர்ம சிந்தனைகளையோ அடிப்படையாகக் கொண்டவை அல்ல. அனைத்து வகுப்பின மக்களுக்குமான, வர்க்க பேதமற்ற அமைப்பு முறையாக அவற்றால் செயல்பட முடியாது என்பதில் இரு வேறு கருத்துகளுக்கு இடமில்லை.

பள்ளி என்கிற சொல் நமக்கு சமணர்கள் வழியே வந்தது என்பதே உண்மை. மடப்பள்ளிகளை நிறுவி, வந்தவர்களுக்கு உணவளித்த சமூக அமைப்பு சமணர்களுடையது. பௌத்த மதக் கோட்பாடுகளிலும் 'பள்ளி'யைக் காணலாம். தமிழகத்தில் பள்ளி, பட்டி என முடியும் ஊர்கள் எல்லாம் சமணர்கள் வாழ்ந்த பகுதியாக நாம் அடையாளம் காணலாம்.

அது குறித்து விரிவாக விவாதிப்பது நமது நோக்கமல்ல. மேற்கண்ட கல்விச் செயல்பாடுகளுக்கு குரு - சீடன் உறவு மிக அவசியம். ஒருவித சர்வாதிகாரச் சூழலில் மட்டுமே கேள்விகளுக்கு இடமற்ற முழு சரணடைவுகள் சாத்தியம். 'உடையார் முன் இல்லார்போல் ஏக்கற்றும் கற்றார்' என்று **திருவள்ளுவரும்** இதையே முன்மொழிவதைப் பார்க்கிறோம்.

'கு' என்றால் இருள். 'ரு' என்றால் போக்குபவர். அறியாமை இருளை இல்லாமல் போக்குபவர் குரு என்று இன்றும் 'கார்பரேட்' யுக சாமியார்கள் விளக்கம் அளிப்பதை வாசிக்கிறோம். நமது ஆசிரியர்களின் மன உளைச்சலைப் பல மடங்கு அதிகரிக்கும் ஆபத்து இது போன்ற புனிதப்படுத்தல்களுக்குள் ஒளிந்திருக்கிறது. ஆசிரியர் என்றால் என்ன? ஆசு என்றால் குற்றம். இரியர் என்றால் பொறுக்காதவர், குற்றங்களைப் பொறுத்துக் கொள்ளாதவர் என்று பொருள் என 'ஆச்சார்ய' எனும் சொல்லை மேற்கோள் காட்டி உபநிடதம் முன்மொழிகிறது. இதுபோன்ற உறவுமுறை என்பது ஆசிரியரை எஜமான அந்தஸ்த்துக்கு உயர்த்தி 'ஜில்' தட்ட வைக்கிறது என்பது உண்மைதான்.

நவீன மயமான பாடப்பொருள் கல்வி

நமது கல்விமுறை பிரிட்டிஷாரின் தலையீட்டால் கிறித்துவ போதனாமுறை வசதிகளுக்காக மெக்காலே மயமானபோது பொதுப் பள்ளிகளைக் கட்டமைக்க வேண்டிய தொழில்மய நிர்பந்தங்களுக்கு தள்ளப்பட்டது. மேற்கத்திய கல்விமுறை என்பது குரு - சீடர் உறவுகளை மய்யமாகக் கொண்டது அல்ல. கிரேக்கப் பேராசான்களான **அனாக்ஸிமாண்டர், பித்தாகரஸ், பிளாட்டோ, அரிஸ்டாடில்** என விரியும் அந்த

வரிசை ஆசிரிய மாணவ உறவுமுறையை முன்மொழிகிறது. சாக்ரடீஸ் ஒரு பெரிய முட்டாள் என்று பிளாட்டோ பிரகடனம் செய்வார். பிளாட்டோவின் அறிவுத் தேடல்களில் தவறுகளைக் கண்டுபிடித்து அடுத்த நிலையை முன்மொழிவார் அரிஸ்டாட்டில்.

ராமகிருஷ்ண பரமஹம்சரை எந்த விமர்சனமும் இன்றி குருவாக ஏற்க வேண்டியது விவேகானந்தரின் கடமையாக, வழியாக இருப்பதைப் பார்க்கிறோம். ஆனால் பிளாட்டோவைத் தூக்கி எறியும் 'உரிமை' அரிஸ்டாட்டிலுக்கு இருப்பதை வாசிக்கிறோம். பொதுப்பள்ளிகள் முறையின் மூலம் பிரிட்டிஷாரின் மேற்கத்திய கல்வி முறையிலான போதனாமுறை அமலுக்கு வந்த பிறகு ஆசிரிய - மாணவ உறவு என்பது பொதுக் கருத்தாக வளர்ச்சி பெற்றது.

ஆனால் நமது சிக்கல் என்னவென்றால் ஆரம்பகால ஆசிரியர் மைய கல்வி (குருகுலம்) காலத்தில் கல்விச் செயல்பாடுகளில் (ஏகலைவர்களை மறந்துவிடுவோம்) பெரிய பங்கு வகித்த குரு பக்தி கல்வி நவீன மயமாகி, பாடப்பொருள் மையக் கல்வியாக மாறிய பிறகும் குரு - சீடர் உறவின் நீட்சியாய் சமூகத்தில் தங்கிப் புரையோடியது என்பதாகும்.

இந்தியாவில் நமக்குள்ள பல வகைப்பட்ட சூழலில் பல தரப்பட்ட சமூகக் குழுக்களை, சுரண்டப்படும் வர்க்கங்களை உள்ளடக்கிய ஒன்றிணைக்கிற அதன் மூலம் அனைவருக்கும் சம வாய்ப்புகள் உள்ள ஒரு கல்விமுறை இதுவரை கண்டறியப்படவில்லை என்பதே உண்மை நிலை. தற்போதைய கல்விமுறை சமூகப் பிரிவுகளை அதிகப்படுத்தி, வர்க்க வேறுபாடுகளை ஆழமாகப் புரையோட வைத்துத் தொடர்ந்து தக்கவைத்து மக்களிடையேயும் வர்க்கங்களிடையேயும் இடைவெளியை அதிகமாக்குகிறது. நமது நாட்டின் கல்வியைக் குறித்த ஆய்வறிக்கைகளைச் சமர்ப்பித்த கோத்தாரி குழுவிலிருந்து (1966) யஷ்பால் கமிட்டி (2005) வரை யாவருமே ஒப்புக்கொண்ட கருத்து இது.

எல்லாக் குழந்தைகளுக்கும், அவர்களது சமூகப் பொருளாதார பின்னணி குறித்துக் கவலைப்படாமல் அவர்கள் வாழும் இடத்திற்கு அருகிலேயே செயல்படும் அனைவருக்குமான விலையற்ற பொதுப்பள்ளி அமைப்பு ஒன்றைக் கட்டமைப்பது என்பது, இன்று கல்வி முழுதும் வியாபார சந்தைப்பொருளான பின்பு, ஒரு நெடுந்தூர கடுந்துயரக் கனவாகிப் போய்விட்டது. இந்து சமய சனாதனக் கல்வி, இசுலாமிய பள்ளிவாசல் கல்வி போலவே, பிரிட்டிஷாரின் கல்விக்கும் நோக்கம் என்று ஒன்று இருந்திருக்க வேண்டுமல்லவா? பிரிட்டிஷ் ஆட்சி அதிகாரத்திற்குக் கட்டுப்பட்ட நிர்வாக முறை அறிந்த அரசு வேலையாளை உருவாக்குதல், முடிந்தால் கிறித்துவ மத மாற்றத்தையும் அதில் இணைத்தல்.

ஆனால் காலப்போக்கில் பொது அரசியல் நிர்பந்தங்களுக்கு ஏற்ப கல்வியின் முகம் மாறியே வந்துள்ளது. அரசு தனது கல்வித்துறை மூலம் தன் பிரஜைகளுக்கு எது தேவை என முடிவு செய்கிறதோ, அந்தப் பாடப்பொருள் மையக்கல்வியாக இது ஆனபிறகும் அறிவியல் தொழில்நுட்ப நவீனத்துவம் இதில் கலந்த பிறகுமான சூழலில் ஆசிரியர் - மாணவர் உறவு என்பது கடந்து வந்துள்ள மாற்றங்களின் பாதை ஒரு நுகர்வு அமைப்பின் விற்பனை சிப்பந்தியாய் ஆசிரியரையும் நுகர்வோராக மாணவரையும் உருமாற்றியுள்ளது.

இன்று தகவல் அறிவு கொட்டிக் கிடக்கிறது. ஒரு கையளவு கைபேசிக்குள் கூகுள் போன்ற இணைய தளங்கள் வழியே எத்தகைய தகவலையும் நொடியில் யார் வேண்டுமானாலும் அடையலாம். எனவே வெறும் தகவல் சேகரிக்க, அறிவு பெற ஒருவர் பள்ளிக்கூடம் வரவேண்டிய அவசியம் இல்லை. தற்போது இந்தியக் கல்வி சந்திக்கின்ற ஆகப் பெரிய சிக்கல் தனது வேலையில் ஆசிரியர்கள் சந்திக்கும் சவால்களை அடிப்படையாகக் கொண்டது. ஒரு ஆசிரியரின் பார்வையில் பிரச்சனை அணுகப்படவே இல்லை என்பது மிகவும் துரதிர்ஷ்ட சூழலாகும்.

ஆசிரியர்களின் வகுப்பறை சார்ந்த அதிகாரங்கள் பறிக்கப்பட்டு விட்டது போன்ற ஒரு தோற்றத்தை ஊடகங்கள் உருவாக்கி உள்ளன. ஏதோ இதுவரை பழங்கால சக்கரவர்த்திகளுக்கு ஒப்பான ராஜ அதிகாரம் இருந்ததைப் போலவும் இன்று இனி அப்படி இல்லை என்பது போலவுமான போலி வாசகங்கள் சமூக பொதுப் புத்தியில் வலிந்து திணிக்கப்படுவதைப் பார்க்கிறோம். நவீன மயமாக்கப்பட்ட கல்விச்சூழல் இந்தியாவில் இரண்டு பாதைகளில் இயங்குவதைக் காணலாம்.

சராசரி பள்ளி நாளில் பள்ளிக்குப் போக முடியாத வாழ்க்கைச் சூழலில் தவிக்கின்றனர் 40% இந்தியாவின் வறுமைச் சிறார்கள். அவர்களைக் கல்விமுறைக்குள் கொண்டு வர நடக்கும் போராட்டத்தை அடித்தளமாய்க் கொண்டு மதிய உணவுத் திட்டம் உட்பட பல்வேறு நலத் திட்டங்களுடன் செயல்படும் அரசுக் கல்வி எனும் ‘எந்திரம்’ ஒருபுறம்.

முழுதும் தனியார்மயமாகி இந்திய மத்தியதர வர்க்கத்தின் ‘பணம் கொட்ட’ நடக்கும் வெறித்தனமான ஆர்வத்தைச் சுரண்டும் கட்டணக் கல்வி எனும் ‘உலகத் தர’ ஆங்கில மோக கார்பரேட் ‘மாயாஜாலம்’ மறுபுறம்.

இவை இரண்டும் ஆசிரியர் எனும் ஊடகத்தைச் சார்ந்து இயங்கும் பொதுவிதிகளை உள்ளடக்கியவை என்பதில் சந்தேகமில்லை. தனியார்மய கல்வியில் அரசின் அங்கீகாரம் புழுத்து நெளியும் லஞ்ச

லாவண்ய அதிகாரச்சூழலையும், அரசு கல்வி அமைப்பில் நலத்திட்ட பரவலாக்கம் அதிகார துஷ்பிரயோக ஊழல் சாம்ராஜ்யத்தையும் எப்படி தனது தவிர்க்க முடியாத அம்சமாகக் கொண்டுள்ளன என்பது குறித்துப் பிறகு பார்ப்போம்.

மேற்கத்திய சிந்தனை கல்விச் செயல்பாடுகள்

நமது கல்வி சந்திக்கும் தற்போதைய சிக்கல் இதனைக் கடந்தது. வகுப்பறைக்குள் நடக்கும் கல்வி செயல்பாடுகள் மேற்கத்திய சிந்தனை மரபை சுவீகரித்துள்ளன. சாக்ரடீசாக, பிளாட்டோவாக, அரிஸ்டாட்டில்களாக இன்னும் ஹம்ப்ரி டேவி, ஃபாரடே, நியூட்டன்களாக, ஷேக்ஸ்பியர், இலியட்களாக தங்களை உணர வேண்டிய பாடப்பொருள் அய்ரோப்பிய மைய சிந்தனை மரபைக் கொண்டுள்ளது. ஆசிரியர் மாணவர் உறவுநிலையோ ராமகிருஷ்ணர்-விவேகானந்தர், குருபக்தி, மாதா பிதா குரு..... அந்தஸ்து என கிழக்கத்திய கலாச்சார மரபின் சமூக நிர்பந்தமாய் நீட்சி அடைகிறது.

'உங்கள் மேல் பயமே இல்லை', 'பாருங்க... உங்களுக்கு அவன் வணக்கம் வைக்கவில்லை'... என்பன போன்ற சாதாரண உரையாடல்கள் கூட தனது அந்தஸ்தின் மீதான பேரிடியாகக் கொள்ள வேண்டிய மன அவலத்திற்கு ஆசிரியர்கள் உட்படுத்தப்பட்டுள்ளனர். இந்தக் கல்விமுறை காலங்காலமாக மாணவர்களை ஆசிரியர்களின் அடிமைகள் போல சித்தரித்து அடிமை அதிகாரக் கொட்டடிகளாக வகுப்பறைகளை மாற்றியுள்ளது. இவையெல்லாம் நிறுத்தப்பட வேண்டும் என ஆசிரியர்களின் கையிலிருந்து கோல் பிடுங்கப்பட்டதாக அறிவிக்கப்பட்டது. 'பயங்கர ஆயுதங்கள் பிடிபட்டன' என்கிற தொனியில் நடுநிலை நாளேடுகள் நாள்தோறும் ஆசிரிய துவேஷ அறிவிப்புகள் வெளியிட்டன. கண்கள் பிடுங்குவது, காது செவிடாகும்படி 'பளார்', ஆறு மணி நேரம் மண்டியிடுதல் இப்படி தொடங்கி பாலியல் பலாத்காரம், பத்தாம் வகுப்பு மாணவிக்குக் குழந்தை பிறப்பது வரை இங்கொன்றும் அங்கொன்றுமாகச் சம்பவங்கள் பலகாலமாய்த் தொடர்ந்தாலும் குழந்தைகள் உரிமை குறித்த உலகளாவிய கவன ஈர்ப்பு கொண்டு வரப்பட்டுள்ள சூழலில் தற்போது இவற்றின் குற்றவாளி என சமூகத்தின் ஆட்காட்டி விரல் ஆசிரியர் மீது பதிகிறது.

'குழந்தைகளை எதுவுமே சொல்லக் கூடாது
கண்டிக்கக் கூடாது
தண்டிக்கக் கூடாது
கையில் கோலெடுத்தால் கைது

வகுப்பில் கண்டிப்பாய் இருந்தால் ஜெயில்...
என்றால் எப்படி பாடம் நடத்துவது?"

ஒட்டுமொத்த ஆசிரியர் சமூகத்திலும் பட்டு எதிரொலிக்கும் இன்றைய ஒற்றைக் குரல் அது. ஆசிரியர்களின் குரலை மதிக்காது... அவர்களது நிலையை நியாயத்தைப் பரிசீலிக்காது போனால் கல்வி என்ன ஆகும்? 'பல் பிடுங்கப்பட்ட பாம்பு' என்று கார்ட்டூன் போடுபவர்கள் இன்று ஆசிரியர்கள் தங்களது பணியைச் செய்வதிலிருந்து எவ்வளவு தூரம் ஆர்வம் குன்ற (De-motivate) லுக்கு ஆளாகி இருக்கிறார்கள் என்பதை உணரவில்லை. இந்தக் கல்வி ஆசிரியர்கள் மையக்கல்வி இல்லை. ஆசிரியர்கள் மையக் கல்வியில் இம்மாதிரி அரசும் அதன் கல்வித்துறையும் தலையீடு செய்ய முடியாது. இது குழந்தைகள் மையக் கல்வியும் அல்ல. குழந்தைகள் மையக் கல்வியில் ஆசிரியர்களுக்கான அதிகார மையமே முதலில் ஏற்பட்டிருக்காது.

இது அதிகாரிகளை மையப்படுத்திய அரசின் அடக்குமுறைக் கல்வி என்று பல கல்வியியல் அறிஞர்கள் குறிப்பிடுகிறார்கள். எல்லாமே முன் தயாரிக்கப்பட்டுவிட்ட ராஜ தர்பாராகக் கல்வியைக் கொண்டு சென்றுவிடலாம் என ஆளும்வர்க்கம் அதனை அதிகாரத்தின் படிநிலைகளாகக் கட்டமைத்து வழிநடத்துவதை நாம் காணலாம். இங்கே ஆசிரியர்கள் அரசுத்துறை சார்ந்த நான்காம் படிக்கட்டு அதிகாரிகள். ஊதியக் குழு பரிந்துரை சார்ந்த அரசுப் பணியாளர்கள். இங்கே அப்படியான ஒரு அரசுப் பதவிக்கு ஆளெடுப்பு நடத்துகிறபோது அவ்வாறு தேர்வாகிறவர்களுக்குப் 'பாடம் நடத்திக் காட்ட வேண்டும்' எனும் பிரத்யேகத் தேவை - குழந்தைகள் உரிமைகள் குறித்த விழிப்புணர்வு குறித்த தேவை - தேர்வாணையத்தின் வழிமுறைகளில் இல்லை. இது குறித்து மைய அரசின் மேல்நிலைக்கல்விக்கான குழு (1952) முதல் சட்டோபாத்யாயாகுழு (1984) வரை பல்வேறு கல்விக் குழுக்கள் ஆலோசனைகள் பல வழங்கியும் அரசுகள் அவற்றைக் கிடப்பில் போட்டன.

இதெல்லாம் அய்ரோப்பியக் கல்வியின் போதனாமுறை குளறுபடிகள் என்றால் இந்தக் கல்வியைத் தூக்கி எறிய வேண்டியது தானே எனத் தோன்றலாம். வெள்ளை சாம்ராஜ்யத்தின் ஆள்சேர்ப்புக் கல்வி இப்படித்தான் இருக்கும். நமது புராதனக் கல்விமுறை எப்படிப்பட்ட ஆழமான விஷயம் என்றும் அந்தக் காலத்தில் எல்லாமே அற்புதமாக இருந்தது என்றும் பேசுவதற்கு நம் நாட்டில் ஒரு கும்பல் எப்போதுமே தயாராக உள்ளது. இது ஒருபுறம்.

திறந்த சந்தைப் பொருளாதார (Free Market Economy) கார்பரேட் தனியார்மய வெறியர்கள், அரசின் கைகளிலிருந்து கல்வியைப் பறித்து அதை முழுக்க முழுக்கத் தனியாருக்குக் கொடுத்துவிட்டால் நிலைமை சொர்க்கபுரியாகி விடும் என்பதைத் திரும்பத்திரும்ப அடித்துச் சொல்வதைக் காணலாம். இந்த ‘சந்தை’வாதிகளைப் பொறுத்தமட்டில், உலகம் கடும்போட்டியாகிக் கல்யாணம் முதல் கார் வியாபாரம் வரை எல்லாவற்றிலும் கண்ணுக்குத் தெரியாத ஒரு ஓட்டப்பந்தயம் (ரேஸ்) நடக்கிறது. அதற்கு ஓடும், காசு கொட்டும் குதிரைகளை உற்பத்தி செய்வது (அதுதான் கல்வியின் நோக்கம்!) அரசால் முடியாது. இது மறுபுறம்.

ஆனால் இன்றைய கல்வி பலவீனங்கள் இல்லாதது என யாருமே சொல்லமாட்டார்கள் என்றாலும் இந்தக் கல்வி நமது இன்றைய நிலையை அடைய பல்வேறு போராட்டங்களை நாடு சந்திக்க வேண்டி இருந்தது. நமது கல்வியின் பலவீனங்களைப் பார்ப்பதற்கு முன் அதன் உட்கூறுகளில் பொதிந்துள்ள சமூக அம்சங்களை நாம் காண வேண்டும். ‘பள்ளிக்கூடம் ஒரு சிறைச்சாலை; அதனை உடைத்தெறிவோம்’ என அறிவிக்கும் கல்விமுறை எதிர்ப்புச் சிந்தனையாளர்கள் அப்படி அறிவிக்கும் அதே சமயம், ‘ஒரு குழந்தை விடாமல், அனைவருக்கும் அரசு கல்வி தரவேண்டும்... எல்லாக் குழந்தைகளும் பள்ளி செல்ல வேண்டும்’ என்றும் அறைகூவல் விடுப்பதைக் காணலாம். இந்த முரணுக்குப் பின் உள்ள உண்மை நிலை என்ன?

நமது பள்ளி (school) நம் ஊருக்கு எப்போது வந்தது. அது என்னவெல்லாம் செய்தது என்பதை விட, அது வராமல் போயிருந்தால் என்ன ஆகி இருக்கும் என்பதைப் பார்க்க வேண்டும். பள்ளி என்பது ஊருக்கான பொதுஅம்சமாக உள்ளது. அங்கே நுழையும் யாவரும் மாணவர்கள்... பல்வேறு பண்பாடுகளை, மதங்களை, சாதிகளை... வர்க்கங்களைக் கடந்த ஒரு பொது நீரோடையாக அது ஓடுகிறது. பாடப்பொருளும் விதிகளும் யாவருக்கும் பொதுவானவை.

இவ்வளவுதானா? ஆண் குழந்தைகளுக்கும் பெண் குழந்தைகளுக்குமான பொது அம்சமாய் அது நடைமுறையாவதைக் காண்கிறோம். நம் வீடுகளிலேயே சின்னதாக ஒரு சர்வே எடுத்து இதன் முக்கியத்துவத்தை நாம் உணர முடியும். நம் தாயார் அவரது தாயார் எதுவரை படித்தார்கள்? பள்ளிக்கு அனுப்பப்பட்டார்களா...? தாய் கல்லூரி வரை போயிருந்தால் பாட்டி பள்ளி வரை போயிருப்பார். அதற்கு முன் நிலைமை என்ன? நம் தந்தை அவரின் தந்தை என திரும்பிப் பார்த்தால் நமக்கு மேலும் சில உண்மைகள் தெரியவரும். அவர் எவ்வளவு வரை படித்தவர்? உங்களது

பாட்டனார் எதுவரை படித்தவர் என்பது உங்களது சாதி, வர்க்கம், உங்கள் குலத்தொழில் என பல்வேறு தளங்களில் உங்களைப் பயணிக்க வைக்கும். பள்ளி (School) எனும் அமைப்பு உங்கள் குழந்தைகளை மற்றும் உங்களை மேற்கண்ட அடிமைச் சங்கிலிகளிலிருந்து விடுவித்திருப்பதைப் பார்க்கலாம். அந்த அடிமை அடையாள விலங்குகள் எல்லாமே உடைந்து நொறுங்கி விடவில்லை தான். ஆனால் பள்ளி எனும் அமைப்பிற்குள் சமூக பொருளாதார நிலைக்குத் தக்கவாறு நடத்தும் பிற்போக்கு அம்சங்களுக்கு (சட்டப்படியாவது) வாய்ப்பு இல்லை.

இவ்வளவுதானா? நாட்டின் பல்வேறு இடங்களில் பலதரப்பட்டு இந்தப் பள்ளிமுறை இயங்குகிறது. நகர்ப்புறங்களில் உள்ள வசதி படைத்தோர்க்கான அதிக செலவு பிடிக்கும் தனியார் பள்ளிகள் கூட ஒரு அர்த்தத்தில் பொதுப் பள்ளிகளாகவே இயங்க வேண்டிய கட்டாயம் சட்டப்பூர்வமானது. இதுவரை கல்வி அறிவே பெறாத சமூகத்தார் பயன்படுத்தும், விலை இல்லாத, அரசின் உள்ளாட்சித் துறை ஆரம்பப் பள்ளிகள், சர்வ சிக்ஷ அபியான் (அனைவருக்கும் கல்வி) முறைப்படி மாகாணம், மாவட்டம், உள்ளாட்சி, ஊராட்சி, பஞ்சாயத்து என நாடெங்கும் பட்டிதொட்டிகளில் கூட பள்ளி இயங்குகிறது.

இவற்றில் ஏதேனும் ஒரு இடத்தில் நாட்டின் கல்வியோடு இணையும் ஒருவர் இந்தியாவின் எந்த மூலையிலும் சென்று அடுத்த படிநிலையைத் தொடரும் ஒரு இணைப்பு, தொடர்ச்சி இப்பள்ளி முறையில் உள்ளது. சனாதன குருகுல வாசத்திலோ திண்ணைப் பள்ளி, பள்ளிவாசல் முறை என்பதோ ஆங்காங்கே அவரவர் வசதிக்கு ஏற்ப நடத்திய, அறுபட்டு இயங்கிய தனி அமைப்புகளாகவே இருந்தன. அத்தகைய வேற்றுமை நிலை இந்தப் பள்ளி (School) முறையில் இல்லை.

இவ்வளவுதானா? இந்தப் பள்ளிக் (School) கல்வி முறையும் அதைச் சார்ந்த கற்றல் செயல்பாடுகளும் உலகளாவிய மேடையை நமக்கு வழங்குகின்றன. உலகெங்கும் நிகழ்ந்த, நிகழ்ந்து வரும் அரசியல், அறிவியல், வரலாற்றுத் தொகுப்பாய் பாடப்பொருள் இருக்க வேண்டிய கட்டாயம் இன்று உள்ளது. நமது பள்ளி (School) தரும் கல்வி உலக அளவில் ஏற்புடைய அந்தஸ்து பெற்றது. யுனெஸ்கோவின் பல்லடுக்கு விதிகளுக்குக் கட்டுப்பட்டு செயல்படாத பட்சத்தில் சர்வதேச நிதியங்களின் பொருளுதவியை இழக்கும் ஆபத்து உள்ளதால் சர்வதேசம் தழுவிய ஒரு செயல்பாடாகக் கணக்கு காட்டப்படும் கட்டாயம் இருப்பதால் வகுப்பறை உலகளாவிய வகுப்பறையாக உள்ளது.

எவ்வளவோ பலவீனங்களை அவலங்களைக் கொண்டுள்ள நம் பள்ளிக்கல்வி என்பது மேற்கண்ட அம்சங்களினால் ஓரளவு ஜனநாயகப்படுத்தப்பட்ட ஒன்றாய் இருப்பதைப் பார்க்கிறோம். இக்கல்விமுறை மெக்காலேவாதிகளால் முன்னெடுத்து வரப்பட்டதுதான் என்றாலும், அது இல்லாமல் போயிருந்தால் சமூகத்தின் பெரும்பாலானவர்களுக்கு அடிப்படைக் கல்வி என்பது எட்டாக்கனியாகவே இன்றும் இருந்திருக்கும். ராஜாராம் மோகன் ராய், மதன்மோகன் மாளவியா, தந்தை பெரியார், டாக்டர் அம்பேத்கர், மகாத்மா பூலே என மிகப் பெரிய சமூக சீர்திருத்தக் கூட்டம் தீவிரமாய் இயங்கி அரசியல் சட்டத்தில் அவ்வப்போது மாற்றங்களைக் கொணர வைத்து சமூக விழிப்புணர்வுக்கும் வித்திட்டு இக்கல்வியை இந்த இடத்திற்கு இட்டு வந்தனர் என்பதே வரலாறு. கோபாலகிருஷ்ண கோகலே 1910-லேயே இந்திய பிரஜைகளுக்கான அனைத்துக் குழந்தைகளுக்குமான கட்டாய இலவசக் கல்வியை முன்மொழிந்து சட்டம் இயற்ற வெள்ளையர்களைக் கட்டாயப்படுத்தியதைப் பார்க்கிறோம். நாடெங்கிலும் நடந்த பரவலான மாணவர் போராட்டங்களும் இந்த விஷயத்தில் முக்கியப் பங்கு வகித்தன. பகத்சிங் முதல் வங்க நெருப்புக்கவி நஜ்ரூல் வரை இந்தியக் கல்வியின் பிதாமகர் பலர்.

சரி, இன்றைய நம் கல்வியின் அடிப்படை நோக்கம் என்ன? குருகுலக் கல்வி முதல் இன்று வரையிலான அனைத்து வகைக் கல்வியையும் நாம் ஆய்ந்தறிய வேண்டுமானால் அக்கல்வி உருவாக்க முயலும் அந்த இறுதி விளைபொருள், அதாவது எந்த மாதிரி மனிதனை உருவாக்கும் கல்வி அது என்பதில்தான் அக்கல்விமுறையின் இயல்பு அடங்கி உள்ளது. இதை முதலில் ஒப்புக் கொள்ள வேண்டும்.

ஏற்றுக் கொள்ளப்பட்ட கொள்கைகளையும் தெரிவு செய்யப்பட்ட இலக்குகளையும் கொண்டதே கல்விமுறை. இலக்கிற்கு ஏற்ப நோக்கங்கள், நோக்கங்களுக்கு ஏற்ப பாடப்பொருள், கல்வி போதனா முறை இப்படி விரிவடையும் அடிப்படைகளைக் கொண்டு எத்தகைய கல்வியும் இயங்குகிறது.

இன்றைய கல்வி வெகுஜனக் கல்வியாக (Mass Education) இருக்கிறது. மனித அறிவுத் தேடல் மற்றும் பகிர்வு என்பது ஆயிரக்கணக்கான ஆண்டுகளுக்கு முன்னிருந்தே இருந்து வரும் தொடர் செயல்பாடாகும். அறிவை வழங்குவது என்பது கல்வியின் நோக்கம் என சொல்லப்பட்டாலும், கல்வியின் நோக்கம் அது மட்டுமே அல்ல. அறிவைப் பெறுவதற்கு 'ஏற்பாடு' செய்யப்படும் அனுபவங்கள் ஒரு குழந்தைக்கு மொழி மூலமே கிடைக்கிறது. கல்வியில் மொழி முக்கிய

இடம் பெறுவது இப்படித்தான். மனித இனம் வளர்ச்சிப் போக்கில் காலம் காலமாக அறிவுச்செல்வங்களை உருவாக்கிக்கொண்டே வருகின்றது. மொழி, இன, பிராந்திய அறிவுக்கு மீறி பொது மனித அறிவு, வளர்ச்சி கண்ட ஒன்றாகும். ஆனால் தன் மக்களிடையேயான சிந்திக்கும் வழிமுறைகள், மன உணர்வுகள் போன்றவற்றில் அதிகாரம் செலுத்திட அமைப்புகள் என்றுமே முயன்று வந்துள்ளன. எவ்வளவுக்கு அறிவு ஏற்றத்தை ஒரு குழந்தை பெற்றாலும், ஒவ்வொரு குழந்தையும் பழைய அனுபவங்களிலிருந்து தனக்கென ஓர் அறிவை மறு உருவாக்கம் செய்துகொள்ளும் சாத்தியக்கூறோடு இருக்கிறது.

கற்றல் கற்பித்தல் நடைமுறைகளை மீறி குழந்தைகள் எவ்வாறு கற்கின்றன என்பது குறித்த ஆகத் தெளிவான அறிவியல் சித்தாந்தம் எதுவும் இதுவரை எட்டப்படவில்லை என்றாலும் இந்துத்துவ சனாதன வர்ணாசிரமக் கல்வி முதல் சீனாவின் கன்பியூஷியஸ் முதல் ஆக்வினாஸ்.. மார்ட்டின் லூதர், ஜான் டுவி என ஒரு பெருங்கூட்டமே வரலாறு எங்கும் கல்வி இயல் சித்தாந்தங்களை முன் வைத்துள்ளனர். பாவ்லோ பிரையரே போன்ற இடதுசாரி சித்தாந்திகளும் அதில் அடக்கம். இத்தகைய சித்தாந்தங்களை முன் வைத்தே தற்போதைய நமது கல்விமுறை இயங்கி வருகிறது.

2

தேவாலயக் கல்வி எப்படி?

ஆசிரிய-மாணவர் உறவின் இன்றைய சிக்கலான இடத்தைப் புரிந்துகொள்ள அச்சித்தாந்தங்கள் குறித்த ஒரு அறிமுகம் தேவை. ஆசிரியர்கள் அவசியம் அவற்றை அறிய வேண்டும். நமது கல்வியின் நோக்கம் குறித்த முடிவான தெளிவு நமக்கு பிறக்குமானால், பின் தீர்வின் மிக அருகே அது நம்மை இட்டுச் செல்வது உறுதி. இந்துத்துவ குலக்கல்வி குருகுலக்கல்வி இவற்றின் நோக்கத்தை ஏற்கனவே கண்டோம். வர்ணாசிரம முறை அறிந்து அதற்கேற்ற சடங்கு சம்பிரதாயங்கள் சமூக நடைமுறைகளை சட்டங்களை அமல்படுத்தும் சரியான நிர்வாகிகளை உருவாக்குவதே அக்கல்வியின் நோக்கம். அதன் மூலம் பிராமண மதத்தை வேதாந்தங்களை ஷத்திரியர்களை முன்வைத்து, காத்து, சேவகம் செய்தது அந்தக் கல்விமுறை. அது சரியா தவறா என்பது வேறு விஷயம்.

குருகுலம் மட்டுமல்ல அனைத்து வகை (கிறித்துவம் உட்பட) மதக் கல்வியும் மூன்று வகை அறிவுத் தேடலைக் கொண்டவை.

1. நமது புலன்களின் வழியே புலனாகும் அறிவு.
2. மதப் புனிதங்களின் (நூல்கள் - வேதங்கள்) அறிவு
3. மதச் சடங்குகள் மற்றும் அவற்றில் ஆதிக்கம் செலுத்தும் பிரிவின் அறிவு ஆதிக்கம்.

எல்லா மதங்களுமே பிரிவுகளால் ஆனவை. பிரிவுகளின் ஆதிக்கக் காலத்திற்கு தக்கவாறு புனிதர்கள் முளைப்பார்கள். புலன்களின் வழியே புலனாகும் இயற்கை அறிவுகூட மத அற்புதம் என்கிற பெயரில் ஏராளமான விரதக் கட்டுப்பாடுகளால் ஆனது. எனவே அந்த முதல் பிரிவு (அ) அக உலக விதிகளை பக்தி மார்க்கப் பட்டறிவு வழியே அணுகுதல் (ஆ) பக்தி மார்க்கப் பட்டறிவின் சரிபார்ப்பதற்காக அக உலக விதிகளை அணுகுதல் என பிரிவுபட்டது. ஆனால் மதங்களின் கல்விக்கு அப்பாற்பட்டு ஒரு சிந்தனை பிளாட்டோ - அரிஸ்டாட்டில் வழியே கட்டமைப்பு ஆனபோது கடவுளை, இறை நம்பிக்கையை எங்கே வைப்பது எனும் பெருஞ் சிக்கலை அது எதிர்கொள்ள நேரிட்டது. அது ஒரு பெரிய கதை.

பிளாட்டோ உலகைப் படைத்த ஒரு சக்தியை ஏற்கவில்லை. புத்தரைப் போலவே மனித மனமே அந்தச் சிம்மாசனத்தில்

வீற்றிருந்தது. அவர் ஒரு தெளிவான சித்தாந்தவாதி (Idealist). எங்கெல்ஸ் குறிப்பிடுவது போல பிளாட்டோவைப் பொறுத்தவரை இவ்வுலகில் ஒரு பொருள் இருக்க வேண்டுமென்றால் முதலில் மனித மனம் அதைக் கற்பனையில் நினைத்திருக்க வேண்டும்.

ஆனால் ஏற்கனவே புவியில் ஒரு படைப்பு சக்தி அல்லது கடவுளின் கரம் நிகழ்த்தி முடித்துவிட்ட, இனி மாற்றவே முடியாத நிரந்தர உலகை அறிவது என்பதே அரிஸ்டாட்டிலிய கல்வியின் அடிப்படை. அதனால்தான் கிறித்துவ மத போதகக் கல்வி அரிஸ்டாட்டிலை பெரிய சாம்பியனாக சுவீகரித்தது. அரிஸ்டாட்டிலிய 'உளறல்'களுக்கு எதிராக அறிவியல் அறிஞர்கள் தங்களது விஞ்ஞானப் பூர்வமான கண்டுபிடிப்புகளை நிகழ்த்தியபோதெல்லாம் அதிகாரத்தில் இருந்த கிறித்துவ தேவாலயம் அவர்களை வன்மையாக தண்டித்தது.

ஆனால் கல்விச் சித்தாந்தங்கள் நீண்ட வரலாறு கொண்டவை. இன்றைய வகுப்பறையின் பல்வேறு அம்சங்களை அறிமுகம் செய்த அவற்றின் தோற்றம் குறித்த கதை இத்தோடு முடியவில்லை. மார்க்ஸ் குறிப்பிடுவதைப் போல முடிவு பெற்றுவிட்ட மதக் கோட்பாடுகள் போல கல்வி ஒரு மூடிய வடிவம் அல்ல. தொடர்ந்து கொண்டே இருக்கும் அறிவியலின் இயல்பு போல கல்விச் சித்தாந்தம் ஒரு தொடர் நிகழ்வு. ஓடும் நதியில் நீரின் இயல்பை எங்காவது ஒரு இடத்தில் அணை கட்டிப் பரிசோதிப்பது போல நாம் இப்போது அவற்றின் அடிப்படைகளை ஆராயலாம்.

கல்விச் சித்தாந்த அடிப்படைகள்

நமது வகுப்பறையின் பிறப்பு எகிப்தில் நிகழ்ந்ததாகப் பெரும்பாலான வரலாற்றாளர்கள் நம்புகிறார்கள். அது பிளாட்டோ, அரிஸ்டாட்டிலுக்கும் முற்பட்டது. கி.மு. 2000! எனவே எகிப்தின் பிரமிடுகளைப் போலவே அது பழமையானது. எகிப்தில் அனைவரும் கல்வி கற்றுவிட முடியாது. நமது குருகுலம் போலவே அது பிறப்பு சம்பந்தப்பட்டது. மேல்தட்டு அடையாளம். பத்துக் கட்டளைகளைக் கடவுளிடமிருந்து யூதர்களுக்குப் பெற்று வந்த மோசஸ் அங்கே முளைத்ததாக ஐதீகம்! அதுவும் பேரதிசயத்தின் பேரதிசயமாக ஒரு எகிப்திய பேரவோ (pharaoh) மன்னரின் மகள் (ஓ...ஒரு பெண்!) அவருக்கு போதித்ததாக எழுதப்பட்டுள்ளது.

பத்துக் கட்டளைகள் ஒரு கரும்பலகையில் (அட!) ஏன் எழுதப்பட்டுக் கிடைத்தது என்கிற கேள்விக்கு இப்போது இடமில்லை. கரும்பலகை மோசஸ் காலத்திலிருந்தே உள்ளதென்பது வேண்டுமானால் உண்மை. (மோசஸ்ஸே உண்மையா என்கிற

இடத்திற்கு நாம் இப்போதைக்குப் போக வேண்டாம்) எகிப்திய பண்டைய கல்வி அதற்கும் நமது குருகுலம் உட்பட கிழக்கத்தியக் கல்விக்குமான வித்தியாசங்கள் பல. ஆனால் அடிப்படையில் பழைய வேதங்களை மனப்பாடமாகத் திரும்பத் திரும்பக் கூறும் கூறுகள் மட்டுமே கொண்டதல்ல. எகிப்திய முறை குருகுல கல்வி போலன்றி அதிகார வர்க்கம் அனுமதித்த வரம்பின் அனைத்து மக்களுக்கும் அது சென்று சேர்ந்தது.

கல்வி ஒரு சித்தாந்தமாக மாறிட அது வலுவான ஆறு அம்சங்களைக் கொண்டிருப்பது அவசியம்:

1. மனித மதிநுட்பம் (Human Intellect)
2. மனச்சான்று (Conscience) *(உணர்திறன்)*
3. நுண்ணறிவுத்திறன் (Insight)
4. பகுத்தறிவு (Reason)
5. விருப்பாற்றல் (Will)
6. நன்னடத்தை விதிகள் (Moral Values)

பிற்கால மார்க்சிய அறிவுஜீவிகள் இதில் ஏழாவது அம்சமாக நோக்கம் (Purpose) என்பதை இணைத்தார்கள். குருகுல வாசக்கல்வி ஒரு கல்விச் சித்தாந்தமாக ஏற்கப்பட முடியாதது ஏன் என்பதை இப்போது உணர்ந்திருப்பீர்கள். நுண்ணறிவுத் திறனுக்கும் பகுத்தாயும் அறிவுக்கும் அங்கு வேலையற்றுப் போனதே காரணம். ஆரியபட்டரும், பிரம்மகுப்தர் போன்ற கணித விற்பன்னர்களும் பிற்கால மேற்கத்திய கலப்புக் கொண்ட பல்கலைக்கழக வடிவக் கல்வியின் விளைவுகளாக இருந்தனர். நாளந்தா உட்பட பல கல்வி மையங்களை நமக்கு ஊக்குவித்த சமணர் காலத்தில் மேற்கே பிளாட்டோ - அரிஸ்டாட்டிலிய காலத்திற்கு முன் சோஃபிஸ்ட் வாதிகளின் கல்வி நடைமுறைக்கு வந்து விட்டிருந்ததை நாம் அறிய வேண்டும்.

சோஃபிஸ்ட்களின் காலம் கி.மு. 600 முதல் கி.மு. 500. வரையிலான காலம். சோஃபிஸ்ட்டுகள் ஒருவகை நாடோடிகளாக இருந்தனர். பயணம் தந்த அனுபவம் வாயிலாகத் தங்களது வாழ்முறையாகவே கல்வியை ஏற்றிருந்த ஆரம்ப கால ஆசிரியர்கள் அவர்கள்தான். அவர்கள் கிரேக்கத்திற்குள் நுழையும் போது அங்கே இருந்த கல்வி எகிப்திய கல்வியிலிருந்து ஓரளவு மட்டுமே வேறுபட்டதாக இருந்தது. மனச்சான்று (உணர்திறன்) என்பது மட்டும் கூடுதலாய்ச் சேர்க்கப்பட்ட வடிவம் அது. இவ்வகை சித்தாந்தங்களை எளிதில் புரிந்து கொள்ள அவற்றை வரைபடங்களாக நான் கொடுத்திருக்கிறேன்.

1. ஆரம்பகால - கிரேக்கர்

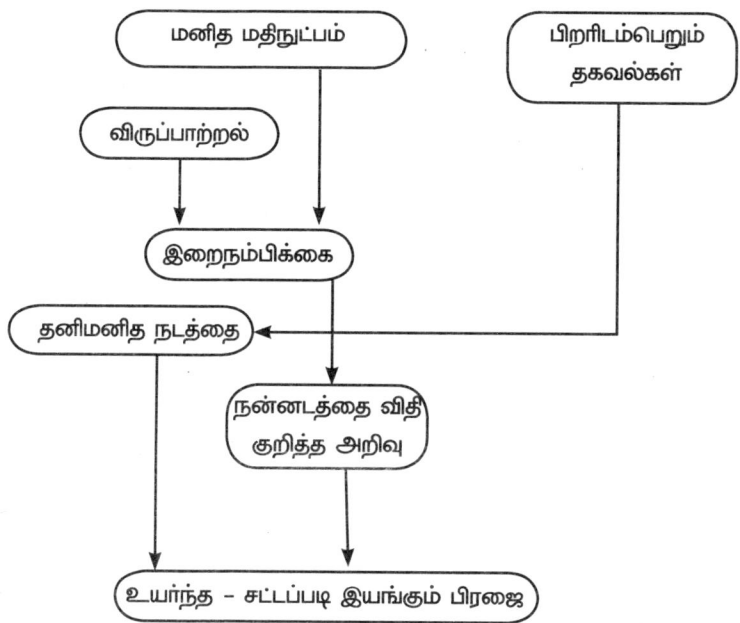

மக்களிடம் மாணாக்கரிடம் உரைகளாகப் பாடங்களை நிகழ்த்த வேண்டும் எனும் பேச்சுக்கலை வடிவம் அவர்கள் கொடுத்தது தான். எகிப்திய மற்றும் கிரேக்கக் கல்வியின் நோக்கம் அந்த நாட்டு மன்னர்களின் விசுவாசிகளை நாட்டுப்பற்று எனும் பெயரில் உருவாக்குதல். படை உப தலைமை, சட்ட வல்லுனன், மாகாண நிர்வாகி இப்படி யாவருமே விசுவாசப் படையின் அங்கத்தினர்கள்தான்.

கிரேக்கத்திற்குள் நுழைந்த சோஃபிஸ்டுகள் கல்வியின் அத்தகைய நோக்கத்தை உடைத்தார்கள். சமூக மாற்றங்களுக்குத் தயாராகும் பிரஜா உரிமை அவர்களது நோக்கங்களில் ஒன்று. தனி மனிதர்கள் அறிவுத் திரட்டுகளுக்குள் புகுந்து அதுவரையிலான மனித அறிவை மேம்படுத்த அடுத்த படிநிலையை அடைதல் என்பதை அவசியங்களில் ஒன்றாக அவர்கள் முன் வைத்தார்கள். இருப்பதை அப்படியே சரியென ஏற்கும் நிலையிலிருந்து விலகி தனி மனித அறிவுக்கு அதை உட்படுத்தி ஆய்ந்து எதையும் ஏற்க அவர்கள் ஏற்கனவே இருந்த கல்விக்குள் பகுத்தறிவைப் (Reason) புகுத்தினார்கள். பார்த்தல், கேட்டல், நுகர்தல், தொடு உணர்வு, சுவைத்தல் என புலன்வழி ஆய்ந்தறிதல் அவர்களது வழிமுறை.

2. சோஃபிஸ்டுகளின் கல்வி

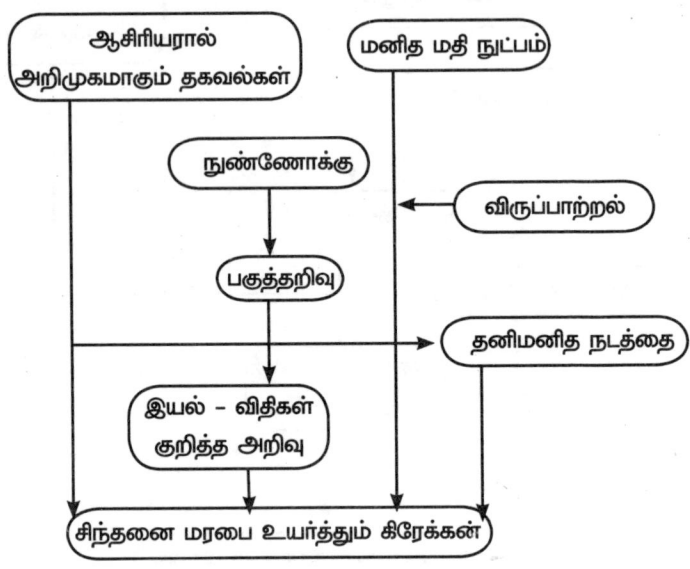

3. பிளாட்டோ

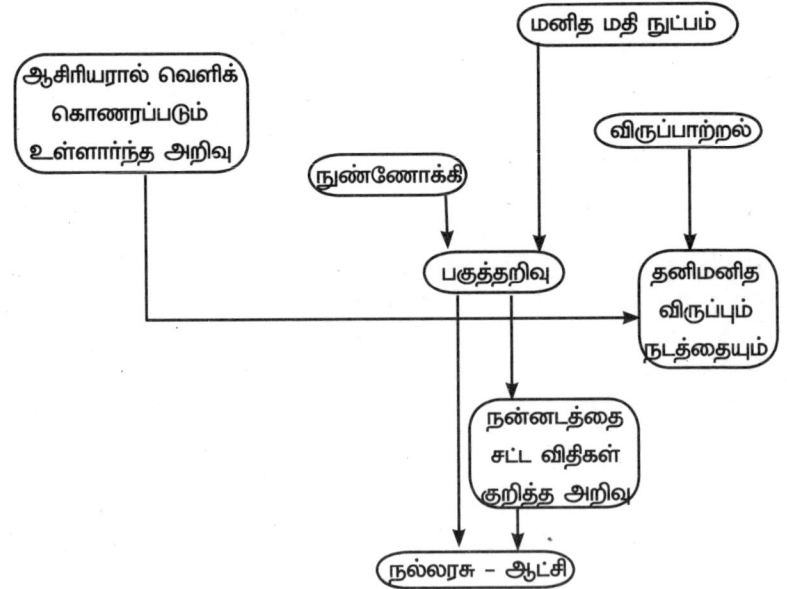

4. அரிஸ்டாட்டில் - கல்வி

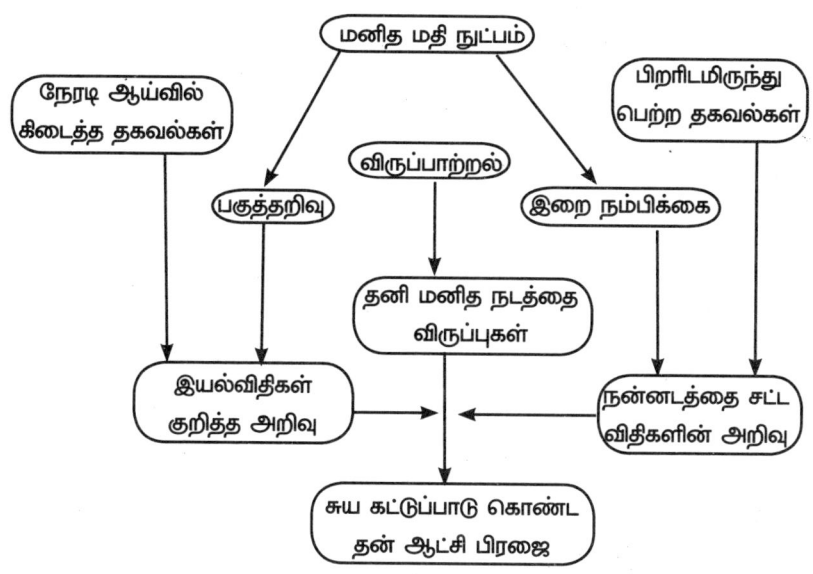

'உன்னையே நீ எண்ணிப் பார்' என சாக்ரடீஸ் முழங்கியது ஒரு சோஃபிஸ்டாக இருந்துதான். தாலஸ் முதல் அறிவியல்வாதியாக மிளிர்ந்ததும், அனாக்ஸிமாண்டர் முதல் பாறை மலை ஆய்வுப்பள்ளியைத் தோற்றுவித்ததும் அடுத்தடுத்து பித்தாகரஸ்வாதிகள் வழியே சோஃபிஸ்ட்களின் கல்விமுறை பிளாட்டோவை அடைந்தது. பிளாட்டோ, பித்தாகரஸ் ஆகியோர் தாலஸ் வழி கற்றலை மறு உருவாக்கம் செய்தனர். மனித அறிவுத் தேடலின் தொடர்ச்சியாக அவர்களது கற்றல் செயல்பாடுகள் கல்வியின் நோக்கமாக அறிவு வளர்ச்சியைக் கொண்டிருந்தன.

ஆனால் முந்தைய அரசு விசுவாச அல்லது 'பொது முன்னேற்ற' கல்வி நடைமுறைக்கும் சோஃபிஸ்டுகளின் அறிவு முன்னேற்ற தனி மனித வளர்ச்சிக் கல்வி நடைமுறைக்கும் இடையிலான முரண் கிரேக்கத்தைச் சிதைக்கும் வல்லமை பெற்றது. அரசாட்சி அரசுக்கு எதிரானவர்கள் என சாக்ரடீஸ் போன்றவர்களை அழைத்துக் கடும் தண்டனைகளை வழங்கியது. பித்தாகரஸ்வாதிகள் தங்கள் கண்டுபிடிப்புகளை ரகசியமாய் வைக்கத் தொடங்கினர். இறை நம்பிக்கை எனும் ஒரு கூறு இரு நடைமுறைக் கல்விகளுக்கும் இடையிலான வேற்றுமையாய் இருப்பதை வரைபடங்கள் உணர்த்துவதைக் காணலாம்.

கி.மு. 400-களில் பிளாட்டோ நல்லரசு (Republic) ஒன்றை அமைக்கும் கல்வியாகத் தனது சித்தாந்தத்தை முன்னிறுத்தி தனக்கான கல்விச்

சாலையை முன்மொழிந்தார். சோஃபிஸ்டுகளின் கல்வியிலிருந்து இது வேறுபடுகிறது.

பிளாட்டோவைப் பொறுத்தவரை ஒரு நல்ல அரசாட்சி தானாகவே நல்ல குடிமக்களை உருவாக்கும். ‘நல்ல குடிமகன்’ என்பவன் யார் என்பதை விளக்க அவர் முற்படவில்லை. நல்ல அரசாட்சியை அவர் விளக்குகிறார். பொதுவான மனித அறிவின் வளர்ச்சிக்கு வித்திடும் கிரியா ஊக்கியாக அரசு செயலாக்கம் பெற வேண்டும். வரைபட இயலையும் தத்துவ நெறியையும் அவரது கல்விச் சாலை அடித்தளமாய்க் கொண்டது. அரசில் பங்குபெறும் சில அறிவுஜீவிகளை உருவாக்குதல் அதன் நோக்கம்.

அரிஸ்டாட்டிலின் கல்வி வரைபடம் இதிலிருந்து வேறுபடுகிறது. அலெக்சாந்தர் மாமன்னன் நைல்நதி பீடத்தில் உருவாக்கிய பிரமாண்ட நகரமான அலெக்சாந்திரியாவில் உலகின் முதல் பள்ளியை அரிஸ்டாட்டில் ஏற்படுத்தினார். இதனை லீசியம் (Leasium) என அழைத்தார்கள். பிளாட்டோவின் கல்விச் சாலையில் ஒரு மாணவராகவும் பின் பயிற்றுவிக்கும் ஆசானாகவும் இருந்தவர் அரிஸ்டாட்டில். அவர் பிளாட்டோவிடமிருந்து வேறுபட்டார்.

பிளாட்டோ சிறந்த அரசாட்சி நல்ல குடிமக்களை உருவாக்கும் என நம்பினார் அல்லவா; அரிஸ்டாட்டிலோ நல்ல குடிமக்களே நல்ல குடியாட்சியை உருவாக்குபவர் என நம்பியவர். இருவரது கல்வி நோக்கமும் இப்படி வேறுபடுகிறது. பிளாட்டோவின் அரசு சிறந்த அறிவுஜீவிகளால், அவர்கள் கட்டமைக்கும் கடும் சட்ட விதிகளால் ஆளப்படும். அரிஸ்டாட்டிலின் அரசு சுய கட்டுப்பாடுகள் கொண்ட மன முதிர்ச்சி அடைந்த வெகுஜன மக்களால் சுய ஆட்சியாக நிறைவுபெறும்.

இன்று லீஷர் (Leisure) எனும் சொல் பள்ளிக்கூடங்களில் புழங்குகிறது. லீஷர் பாடவேளை என்றால் ஆசிரியரின் ஓய்வுப் பாடவேளை என்று அர்த்தம். இந்தச் சொல் அங்கிருந்து வந்தது தான். லீசியம் என்பதே முதல் பள்ளி. ஊரில் வேறு வேலைகள் ஏதுமின்றி நாள் முழுதும் ஓய்வாக இருப்பவர்கள் அங்கு சென்று கல்வியில் பங்கு பெறலாம் எனும் அர்த்தத்தில் லீசியம் கட்டமைக்கப்பட்டது. வயது வேற்றுமை, வகுப்புவாரி கல்வி அங்கில்லை. பெரிய நூலகம், நடந்து கொண்டே பிரமாண்ட மலைப்பிரதேச செழித்த மர நிழல்களில் நடமாடும் விவாத அமைப்பாக வகுப்புகள்!

ஆனால் விரைவில் அலெக்சாந்திரியா வீழ்ந்தது. ரோமாபுரிக்கு தலைமைப் பீடம் இடம் மாறியது. சீசரின் ஆட்சி அதிகாரம் அரிஸ்டாட்டிலிய தத்துவார்த்தப் பள்ளிகளின் பணிகளைச் சிதைத்தெறிந்தது. அங்கே ரோமாபுரியில் கல்வி என்பது தந்தை-மகன்

உறவுமுறை சார்ந்ததாக இருந்தது. அடிமை முறையிலிருந்து அனைத்தும் அமலில் இருந்த அதிகாரம் எங்கும் கோலோச்சிய ரோம சாம்ராஜ்யத்தில் கிரேக்க அரிஸ்டாட்டிலிய ஆசான்களை சீசர் அடிமைகளாகச் சிறைப்பிடித்து வந்து அந்தக் கல்வியைக் கட்டாயமாய் நடைமுறைப்படுத்த உத்தரவிட்டபோது அது தோல்வியே கண்டது.

ஆனால் விரைவில் கல்வியைக் கிறித்துவ மதம் தனது பரவல் ஆயுதமாகக் கையில் எடுத்தது. கிறிஸ்து பிறப்பிற்குப் பிறகான பன்னிரண்டு நூற்றாண்டுகள், கிரேக்கக் கல்வியின் அடிப்படை முழுவதையும் ஐரோப்பிய தேவாலய அதிகாரம் சுவீகரித்தது. இது அகஸ்தீன் மூலம் ஆழமாக அமுலானது. பதின்மூன்றாம் (கி.பி) நூற்றாண்டில் சாராசென் தத்துவ கிறித்துவர்கள் ஸ்பெயினில் குடியேறிய போதுதான் பைபிள், அரிஸ்டாட்டிலிய 'கண்டுபிடிப்புகளே' வேதத்தின் பகுதி என ஏற்றது. அதுவரையிலான கிறித்துவக் கல்வியில் தீவிர இறைநம்பிக்கை, விதிவழி பிறப்பு பாவங்களின் பிரதிநிதித்துவம் என்பன தவிர வேறு எதுவுமே இருக்கவில்லை.

3

ஐரோப்பியக் கல்விமுறையின் தோற்றம்

ஐரோப்பியக் கல்வியாக இந்தக் கிறித்துவக் கல்வியை மறுமலர்ச்சி அடைய வைத்தவர் தாமஸ் அக்வினாஸ் எனும் டொமினிகாவைச் சேர்ந்த பாதிரியார் ஆவார். ஒரு மத அடிப்படைக் கல்வியில் (முன்பே நாம் விவாதித்த) மூன்று அம்சங்களையும் தாண்டி அவரது கல்விமுறை வந்து விடவில்லை என்றாலும், கிறித்துவ மதத்தை ஏனைய மதங்களைப் போலன்றி 'அறிவியல்' மயமாக்கி அதற்கு ஒரு நவீனத்துவ அதிகாரத்தை வழங்கி உலகின் ஏனைய அனைத்து மதங்களும் காட்டுமிராண்டி மதங்கள் என்ற எழுதப்படாத பட்டாவுடன் ஐரோப்பியர்களின் நாடு பிடிக்கும் வெறிக்கு தூபம் போட்டு காலனித்துவத்திற்கு வித்திட்ட அரிஸ்டாட்டிலிய கிறித்துவக் கலப்பை ஏற்படுத்தியர் தாமஸ் அக்வினாஸ். இவரைப் பற்றி டிராட்ஸ்கி ஒரு இடத்தில் முதலாளித்துவ அமைப்பிற்கு மூலதனமானவர் என குறிப்பிடுகிறார். ஸ்பினோசா இன்னும் ஒரு படி மேலே சென்று கிறித்துவத்திற்கு இயேசுவை விட முக்கியமானவர் என அவரை அறிவிப்பதைப் பார்க்கிறோம்.

தாமஸ் அக்வினாஸின் மாற்றங்கள் ஆரம்பத்தில் கடும் எதிர்ப்பையே கிறித்துவ தேவாலயத்திலிருந்து பெற்றன. அக்வினாஸ்

5. தாமஸ் அக்வினாஸ்

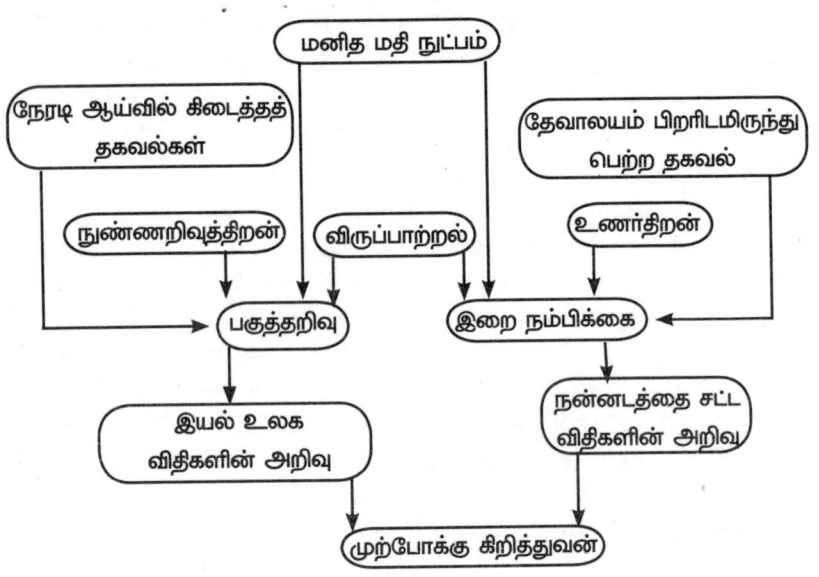

இறைஒழுக்கத்திற்கும் பகுத்தறிவிற்கும் ஒரு முடிச்சு போல தர்க்கத்தை முன் வைத்தார். அவர் இறைவனை மறுத்துரைக்கவில்லை. ஆனால் அதை ஒருபுறம் ஏற்றபடியே மறுபுறம் அவர் படைத்த உலகு குறித்த இயங்கு விதிகளையும் (Physical laws) கற்றறிவதே அக்கல்வியின் புதிய பாதை. அவரது கல்வியின் நோக்கம் என்ன? கிறித்துவனை உருவாக்குதலையே அதுவும் நோக்கமாகக் கொண்டது. அதிலும் குறிப்பாக தர்க்க நியாயங்கள், அறிவியல் சிந்தனைகள் கொண்ட முற்போக்கு கிறித்துவன் ஆய்வக எலிகளின் மீது ஆய்வு நடத்தியபடியே ஆனால் ஆண்டவர் ஜெபத்திற்காக தேவாலயம் செல்லும் கிறித்துவன் அவன்.

அரிஸ்டாட்டிலுக்கும் அக்வினாஸிற்குமான அடிப்படை வேறுபாட்டைக் கல்வியாளர்கள் விவரிக்கத் தவறவில்லை. அரிஸ்டாட்டிலின் கடவுள் தனிமனிதனின் சொந்த வாழ்விற்குள் இடம் பெறவில்லை. அந்தக் கடவுள் பிரபஞ்சத்தின் பிரமாண்டங்களை ஏற்படுத்தி அக உலகின் ஆகாயமாக, புயலாக, மழை, காற்று, நெருப்பு, நிலமாக மட்டுமே இருந்து விடுபவர். அக்வினாசின் கடவுளோ தனிமனிதத் தேவைகளுக்காக ஓடிவரும் நிர்பந்தம் கொண்டவர். அதனால்தான் மனச்சான்று (Conscience) அக்வினாஸ் கல்வியின் ஒரு அங்கமாக இருப்பதைக் காண்கிறோம். (வரைபடத்தில் கவனிக்கலாம்)

அக்வினாஸின் கல்வி உட்பட அனைத்துமே மத அடிப்படைக் கல்வியே. எனவே அதற்கான பயன்பாட்டை வாட்டிகன் ஆதரவை அது விரைவில் பெற்றது. 'இந்த ஒரு கல்வி உலகெங்கும் மக்களை சிலுவை சுமக்க வைத்தது' என ஸ்பினோசா எழுதுவார். கிறித்துவத்தைப் பல பிரதேசங்களின் ஆக்கிரமிப்பு மதமாய் அக்வினாஸ் கல்வி உருமாற்றியது. பிரமாண்ட அறிவியல், தர்க்க அரங்கங்களைக் கூட ஆண்டவரின் பெயரில் தேவாலயம் நடத்தி நவீன மறுபிறவி எடுத்தது. அமெரிக்க ஆஸ்திரேலிய பழங்குடி மக்களிடையே மிகப் பிரபலமான ஒரு வாசகம் உண்டு.

'எங்கள் வசிப்பிடத்திற்கு ஒருநாள் அவர்கள் வந்தார்கள். அப்போது அவர்கள் கையில் பைபிளும் கழுத்தில் சிலுவையும் இருந்தது. எங்கள் கையில் நிலம் இருந்தது. எங்களுக்குக் கல்வி அளிப்பதாகக் கூறி கண்ணை மூடிப் பிரார்த்தனை செய்யச் சொன்னார்கள். நாங்களும் செவி சாய்த்தோம். எங்கள் கண்களை நாங்கள் திறந்தபோது எங்கள் கழுத்தில் சிலுவையும் கையில் பைபிளும் இருந்தது. அவர்கள் கையில் நிலம் இருந்தன.' உலக முற்போக்குக் கிறித்துவனை உருவாக்குதலை நோக்கமாகக் கொண்ட அக்வினாஸின் கல்வி சாதித்தது என்ன என்பதை விளக்க இதுவே போதும்.

போதனா முறை அல்லது கற்பித்தல் முறை (Methodology) என்பது அக்வினாஸ் கல்வியின் அடிப்படைகளை முழுமையாய் உள்வாங்கிட 150 ஆண்டுகள் ஆயின. கிறித்துவக் கல்வி அதிகாரக் கல்வியாய், கட்டளைகளையே பாடமாய் கொண்ட சர்வாதிகார அமைப்பாகச் செயல்பட்டது. கல்விச்சாலை தேவாலயங்களைச் சுற்றிலும் மட்டுமே அமைக்கப்பட்டிருந்தன. ஆண்டவரின் சேவை என்பது பசித்தவர்க்குக் கஞ்சி ஊற்றுவதையும் ஒரு அங்கமாகக் கொண்டதை நாம் கவனிக்க வேண்டும். கஞ்சி ஊற்றும் சடங்கை மேற்கொள்ள பசித்த வயிறுகள் தேவை. அந்தப் பசித்த வயிறுகளுக்குக் கல்வி தேவையில்லை. கிறித்துவ முறை வாழ்விற்கும் கல்விக்கும் அதன் வாயிலாக அற்புதங்கள் நிகழ்த்த பசித்த வயிறுகளும் நோயாளிகளும் ஊனர்களும் தேவை.

ஆனால் கி.பி.1500-களில் மறுமலர்ச்சி யுகம் தொடங்கியது. இக்கல்விமுறையில் அச்சாக்கப் புத்தகங்கள் புகுத்தப்பட்டன. ஒரு தேவாலயப் பள்ளியில் ஒன்றிரண்டு பைபிள் இருந்த நிலை போய் பாடங்களுக்குத் தக்கவாறு புத்தகங்கள் அறிமுகமாயின. அது மட்டுமல்ல, மானுடவியல் (Humanism) எனும் விஷயத்தைக் கல்விக்குள் புகுத்தி சுயசிந்தனை கொண்ட 'கண்காணிக்கப்படும்' அவசியமற்ற சுதந்திரப் பிரஜை (Free citizen) எனும் புதிய சித்தாந்த மாயைகளை சிந்தனையாளர்கள் உற்பத்தி செய்தார்கள். கார்ல் மார்க்ஸ் தனது

தத்துவத்தின் வறுமை (The poverty of philosophy) நூலில் குறிப்பிடுவது போல எத்தகைய சமூக மாற்றமும் ஏற்பட்டு விடாதவாறு பார்த்துக் கொள்ள அவ்வப்போது பல ‘பொன்முட்டை’களை இவ்வகைத் தத்துவங்கள் இட்டபடியே இருந்தன. இதோ விடியல் வந்துவிட்டது என அவ்வப்போது துயரங்களின் எல்லைக்கோடு ஒன்றை அதிகார வர்க்க அறிவுஜீவிகள் வர்ணஜால கோலாகல ஒளி விளையாட்டாக விட்டில் பூச்சிகளுக்கு வழங்கிக் கொண்டே இருக்கிறார்கள்.

தனிமனித ஒழுக்கப்பாடுகளின் கட்டுப்பாடுகளைத் தளர்த்தி நவீன கிறித்துவமான கத்தோலிக்க எதிர்ப்பு மத (protestant) கல்வியை நோக்கிய பயணத்திற்கு வித்திட்டவர் மூவர். அதற்கான முக்கிய முதல் படியை எடுத்து வைத்தவர் டச்சுக்காரரான ஏராஸ்மஸ்க். தற்போதைய கல்வியின் பாடநூல்களை ஏராஸ்மஸ்க் தான் அறிமுகம் செய்தார். இத்தாலியின் பொத்ராச் மற்றும் வர்கரியஸ் ஆகியோரோடு இணைந்து மிக அவசியமான மாற்றங்கள்இரண்டை ஏராஸ்மஸ்க் முன்மொழிந்தார். அதுவரையில் தனிமனித செலவீனமாக இருந்த தேவாலயத்தின் வரவு-செலவில் அடங்கிய கல்வியை அரசு தான் வசூலிக்கும் வரிப்பணத்தில் நடத்திட அவர்கள் கொண்டு வந்த மாற்றம் முதலாவது. இரண்டாவது தனிமனித நன்னடத்தை விதிகள் (Moral manners) அவர்களது கல்வியில் இடம் பிடித்தது. மறுமலர்ச்சிக் குழுவின் ஒரு அங்கமாக மார்ட்டின் லூதர், தான் ஒரு கல்விச் சித்தாந்தவாதி இல்லை என்றாலும் எத்தகைய சாதாரண மனிதரும் அதாவது அடித்தட்டு மக்களும் கிறித்துவக் கல்வி பெற அரசு வரிப்பணத்தின் மூலம் வழிபிறக்க போராட்டங்களை நடத்துகிறார். ‘போர்க் காலத்தில் தனது நாட்டுப் படையில் சேர்ந்து ஆயுதமேந்திட மக்களை நிர்பந்திக்க முடிந்த அரசால் அவர்களது பிள்ளைகளைக் கல்விச்சாலைகளுக்கு அனுப்பவும் நிர்பந்திக்குமானால் இளைய சமுதாயத்தை இறைவழி செலுத்த அது உதவும்’. மேயர்களும் அரசு கவுன்சிலர்களும் கல்வியில் பங்காற்ற வைத்தார் லூதர். கல்வியில் அவரது வெகுஜன தாக்கம் அதனை பைபிள் வாசிக்கக் கற்றல், அது குறித்து எழுதக் கற்றல் என சுருக்கியது. எழுதப்படிக்க வைத்தல் என்பதே இன்றைக்கும் கல்வி அறிவு குறித்த உலகளாவிய கணக்கீட்டு அம்சமாக இருப்பதை பார்க்கிறோம்.

மார்ட்டின் லூதர் கொண்டுவந்த மறுமலர்ச்சி என்பது தேவாலயத்திலிருந்து கல்வியைப் பொது அம்சம் மிக்கதாக ‘வெளியே’ நடைபெற வைத்தது ஆகும். மத்தியகால கிறித்துவம் தனது கொதிகலன்களில் வார்த்து சிதைத்த உரு சிதைவு கண்ட மனிதனுக்கு வளமான உடலும் வளமான மனமும் தந்த கல்வி மறுமலர்ச்சி யுகக் கல்வி. அறிவை மையமாகக் கொண்டது கிரேக்கக் கல்விமுறை.

6. மார்ட்டின் லூதர்

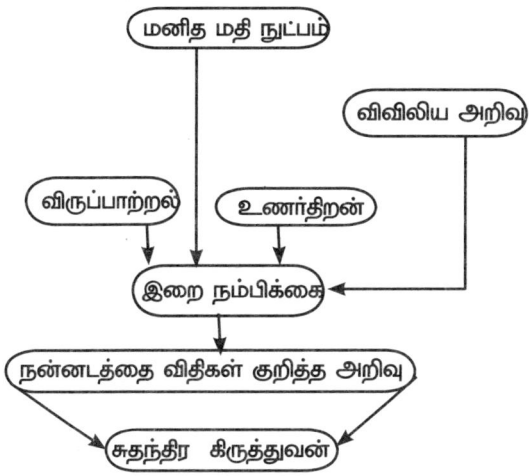

தத்துவ சாரங்களும் அப்படியே. கிரேக்க மரபும் சரி, யூத (கிறித்துவ) மரபும் சரி இரண்டுமே காலம் (time) *எனும் 'கடந்து செல்லுதலை' பற்றி கவனம் செலுத்தவில்லை. 'காலம் மனித வளர்ச்சி நடைபெறுவதற்கான வெளி' என்றார் கார்ல் மார்க்ஸ்!*

4

அறிவுக் கோட்பாட்டின் அடிப்படையில்....

மறுமலர்ச்சிக் கால கல்விச் சிந்தனைகளை நாம் இன்னும் சற்று ஆழமாகப் பார்க்க வேண்டும். புதிய அறிவியல் கண்டுபிடிப்புகள் பிரமாண்ட தத்துவ விவாதங்கள் வழியே அந்த யுகம் தன்னை அறிவித்துக் கொண்டது. சுய சிந்தனை மூலம் மனிதன் தானாகவே செம்மைநிலை அடைந்துவிட முடியும் எனும் பிளாட்டோவின் கருத்தை சுவீகரித்து, எல்லாமே மேலிருந்து கீழ் சரியாக நிரந்தரமாக வடிவமைக்கப்பட்டுள்ளன எனும் அரிஸ்டாட்டிலின் கருத்தாக்கத்தை நிராகரித்தபடி அந்த நிலமானிய சமூக அமைப்பின் மீதே பெரிய தாக்குதலை மறுமலர்ச்சியுக தத்துவ ஆசான்கள் தொடுத்தார்கள். 'சிந்திக்கிறேன்... எனவே உயிரோடிருக்கிறேன்' என அறிவித்தபடி ரெனே டெஸ்கார்டஸ் வருகிறார். வால்டேர் வருகிறார்.

துல்லிய விஞ்ஞானத்தின் சிகரமாய்க் கணிதத்தை ஏற்றவர்கள் அவர்கள். பிளெயிஸ் பாஸ்கல், கலீலியோ, நியூட்டன் என

விஞ்ஞானிகளின் படையெடுப்பு நடந்த யுகம் அது. ஆண்டான் அடிமை நிலைகளை பிளாட்டோவோ அரிஸ்டாட்டிலோ புறந்தள்ளவில்லை. அதை ஏற்றனர். அக்வினாஸ் வரையிலான கல்வி அனைத்துமே ஆண்டைகளின் கல்வி. நிலமானிய சமுதாயத்தின் பாதுகாப்பு அரணான திருச்சபையின் மீது மறுமலர்ச்சிவாதிகள் முதல்முறையாகத் தங்களது அறிவாயுதம் கொண்டு தாக்குதல் நடத்தினார்கள்.

'இவ்வுலகில் அதன் மீது, செயல்முறை கட்டுப்பாட்டைப் பெறும் ஆற்றலை மறுமலர்ச்சி சிந்தனையாளனும் விஞ்ஞானிகளும் கடவுளிடமிருந்து பறித்து மனிதன் கையில் கொடுத்தனர் என வில்ட்ராண்ட் விவரிக்கிறார். எல்லாவற்றையுமே அறிவு வகையில் முறைப்படுத்துவது என்கிற கோட்பாடு நடைமுறைக்கு வருகிறது. அதுவரை அரியணையில் வீற்றிருந்த கடவுளை இறக்கிவிட்டு அந்த இடத்தில் பகுத்தறிவு தானே அரியணை ஏறிக்கொண்டது. அதன் விளைவாக நமக்குக் கிடைத்தது நம் நவீன புதிய வகைப் பள்ளி. வரப்போகும் தொழிற்புரட்சிக்கான ஆரம்ப அறிவிப்புகளைத் தண்டோரா போட்டபடியே வருகிறார் ஸ்பினோசா. கல்வியில் ஜனநாயகம் குறித்த முதல் குரல் ஸ்பினோசாவுடையது.

'மனிதர்களின் இயற்கையான திறன்களை வளரவிடாமல் சுய இயல்பை மழுங்கடித்துவிடும் அபாயம் அரசு நடத்தும் 'கல்வியில் உள்ளது... ஜனநாயகம் எனும் பெயரில் அதிகார வர்க்கம் (Aristocracy) நடத்தும் ஒடுக்குமுறை செயல்பாடாக அது மாறும்' என தனது எதிக்ஸ் (Ethics) நூலில் அவர் பகிரங்கமாக அறிவிக்கிறார். ஆனால் கல்வியில் ஜனநாயகம் குறித்த அவரது கோட்பாடு நிறைவு பெறவில்லை. ஏனெனில் அரசின் கையிலிருந்தும் பறிக்கப்பட்ட ஒரு கல்வி நடைமுறையில் யாரால் அமுல்படுத்தப்படும் என்பதற்கான பதிலாய் தனது இறுதி அத்தியாயமான 'ஜனநாயகத்தை' எழுதி முடிக்கும் முன்னரே அவர் இறந்து போனார்.

நிலமானிய நிலப்பிரபுத்துவ அடிமை முறையில் விவசாயக் கூலிகளாக இருந்த நிலமற்ற வெகுஜன மக்களைத் தொழிலாளர்களாக உருமாற்றிய தொழிற்புரட்சி ஆண்டுகளின் உறுதியான மறு நிர்மாணத்திற்கு முன்னரே அறிவியல் மய கல்வியின் உறுதியான கோட்பாட்டை பிரான்சிஸ் பெக்கான் முன் வைக்கிறார். நமது இன்றைய கல்விமுறை முழுதும் பிரிட்டிஷ் ஆட்சி முறைப்படி வந்தது என்பதால் இங்கிலாந்தில் அறிமுகமான பெக்கானின் கல்வியே இன்னமும் இங்கே எச்சசொச்சமாய்த் தொடர்கிறது.

பிரான்சிஸ் பெக்கான் விஞ்ஞானியோ கல்வியாளரோ அல்ல. ஆனால் இரண்டையுமே ஆழமாக பாதித்த பங்களிப்புகளைச்

7. பிரான்சிஸ் - பெக்கான்

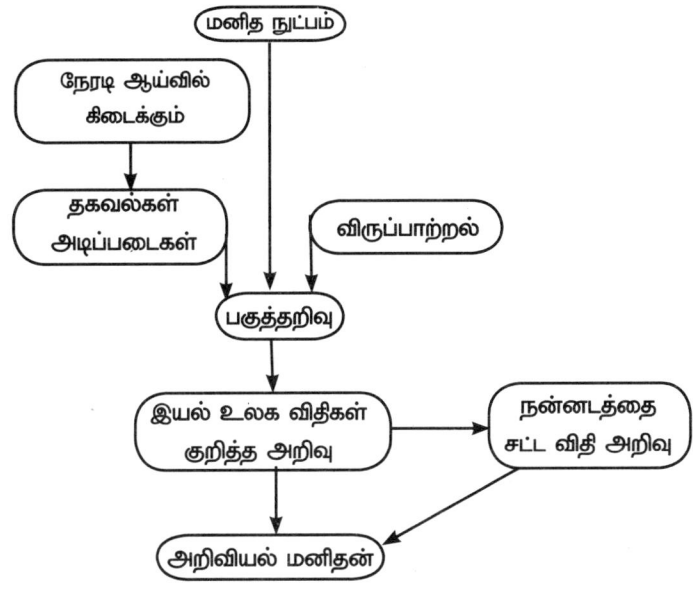

செய்தவர். இயங்கியலின் விதிகளை இயற்கையின் அடிப்படைகளை ஆழமாக ஆய்ந்தறிந்து அதனை மனித இன முன்னேற்றத்திற்குப் பயன்படுத்துவது என்பதை அவரது கல்வி சார்ந்திருந்தது. அடுத்த படிநிலைக்கு மனித இன வளர்ச்சியை எடுத்துச் செல்ல தத்துவ மனிதனோ, கிறித்துவ மனிதனோ, சுதந்திர மனிதனோ வேண்டியதில்லை. பெக்கானின் கல்வி அறிவியல் மனிதனை உருவாக்குவதைத் தன் நோக்கமாகக் கொண்டது. இந்த அறிவியல் மனிதன் பொருட்களின் உற்பத்தி இயல், அறிவியல் சாத்திரங்கள், அவற்றைத் தீவிரமாய் ஆராய்ந்து உலகை அறிவியல் முறைப்படி முன்னேற்றுபவன். இவனுக்கு யார் ஆள்பவர், யார் அடிமை, இவன் யார் பக்கம் என்பது பற்றி எந்த சுரணையும் தேவை இல்லை. இவனது இலக்கு எல்லாருக்குமான அறிவியல் மயம். மூடநம்பிக்கைகளை எதிர்த்து உண்மைகளை வெளியிட்டாலும் சமூகப் போராட்டங்களைப் பற்றி இவன் கவலை கொள்வதில்லை. ஹெகல் குறிப்பிடுவது போல இவன் போரின் பங்கேற்பாளர்கள் குறித்த எந்தப் பிரக்ஞையும் இன்றி இருபுறமும் பயனாகும் ஆயுதங்களின் அறிவியல் ரீதியான செயல்பாட்டைக் குறித்தே அக்கறை கொண்டவன். காயம் பட்டவர்களுக்கு உடனடி மருத்துவ அறிவியல் மீது இவனது கவனம். காயத்தின் காரண சமூக

அம்சங்கள் இவனது 'துறை' சார்ந்தவை அல்ல'! எனவே தான் பிரான்சிஸ் பெக்கானின் கல்வியில் உணர்வுகளுக்கே இடமில்லை.

பெக்கான் தான் கல்வியை இயல்களாகக் கூறு போட்டவர். அவரது கல்வி துறைகள், பாடப் பிரிவுகள் என குறுகியது. இன்று ஒரு தாவர இயல் ஆசிரியருக்கு வேதியியல் குறித்து எந்தக் கவலையும் கிடையாது. வரலாறு ஆசிரியருக்குக் கணக்குப் பாடம் பற்றி பிரக்ஞை இல்லை. ஒவ்வொன்றும் தனித்தனியே மூடிவிடப்பட்ட வடிவங்கள். இந்த நிலைக்கு பிரான்சிஸ் பெக்கானின் அறிவியல் மையக் கல்வியே காரணம். வெறும் பள்ளிக்கல்வி மட்டுமல்ல. பி.எச்.டி எனும் முனைவர் பட்ட ஆய்வு வரை அறிவியல் ஆய்வுகளின் அடிப்படையான ஆய்வுக்கேள்வி / ஹைபோதஸிஸ் (அனுமானம்)/ புள்ளிவிவர சேகரிப்பு / ஆய்வு முடிவு / என விரியும் ஆய்வின் படிநிலைகள் கூட பெக்கான் தந்ததுதான்.

பெக்கானின் கல்வி தொழிற்புரட்சிக்குத் தேவையான தொழிலாளர்களை உற்பத்தி செய்து கொடுத்தது. பிளாட்டோவில் தொடங்கி ஆக்வினாஸ், எராஸ்மஸ், மார்டின் லூதர் வழியே மறுமலர்ச்சி யுகத்தைக் கண்டு பெக்கான் வழியே அறிவியல் மயமான நமது கல்வி ஒரு விஷயத்தில் மாறவே இல்லை. அதுதான் ஆசிரியர் - மாணவர் உறவு.

எதிரில் அமர்ந்திருப்பது உயிருள்ள மனித உருவங்கள் என்ற பிரக்ஞை இன்றி இயந்திரத்தைப் போல தனக்கு வழங்கப்பட்ட பாடப்பொருளை அவர்களது தலையைத் திறந்து வங்கியில் பணம் போடுவது போலவும் குப்பை கொட்டுவது போலவும் இட்டு நிரப்பும் பணியை, மணிக்கணக்கில் எவ்வகை இடைவெளியுமின்றி எட்டு ஒன்பது மணி நேரத்திற்குத் தொடர்ந்த அஃறிணை செயல்பாடாகக் கல்வி இருந்தது. ராணுவப் பயிற்சி முகாம்களின் ஒத்த கெடுபிடிகளும் கொடிய ஒழுக்கநெறி சட்டங்களும் இருந்தன. மிகச் சாதாரண விதி மீறல்களுக்குக் கூட ரத்தம் கொட்ட வைக்கும் தண்டனைகளை வழங்கும் அதிகாரங்களுடன் ஆசிரியர்கள், கல்விப் பணியாளர்கள் இருந்தனர். அரசுக் கட்டுப்பாட்டில் கல்வி இயங்கினாலும் அறிவியல் மயமானதாகக் கூறப்பட்ட பின்னரும் இங்கிலாந்தில் கல்வியை தேவாலயமே தன் கையில் வைத்திருந்தது. அமெரிக்கக் கல்வி பட்ஜெட் கத்தோலிக்க மத நிதி ஒதுக்கீட்டையே பெரிதும் சார்ந்திருந்தது என்பதும் கவனிக்கப்பட வேண்டும். எனவே கல்வியின் உண்மையான லகான் மேலும் மேலும் தேவாலயத்தின் கையிலேயே இருந்தது. அனைத்து வகை மாணவ அடக்குமுறைகளையும் ஆசிரியர்கள் தேவாலயத்தின் ஆசீர்வாதத்தோடே செய்து வந்தனர். ஒழுக்கநெறிகள் என்ற பெயரில் மேல்தட்டு சமூகத்தின் சட்டதிட்டம்

பாதுகாப்பு சார்ந்ததாகக் கல்வி இருந்தது. பெடரிக் நீட்சே, 'மனிதன் ஒரு மிருகம், ஆசிரியன் என்பவன் மிகவும் ஆபத்தான கொடிய மிருகம்' (Teacher is the cruelest Animal) என தனது சரதுஸ்ட்ரா நூலில் குறிப்பிடுகிறார்.

இந்தச் சிதைவுகளுடனேயே இந்தியாவில் கல்வி அறிமுகம் ஆனது. நவீன அய்ரோப்பியப் பள்ளிகளில்கூட பிரம்பு என்பது சாக்கு கட்டிகளை விட ஆசிரியர்களுக்கு அதிகம் பயன்படும் ஒரு முக்கியப் பொருளாக இருந்தது. கண்டிப்பான ஆசிரியர்கள் கல்வியின் சிறந்த விற்பனர்களாக வர்ணிக்கப்பட்டு சமூகத்தில் ஏற்கப்பட்டார்கள். அறிவியல் ஆசிரியர் விட்ட அறையினால் காது கேட்கும் திறனை இழந்த எடிசன், நையப் புடைக்கப்பட்டதால் நிரந்தரத் தழும்புகளை வரிக்குதிரை போல பெற்ற 'கணிதச் சக்கரவர்த்தி' காரல் பெடரிக்காஸ், அத்துமீறியதற்காக கல்விச்சாலைகள் தந்த வினோத தண்டனைகளால் கண்பார்வை இழந்த மில்டன் எல்லோரும் வரலாற்றின் சாட்சியங்கள். ஆசிரியர் - மாணவர் உறவின் தகாத கொடிய போக்கால் இவர்கள் பள்ளிகளை விட்டு வெளியேறியவர்கள்.

சார்லஸ் டிக்கன்ஸ் எழுதிய ஆலிவர் ட்விஸ்ட், மார்க் ட்வெய்ன் எழுதிய ஹிக்கில்பரிஃபின் சாகசங்கள், ஆர்.எல். ஸ்டீபன்சன் படைப்புகள் என அனைத்திலும் வகுப்பறைகளின், ஆசிரியர் நடத்திய காட்டு தர்பார் காட்சிகள் இடம்பெறுவதை வாசிக்கலாம். ஆசிரியர்களுக்குச் சமூகம் பெரிய அளவில் மதிப்பும் மரியாதையும் அளித்தபோதிலும், ராணுவப் படிநிலையில் 'கண்டதும் சுடும்' அதிகாரம் பெற்றிருந்த துப்பாக்கிப் பயிற்சி அதிகாரிகள் போலவே ஆசிரியர்கள் குழந்தைகளை என்ன வேண்டுமானாலும் செய்து கொள்ளும் அதிகாரம் பெற்றிருந்தனர்.

ஜான் அமாஸ்கோமன்ஸ்கி (கொமினியஸ்) ஸ்வீடன், புரூசியா (அதாவது ஜெர்மனி) மற்றும் டிரான்சில்'வேனியா ஆகிய பகுதிகளில் பல கல்விச் சீர்திருத்தங்களைக் கொண்டு வந்த சிறந்த கல்வியாளர் ஆவார். கல்வியின் ஆசிரியர்களுக்கான வரம்புகளை நிர்ணயித்து பள்ளி யாவருக்கும் பொதுவான விதிகளுக்குள் செயல்பட ஆசிரியர் கல்வி, ஆசிரியர் பயிற்சி (Teacher Training) என்பதை அமாஸ் கோமன்ஸ்கிதான் முதலில் முன்மொழிந்தவர். ஆனால் தனது தி கிரேட் டைடாடிக் (The Great Didactic) நூலில் 'தன்னைத் தான் அறிதல் - தன் உலகை அறிதல்; தன்னைத்தான் ஆளுதல் மற்றும் இறை நம்பிக்கையோடு இணைதல்' என ஆசிரியர் பயிற்சியில் வகுப்பறை மற்றும் தேவாலய போதனை இணைப்பை முன் வைத்ததன் மூலம் அது வெறுமனே ஆசிரியர்களுக்கு வகுப்பறைகளை அறிமுகம்

செய்யும் பயிற்சியாக மட்டுமே வைத்தார். தேவைப்பட்டதோ மாணவர்களை ஆசிரியர்களுக்கு அறிமுகம் செய்யும் ஆசிரியர் பயிற்சி.

பொதுவாக கல்வியின் ஜனநாயக அம்சத்திற்காக இந்தச் சூழலில் இரண்டு வகையாக பெரிய குரல்களை நமது கல்வி கேட்டது. ஒன்று காலங்கடந்து கேட்ட ஜான்டூயியின் விஞ்ஞான ஜனநாயகம். அது ஜான்லோக், இமானுவேல் காண்ட், பெஸ்டெலோஸி, ஹெர்பாச், ஹொரேஸ்மான் என்போரின் வழிநின்று இயந்திர யுகத்தில் கல்வியின் சாவி பாடப்பொருள், (Sylabus) கையில் இருப்பதாக அறிவித்துக் கொண்டது.

இரண்டாவது குரலோ மிகவும் வித்தியாசமானது. இன்று கேட்டாலும் நமக்கு அதிர்வலைகளை உண்டாக்கும் குரல் அது. வால்டேர் வழியே பிரெஞ்சுப் புரட்சிக்கே வித்திட்ட ஜீன் ஜேக்குஸ் ரூசோவின் குரல்தான் அது. 'ஆசிரியர்களே தேவையில்லை' என்றார் ரூசோ!

துணை நின்ற நூல்கள்

1. ப்ரோமிளா சர்மா, 'கல்விப் பிரச்சனைகள்' The Problems of Education, A.P.H. Publishing, New Delhi
2. ரொமயின் ரொலாந்து, 'The Living thought of Rousseau, David mckay, USA.
3. Education in History - Philosophical Context பெடரிக் பின்டர், 1970, மாக்மிலன்
4. A History of western Education, G. ஹாரிகுட், மற்றும் D. ஜேம்ஸ் டில்லர், 1969, மாக்மிலன்.
5. 'Education between two worlds', 1966 அலெக்சாந்தர் மைக்லெஜோன், ஆர்தர்ன் பிரஸ் வெளியீடு.
6. ஜூன் ஜாக்குலஸ் ரூசோ, 'Confessions, மொ.பெ.:ஜெ.எம்.கோஹன், 1954 - பென்குயின் வெளியீடு.
7. ஜனநாயகமும் கல்வியும் (Democracy and Education) ஜான் டூவி, மாக்மிலன்.
8. Ethical Principles Undertaking Educational Development, ஜார்ஜ் பார்னட், ஹாட்டன் மிஃபின் வெளியீடு.
9. கல்வித் தத்துவ இயல் (Educational Philosophy) ஜெ. டானியல் ஓ!கானர், பிலோசோபிகல் ஸைரரி வெளியீடு, நி.யா. USA

2
யாருடைய வகுப்பறை இது?

1. கல்வியும் பள்ளியும் வேறு வேறு!
2. கும்பேனி கல்வியும் 1813 சாசனமும்
3. மெக்காலே செய்தது என்ன?
4. உட் மேற்கொண்ட நடவடிக்கை பற்றி தெரியுமா?
5. தேர்வுகளைக் கண்டுபிடித்த ஹண்டர் கமிஷன்!
6. காந்தியின் ராட்டையும் வகுப்பறையும் ஒரு துயரக்கதை!

2

யாருடைய வகுப்பறை இது?

1

கல்வியும் பள்ளியும் வேறு வேறு

நமது கல்விமுறை ஆசிரியர்களையும் மாணவர்களையும் ஒருவருக்கு எதிராக ஒருவரை நிறுத்தி விடுகிறது. கல்வி எனும் பொது நிகழ்வின் முக்கியப் பங்குதாரரான ஆசிரியர் வகுப்பறைக்குள் நடக்கும் கற்றல் செயல்பாடுகள் குறித்து அவரது கருத்து என்ன என்பதை விவாதிக்கும் மனம் திறக்கும் வாய்ப்பு தரப்படுவதே இல்லை. தனக்கு வழங்கப்பட்ட பாடப்பொருளைக் கத்துபவராகவே தனது பணி நாட்களை அவர் முடிக்க வேண்டி இருக்கிறது. அவர்கள் தங்களது தேவைநிலையை விமர்சனப்பூர்வமாகச் சிந்திக்கும் கால அவகாசமின்றியே காலத்தை ஓட்டி விடுகிறார்கள். வகுப்பறையில் ஆசிரியர், மாணவர் ஈடுபாடுகள் என்பவை சிக்கலானவை. ஏனெனில் யாருடைய அறிவு பள்ளி தொடர்பான அறிவாக இருக்கிறது என வரையறுப்பதிலும், யாருடைய குரல் அதற்கு வடிவம் கொடுக்கிறது என்பதைத் தீர்மானிப்பதிலும் சிக்கல்கள் உள்ளன. யாருடைய வகுப்பறை இது?

பன்னிரண்டு வயது வரை ஒரு குழந்தை இயற்கையிலும் தன் வாழ் சூழலிலும் தனித்து விடப்பட வேண்டும் என்பதுதான் ரூசோவின் கல்விமுறை. ஆசிரியர் என்பவர் அதன் ஆரம்ப வாழ்வினை இயல்பு மழுங்க வைத்து இயற்கை குணாதிசயங்களைக் கொன்று திறன்களைக் களையெடுத்து சுய சிந்தனையைச் சிதைத்து விடுபவர் என அவர் வர்ணிக்கிறார். பன்னிரண்டு வயதில் தனது மதத்தை, அரசியல் பாதையை, எதைக் கற்பது எனும் முடிவை அக்குழந்தை எடுக்கட்டும். பள்ளிக்கூடம் என்பது எந்த ஈவு இரக்கமும் இன்றி அதிகாரச் சுரண்டலின் ஆதிக்கக் கருத்தாக்கத்தால் குழந்தை மனநிலை மீது முழுத் தாக்குதல் நடத்தி சுளையாக அதை சுவீகரித்துத் தனது அடிமையாக அதை மாற்றிட அரசும் மதமும் வைத்திருக்கும் வழி என்பது ரூசோவின் குற்றச்சாட்டு. ஆசிரியர் என்பவர் யார்? அரசுக்கும் ஆதிக்க சக்திகளுக்கும் அடிமைகளை, உற்பத்தி செய்து கொடுக்கும் கருவி! அதனால்தான் வெகுஜன கல்வியில் வகுப்பறைகள் ரொட்டி சுட்டு வைப்பது போல ஒரே

மாதிரியான மனிதர்களைப் பிடித்து வைக்கும் வசதியான எந்திரமாகச் செயலாக்கம் பெறுகின்றன.

சமூகப் பிரக்ஞையே இல்லாமல் குருதி வழிந்தோடும் சாலைகள் குறித்தும், பற்றி எரியும் குடிசைகள், பஞ்சப் பராரியாய் வாழும் மக்கள் உலக அளவிலான கொடிய யுத்தங்கள்... என எந்த மனித அவலம் குறித்தும் கவலையின்றித் தன் வாழ்வின் அடையாளம் தேடும் தீவிரமும் இன்றி ஒரு அரசு இயந்திரமாக மதத்தின் கைப்பாவையாய் அவன் வெறுமனே இயங்கும் கொடுமையை ஏற்க ரூசோ தயாரில்லை. அப்படிப்பட்ட உலகுடன் உடன்பாடு காண விரும்பாத ரூசோ, அவனைத் தனியே விட்டு விடுங்கள்... இயற்கையிடம் அவனுக்கான வளர்ப்பு பொறுப்பை ஒப்படையுங்கள் என அறிவிக்கிறார். உலகே ஒரு வகுப்பறை, வாழ்வே ஒரு பாடப்பொருள் என்பது அவரது சித்தாந்தம். ஒரு குழந்தையாக அவனைக் கையாளத் தெரியாத முரட்டுக் கல்விக்கு முற்றுப்புள்ளி வைப்பதே இச்சமூகத்தை அவலங்களிடமிருந்து காப்பாற்ற ஒரே வழி. மனிதக் கொலைக் களங்களாக அவர் பள்ளியைப் பார்த்தார் என்பதே உண்மை.

ரூசோவின் கல்விச் சித்தாந்தம் நடைமுறைக்கு ஒவ்வாத இன்றைய காலச்சூழலில் நகைப்பிற்கு இடமானதாகப் பார்க்கப்படலாம். ஆனால் உலகின் கவனத்தைக் 'கல்வி' என்பதன் ஸ்தூல விஷயத்திலிருந்து 'குழந்தை' எனும் உயிர் விஷயத்திற்குத் திருப்பியவர் ரூசோ. 'பிறக்கும் போது சுதந்திரமாய் இருக்கும் அவனெங்கிலும் பின் வாழ்க்கை, சங்கிலிகளைப் பிணைக்கிறது' எனும் வால்டேரின் கூற்றிலிருந்து பயணித்த கல்வி ரூசோவுடையது. 18-ம் நூற்றாண்டில் கல்வி, குழந்தைகள் மீதான கவன ஈர்ப்பாக மாறி பெஸ்டலோஸி, வில்ஹெம் புரோபல், ஹெர்பார்ட் போன்றோர் வழியே பத்தொன்பதாம் நூற்றாண்டின் செயல்முறைக் கல்வியாய் உருவெடுத்தது.

'இயற்கையில் குழந்தைகளில் கெட்டவர் என்று யாருமில்லை' என்று புரோபல் அறிவிக்கிறார். கல்வி வெறும் வறட்டுத்தனமான ஆசிரியர் கூச்சலாக அல்லாது சிறு சிறு வாழ்க்கைச் செயல்பாடுகளாக வகுத்தெடுக்கப்பட்டது. வகுப்பறை பாடமுறை (Pedagogy) எனும் கல்வி இயல் துறை ஹெர்பார்ட்டால் அறிமுகம் ஆனது. கல்விமுறையின் அடிப்படையில் நிகழ்ந்த இந்த மாற்றம் குழந்தை உளவியல் (Child Psychology) எனும் பெரிய பிரிவைத் தோற்றுவித்தது. குழந்தைகளின் அன்றாட வாழ்வின் அங்கமாய் இருக்கும் ஆசிரியர்களான நாம் முதலில் ஒன்றை ஒப்புக்கொள்ள வேண்டும். மேற்கண்ட வரலாற்றுப் பின்னணி குறித்து எவ்வளவு தான் நாம் ஆராய்ந்து நம் கல்வியின் அடிப்படைகள், அதன் நுணுக்கமான

கூறுகள், நோக்கங்கள் என விவாதித்தாலும், அது ஒரே நோக்கத்தோடு செயல்படுவது போலவே தோன்றுகிறது. பள்ளி இறுதியாண்டில் பெறப்படும் மதிப்பெண்களைத் துரத்தியபடி அது இயங்குகிறது. அந்தப் பாடங்களில் மதிப்பெண்கள் பெற நடைபெறும் மனப்பாட யுத்தமாக அது இருக்கிறது.

ஒரு குழந்தையின் அறிவுநிலை என்ன என்பதை நாம் முதலில் ஏன் பரிசோதிக்க வேண்டும்? அறிவு என்பது (சந்தையில் விற்கும்) ஒரு பொருளாகவும், குழந்தைகளின் மூளைக்குள் அதைத் திணிக்கும் செயல்பாடாகக் கல்வியும், எப்போதும் அது நடந்துவிட்டதா என பரிசோதனைக்கு உட்படும் சூழலில் குழந்தைகளும் தீர்மானிக்கும் இடத்தில் ஆசிரியர்களும் நிறுத்தப்படுவது ஏன்? பதினான்கு ஆண்டுகள் ஒரு குழந்தை தான் பாலகப் பருவம் கடந்து குமாரபருவம் அடையும் காலம் வரை வகுப்பறை எனும் நான்கு சுவர்களுக்குள் முற்றிலுமாகத் தன் வளர்ச்சி ஆண்டுகளைத் துறந்து காணாமல் போய்விடுகிறது.

பதினான்கு ஆண்டுகள் என்பது மிகவும் பரந்துபட்ட காலகட்டம் ஆகும். ஒருவரின் அடிப்படைத் திறன்கள், புரிந்து கொள்ளுதல், மதிப்பீடுகள் என அனைத்தையுமே ஆக்கிரமித்து அதில் பெரிய அளவில் இவை ஆளுமையைச் செலுத்தி விடுகின்றன. பள்ளிக்கூடத்திற்கு இன்று மூன்று வயதில் ஒரு குழந்தை கொண்டு விடப்படுகிறது. அத்துடன் தனது குடும்பம், சமூகம், சூழல் அனைத்திடமிருந்தும் அது அறுபடுவதைப் பார்க்கலாம். வீடு எனும் சிறிய ஆனால் அதன் பன்முகத் தனித்துவ உலகிடமிருந்து கைவிடப்பட்டு தேசிய நீரோட்டத்தில் கலக்க வேண்டிய நிர்பந்தம் அதற்கு ஏற்படுகிறது. இன்று பெரும்பாலான பள்ளிகளில் ஆரம்ப நாட்களில் ஒரு குழந்தைக்கு நாம் கற்றுத் தரும் முதல் பாடம் என்ன?

வீட்டில் ஒரு மூன்று வயதுக் குழந்தை எவ்வளவு சுறுசுறுப்பாக அனைவரின் கவனத்தையும் ஈர்க்கும் ஒன்றாக, ஓரிடத்தில் தங்காமல் இயற்கையோடு இயைந்து சுற்றி வருவதைப் பார்க்கிறோம். பள்ளிக்கூடம் அதன் இயல்புகளை முதலில் களையெடுக்கிறது. 'கையைக் கட்டு வாயைப் பொத்து' என்பது ஒரு வகுப்பறையின் முதல் கட்டளையாக இருப்6பது ஏன்? அதன் இயல்பான பன்முக கவன ஆற்றலை முடக்கி கட்டளைகளுக்குச் செவிமடுக்கும் ஒற்றைக் கவனப்படுத்துதலுக்கு, கவனத்தை ஈர்ப்பவராக இந்த நிலையை மாற்றி கவனிப்பவராக (Listener) மாற்ற வேண்டிய வகுப்பறைக்குள் முதல் வன்முறையைக் கல்வி நடத்துகிறது.

கவனம் செலுத்துபவர் (Listener) தான் கவனிக்கும் காட்சிகளின் மீது எதிர்வினை புரிபவராக இயற்கையில் அமைந்திருக்கிறார்கள். எதிர்வினை புரியும் சுதந்திரம் கொண்ட (Active Listener) இயற்கையான குழந்தையை எத்தகைய எதிர்வினையும் புரிய முடியாத (Passive listener) உணர்ச்சியற்ற 'கவனிப்பாளராக' மாற்றுவதே வகுப்பறையின் இந்த முதல் கட்டளையின் நோக்கம். நாளொன்றிற்கு ஏறக்குறைய எட்டு மணிநேரம் ராணுவ அடிபணிவோடு ஒரே மாதிரி உட்கார்ந்து ஆசிரியர் என்பவர் நடத்தும் அந்தப் பாடப்பொருளைக் கேட்டுக் கொண்டே இருக்க வேண்டும் என்கிற கட்டாயத்தை வகுப்பறை ஏற்படுத்துகிறது.

வகுப்பறை என்பது என்ன? இதை முதலில் வரையறுத்தவர் யார்? அது சரி! ரூசோவின் குரலைக் கேட்ட நாம் இந்த விஷயத்தின் மற்றொரு குரலான ஜான் டூயி பற்றி ஏதும் பார்க்கவில்லை. அவர் செய்தது என்ன? ரூசோ முன் வைத்தது கல்வியை (Education) ஜான் டூயி முன் வைத்தது பள்ளியை (Schooling)

ஜான் டூயி பள்ளிகளை ஏற்படுத்தி அதனை அரசு கண்டிப்பாக நடைமுறைப்படுத்த வேண்டும் என்பதில் குறியாக இருந்தவர். அவரது பார்வை ஒவ்வொரு பாடத்தையும் பகுப்பாய்தல் (Pragmatism) என அழைக்கப்படுகிறது. தேவாலயத்தின் ஆகக் கடைசியான, பள்ளியுடனான முடிச்சையும் அறுத்துவிட்டவர் அவர். கல்வி இன்று அனைத்திடமிருந்தும் விடுபட்டுத் தனித்துச் செயல்படுவதற்கு ஜான் டூயியே காரணம். அறிவியல் முறைப்படியான ஒட்டுமொத்தப் பாடப்பொருளை வகுப்பு, வயது வாரியாகப் பிரித்து அதனை மாதக்கணக்கில் கூறுபோட்டு பின் வாரஅட்டவணைக்கு உட்படுத்தி அதற்கு நாளடிப்படைப் பாடத்திட்டம் (Lesson-plan) வகுத்தது என அனைத்தும் டூயி பங்களிப்பு. பாடப்பொருள் மையக் கல்வி அது. அதைக் கற்பதற்கான சூழல் பள்ளியில் மட்டுமே உண்டு. அதனை நாம் வாங்கும் சான்றிதழ்களுக்கான தகுதியாக டூயிவாதிகள் கட்டமைத்தனர். மொழி, அறிவியல், கணிதம் என பாடங்கள் வரையறுக்கப்பட்டு வாரத்திற்கு இத்தனை வேலைநாள் என்று கூறு போட்டு குறிப்பிட்ட பாடங்களுக்கு இத்தனை பிரிவேளைகள் என்று ஒதுக்கும் நுண்ணிய பள்ளிக்கல்வி டூவியுடையது தான். வயது முதிர்ச்சிக்குத் தக்கவாறு பாடப்பொருளைப் படிநிலைகளாகக் கடினமேற்றிய டூவி முறை அரசு வரிப்பணத்தில் நடக்கும் துறைகளில் ஒன்றாகக் கல்வியை மறுகட்டமைப்புச் செய்தது. தான் வேலை பார்த்த பல்கலைக்கழகம் முன் நின்று நடத்திய பள்ளிகளின் வகுப்பறைகளில் இந்த முறையை அதன் நிர்வாக அதிகாரி என்கிற முறையில் அவர் அறிமுகம் செய்து நடைமுறைக்குக் கொண்டு வந்தார்.

ரூசோ, கல்வியே தேவை என்கிறார்; ஆனால் அதற்கு ஆசிரியர் தேவை இல்லை.

டூவி பள்ளிகளே தேவை என்கிறார். இங்கே ஆசிரியர்கள் கல்வியை சாத்தியமாக்குகின்றனர்.

கல்விக்கும் பள்ளிக்கும் வித்தியாசம் இருக்கிறதா? கண்டிப்பாக இருக்கிறது!

கல்வி என்பது பரந்துபட்ட செயலாக்கம்.

பள்ளி ஒரு குறுகிய செயலாக்கம்.

காலை எழுந்தது முதல் இரவு உறங்கச் செல்லும் வரை ஒரு குழந்தை கவனம் செலுத்தும் அனைத்தும் கல்வி.

பள்ளியில் நடக்கும் கல்விச் செயல்பாடுகள் காலமுறைப்படி நடக்கின்றன.

கல்வி என்பது முறை சார்ந்தும் முறை சாராமலும் நடக்கலாம்.

பள்ளிக்கல்வியை (Schooling) முறைப்படி மட்டுமே நடத்தப்பட முடியும்.

கல்வி வயது வரம்பற்று வாழ்க்கை முழுமைக்கும் தொடரும் ஒரு நிகழ்வு.

பள்ளியோ வயதுக்கேற்ற வகுப்பு படிநிலை கொண்டது; குறிப்பிட்ட வயதில் முடிந்தும் விடுகிறது.

எங்கும் எந்தச் சூழலிலும் நடப்பது கல்வி.

பள்ளிக்கல்வி ஒரு குறிப்பிட்ட வளாகத்திற்கு உட்பட்டது.

கல்வியில் முழு வாழ்சூழலும் பங்கு வகிக்கிறது.

பள்ளியில் கல்வி அளிக்கும் பங்கு ஆசிரியருடையது.

கல்வியில் பாடப்பொருள் கிடையாது.

பள்ளிமுறை கட்டாயப் பாடப்பொருள் கொண்டது.

கல்வி என்பது வாழ்வின் அனைத்து அம்சங்களையும் பாதிக்கிறது.

பள்ளி முறையோ குறிப்பிட்ட சில திறன்களை வளர்ப்பதையே நோக்கமாகக் கொண்டது.

கல்வியில் வெறும் சான்றிதழ்களுக்காகக் கால நேரத்தைச் செலவிடும் விரயம் இல்லை.

பள்ளிக்கல்வி சான்றிதழ் பெறுவதையே மைய நீரோட்டமாகக் கொண்டு செயல்படுகிறது.

அரசு வேலை, தனியார்துறை வேலை எனும் வரலாற்றின் முக்கிய நிகழ்வே பள்ளிக்கல்வியை வெகுஜனக் கல்வியாக்கியது. அரசு நடத்தும் பள்ளி, கல்லூரி, பல்கலைக்கழகம் தரும் சான்றிதழ், பின் வேலைபெறும் ஒரு அடையாளச் சீட்டாகப் பயனாகிறது என்கிற விஷயம் இன்றைய கல்வியை இயக்குகிறது.

இந்தியக் கல்வியில் இந்த நோக்கத்திற்காகவே இன்றைய வகுப்பறை அறிமுகமானது. அது எப்படி நிகழ்ந்தது? இன்றைய வகுப்பறை உணர்ச்சி ஏதுமின்றிப் பாடப்புத்தகத்தின் அச்சாக்க சொற்களைக் கொண்டு நடைபெறுவதைப் பார்க்கிறோம். இது நாடு தழுவிய வகுப்பறை. இது ஒரு இந்திய அல்லது அந்தந்த மாநில அரசு செயல்பாடு (It is a Government Activity) இயந்திர யுகத்தில் கல்வியைப் பரந்துபட்ட வாழ்வனுபவமாகக் கொள்ள நேரமில்லை. 'நாடு வளர்ச்சி அடைய அத்தகைய தன்னிச்சைப் போக்கு உதவாது' என்றார் டூயி. ஒருவகை துரித உணவு போல துரிதக் கல்வியாக அதை அவசர கால சூழலாக உடனடி திடீர் தோசை சுடுவதுபோல, ரெடிமேட் சட்டை ஆக்கியவர் டூயி. அத்தகைய துரித காலத்தில் லட்சக்கணக்கான பணி ஆட்களைப் பெற இதுவே ஒரே வழி.

யாருமே எதிர்க்கேள்வி எழுப்பமுடியாத சாம்பியன் அந்தஸ்து. அறிவியலுக்கு வழங்கப்பட்ட பிறகு அது தொடர்பான தகவல்களைத் தருவதே வகுப்பறையின் பிரதான நோக்கம். 'வளர்ச்சி' ஆயுதமாக டூயி வகுத்த வகுப்பறையை உடனடியாக நாடுகள் சுவீகரித்தன. வானூர்தி முதல் வகை வகையான அறிவியல் கண்டுபிடிப்பு வரை அணிவகுக்கத் தொடங்கிய ஒரு காலகட்டத்தில் அரசு தனது ஆள்சேர்ப்பு வசதிகளுக்காகக் கட்டமைத்த ஒரு ஏற்பாடாக வகுப்பறை மாறியது.

பெரும்பாலும் டூயி கல்வியின் நோக்கம் தொழிற்புரட்சிக்குப் பின் ஏற்பட்ட பல்வேறு வேலையிடங்களுக்குத் தக்கவாறு தன்னை எப்படி வேண்டுமானாலும் மாற்றிக்கொள்ள முடிந்த 'வளைந்து கொடுக்கும் மனிதனை' (Adaptable citizen) உருவாக்குதல். இந்த மனிதன் தொழிற்கல்வி மனிதன். தொழிற்துறை வளர்ச்சி எனும் பெரிய இயந்திரத்தின் அங்கமாகித் தேயும் வரை ஒரே வேலையை அனுதினம் செய்து ஊதிய மனிதனாய் ஊழியம் செய்பவன். இவனுக்கு வேறு எந்தச் சிந்தனையும் கிடையாது. இவனை உருவாக்கும் வகுப்பறைகள் இந்தியாவில் எப்போது அறிமுகம் ஆயின? அதன் பின்னணி என்ன என்பதை ஆசிரியர்களான நாம் அறிய வேண்டும்.

கும்பேனி கல்வியும் 1813 சாசனமும்

1600-களில் மொகலாயர்களை முடக்கி இந்திய தீபகற்பத்தில் நுழைந்த கிழக்கிந்தியக் கம்பெனி வழி ஆங்கிலேய ஆட்சி தொடங்கியது என நாம் அறிவோம். 'இந்தியாவில் பிரிட்டிஷ் ஆட்சி ஏற்படுத்தப் போகும் மாற்றங்கள்' எனும் தனது பிரசித்தி பெற்ற கட்டுரையில் கார்ல் மார்க்ஸ் குறிப்பிடுவது போல அதுவரை நம் மீது படையெடுத்து ஆக்கிரமித்த அரேபியர்கள் உட்பட பலரும்

நம்மை நீண்டகாலம் காலனித்துவப்படுத்த முடியவில்லை. காரணம் அவர்கள் நமது இந்திய நடை உடை பாவனைகளுக்கு மாறி நமது மண்ணின் மைந்தர்களாக மாறிப் போனார்கள். பிரிட்டிஷ்காரர்கள் 150 வருடங்கள் நமது மண்ணின் ஆக்கிரமிப்பாளர்களாகத் தொடர முடிந்ததற்குப் பிரதான காரணம் ஒன்றை மார்க்ஸ் முன் வைக்கிறார்.

பிரிட்டிஷ்காரர்களோ நமது முடிக்கற்றையை (குடுமி)கிராப் ஆக்கி, வேட்டியை கால்சராய் (பேண்ட்) ஆக்கி நம்மை 'ஆங்கிலேயர்கள்' ஆக்கினார்கள். இந்தியப் பாரம்பரியம், சாதிய அடக்குமுறை, ஆதிக்க சமூகநிலை அனைத்தின் மீதும் பிரிட்டிஷ்காரர்கள் அறிமுகம் செய்துள்ள ஆங்கிலக் கல்வி தாக்கத்தை ஏற்படுத்தப் போகிறது என மார்க்ஸ் எழுதினார். இந்திய ஆங்கிலக் கல்வியின் வரலாறு என்ன? இதனை அறிந்த பின் நமது இந்தியக் கல்விமுறையின் வரலாறு என்பதே ஆங்கிலக் கல்வித் திணிப்பு வரலாறுதான் என்பதை நாம் உணர முடிகிறது. இந்தியக் குழந்தைகளின் கல்வியே அவர்கள் யாராக உருவெடுக்கப் போகிறார்கள் என்பதைத் தீர்மானிக்கும் அதிகாரத்தைப் பெற்றிருந்தது. பிரிட்டிஷ் சாம்ராஜ்யம் கட்டமைக்கப்பட்டதே அத்தகைய கல்வியின் வழியேதான். அதன் சுருக்கமான வரலாறு நமக்கு, நமது தற்போதைய வகுப்பறையைப் புரிந்துகொள்ள உதவும்.

கிழக்கிந்தியக் கம்பெனி நமது கல்வியில் கைவைக்க வந்தபோது நமது ஊர்களில் பாடசாலை (pata sala) என்கிற ஒரு பள்ளி இயங்கி வந்தது. நிலப்பிரபுக்களான ஜமீன்தார்களும் பாளையத்துக்காரர்களும் நவாப்புகளும் தங்கள் வாரிசுகளை வீட்டிலேயே 'படிக்க' வைத்துக் கொண்டார்கள். தந்தை - மகன் உறவின் வழியே தனது பெரும்பான்மைக் கல்வியை இந்தியக் குழந்தை பெற்றது. ஆனால் பாடசாலைகளில் அந்தந்த உள்ளூர் அமைப்பின் தன்னார்வக் குழுக்கள் கல்வியளித்தன. தமிழகச் சூழலில் ஒரு 700 பாடசாலைகள் இருந்ததாக 1797-ன் கம்பெனி கணக்கெடுப்பு குறிப்பிடுகிறது. வங்காளிகள் ஒரு 100,000 பாடசாலைகள் 1835 வரை கூட நடத்தி வந்தார்கள். இவை பெரும்பாலும் ஒரே உபாத்தியாயரைக் கொண்ட பல வயதுடையோர் ஒரே இடமாகக் கற்கும் முறையைக் கொண்டிருந்தது. விரைவில் இந்தப் பாடசாலைகள் மறையத் தொடங்கின. மேற்கத்திய மதம், கலாச்சாரம், இலக்கியம் என கிறித்துவ மத போதகர்கள் மும்பை, கொல்கத்தா, சென்னை ஆகிய நகரங்களை ஆங்கிலக் கல்வி மையங்களாக்கி கிறித்துவ மதமாற்றத்தை பகிரங்கமாக அரங்கேற்றத் தொடங்கினர். இது 1800-களின் முதல் பத்தாண்டுகளில் நடந்தது. கிழக்கிந்தியக் கம்பெனியின் ஆளுகைக்கு

உட்பட்ட இடங்கள் அவர்களுக்கு ஒதுக்கப்பட்டு தேவாலயங்கள் கட்டப்பட்டு அதன் சுற்றுப்பட்டில் நூலகம், பள்ளி என வந்தது.

மதத் திணிப்பு ஆங்கிலக் கல்விக்குக் கடும் எதிர்ப்பு இந்தியாவில் கிளம்பியது. 1813-ல் நிலைமை முற்றுவது போல் இருக்கவே அது குறித்து பிரித்தானிய பாராளுமன்றத்தில் கேள்வி எழுப்பப்பட்டது. ஹைதர் அலி - திப்பு சுல்தான் யுத்தத்தின் பெரிய அடி பிரிட்டிஷ் அரசுக்குத் தந்த உணர்வுகள் கிழக்கிந்தியக் கம்பெனியை ஒழித்து தனது முழுமையான ஆளுகையைச் செலுத்திட ஏனைய தனியார் நிறுவனங்களால் நடத்தப்படும் நிர்பந்தமாக மாறியது. மக்கள் வரிப்பணத்தில் செயல்படும் பிரித்தானிய ராணுவம் ஒரு தனிப்பட்ட கிழக்கிந்தியக் கம்பெனி எனும் ஒரு நிறுவனத்திற்கு ஆதரவாகச் செயல்படுவதை வழக்காகத் தொடர்ந்தார்கள். 1760-களில் ஏறக்குறைய திவாலாகிவிட்ட கிழக்கிந்தியக் கம்பெனி இந்தியச் சுரண்டல்களால் கொழுத்துப் போனது, ஏனைய கம்பெனிகளின் இந்திய (சுரண்டல்) ஆர்வமாகப் பரவியது.

1813 -ல் பிரித்தானிய அரசு இந்திய உள்ளூர் மக்களுக்குக் கல்வி புகட்டுவதைத் தனது 'பணியாக' ஏற்பதாக அறிவித்தது என்பதும் அதற்கு உடனடியாக ஒரு லட்சம் ரூபாய் ஒதுக்கப்பட்டதும் அது கிறித்துவ மிஷினரிகளுக்கு மட்டுமே வழங்கப்பட்டுப் பெரு மையங்களின் ஆங்கில கிறித்துவ போதனாமுறை பள்ளிகள் பரவலாக்கப்பட்டதும் முக்கிய நிகழ்வுகள். இது 1813-ன் கல்வி சாசனம் (Charter of 1813) என்று அழைக்கப்படுகிறது. அடுத்த இருபது வருடங்களுக்குத் திருத்தப்பட முடியாத ஒரு சட்ட அங்கீகாரம் பெற்றிருந்தது என்பது அதற்கு ஒரு நிரந்தரத் தன்மையை வழங்கியது. ஒரு லட்சமாக இருந்த உதவித்தொகை 10 லட்சமாக உயர்த்தப்பட்ட போது அதுவே 'பாடசாலை' கல்வியை ஏறக்குறைய முற்றிலும் அழித்துவிட்டது.

1813-ன் கல்வி சாசனம் தனது நான்காவது ஷரத்தாக ஒரு முக்கிய அறிவிப்பைக் கொண்டிருந்தது. இன்றைய நமது வகுப்பறைகளின் உயிர்நாடி அதுதான்:

'இந்திய மக்களுக்குக் கிழக்கிந்தியக் கம்பெனியின் பல்வேறு துறைகளில் வேலை பார்க்க சாதி மத அந்தஸ்து எதுவும் தேவையில்லை. கல்வித் தகுதி அடிப்படையில் மட்டுமே வேலை வழங்கப்படும்'.

இந்தக் 'கல்வித்தகுதி' ஆங்கிலப் பள்ளி வழிக் கல்வி! அதுவும் கிறித்துவ மிஷினரிகள் நடத்திய பள்ளிகளின் கல்வி. அதே சாசனம் இந்திய மக்களின் 'உணர்வுகளைப் புண்படுத்தாமல்' ஆங்கிலக் கல்வி வழங்க 'எல்லா' நாடுகளின் கிறித்துவ மிஷினரிகளுக்கும் 'சம' உரிமை வழங்கியது.

ஆனால் கல்வி குறித்த நமது வரலாற்றின் மாபெரும் விவாதம் அங்கிருந்தே தொடங்கிவிட்டது. பிராந்திய மொழிக் கல்வியா, ஆங்கில மொழிக் கல்வியா, இந்தியக் குழந்தைகளுக்கு நலம் பயக்க இருப்பது எந்தக் கல்வி? இந்தியப் பாரம்பரிய மொழிகளில் கல்வி அளிக்க எச்.எச்.வில்சன் எச்.டி.பிரைஸ் (இவர் ஆங்கிலேயர் ஆயினும் இந்தியாவில் ஓரியண்டல் கட்சி என்றே அமைத்துத் தலைவராக இருந்தார்) போன்றவர்கள் ஆதரித்தனர்.

மேற்கண்ட 1813-ன் சாசனம் பிரிட்டிஷார் ஆட்சி செய்த பகுதிகளில் பாடசாலைகள், இசுலாமியர்களின் மதரஸா என அனைத்தையும் அழித்தது. கல்வி என்றால் அது மிஷினரி மூலம் வழங்கப்பட்ட ஆங்கில வழிக்கல்வியே. அப்படி ஒரு நிலை முடிவாக ஏற்பட்டபோது கிழக்கிந்தியக் கம்பெனிக்குப் போட்டிகள் இங்கிலாந்தில் வலுத்த சூழலில் கல்வியில் மட்டுமின்றிச் சிறுக சிறுக முழு நிர்வாகத்திலும் ஆங்கிலேயர்கள் நேரடியாக உள் நுழைந்தார்கள்.

3

மெக்காலே செய்தது என்ன?

இருபது ஆண்டுகள் கழித்து கல்விக்கான அடுத்த பிரித்தானிய சாசனம் 1833-ல் வெளிவந்தது. கிறித்துவ மிஷினரிகள் தவிர வேறு யாரையும் பள்ளி நிர்வாகிகளாகக் கூட நியமிக்க முடியாத அந்தச் சூழலில் ஐம்பது வருடங்களுக்கு முன் வாரன்ஹாஸ்டிங் பிரபு ஏற்படுத்தி இருந்த உள்ளூர் மதரஸா கட்டமைப்புகளையும் பிரித்தானிய 1833 ஆவணம் உடைத்தது. அதைத் தொடங்க ஒத்துழைத்த போது கிடைத்த உள்ளூர் நிலங்களும் கத்தோலிக்கத் திருச்சபைக்குத் தாரை வார்க்கப்பட்டன.

ஆனால் 1813-க்கும் 1833-க்குமான இருபதாண்டு இடைவெளியில் ஆங்கிலக் கல்வியை ஸ்தாபிக்க பிரித்தானிய அரசு மேலும் ஒரு திட்டத்தை முன் மொழிந்தது. கீழ்நோக்கிய வடிகட்டு முறை என அது அழைக்கப்பட்டது. இந்தியாவின் மேல்தட்டு வர்க்கமான அரசு குடும்ப, இசுலாமிய, பிராமண, நிலப்பிரபுத்துவ வர்க்கத்தை ஆங்கிலக் கல்விக்கு முதலில் இழுக்க வேண்டும். அவர்களை கும்பேனி மற்றும் பிரித்தானிய அரசு வேலைகளில் அமர்த்த வேண்டும். இது ஏனையோரையும் ஆங்கிலக் கல்வியை நோக்கி ஈர்க்கும். படிப்படியாக அடித்தட்டு வரை ஆங்கில கிறித்தவ மயமாக்கல் சுய விருப்பத்தோடு ஈர்ப்பு பெறும். வடிகட்டு முறை (filteration) கொள்கை என இது சொட்டு சொட்டாக ஆங்கிலக் கல்வி கீழ்நோக்கிப் பயணிப்பதைச் சுட்டியது.

ஆனால் 1833 சாசனம், தனது இரண்டாம் ஷரத்தாக இந்தியரிடையே எந்தப் பாரபட்சமும் காட்டாமல் ஆங்கில வளர்ச்சி அனைவருக்கும் ஏற்படவே கல்வி என முன்மொழிந்தது. பிரிட்டிஷ் இந்தியாவின் மாகாண கவர்னர் ஜெனரல்கள் அந்தந்த மாகாணக் கல்விக் கொள்கைகளை வகுப்பர். ஒரு லட்சத்திலிருந்து பிரித்தானிய நிதி ஆதாரம் 10 லட்சங்களாக உயர்த்தப்பட்டது.

இன்றும் நமது ஊர்களில் தொடங்கப்பட்ட முதல் பள்ளி - உள்ளதிலேயே நூறாண்டு கடந்த பள்ளி எப்போதும் மிஷினரிகள் நடத்தும் செயின்ட் ஜோசப், சேக்ரட் ஹார்ட், செயின்ட் மேரீஸ் என்று இருப்பது ஏன் என்பதற்கான பதில் உங்களுக்கு இப்போது கிடைத்திருக்கும். எனவே 1834-ல் இந்தியா வந்த மெக்காலேவுக்கு முன்னரே இக்கல்வி ஆங்கிலக் கல்வியாக வேரூன்றியதை நாம் வாசிக்கும் போது அதிர்ச்சியாக இருக்கிறது.

பள்ளிக்கல்வியின் வரலாற்றுப் பாடத்தில் கல்வி பற்றிய இந்த வரலாற்றுக் கூறுகள் இடம் பெறுவதே இல்லை. ஆசிரியர் பட்டய மற்றும் பட்டப் படிப்பின் போதோ இந்தியாவில் கல்வி என்று மகாத்மா காந்தி, சுவாமி விவேகானந்தர், தாகூர், கல்விக் கொள்கை அது இது என்று அடுக்கிச் சென்று பிரிட்டிஷார் காலத்தில் இத்தனை பள்ளிகள் கட்டப்பட்டன; இத்தனை கல்லூரிகள் வந்தன; என புள்ளிவிவரப் பம்மாத்து நடப்பதைப் பார்க்கிறோம். கதை அத்தோடு முடிந்துவிடவில்லை.

1834-ல் கவர்னர் ஜெனரல் பென்டிங்க் பிரபு, மெக்காலேவை பொது போதனைத் துறை (Public Instruction) எனும் கல்வித்துறையின் தலைவராக நியமிக்கிறார். அவ்விதம் பதவியேற்ற மெக்காலே கல்விமுறையை நான்கு மாதங்கள் ஆய்வு செய்து மெக்காலே குறிப்புகள் (Macaulay's Minutes) எனும் அறிக்கையைத் தாக்கல் செய்தார். இந்தியக் கலாச்சாரத்தையும் இலக்கியம் போன்றவற்றையும் வெறுத்துத் தூக்கி எறிபவராக மெக்காலே இருந்தார்.

'ஐரோப்பிய நூலகம் ஒன்றின் அலமாரியின் ஒரே ஒரு அடுக்கு, இந்திய-அரேபிய இலக்கியத்தின் ஒட்டுமொத்த சாரத்தைவிட மேன்மையானது' என்று எழுதினார்.

தனது ஆங்கில மொழி இலக்கியம், கல்வி போன்றவை குறித்த அலாதிப் பெருமை அவருக்கு இருந்தது. இந்தியாவில் ஏற்கெனவே இருந்த கல்வி குறித்துப் பேசும் மெக்காலே 'இந்தியர்களுக்கு அவர்களது சுகாதாரத்திற்கு எது நல்லது என்பதை முடிவெடுத்து அதனை வழங்கும் பொறுப்பு இங்கிலாந்திற்கு உள்ளது' என்று எழுதுகிறார்.

தனது கல்வியின் நோக்கத்தை அவர் தெளிவாக முன்மொழிகிறார். "நாம் இப்போது செய்ய வேண்டிய முக்கியப் பணி, நமக்கும் நாம் ஆளுகின்ற மில்லியன் கணக்கான மக்களுக்கும் இடையே நல்லெண்ணத் தூதர்களாக செயல்பட வேண்டிய புதிய வர்க்கம் ஒன்றைக் கல்வியின் மூலம் தோற்றுவிப்பது ஆகும். இவர்கள் ரத்தத்தால் நிறத்தால் இந்தியர்கள். ஆனால் உணர்வால், நிலைபாட்டால், நன்னடத்தையால் எண்ணத்தால் விருப்புவெறுப்பால் ஆங்கிலேயர்களாக இருக்க வேண்டும்.'

எண்ணத்திலும் அறிவாற்றலிலும் ஒரு ஆங்கிலேயனாக, ஆனால் ரத்தமும் நிறமும் இந்தியனாக இருக்கும் ஒருவனை உருவாக்குதலை மையமாகக் கொண்ட மெக்காலே ஆறு முக்கிய கருத்துரு கொண்ட 267 பக்கக் குறிப்புகளைச் சமர்ப்பித்தார்.

1. ஆங்கிலம் தவிர வேறு எந்த மொழியிலும் கல்வி கூடாது.
2. பிராந்திய மொழிகளில் புத்தகங்கள் அச்சிடுவதைக் கூட உடனடியாக நிறுத்திவிட வேண்டும். புத்தகம் அனைத்தும் ஆங்கிலத்தில் மட்டுமே இருக்கும்.
3. பிராந்திய மொழி நூல் அச்சாக்கத்தை நிறுத்தியதால் கிடைக்கும் வருமானத்தைக் கொண்டு மேலும் ஆங்கிலப் பள்ளிகள் திறக்கப் பயன்படுத்திக் கொள்ள வேண்டும்.
4. ஆங்கில இலக்கியமும் அறிவியலும் கற்பது இந்தியர்களுக்குக் கிடைத்த வரப்பிரசாதம்.
5. ஆங்கிலமொழிக் கல்வியை உடனடியாகப் பெரு மக்கள் திரளிடம் கொண்டு செல்வது கடினம். ஆனால் இன்று ஆங்கிலம் நமது அலுவலகங்களில் ஊடுருவியுள்ள மேல்தட்டு இந்திய வர்க்கத்தால் ஆளும் வர்க்கத்தின் அடையாளமாகப் பேசப்படுகிறது. இது விரைவில் வியாபார பொருளாதார மொழியாக ஆக்கப்பட வேண்டுமென்றால் அது கிழக்கத்திய கடல் பிராந்திய மொழியாக வேண்டும். நாம் கல்வியை முழுக்கவும் ஆங்கில மயமாக்கி அதனை மேல்தட்டு இந்திய வர்க்கத்தினருக்கு அளிக்க வேண்டும்.
6. பாடப்புத்தகமே இல்லாத அச்சாக்கநிலை அடையாதவையாக பிராந்தியமொழிகளை வைத்திருந்தால் மட்டுமே அவற்றைக் கல்விக்கு வெளியே வைக்க முடியும். 'பொய்' அறிவுநிலைக்கு மாற்றாக மில்டனின் இலக்கியம், ஷேக்பியரின் நாடகம், நியூட்டனின் இயற்பியலை வைத்தால்... அராபிய மொழி, சமஸ்கிருதம் என பிராந்திய இந்திய மொழிகளைச் செயல்பாட்டு மொழி அந்தஸ்து பெறாதவை என ஆக்க

முடியும். நாம் இந்தியாவின் இளம் பிராயத்து சமூகத்திடம் கல்வி மூலம் அதைச் செய்ய முடியும்.

இந்தச் சதிக்குக் கல்வி என்று பெயர்!

'ஆங்கிலமே இந்தியாவில் பழையவற்றிலிருந்து ஒரு மறுமலர்ச்சியை ஏற்படுத்தும்' எனும் ராஜாராம் மோகன்ராய் போன்றோரின் கருத்துகள் போலல்லாது... மெக்காலேவின் கருத்துகள் மிகக் கூர்மையான ஆங்கிலேய ஆக்கிரமிப்பு அரசியலை மையமாகக் கொண்டிருப்பதைப் பார்க்கிறோம். இந்திய மொழிகளில் அனைத்தையும் தூக்கியெறியும் மெக்காலே அத்தகைய மொழிகளில் புத்தகம் என ஒன்று அச்சாகுமென்றால் அது பைபிளாகவே இருக்கும் என்பதிலும் பிடிவாதமாக இருந்தார்.

வில்லியம் பென்டிங்க் பிரபு 1835-ல் மெக்காலேவின் குறிப்புகளை (Macalay's Minutes) முழுமையாக ஏற்று இந்திய கவர்னர் ஜெனரல் எனும் அதிகாரத்தில் அதனை உடனடியாக அமுல்படுத்த உத்தரவிட்டார். மெக்காலேவிற்கு முன்னதாகவே ஆங்கிலக் கல்வி புகட்டும் ஒன்றாக நமது வகுப்பறை ஆகி இருந்தபோதிலும், கல்விக்கான நிதி ஆதாரம் ஆங்கிலக் கல்வி புகட்டும் பிரித்தானிய அங்கீகாரம் பெற்ற கல்வி நிறுவனங்களில் மட்டுமே செலவிடப்பட வேண்டுமென பென்டிங்க் உத்தரவிட்டார். பிராந்திய மொழி புத்தக அச்சாக்கம் நிறுத்தப்பட்டது. அந்த நிதி ஆங்கில இலக்கியம், அறிவியல் மற்றும் கிறித்துவ நூல் அச்சடிப்புக்குச் செலவிடப்பட்டது. 'இந்திய பிரித்தானிய அரசுக்கு விசுவாசமிக்க ஆங்கிலக் கல்வி பயின்ற சிறந்த இந்திய ஊழியர்களை ஏற்படுத்தித் தருவதாக' பென்டிங்க் சீர்திருத்தம் (1835) வாக்களித்தது.

மெக்காலேவிற்கு எதிர்ப்பு இல்லாமல் இல்லை. குறிப்பாக நமது கல்வியின் ஜனநாயகப்படுத்தலில் வில்லியம் ஆடம்ஸ் என்பவரும் ஜேம்ஸ் தாம்சன் எனும் உதவி கவர்னரும் மெக்காலேவின் பிடிவாதங்களை ஓரளவு நீர்த்துப் போக வைத்தவர்கள். பள்ளிகளை ஏற்படுத்துவதில் கும்பேனி மட்டுமே பங்கு பெறாமல் உள்ளூர் தலைமையையும் பங்கு பெற வைக்க வேண்டியதன் அவசியத்தை அவர்கள் ஏற்படுத்தினர். அதிலும் 27 வருடங்கள் இந்தியாவில் வாழ்ந்த வில்லியம் ஆடம்ஸ் இந்துக்களுக்கும் இஸ்லாமியர்களுக்கும் நல்லிணக்கம் ஏற்படுத்தும் கல்வியை முன்மொழிந்தார். பெண் கல்வியும் அதில் ஒரு அங்கமாக இருந்தது. கத்தோலிக்கராக அல்லாது ஆனால் பாப்திச (Baptist) கிறித்துவராக இருந்த ஆடம்ஸ் கிராமப்புற மேம்பாட்டுக் கல்வியை முன்வைத்து மத அடிப்படைக் கல்வியை எதிர்த்தார். மெக்காலே, ஆடம்ஸ் திட்டங்களைத் தூக்கிக் கிடப்பில் போட்டதும் இந்திய ஆங்கிலம் படித்த அரசு ஊழியர்களை

உற்பத்தி செய்வதே வகுப்பறையின் ஒற்றை நோக்கமானதும் வரலாறு.

4

உட் மேற்கொண்ட நடவடிக்கை பற்றி தெரியுமா?

அது சரி. நமது வகுப்பறை ஆங்கில வகுப்பறையாக இருப்பதன் ஆணிவேர் எங்குள்ளது என பார்த்தோம். இந்த வகுப்பறை எதையும் பரிசீலிக்கும் வகுப்பறையாக இல்லாமல் மாணவர்களின் எதிர்க்கேள்விக்கே இடமின்றிப் பாடங்களைக் கட்டளைகளாக இடுவது ஏன்? தர்க்கமோ தத்துவமோ விவாதிக்கப்படும் நிலை இன்றி அவற்றின் வரலாற்றைக் குருட்டுப் பாடம் போடும் நிலை எங்கிருந்து வந்தது? கணிதத் தேற்றங்களை உற்பத்தி செய்ய வேண்டிய நம் வகுப்பறை ஏற்கெனவே யாரோ கண்டுபிடித்துப் போட்டதைத் திரும்ப திரும்ப பரீட்சைக்காகப் போட்டுப் பார்க்கும் பிரதி எடுப்பதாக மாறியது எப்போது? அறிவியல் கண்டுபிடிப்புகளை நிகழ்த்த வேண்டிய நம் வகுப்பறை நமது அறிவுக்கும் புதிய முயற்சிக்கும் இடமின்றி எங்கோ யாரோ ஏற்கெனவே நிகழ்த்திவிட்ட அறிவியல் கண்டுபிடிப்புகளை மனப்பாடம் செய்து அவற்றைத் திரும்பத் திரும்பச் செய்து அதே முடிவுகளை எட்டுவதைச் செய்முறை (practical) எனும் பெயரில் நாடகம் போல அரங்கேற்றுகிறதே அது எங்கிருந்து வந்தது?

1853-ல் இங்கிலாந்தில் கல்வி கட்டுப்பாட்டுக் குழுமத்தின் (The Board of Control of Education) தலைவராக இருந்த சார்லஸ் உட் தலைமையில் ஒரு குழு அமைக்கப்பட்டது. உள்ளூர் மொழிகளில் வெகுஜன மக்களுக்குக் கல்விபுகட்ட கும்பேனி கையிலிருந்து கல்வி அதிகாரத்தைப் பிடுங்கி நேரடியாக பிரிட்டிஷ் அரசே அதை மேற்கொள்வது சாத்தியமா என்பதை ஆய்ந்தறிவதே இக்குழுவின் நோக்கம் என்றாலும், இந்திய வகுப்பறைக்குள் என்ன நடக்கிறது என்பது குறித்த விரிவான ஆழமான நுண்ஆய்வு என்பதும் பிரித்தானிய அரசை மேலும் தெளிவாக ஸ்தாபிக்க கல்விச்சீர்திருத்தங்களை முன்மொழிவதும் அதன் உண்மை நோக்கம்.

ஆங்கிலக் கல்வியை இங்கிலாந்தில் இருப்பது போல அப்படியே கொண்டு செல்வது மிகவும் ஆபத்தானது என இக்குழுவின் 1854 அறிக்கை சுட்டுகிறது. உட் நடவடிக்கை (Wood's despatch) என அழைக்கப்படும் இந்தச் சீர்திருத்த அறிக்கை, கர்சன் பிரபுவின் காலகட்டத்தில் முன்வைக்கப்பட்டதாகும். இங்கிலாந்தின் லிபரல் கட்சி ஆட்சிக்கு வரும்போதெல்லாம் அது காலனித்துவ நாடுகளின் கல்வி

வளர்ச்சி குறித்து ஏதேனும் ஒரு நடவடிக்கை எடுப்பதை பார்க்கிறோம். ஆனால் 'உட் நடவடிக்கை' மிகவும் நுணுக்கமானது. அரசியல் சூழ்ச்சிகள் கொண்டது. நமது வகுப்பறையின் பாடப்பொருள் தொடர்பான முக்கிய முடிவுகள் அப்போதே எடுக்கப்பட்டு விட்டன.

மேலோட்டமாகப் பார்க்கும்போது உட் நடவடிக்கை என்பது கல்விக்கான முதல் இயக்குனரகத்தைத் தோற்றுவித்தது. கல்வி நிதி பரவலாக்கத்திற்கு வழிவகுத்தது. இந்தியாவில் பல்கலைக்கழகங்களைத் தோற்றுவித்தது என பொத்தாம் பொதுவாகச் சொல்லப்பட்டது. ஏதோ மெக்காலே கல்வி பள்ளிக்கல்வி என்றும் சார்லஸ் உட் கல்வி கல்லூரிக் கல்வி என்பது போலவும் கட்டமைக்கப்பட்டது. உட் நடவடிக்கையின் முக்கிய கூறுகளைப் பார்ப்போம்.

இங்கிலாந்தில் புகட்டப்பட்டு வந்த அதே ஆங்கிலக் கல்வியை அப்படியே இங்கே பின்பற்ற மெக்காலே திட்டம் வழிகோலியது. ஆனால் சார்லஸ் உட் வேறு திட்டங்கள் வைத்திருந்தார். அவர் எழுதுகிறார்: "நமக்குத் தேவை சிந்திக்கக் கற்கும் தத்துவார்த்த மேதைகள் அல்ல. நமது அறிவைத் தாண்டாமல் அடி பணிந்து உழைக்கும் சேவகர்களே நமக்குத் தேவை. எனவே இந்தியக் கல்வி என்பது தகவல் தரும் கல்வியாக இருந்தால் போதும். வேலைக் காலத்தில் தகவல் பரிமாற ஆங்கில மொழித் தேர்ச்சியும், கணக்கெழுத ஒரு கணிதமும் கருவிகளை இயக்கிட அறிவியலும் மட்டுமே தேவை. அதற்கு ஆழமான கல்வி உதவாது."

எனவே பாடப்புத்தகங்களை எழுதும் குழுக்கள் மற்றும் ஆசிரியர் பயிற்சி இடங்கள் இவை முக்கிய கவனம் பெற்றன. கணக்காளர் ஆவதற்காகப் பெருக்கல் வாய்ப்பாடுகளை மனப்பாடமாகச் சொல்பவராக, கூட்டல், கழித்தல், பெருக்கல், வகுத்தலில் சிறந்தவராக, நன்றாகக் கடிதம் எழுதிட விரிவாக்கத்தைச் சுருக்கி எழுதிட இப்படி பாடப்பொருட்களைப் பாட புத்தகங்கள் வழங்கின. உட் டெஸ்பேட்ச் எனும் உட் நடவடிக்கை இந்தக் கல்வியைக் கண்காணிக்கும் துறைகளை நிறுவியது.

பெரும்பாலான (99%) ஆசிரியர்கள் ஆங்கிலேயர்கள். பாடப் புத்தகத்தில் இருப்பதை மட்டுமே போதிக்க வேண்டும். அதில் ஒன்றரை மாதங்களுக்கு ஒருமுறை தேர்வு. நமது வகுப்பறையின் காலாண்டு, அரை ஆண்டு, முழு ஆண்டுத் தேர்வுகளுக்கு அப்போது தான் 'நாமகரணம்' சூட்டப்பட்டது. கல்வித்துறை போதனாதுறை (Department of Public Instruction) என்று அழைக்கப்பட்டது. இன்றும் சென்னையில் கல்வித்துறைகளை உள்ளடக்கிய வளாகம் டி.பி.ஐ (DPI) என்று அழைக்கப்படுவது அப்போதிருந்து வந்த நடைமுறை DPI என்பது Department of Public Instruction என்பதைக் குறிக்கும்.

அப்படியான மையங்களை கல்கத்தா, மும்பை, சென்னை, டில்லி ஆகிய ஊர்களில் சார்லஸ் உட் அமைத்தார். தமது வகுப்பறையைக் கண்காணிக்க அதிகாரிகள் இப்படித்தான் நுழைந்தனர். வருடம் 1854.

இன்றும் பிரிட்டனில் கல்வி இந்தியக் கல்வியிடமிருந்து வேறுபடுவதைப் பார்க்கிறோம். அங்கே வகுப்பறைகள் பாடத்துறை படி உள்ளன. ஒரு மாணவர், வரலாறு பாட வேளையில் வரலாறு வகுப்பறைக்குள் நுழைகிறார். தர்க்கம் அங்கே குழந்தைகளுக்குத் துறையாக உள்ளது. சுய படைப்பாக்கம் ஒரு பாடமாக உள்ளது. பயிற்றுமுறையே வேறுபடுகிறது. இங்கே ஒரு வகுப்பில் மாணவர்கள் நிரந்தரமாக அமர்ந்துள்ளனர். ஆசிரியர் என்பவர் பாடத்திற்குத் தக்கவாறு வேறுபடுவார். அங்கே பாடமுறைப்படி அமைந்த தனித்தனி அறைகளில் ஆசிரியர் நிரந்தரமாக இருக்கிறார். வகுப்பு அறை மாறுகிறது. மாணவர்கள் இடம் மாறுகின்றனர். ஒரு வகுப்பறையில் இருபது இருபத்து நான்கு இருக்கைகள் மட்டுமே உண்டு. ஆனால் இங்கே கல்வியை முன்மொழிந்த காலனித்துவ அரசு அதை போதனையாய் (Instruction) மாற்றி வெறும் கவனிப்பவராக, அடிபணிபவராக மாணவர்களை வைத்தது. ஆசிரியர், அரசின் ஆட்சி அதிகாரத்தின் கட்டளைகளை வெளிப்படுத்துபவராக அவர்களுக்குத் தேவையான சேவகர்களைச் செதுக்கும் பணியை மேற்கொள்பவராக வைக்கப்பட்டதால், வெறும் மேசை, உட்காரும் பெஞ்ச், ஒரு கரும்பலகை என தேவைப்பட்டியலும் சுருங்கிப் போனது.

உட் நடவடிக்கை நமது கல்வி வரலாற்றின் மைல் கல் என்று கல்வியாளர்கள் பெருமையோடு சித்தரிப்பதைப் பார்க்கிறோம். சார்லஸ் உட் இதே (கல்வி) பாணியில் பல்கலைக் கழகங்களையும் நிறுவினார். அது மட்டுமல்ல நமது கல்வியின் இன்னொரு முகமான தனியார்மய கல்விக்கு அஸ்திவாரம் போட்டவரும் சார்லஸ் உட்தான். ஆங்கிலக் கல்விச்சாலைகள் தொடங்க முன்வரும் உள்ளூர் செல்வந்தர்களுக்கு அரசு ஆதரவுக் கரம் நீட்டி அந்தப் பள்ளிகளில் ஆசிரியர்களை நியமித்து சம்பளம் தரும் பொறுப்பை மட்டும் ஏற்பதாக அறிவித்தது. ஆசிரியர்களை மட்டும் அரசுதான் நியமிக்கும் எனும் ஷரத்தில் உள்ள சூட்சும அரசியலை நான் விளக்கத் தேவையில்லை. இன்றும் அரசு உதவி பெறும் தனியார் பள்ளிகளில் ஆசிரியர்களை நியமித்து பிறகு அரசின் அனுமதி பெறும் சடங்கு தொடர்வதைப் பார்க்கிறோம்.

தொழில் கல்வி எனும் பெயரில் இன்று பில்கேட்ஸின் வேலையாட்களை (The employees of Billgates) உற்பத்தி செய்யும்

அவலத்தின் அஸ்திவாரமும் அங்கே தான் நமக்குத் தெரிகிறது. மருத்துவக் கல்வி (நமது சித்த வைத்தியம் நாட்டு வைத்தியம் தடை செய்யப்பட்டு ஆங்கில வைத்தியம் அறிமுகமான கல்வி!) நம் ராட்டையை, ஏர் கலப்பையைத் தூக்கி எறிந்த இயந்திரப் பொறியியல் கல்வி இவை தொழிற்கல்வி என உட் நடவடிக்கை அழைத்தது. அதிலும் புதிய கண்டுபிடிப்புகளை நிகழ்த்துபவராக உருவாகாமல் மேற்கத்திய அறிவியலின் எடுபிடிகள் உருவாக்கப்படும் பட்டறைகளாய் இந்தக் கல்லூரிகளின் வகுப்பறைகள் மாறிப் போனதும் அப்போது தான். விவசாயம் கல்வியில் இடம் பெறவில்லை. இந்திய விவசாயத்தின் குரல்வளையை நெரித்து, தொப்புள்கொடியை அறுந்து, வேரற்று அழித்து, மனிதநேயமற்ற மண்ணோடு ஒட்டாத ஒன்றுக்குக் கல்வி என பெயரிடப்பட்டதும் அப்போதுதான்.

நமது வகுப்பறையைப் பாருங்கள். பெரும்பாலான பள்ளிகளில் மாணவர்கள் வரிசை வரிசையாக அமர்ந்திருப்பார்கள். அதனைத் தற்போதைய அனைவருக்கும் கல்வி (SSA) செயல்முறைக் கற்றலாக மாற்றி, ஆரம்பப் பாடசாலைகள் வட்டம் வட்டமாக உட்காரும் முறையாக மாற்றியுள்ளன. பல வகைப்பட்ட அறிவுடன் திறன்களுடன் ஏராளமான எதிர்பார்ப்புகளுடன் அங்கு வந்துள்ள அந்த மாணவர்கள் எல்லாரும் ஒன்று போலவே இருக்கிறார்கள். இந்தச் ‘சீருடை’ எனும் அம்சம் எங்கிருந்து வந்தது? வரிசையாகப் பிடித்து வைக்கப்பட்ட உணர்வற்ற கடை பொம்மை போல அவர்களை ஆக்கியவர்கள் யார்? ஒரு வகுப்பறை ஏன் எப்போதும் அமைதியாகவே இருக்க வேண்டும்?

தவிர நமது வகுப்பறை ஒரு நிரந்தரத் தன்மை கொண்டிருப்பதையும் நீங்கள் பார்க்கலாம். அங்கே கல்வி ஆண்டின் தொடக்கத்தில் நுழையும் ஒரு குழந்தை நாள் தவறாமல் அதே அறைக்கு தினமும் வருகிறது. அங்கே அதற்கு ஏறக்குறைய ஒரே இடம் - இருக்கை ஒதுக்கப்பட்டுள்ளது. அதே இடத்தில் ஆசிரியர் குறுக்கீடு செய்தால் ஒழிய அது தினமும் பல மணிநேரம் அமர்கிறது. வகுப்பிற்கு வகுப்பு ஆசிரியர்களே மாறுபவர்கள். வகுப்பு மாறுவதே கிடையாது. இது ஏனைய நாடுகளின் கல்விமுறையிலிருந்து வேறுபடுகிறது. ஏன் இங்கிலாந்தில் கூட அப்படி கிடையாது.

அங்கே வகுப்பு என்பது ஒரு அறை அல்ல. அது ஒரு குழு! அந்தக் குழு 20 முதல் உயர்ந்தபட்சம் 24 மாணவர்களால் ஆனது. அங்கே துறைவாரியாகப் பயிலறைகள் உள்ளன. அறிவியல் என்பது ஒரு அறை. வரலாறு ஒரு அறை. மொழியியல் அரங்கு, உடற்பயிற்சிக்கு தனியே ஜிம்னேசியம் என ஜப்பானில், சுவிட்சர்லாந்தில் ஏன் குட்டி நாடான பின்லாந்தில் கூட அப்படித்தான். வகுப்பு - அதாவது

மாணவர் குழு பாடவேளைக்குத் தக்கவாறு அறை அறையாகத் துறை துறையாக இடம் மாறுகிறது! அங்கே கற்றல் உபகரணங்களுடன் கற்றல் சூழலில் மாணவர் குழு பயிற்றுவிக்கப்படுகிறது. அறிவியல் அறை வகுப்பிற்கு ஒன்று உண்டு.

இந்த நடைமுறை இந்தியாவில் இல்லை. பிரித்தானிய காலனிய வரலாற்றுப் பின்னணி கொண்ட (தென் ஆப்பிரிக்கா) உட்பட எல்லா காமன்வெல்த் (இது ஒரு அடைமொழிக்காகவே பயன்படுத்தப்படுகிறது) நாடுகளிலும் நீங்கள் நம் நாட்டைப் போலவே கல்வி அமைந்துள்ளதைக் காணலாம். வகுப்பறை ஒரு நிரந்தர அறை. வரிசை வரிசையாக மாணவர்கள். ஒரு கரும்பலகை. ஆசிரியருக்கு ஒரு மேசை நாற்காலி. மாணவர் பைகளில் பாடப்புத்தகம். அதை அவர்களாகவே படித்துவிடக்கூடாது, ஆசிரியர் படித்துப் பொருள் தருவார். பாடங்களை ஒருமுறை சத்தமாகக் கத்துவதே ஆசிரியரின் (ஏறக்குறைய) பணி. எத்தகைய எதிர்வினையும் (பாடம் சம்பந்தமான வினா - விடை தவிர) புரியும் உரிமையற்ற வெற்று கற்பவராக மாணவர்.

மாணவர்கள் அவரவர்களுக்குச் சொந்தமாக புத்தகங்களோடே நோட்டுப் புத்தகங்களையும் வைத்திருப்பதை நாம் பார்க்கிறோம். ஆசிரியரின் பணி அவரது மாணவர்களுக்குப் பாடப்பொருளை எழுதப் பயிற்றுவிப்பது. நமது அமைப்பில் அதுவே பிரதான இடம் பிடித்துள்ளது. வீட்டுப்பாடம், வகுப்புப்பாடம் போன்றவை எப்போதுமே எழுத்துப் பயிற்சிதான். கேள்வி பதில்களாகக் கூறுபோடப்பட்ட ஒரு பாடப்பொருள். அச்சுத்துறை எவ்வளவோ வளர்ச்சி கண்ட போதிலும் மாணவர் அவரவர்களது நோட்டில் தனது கையெழுத்தில் எழுதி வைத்து ஆசிரியர் அதை மெய்ப்புத் திருத்திக் கையொப்பமிட்டுப் பேண வேண்டும். குறுஞ்செய்தி (SMS) காலத்திலும் மாணவர் கையெழுத்து அழகாக இருக்க வேண்டுமென முதுகொடிய நாம் நமது கவனத்தை எப்போதும் அதில் செலுத்துகிறோம். அது மட்டுமல்ல.

இந்தக் கேள்வி - பதில் எழுதி வைப்பது அடுத்து வரும் தேர்வினை எழுதுவதற்காகவே. தேர்வுகளே நமது வகுப்பறைகளின் இலக்கு. இந்தத் தேர்வுகளுக்காக மட்டுமே ஆசிரியர், மாணவர்களைத் தயார் செய்கிறார். இவை 99 சதவிகிதம் எழுத்துத் தேர்வுகளே. 'உலகிலேயே உருவில் பெரிய நிலம் வாழ் விலங்கு எது?' என கேட்டால் ஒரு ஒன்றாம் வகுப்பு, இரண்டாம் வகுப்பு மாணவர் யானை என எளிதில் பதிலளித்து விடுவார். பேச்சில் அவருக்குப் பிரச்சனை இல்லை. அவருக்கு அது தெரிந்திருக்கிறது. அவருக்கு நிலம் வாழ் உயிரிகளில் யானையே அளவில் பெரியது என

தெரிந்திருந்தால் மட்டும் போதாது. அதை எழுதத் தெரியவும் வேண்டும்!

அதிலும் அதை ஆங்கிலத்தில் எழுதத் தெரியவேண்டும். யானைக்கு ஆங்கிலத்தில் எலிஃபண்ட் (Elephant), அதற்கு எழுத்துக் கூட்டும் ஸ்பெல்லிங், அந்த வாக்கிய அமைப்பு என அடுத்தடுத்து அதில் பிரச்சனைகள் உள்ளன. ஒரு குழந்தைக்கு ஒரு குறிப்பிட்ட விஷயம் குறித்து விவரம் தெரிந்திருக்கிறதா என மதிப்பீடு செய்வதே கல்வியின் அளவுகோல். ஆனால் அந்தப் பாடப்பொருளை எழுதத் தெரிந்துள்ளதா என்பதை மதிப்பீடு செய்வது நமது இந்தியக் கல்வி. இதில் கமல்ஹாசன் கூட சினிமா பற்றிய தேர்வு வைத்தால் தோல்வியடைய வாய்ப்பு உள்ளது. சச்சின் டெண்டுல்கர் கிரிக்கெட் பற்றிய எழுத்துத் தேர்வில் நிச்சயம் வெற்றி பெற மாட்டார்! எழுதிக் காட்ட வேண்டும் என்கிற அந்த ஒற்றைப் பெரும் அபத்தம் எத்தனையோ பேரின் கல்வியை இடைநிறுத்தி நமது கல்வியில் மிகப்பெரிய வன்முறையை நிகழ்த்தி உள்ளது என்பது இன்றும் தொடரும் ஒரு அவலம் ஆகும்.

இந்த வகுப்பறை அப்படியான தேர்வுகளுக்குத் தயாராவதை மட்டுமே காலையில் மணி அடித்தது முதல் மாலை மீண்டும் மணி அடிக்கும் வரை தன் செயல்பாடாகக் கொண்டுள்ளதற்கு என்ன காரணம்? முதலில் சீருடைகளின் வழியிலிருந்து நாம் தொடங்க வேண்டும். ஒரு ஆசிரியராக நாம் அதன் ஆணிவேர் வரலாற்றில் எங்குள்ளது என்பதை அறிய வேண்டும்.

பிரித்தானிய அரசின் கல்வியாக உட் நடவடிக்கை கும்பேனி கையிலிருந்து கல்வியைப் பிரித்ததைக் கண்டோம். இந்தியாவில் காலூன்றிய பிரிட்டிஷ் ஆட்சி தனது நாட்டின் தொழிற்புரட்சிக்குத் தீனி போட வேண்டிய பெரிய தேவையைக் கொண்டிருந்தது. இந்திய மண்ணின், காடுகளை, வனச் செல்வங்களை அழித்துப் பெரிய கொள்ளையில் இறங்கியது. புறம்போக்கு எனும் சொல்லாக்கத்தை அறிமுகம் செய்து யாருக்கும் பட்டா எழுதாத இடங்கள் அரசினுடையவை. இந்த மண்ணில் எது அசைந்தாலும் எதில், எதை, எப்படிப் பார்த்தாலும் அதைத் தனது நாட்டின் புதிதாய் முளைத்திருந்த தொழிற்சாலைகளுக்குக் கச்சாப்பொருட்களாகவே அது பார்த்தது; கொள்ளை அடித்தது.

தனது காலனித்துவக் கொள்ளையை முறைப்படி, அரச படிநிலைகளாக்கி அது அறிமுகம் செய்தது. இந்திய தீபகற்பத்தில் நடந்த காலனித்துவ ஆட்சி இங்கிலாந்தைப் பொருளாதார உலகத் தரத்தில் அன்று முதலிடத்திற்கு எடுத்துச் சென்றதும் இன்றும் அதனாலேயே அதன் பொருளாதாரம் அசைக்க முடியாத மூலதனக்

குவியலாக இந்த உலகமயமாக்கல் புதிய அமைப்பிலும் அதனை முன்நிறுத்துகிறது.

5

தேர்வுகளைக் கண்டுபிடித்த ஹண்டர் கமிஷன்

இந்தக் 'கச்சாப்பொருள்' கொள்ளையை ஏதோ ராஜீய வகை சட்டப்படியான அம்சமாக வைத்ததன் மூலம் பிரமாண்டமான திருட்டை முறைப்படி கணக்கு வைத்துக் கொள்ள வேண்டிய நிர்பந்தத்திற்கு பிரித்தானிய காலனிய அரசு தள்ளப்பட்டது. கப்பல் போக்குவரத்திலிருந்து அனைத்தையும் ஏற்படுத்தி நடக்கும் ஒவ்வொன்றையும் ஒவ்வொரு இடத்திலும் கணக்கு வைத்துத் தனி மனிதக் களவாடலை நிறுத்த வேண்டிய கட்டாயம். அதே சமயம் இந்திய தீபகற்பம் முழுவதும் புராதனத் தொழில்களை முடக்கி முறைப்படியான தனக்கே லாபம் வந்து சேரும் அபரிமித உற்பத்தி (Mass production) அது முன்வைத்தது. இந்தியாவிலிருந்து உற்பத்தியான பருத்தியை டன் டன்னாக இங்கிலாந்துக்கு எடுத்துச் சென்று அதை அங்கே துணியாக்க தன் புதிய மில்களுக்கு அது தாரை வார்த்தது என்பது ஒரு உதாரணம். இதை நாம் அறிவியலின் துணையோடு நடந்த சுரண்டல் என பார்க்கிறோம்.

இதனைச் செவ்வனே அரங்கேற்ற பிரித்தானிய அரசு இயந்திரத்திற்குப் பல்வகை தேவைகள் முளைத்தன. இந்திய உட்கிராமங்களில் கூட கிராமணி முதல் கணக்கர் வரை நில அளவைப் பட்டா என்பதில் தொடங்கி சேமிப்புக் கிடங்குகள் இடம் விட்டு இடம் செல்ல போக்குவரத்து நிர்வாகிகள் என பலதரப்பட்ட புதிய பணியிடங்களைக் காலனிய சுரண்டல் ஏற்படுத்திக் கொண்டது. இந்தியாவில் ரயில் போக்குவரத்து, சாலைப் போக்குவரத்து, கப்பல் போக்குவரத்து எதுவும் பிரிட்டிஷ்காரர்கள் நமது மக்களுக்காகச் சேவை செய்யத் தொடங்கியவையே அல்ல. அவை அவ்விதம் நமது காடுகள், நிலங்கள் என மொத்த மொத்தமாய் அபகரித்ததைத் தனது நாட்டிற்கு எடுத்துப் போவதற்காக அமைத்த போக்குவரத்தே ஆகும்.

அது ஏற்படுத்திய புதிய வகைப் பணியிடங்களில் மேற்பார்வைக்கு எப்போதும் ஆங்கிலேய துரையே நியமனம் பெற்றார். ஆனால் கிட்டங்கிகளிலும் அதன் வழி நெடுகிலும் உள்ளூர் மொழி அறிந்த அதே சமயம் ஆங்கிலேய மேலதிகாரியிடம் சரளமாய்க் கருத்துப் பரிமாற ஆங்கிலமும் கற்ற புதியவகை பணியாட்கள் தேவைப்பட்டனர்; இவர்களில் பெரும்பாலானவர்கள் இங்கே நடப்பதை ஒரு அறிக்கையாக (Report) மேலதிகாரிகளுக்கு நிர்ணயித்த கால

இடையீட்டில் (Periodically) எழுதி அனுப்பும் கடமை பெற்றனர். பல நிலை ஆங்கிலேய மேற்பார்வையாளர்களுக்குப் பிரதிகள் எடுத்து அனுப்பும் அந்த வேலைக்கு ஆங்கிலத்தில் எழுதத் தெரிந்த ஒரு பெருங்கூட்டம் திடீர் தேவையாய் இருந்தது. இன்றும் நமது இந்திய அரசு மற்றும் பிராந்திய அரசுகளின் நிர்வாகம் என்பது 'அறிக்கை' நிர்வாகமாக, காகித நிர்வாகமாக (Paper Based Administration) இருப்பதைக் காணலாம்.

இந்தப் பணியிடமே நிறைய தேவைப்பட்டியல்களில் இடம் பிடித்தது. இதற்கு 'எழுத்தர்' என்றே பெயர். இதோடு ஒரு 'கணக்கர்'. தேவையாக 1870-களில் பிரித்தானிய அரசுக்கு லட்சக்கணக்கில் இப்பணிக்கு ஆட்கள் ஏற்பட்ட போது, இன்னொரு அசாதாரண சூழலையும் அது சந்தித்தது.

1880-ல் இந்திய மண்ணில் தேசிய எழுச்சி தொடங்கிவிட்டிருந்தது. டல்ஹவ்சி பிரபு ஆடம் திட்டத்தையும் தாம்சன் அனுபவத்தையும் ஏற்று தொடக்கக் கல்வியில் மாற்றங்களை முன்மொழிந்திருந்தார். ஆனால் அவர் ஏற்படுத்திய அரசு சார்ந்த பள்ளிகளில் 36,000 குழந்தைகள் கல்வி கற்றதாக 1869 கணக்கெடுப்பு கூறுகிறது. இது கிறித்துவ மிஷனரி பள்ளிகளில் கல்வி கற்ற குழந்தைகளைவிட மூன்று மடங்கு குறைவாகும். இந்தப் பள்ளிகளை அரசு நியமித்த கண்காணிப்பாளர் (Inspector) எனும் ஆங்கிலேயர் வழி நடத்துபவராக இருந்ததைப் பார்க்கிறோம். இப்பள்ளிகள் மிஷினரி பள்ளிகள் போலவே ஆங்கில வழிக் கற்றலை முன்வைத்தன. இருவகைப் பள்ளிகளிலும் கற்க வந்த மாணவர்கள் தலைப்பாகை (இந்து) தலைக்குல்லா (இசுலாமியர்) அணிந்தும் அவரவர் மத, சாதிய அடையாளத்துடனும் வர முடிந்தது.

தங்களது தாய்மொழிகளில் கல்வி தேவை என்பதிலும் தங்களது மத சம்பிரதாயங்களைக் காப்பாற்றும் பதற்றமும் இந்திய தேசியவாதத்தை முளைவிட வைத்தது என்பது உண்மையானாலும், ஏற்கெனவே ஆங்கிலக் கல்வி மூலம் வெளியே பணியிடம் சென்ற இந்தியர்களின் வாழ்நிலையை அரசு ஊழியர் அந்தஸ்து உயர்த்தி இருந்தது என்பது ஆங்கில வழிக்கல்வியை மேலும் வேரூன்றிட வைத்தது. ஏற்கனவே 1857 முதல் பிரமாண்டமாய் கிளர்ந்திருந்த (முதல் இந்திய சுதந்திரப்போர் காலகட்டம்) இந்திய தேசிய எழுச்சியின் ஒரு பகுதியாய் ஆங்காங்கே போராட்டங்கள் முளைவிட்டன.

1882-ல் ஆங்கிலேய அரசு, மதமாக, மொழி இனமாக மக்கள் ஒன்று கூடுவதை முன்கூட்டித் தடுக்க மேலும் கல்வியில் சீர்திருத்தங்கள் செய்ய முடிவெடுத்தது. முதல் இந்திய விடுதலைப் போரில் சிப்பாய்கள் மற்றும் விவசாயிகள் எழுச்சியால் கையைச்சுட்டுக்கொண்ட அரசு ஹைதர்அலி மற்றும் திப்புசுல்தான்

கால அதிரடிகளை மீண்டும் சந்திக்காமல் தடுத்துக்கொள்ள நுணுக்கமான பல்வகை யுக்திகளைக் கையாளத் துவங்கியது. இந்து -முஸ்லிம் பிரிவினை முதல் பல அடுக்குகளில் அதன் ராஜதந்திரம் விதையூன்றியது.

கல்விச் சாலைகளிலிருந்து சீர்திருத்தத்தைத் தொடங்கிட வில்லியம் ஹண்ட்டர் (Hunter) என்பவர் தலைமையில் ஒரு கல்விக் கமிஷனை இங்கிலாந்து அரசு நியமித்தது. இந்தியக் கல்வி வரலாற்றில் 'இந்தியக் கல்விக்குழு (Indian Education Commission) என அழைக்கப்பட்ட முதல் கமிஷன், 1882-ல் அமைக்கப்பட்ட இந்த ஹண்ட்டர் கமிஷனாகும். இது தொடக்கக்கல்வி குறித்து மட்டுமே ஆய்வு செய்ய அமைக்கப்பட்டுள்ளதாக முதலில் அறிவிக்கப்பட்டது. தொடக்கக் கல்வியை, அரசு சரியாகச் செயல்படுத்தத் தவறியதா என்பதை ஆய்வு செய்து தனது பரிந்துரைகளை அது சமர்ப்பிக்கும் என பிரித்தானிய அரசு அறிவித்தது. வில்லியம் ஹன்ட்டர் அங்கிருந்து கிளம்புவதற்கு முன் லண்டனில் அளித்த பேட்டியில், 'இங்கிலாந்து பிரஜைகளுக்கும் நமது பிரித்தானிய பேரரசுக்கும் அவசியமான ராஜீய உற்பத்தி துறை சார்ந்த பலன்களை உடனடியாகப் பெற்றுத்தரும் பிரித்தானிய வேலைப் பளுவை (British Labour) குறைக்கும் ஒரு கல்வியை முன்வைப்பதே நோக்கம்" என குறிப்பிட்டதை இங்கே நினைவு கூர வேண்டும்.

ஹன்ட்டர் கமிஷன், 'எழுத்தர்' பணியிடப் பயிற்சியாகக் கல்வியை முன்மொழிந்தது. எழுதிக் காட்டுவதும், தேர்வுகளும் அதிமுக்கியத்துவம் பெறத் தொடங்கியது அப்போதுதான். நமது வகுப்பறையில் காலாண்டு, அரையாண்டு மற்றும் முழு ஆண்டுத் தேர்வுகளும் அவற்றுக்கு ஆயத்தமாகிட மாதாந்திரத் தேர்வுகளும் அறிமுகமாயின. ஹன்ட்டர் கமிஷன் காலாண்டுத் தேர்வுகளை மைக்கெல்சன் விடுப்புத் தேர்வு என்றும் அரையாண்டுத் தேர்வுகளை கிறிஸ்துமஸ் விடுப்புத் தேர்வு என்றும் முழு ஆண்டுத் தேர்வுகளைக் கோடை விடுப்புத் தேர்வு என்றும் அழைத்தது.

தலைக்குடுமி, குல்லாய் என்பன பிரித்தானிய அரசு அலுவலகங்கள் முதல் ராணுவம் வரை பெரிய அச்சுறுத்தலாகவே அரசுக்குத் தொடர்ந்தன. இந்த அடையாளங்கள் எளிதில் தங்களை ஒரு குழுவாய் அடையாளம் காண மக்களுக்கு உதவியது. இது எப்போது வேண்டுமானாலும் அரசுக்கு எதிராக ஒன்று கூடிச் செயல்படும் ஆபத்துகளைக் கொண்டிருந்தது. தவிர விரைவில் பிராந்திய மொழிகளில் கல்வி கேட்டு மாணவர் அளவிலும் போராட்டங்கள் நடைபெற வாய்ப்புள்ளதாக இங்கிலாந்தின் உளவுத்துறை வட்டாரங்கள் எச்சரிக்கத் தொடங்கின.

ஹன்ட்டர் கமிஷன் இந்த சூழலைத் தனது இருவிதமான பரிந்துரைகள் மூலம் எதிர்கொண்டு முடித்து வைத்தது. பள்ளி மாணவர்கள் குல்லாய், தலைப்பாகை, குடுமி இவற்றிலிருந்து முற்றிலும் மாறி கிராப் மட்டுமே வைக்க வேண்டும். ஆங்கிலேய ஹாட் (Hat) குல்லாய் அணியவும் அவர்களுக்கு ஜென்டில்மேன் அந்தஸ்து கிடையாது. ஹன்ட்டர் கமிஷன் பள்ளிகளில் சீருடைகளையும் கட்டாயமாக்கியது. வேட்டி, ஜிப்பா, பைஜாமா விடைபெற்று வெள்ளைக்கார சட்டை கால்சராய், ஷூ காலணி அறிமுகமானது.

இன்று நாம் குறிப்பிடுவது போல பல சமூக பொருளாதாரப் பின்னணி கொண்ட மாணவர்கள் வேறுபாடு துறந்து ஒன்றாகக் கல்வி கற்க வந்ததாக நம்பப்படும் இந்தச் சீருடை அறிமுகமானது என்பது சூட்சுமமான ஒரு அரசியல் நிகழ்வு என்பதையே ஹன்ட்டர் கமிஷன் பரிந்துரை உணர்த்துகிறது.

கமிஷன் முன் வைத்த இந்தப் பரிந்துரை, இந்து, இஸ்லாம், பார்ஸி, வீர சைவன் இந்தியஇப்படி பலவாகத் தன்னை உணர்ந்த ஒரு சிறுவனை ஆங்கிலேயனாய், ஆங்கிலேய அரசுப் பணியாளனாய் உணர வைத்த அரசியல் செயல்பாட்டைப் பின்னணியாகக் கொண்டதாகும். இந்த மடிப்புக் கலையாத உடுப்பை அணிந்த பின் அவன் விவசாயத்தில் எப்படி கை வைப்பான்? சமூகத்தில் மிகப்பெரிய அதிர்வுகளை இந்த ஒரு ஷரத்து ஏற்படுத்தியது. சிப்பாய்களிடையே இதேபோன்ற ஒரு சட்ட விதியைக் கொண்டு வந்து முதல் விடுதலைப் போராக அது மாறியதை எதிர்கொண்ட அரசு பள்ளிகளில் சத்தமே இல்லாமல் அதை அறிமுகம் செய்தது. பஞ்சாபியர்கள் தலைப்பாகையும், இசுலாமியர்கள் குறுந்தாடியும், இந்துக்கள் நெற்றிப்பட்டையும் நாமமும் அணிய போராடிப் பின்னர் சில சலுகைகளைப் பெற்றனர்.

ஹன்ட்டர் கமிஷன்தான் பிராந்திய மொழிக் கல்வியை ஆதரிப்பதாகப் பெரிய அறிவிப்பு போல வெளியிட்டது. பிராந்திய மொழியில் தொடக்கக்கல்வி என அது கோஷம் போல அடுத்த ஷரத்தை முன் வைக்கிறது. ஆனால் இந்த இடத்திலும் நுணுக்கமான அரசியல் செயல்பாடு ஒன்றை அது தந்திரமாய்க் கலந்தது.

பிராந்திய மொழிக்கல்வி என்பது வேறு, பிராந்தியக் கல்வி என்பது வேறு. பிராந்தியக் கல்வி அந்த இன மக்களின் வர்க்கம் கடந்த அடையாளங்களைப் பண்பாட்டைக் கற்றுணரும் கல்வியாகும். மரணங்கள் திருமணங்களில் தங்களுக்கே உரிய இன அடையாளங்கள், திருவிழாக்கள், மக்களின் பொதுக் கொண்டாட்டங்கள், அறுவடை, விதைப்பு அந்த பிராந்திய தொழிலின் அடிப்படைகள் என விரிவது

பிராந்தியக் கல்வியாகும். விவசாய நுணுக்கங்களைத் தஞ்சையிலும், தறிப்பட்டறைகளின் முக்கிய கூறுகளைக் கோவையிலும், பட்டு நெசவின் அடிப்படைகளைக் காஞ்சியிலும் கல்வியாக வைப்பது போன்றது அது. குலக்கல்வியைக் கடந்து வர வேண்டும் எனும் சவால் இதில் இருக்கலாம். ஆனால் பிராந்தியக் கல்வி என்பது அந்த இனத்தின் கல்வி; அது இத்தோடு அந்த இனத்தின் இலக்கியப் பண்பாட்டுக் கூறுகளை முன் வைக்கும் கல்வியாக இருக்கும்.

ஆனால் ஹன்ட்டர் கமிஷன் முன்வைத்தது பிராந்திய மொழிக்கல்வியை. இங்கிலாந்தின் மான்செஸ்டர் பற்றி... இன்னும் பிரித்தானிய கலாச்சார, அறிவியல், வரலாறு சார்ந்த அதே ஆங்கிலப் பாடநூல்களை பிராந்திய மொழிகளில் மொழியாக்கம் செய்து 'எழுத்தர்' பணி சார்ந்த அதே பாடப்பொருளை அந்தந்த மொழிகளில் வழங்குதல். அத்தோடு ஆங்கிலம் ஒரு பாடமாகத் தொடரும்! எந்த மொழியில் கற்றால் என்ன? பாடப்பொருள் ஆங்கிலேயர்களுடையதே. எனவே பாதகமில்லை என தொடக்கக்கல்வி பிராந்திய மொழிகளிலும் இருக்கலாம் என அறிவித்தது. இன்றும் நமது மொழிக்கல்வியை நமது பிராந்தியக் கல்வியாக நாம் காண முடியாததும், நமது வகுப்பறை என்பது ஆங்கிலத்தைக் கைவிட முடியாதது மட்டுமல்ல, பாடப்பொருள் எந்த மொழியில் இருந்தாலும் அதை உணர்ந்து நமது வாழ்வோடு இணைத்துக் கற்பதில் சிரமமாகவும் மனப்பாடம் செய்வதைத் தவிர வேறு வழியே இல்லாத இக்கட்டில் நம்மை நிறுத்துவதற்கும் இதுவே காரணம்.

6

காந்தியின் ராட்டையும் வகுப்பறையும் ஒரு துயரக்கதை

1885-ல் காங்கிரஸ் பேரவைக் கட்சி தொடங்கப்பட்டதோடு, குருகுல கங்காரி அமைப்புகள், தியோசோபிகல் சொசைட்டி போன்ற கிறித்துவரல்லாத அமைப்புகள் 19-ம் நூற்றாண்டின் இறுதியில் முளைத்த தேசிய அலையின் தொடக்கமாக அமைந்தன. அன்னி பெசன்ட் அம்மையார் 'இந்தியர்களால் நடத்தப்படும், இந்தியர்களே அதிகாரம் செலுத்தும் இந்தியக் கல்வி' எனும் முழக்கத்தை முன்வைத்தபோது கூட கல்வித் துறையில் மாநில, மாவட்ட, வட்ட, பஞ்சாயத்து அடிப்படை அதிகாரிகளாக இந்தியர்களே பணி அமர்த்தப்படுவது அது இது என மேலோட்டமான மாற்றங்கள் நிகழ்ந்தனவேயன்றி அந்த மாற்றங்களால் நமது வகுப்பறையில் எந்தத் தாக்கத்தையும் முன்வைக்க முடியவில்லை என்பதே உண்மை.

சரி. இப்படி நமது வகுப்பறையின் இன்றைய நிலைக்கு பிரிட்டிஷாரே பொறுப்பு என நாம் கூறிவிட முடியுமா. இக்கல்வியில் சில மாறுதல்களைச் செய்து, வகுப்பறையின் போக்கை மாற்ற முயற்சிகள் எதுவுமே மேற்கொள்ளப்படவில்லையா எனும் கேள்வி எழுவது இயற்கையே. அடிப்படைக் கல்வியில் மாற்றங்களை மேற்கொள்ள மகாத்மா காந்தியின் தலைமையில் காங்கிரஸ் ஆட்சி செய்த இந்திய மாகாணங்களின் அமைச்சர்களை உள்ளடக்கிய கல்வி மாநாடு ஒன்று 1937-ல் வார்தாவில் நடந்தது.

கல்விக்கான இந்திய வடிவம் எனும் தனது கல்விக் கொள்கைகளை காங்கிரஸ் அந்த மகாநாட்டில் முன்வைத்தது. அவை காந்தியின் கல்விக் கொள்கைகளே:

1. கல்வி ஆறு வயது முதல் பதினான்கு வயது வரை விலையின்றி இலவசமாகக் கட்டாயக் கல்வியாய் வழங்கப்பட வேண்டும்.
2. தொடக்க கல்வி கண்டிப்பாகத் தாய்மொழியில் இருக்க வேண்டும்.
3. ராட்டை, உட்பட பள்ளியில் மாணவர்கள் வாழ்க்கைத் தொழில் ஒன்றைக் கற்றுவிட வேண்டும்.
4. தன் சொந்தக் காலில் நிற்க சுய கட்டுப்பாடு மிக்க குழந்தைகளை உருவாக்குதலே கல்வியின் நோக்கம்.

குழந்தைகள் மையக்கல்வியை முன்மொழிந்தாலும், உழைப்பின் அருமையைக் கற்கும் கல்வி என அது போற்றப்பட்டாலும், சுய கட்டுப்பாடு மிக்க ஒழுக்கசீலர்களை உருவாக்கும் கல்வி என்று காந்தி அடிகள் அதை அழைத்தாலும் அப்படி ஒரு கல்வி நமது வகுப்பறைக்குள் நுழையவே இல்லை என்பதே உண்மை. காந்தியின் ராட்டையை ஆங்கில அரசு எப்படி வகுப்பறைக்குள் அனுமதிக்கும்?

விடுதலைக்குப் பிறகு இந்தியர்களே இந்தியாவை ஆண்ட காலத்தின் முதல் கல்வி கமிஷன் டாக்டர் இராதாகிருஷ்ணன் கமிஷன் (1948-49). அப்போது டாக்டர் இராதாகிருஷ்ணன் ஆக்ஸ்போர்டு பல்கலைக்கழகத்தில் பேராசிரியராக இருந்தார். கல்வி கமிஷன் மூலம் அவர் இந்தியாவிற்குத் திரும்பியதோடு பிற்காலத்தில் துணை ஜனாதிபதி மற்றும் ஜனாதிபதி பதவிகளும் வகித்தார் என்பது நாம் அறிந்ததே. இராதாகிருஷ்ணன் கமிஷன் இந்திய பல்கலைக்கழக கல்விக் கமிஷன் என்றும் அழைக்கப்படுகிறது. இந்திய பல்கலைக்கழக மானியக் குழுவை (UGC) அது தான் ஏற்படுத்தியது. ஆனால் கல்வியின் அடிப்படைகள் குறித்து அது எந்தக் கேள்வியும்

எழுப்பிக் கொள்ளவில்லை. இந்திய ஆட்சி அதிகாரத்தில் இருந்த நேரு உட்பட அயல்நாட்டுக் கல்வி சுவைத்த 'ஜென்டில்மேன்' குழுமம் ஆக்ஸ்போர்டு பல்கலைக்கழகத்திற்கு இணையான பல்கலைக்கழக தரம் இறுதி நோக்கம் எனக் கருதினர். பள்ளிக்கல்வியைக் கல்லூரிக் கல்வியோடு இணைக்க ஒரே ஒரு ஷரத்து இராதாகிருஷ்ணன் குழு பரிந்துரையில் இருந்தது. மற்றபடி நம் வகுப்பறையில் அது ஒரு நாற்காலியைக் கூட நகர்த்தவில்லை.

இராதாகிருஷ்ணன் கமிஷன் பள்ளி விடுப்பு சான்றிதழ் பெறத் தேவையான பாடங்களை முன்மொழிந்தாலும் அவற்றில் பெரும்பாலானவை ஏற்கனவே இருந்தவைதான். கல்வியில் விருப்பப்பாடங்களை இறுதி ஆண்டில் எழுத அது வழிகோலியது.

ஏற்கனவே டாக்டர் இராதாகிருஷ்ணன் குழுவில் இருந்த லட்சுமணசாமி முதலியார் (சென்னை பல்கலைக்கழகத் துணைவேந்தர்) தலைமையில் ஒரு கல்விக்குழு 1952-ல் அமைக்கப்பட்டது. இவர் தென்ஆற்காடு மாவட்டத்தைச் சேர்ந்தவர். கல்வியில் முதலியார் கமிஷன் இரண்டு முக்கிய அம்சங்களைக் கொண்டு வந்தது. பெண்களுக்காகத் தனிப் பள்ளிகளை அங்கீகரித்தல் மற்றும் முழுக்கவே பிராந்திய மொழி வழிக் கல்விச் சாலைகள். எனவே தமிழ் வழிக் கல்வியின் முதல் பள்ளி ஏற்பட்டது முதலியார் கமிஷன் வழியே 1952-ல் தான். மொழிவாரி மாநிலங்களை அமைத்தது முறைப்படி முடிவுக்கு வந்தபோது அந்தந்த மாநிலங்களின் மொழியில் கல்வி என பொதுவாக அறிவிக்கப்பட்டாலும், பிரதான பாடங்களில் ஒன்றாக ஆங்கிலம் தொடர்ந்ததோடு கல்லூரிக்கல்வி ஆங்கிலத்தில் மட்டுமே இருந்தது. அது மட்டுமல்ல, முதலியார் கமிஷன் பிரிட்டிஷ் ஆட்சி முன்மொழிந்த கல்வித்துறைப் பதவிகளை அப்படியே அங்கீகரித்து, தேர்வு என்பது தேவையான, தவிர்க்க முடியாத தொல்லை (Needed Unavoidable Evil) என்றும் அறிவித்தது.

நேரு மறைவதற்கு முன் 1964-ல் கல்வியில் நவீனமயமாக்கலை முன்மொழிவதற்காக (Modernisation of Indian Education) அப்போதைய பல்கலைக்கழக மானியக்குழுவின் தலைவர் டாக்டர் டி.எஸ். கோத்தாரி தலைமையில் ஒரு கல்விக்குழுவை நியமித்தார். ஆந்திர தெலுங்கானா போராட்டம், தமிழக இந்தி எதிர்ப்புப் போராட்டம் உட்பட இந்தியா முழுதும் நடந்த மாணவர் எழுச்சிகளின் பின்னணியில் இக்குழு அமைக்கப்பட்டது.

இந்தக் கமிஷனின் அமைப்பே வித்தியாசமாக இருந்தது. அதில் இந்தியப் பேராசிரியர்களோடு, லண்டன் பல்கலைக்கழகம் (இங்கிலாந்து) கலிபோர்னிய பல்கலைக்கழகம் (அமெரிக்கா), பாரீஸ்

யுனெஸ்கோ கல்வி அதிகாரி (பிரான்ஸ்), மாஸ்கோ பல்கலைக்கழகம் (சோவியத் யூனியன்), வெசாடா (டோக்கியோ) பல்கலைக்கழகம் (ஜப்பான்) என உலக அளவில் பேராசிரியர்கள் இடம் பெற்றனர். இந்தியக் கல்வியில் மெக்காலேவுக்குப் பிறகு நடந்த பெரிய நிகழ்வாக கோத்தாரி கமிஷன் பார்க்கப்படுகிறது.

பன்னிரண்டு உண்மை அறியும் குழுக்கள், ஏழு செயல் அமைப்புக் குழுக்கள் 9000 பேரிடம் பலவாறு கருத்தறிந்து 2400 பக்க அறிக்கையை வழங்கியது. 1964 அக்டோபர் 2-ம் நாள் (அதாவது மகாத்மா காந்தி பிறந்த நாளில்) பணியைத் தொடங்கிய அக்குழு 1966-ல், ஜூன் 29 அன்று தனது பரிந்துரைகளை மத்திய கல்வி அமைச்சரிடம் சமர்ப்பித்தது.

பல்வேறு பெயர்களில் இயங்கிய கல்வியின் கூறுகளுக்கு நாடு முழுதும் ஒரே பெயரை இந்தக் குழு முன்மொழிந்தது. கின்டர்கார்டன் (Kindergarten) பிரீ பேசிக் (Pre-basic) பிரீ பிரைமரி (Pre-primary) மாண்டிசோரி (Montessori) என்று இடத்திற்கு ஒன்றாக இருந்ததை ஒரே பெயரில் பிரீ பிரைமரி என்று நாடு முழுவதற்கும் ஒரே பெயரில் அழைப்பது, இப்படி பிரைமரி, லோயர் பிரைமரி, (I - V வகுப்பு) ஹையர் பிரைமரி (VI- VIII வகுப்பு) ஹை செகண்டரி (IX - X வகுப்பு) ஹையர் செகண்டரி (XI - XII வகுப்பு) (10+2+3 முறையை அறிவித்தது) என பெயரிட்டதோடு, கல்வியில் பள்ளி வகுப்பறைக்கு ஒரு தறி ஆசிரியர், ஓவிய ஆசிரியர் மற்றும் விளையாட்டு ஆசிரியரை அது அனுப்பியது. நாட்டு நலப்பணித் திட்டம் போன்ற கல்வி இணை செயல்பாடுகளை அது வகுத்துக் கொடுத்தது.

ஆனால் கோத்தாரி கமிஷன் கூட நமது கல்வியின், வகுப்பறையின் ஆதாரமான ஆங்கிலேய வாடை வீசும் பாடப்பொருளையோ, தேர்வு முறையையோ, வகுப்பின் ஆசிரியரின் பாடம் நடத்தும் முறையையோ எவ்விதத்திலும் பாதிக்கவில்லை. இந்தியக் கல்வியில் பெரிய அளவிற்கு நிறுவன மயமாக்கலை முன்மொழிந்ததாகக் காட்டப்படும் கோத்தாரி கமிஷன் கல்வியின் அடிப்படைக் கேள்விகள் எதையுமே எதிர்கொள்ளாமல் மழுப்பியது.

நமது நாடு ஒரு விவசாய நாடு என தன்னை அழைத்துக் கொள்ளத் தவறுவதே இல்லை. ஆட்சி அதிகாரம் பிரிட்டிஷ் கையிலிருந்து மாறியபோது, உண்மையான விவசாயிகளின் நாடு என்ன வகையான கல்வியை முன்மொழிந்திருக்க வேண்டும்? காந்தி ராட்டை சுற்றுவதை ஒரு அரசியலாக வைத்திருந்தது ஏன்? ஒரு விவசாய நாட்டில் பள்ளிகளுக்கு விதைப்பிற்கு ஒரு விடுமுறையும் அறுவடைக்கு ஒரு விடுமுறையும் மூன்று போகத்திற்கு ஒரு விடுமுறையும் விடுவது அல்லவா முறை. ஆங்கிலேயரின் மைக்கல்சன்

விடுமுறைக்குக் காலாண்டு விடுமுறை என்றும் கிறிஸ்துமஸ் விடுமுறைக்கு அரையாண்டு விடுமுறை என்றும் கோடை விடுமுறைக்கு முழு ஆண்டு விடுமுறை என்றும் பெயரை மட்டுமே கமிஷன்கள் மாற்றின.

இந்திய ஆட்சி அதிகாரம் பெற்று இதுவரை கூடுதலான காலங்கள் நம்மை ஆட்சி செய்து வரும் காந்தியின் சீடர்கள், நமது வகுப்பறைக்குள் காந்தியின் ராட்டை நுழைந்துவிடாமல் பார்த்துக் கொள்வதில் பிரிட்டிஷ்காரர்களை விட அதிக உக்கிரத்தோடு செயல்பட்டிருப்பதைப் பார்க்கிறோம்.

இதற்கெல்லாம் மேலாக புதிய கல்விக் கொள்கை எனும் ஒரு 'காகிதப்புரட்சி'யை 1986-ல் மத்திய அரசு வெளியிட்டது. பெரும்பாலான அதன் வாக்கியங்கள் மெக்காலே, சார்லஸ் உட் போன்றோரின் வாக்கியங்களைப் போலவே இருந்தன. இதற்கு நாடு முழுதும் பல்வேறு அமைப்புகள் கடும் எதிர்ப்பு தெரிவித்தார்கள். அந்தக் கல்விக் கொள்கை கூட உலக அளவிலான கார்ப்பரேட் வாதிகளுக்கு நமது கல்விச் சந்தைகளைத் திறந்துவிடும் நோக்கத்தோடு வந்ததே தவிர, நமது வகுப்பறையில் அதனால் எந்த மாற்றமும் நிகழவில்லை. சர்வதேச நுழைவுத் தேர்வுகளை மையமாக வைத்துக் கேள்வித் தாள்களில் மாற்றங்கள் செய்யப்பட்டன. தொழிற்கல்வி, கல்விமுறையின் ஒட்டுனர் அந்தஸ்து பெற்றது. இந்தக் கல்விக்கொள்கையின் கூறுகள் பல 1983-ல் நியமிக்கப்பட்ட ஆசிரியர் நிலை குறித்த தேசிய கமிஷன் பரிந்துரைப்படி அமைந்ததாகும். ஆசிரியர்களுக்கான தேர்வுகளை அது முன்மொழிந்தது.

இத்தனை ஆண்டுகாலத்தில் நமது வகுப்பறை இந்த தனது இன்றைய அமைப்பை, அதன் நோக்கத்தை, அதிலுள்ளவர்களின் நிலையை, அதன் செயலாக்கத்தை ஆசிரிய - மாணவர் உறவுமுறையை எங்கேயிருந்து பெற்றது என்பதைக் கண்டோம். இப்போது சொல்லுங்கள், யாருடைய வகுப்பறை இது?

துணை நின்ற நூல்கள்

1. 'Aims of Education' - 'A Conceptual inquiry' வில்லார் பிரேஹார்ட், ஆண்டாரியோ கல்வியக வெளியீடு, 1967, டொராண்ட்டோ, US
2. Realms of Meaning in Education, பிலிப்பினிக்ஸ் மெக்ராஹில் வெளியீடு, 1964, நி.யா. US
3. History of Indian Education System, யோகேஷ் குமார்சிங், ருச்சிகாநாத், ஏ.பி., எச். வெளியீடு, புதுடில்லி.

4. இந்தியக் கல்விமுறை பிரித்தானிய ஆட்சிக்குப் பிறகு (Education system - British period) து.வே. மால்வியா, காந்தி பல்கலைக்கழக வெளியீடு, மத்தியப்பிரதேசம்.

5. 'Education Commissions in India' எஸ்.பி.சிங், மாக்மிலன் வெளியீடு, 1978.

6. 'The Birth of NCERT' - Prof. Rajan, Anmol Publication Pvt. Ltd, New Delhi

7. 'Educating - India' - Dr. Y.K. Edward Johnson, மாக்மிலன் வெளியீடு.

3

அறிவியல் தெரியும்....
ராமலிங்கத்தைத் தெரியுமா?

1. கல்வி உளவியல் எதற்கு?
2. கல்வி உளவியல் என்பது என்ன?
3. உளவியலின் சுருக்கமான வரலாறு தெரியுமா?
4. குழந்தைப் பருவம் IV வகுப்பு வரை
5. பிள்ளைப் பருவம் V முதல் VIII வகுப்பு வரை
6. குமார பருவம் IX முதல் XII வகுப்பு வரை

3

அறிவியல் தெரியும்....
ராமலிங்கத்தை தெரியுமா?

1. கல்வி உளவியல் எதற்கு?

உங்கள் வகுப்பறை எது? அங்கே கல்வி எப்படி நடை பெறுகிறது? நீங்கள் தினமும் ஒரு ஆசிரியராக உங்களை உணர்ந்து கொள்ளக் கூடியவரா? உங்கள் மாணவர்கள் தங்களது வகுப்பறையாக அதை உணர எத்தகைய வாய்ப்புகள் அங்கே உள்ளன? யாருடைய வகுப்பறை அது? அதை நடத்தும் தனியார் நிர்வாகம் அல்லது அரசுத்துறை... அவர்களுடையதா அது? பாடப்பொருளை உருவாக்கி அதனைப் புத்தக வடிவத்திற்குக் கொண்டு வந்தார்களே... அந்தக் குழுவினுடைய வகுப்பறையா அது? நீங்கள் அடிக்கடி சொல்வீர்களே, 'என் பீரியட்ல என் கிளாஸ்ல... பேசற வேலை வெச்சுக்காதே... வெளியப் போ' உங்கள் வகுப்பறையா அது? அனுதினமும் அதே அறைக்கு எத்தகைய எதிர்ப்பும் தெரிவிக்காமல் ஏறக்குறைய எல்லா வேலை நாளிலும் அங்கு வந்து சேர்ந்து, தங்களது குதூகலமான குழந்தைப் பருவத்தை அந்த அறைக்குள் புதைக்கும் மாணவர்கள் அதைத் தான் சுதந்திரமாய்க் கற்கும் தனது சொந்த வகுப்பறையாகக் கருதாவிட்டால் கற்றல் என்பதும் கற்பித்தல் என்பதும் சாத்தியமா?

மாணவர்களைக் கல்வியின் பங்கேற்பாளர்களாக மாற்ற வேண்டியதன் அவசியத்தை உணர்ந்துள்ளீர்களா? பங்கேற்றல் முறை கற்றல் மற்றும் கற்பித்தல், உணர்வுகள் மற்றும் அனுபவங்களை உறுதிப்படுத்தும் இடமாக, மதிப்பீடுகளுக்கு மாற்றாக மனித நேயத்தைக் களமாகக் கொண்ட இடமாக உங்கள் வகுப்பறை இருக்க வேண்டியதன் தேவை பற்றிய விழிப்புணர்வு உள்ளதா? உங்களது வகுப்பறை மாணவர்கள் உங்களைப் பற்றி என்ன மதிப்பீடு வைத்திருக்கிறார்கள் என்பதை அவ்வப்போது அறியும் ஆர்வம், உங்கள் தலைமை ஆசிரியர், அதிகாரிகள் உங்களைப் பற்றி என்ன மதிப்பீடு வைத்திருக்கிறார்கள் என்பதில் உங்களுக்குள்ள ஆர்வத்தை விட அதிகமாக இருப்பது முக்கியமில்லையா?

நம்மில் பெரும்பாலோர் மாணவர்களை மிகவும் குறைத்து மதிப்பிடும் வழக்கத்தைக் கொண்டிருக்கிறோம். மாணவர்கள்

தங்களது தேவை நிலையில் இருந்து விமர்சனத்தோடு தன்னைச் சுற்றி நடப்பவற்றை மிக உற்று கவனிப்பவராகவும் விவாதங்களில் பங்கேற்பவர்களாகவும், கல்வி தொடர்பான பிரச்சனைகள், எதிர்கால வாய்ப்புகள் குறித்துச் சிந்திப்பவர்களாக அரசியலில் இருந்து சமூகத்தின் சம்பவங்களை பற்றிய மதிப்பீடு உடையவராகவும் உள்ளனர். எனவே ஒரு ஆசிரியர் என்கிற விதத்தில் குழந்தைகள் அவர்களின் அனுபவங்கள், எண்ணங்கள் குறித்தும் அதன் உள்ளார்ந்த உளவியல் குறித்தும் அறிந்து கொள்வது அவசியம் ஆகும்.

ஆசிரியர்கள் தங்களது பாடத்தில் துறையில் வல்லுனராக, அந்த பாடப்புத்தகத்தின் அச்சாக்கப் பக்கங்களைக் கரைத்து குடித்தவராக, அதை வகுப்பில் செவ்வனே எடுத்துச் சொல்ல முடிந்தவராக இருந்தாலே போதும் எனும் ஒருநிலை முன்பிருந்தது. பாடப்பொருளை மையமாகக் கொண்டு நமது கல்வி செயல்பட்ட அக்காலகட்டத்தில் ஆசிரியர்களுக்கான தகுதித் தேவைகள் வேறுபட்டன. அது ஏறக்குறைய நிர்ணயித்த காலத்தில் முன் நிர்ணயித்த பாடங்களைத் தங்களுக்கு முன் வரிசையில் உட்கார்ந்த நிலையில் இருந்த மாணவர்களுக்குத் ‘தலையில் ஏற்றும்’ வேலையாக மட்டுமே அது இருந்தது. கணித ஆசிரியர் அறிவியல் பாடம் பற்றி எந்த அக்கறையும் இல்லாமல் இருப்பவர். அறிவியல் ஆசிரியருக்கோ சமூகவியல் பாடம் பற்றி எந்தக் கவலையும் கிடையாது. மாணவன் மட்டும் பத்துத் தலை ராவணன் போல அனைத்துப் பாடங்களிலும் முதன்மை பெற போராடும் அவலம் இன்றும் தொடர்கிறது.

பன்னிரண்டாம் வகுப்பில் ஒருவர் பெறும் நான்கு ‘முக்கிய’ பாடங்களின் மதிப்பெண்கள் மட்டுமே ஒருவரின் எதிர்காலத்தை தீர்மானிக்கும் பெருங்காரணியாய்ச் செயல்படுவதால், இன்று இந்த 21-ஆம் நூற்றாண்டிலும் கல்வி ‘மனப்பாட’ கல்வியாகவே, பாடப் பொருள் மையக்கல்வியாகவே தொடர்கிறது. ஒரு பாடத்துறையின் கேள்வித்தாள் கட்ட அமைப்பு (Blue Print) கல்வியாக இது இருக்கிறது.

ஆசிரியர், மாணவர், பெற்றோர் எனும் கல்வியின் அடிப்படை இயங்கு சக்திகளை விட பாடப்பொருள் அச்சான பாடப்புத்தகம் அதிக முக்கியத்துவம் பெறுகிறது. பாடப்புத்தகத்தில் அச்சான நகராத சொற்களை அப்படியே மனப்பாடம் செய்து நகல் உருவாக-விடைத்தாளில் கொட்டித் தீர்ப்பது தேர்வு என்று அழைக்கப்படும் கொடுமை வேறு எந்த தேசத்திலும் கிடையாது. இந்தப் பள்ளி இறுதி ஆண்டுத் தேர்வுகள் குறித்து நாம் பிறகு சற்று விரிவாகச் சிந்திக்க இருக்கிறோம்.

பள்ளி இறுதி ஆண்டு என இரு வகுப்புகள் உள்ளது என்பது ஒரு அசாதாரண நிலையாகும். பத்தாம் வகுப்பு மற்றும் பன்னிரண்டாம் வகுப்பு எனும் இவை இரண்டிலும் அரசு கல்வித்துறை பொதுத்தேர்வு நடத்துகிறது. இந்தப் பொதுத் தேர்வுகள் சமூகத்தின் பொதுப்புத்தியில் அதிமுக்கியத்துவம் பெற்று அதில் பெறும் மதிப்பெண் ஒரு அந்தஸ்தாகக் கருத்தாக்கம் அடைந்து மாணவர்களின் மீதான மன அழுத்தமாகத் திரும்புவதைப் பார்க்கிறோம். பள்ளி இறுதி ஆண்டுப் பாடங்களை விடைத்தாள் கேள்வி பதிலாக, கொடுக்கப்பட்ட கால நேரத்திற்குள் ஒருவர் 'அப்படியே' எழுதிட தரும் பயிற்சியாக கல்வியை நாம் மாற்றிவிட்டோம் என்பதே உண்மை. குழந்தைகளைக் கற்கும் மாணவர்களாக, கற்போராக உயர்த்தாமல், விடை எழுதும் 'தேர்வர்'களாகச் சுருக்கிவிடும் இந்தக் கல்விமுறை ஆசிரியரைக் கற்பித்தலுக்கு உதவும் கிரியா ஊக்கியாக வைத்திருக்காமல் வெறும் தேர்வுக் கண்காணிப்பாளராக, தேர்வு விடைத்தாள் மதிப்பீட்டாளராக மாணவர்க்கு எதிராக நிறுத்துகிறது.

இன்று ஆசிரியர் என்பவர் யார்? ஒரு பொருளில் அவர் மூன்றே வேலைகளில் தன்னை அடையாளப்படுத்திக் கொள்கிறார்.

1. தேர்வுக்குப் (மாணவரை) பயிற்றுவிப்பவர்.
2. தேர்வுக் கண்காணிப்பாளர்.
3. தேர்வு விடைத்தாள் மதிப்பீட்டாளர்.

இது ஆசிரியரின் பிரதான வேலையாகிவிட்டது. பரந்துபட்ட கல்விச் செயல்பாடுகள் எவ்வளவு குறுக்கப்பட்டு விட்டன என்பதைக் கவனிக்க வேண்டும். மன வளர்ச்சி, அறிவு வளர்ச்சி சமூகத்தில் பங்கு பெறுதலுக்கு நாட்டின் வருங்காலத் தலைமுறையை தயார் செய்ய வேண்டிய கல்வி அவர்களைத் தேர்வுகளுக்குத் தயார்படுத்தும் பயிற்சியாகச் சுருங்கிவிட்டது. இது குழந்தைப்பருவம் குறித்த உலகளாவிய உளவியல் கூறுகளுக்கு எதிரானதாகும். அனைத்து வகையிலும் முடக்கி நாட்டின் ஒரு தனிப்பெரும் சக்தியை அறிவு மழுங்க வைத்து இது சீரழிக்கிறது.

கற்றல் - கற்பித்தல் குறித்த சிந்தனைகளையும் கல்வியின் இந்தப் போக்கு பரிசீலிக்காது தூக்கி எறிகிறது. வெறும் மனப்பாடம் செய்வதையும், அவ்வாறு செய்ததைத் தேர்வில் அப்படியே கொட்டித் தீர்க்கவும் திரும்பத் திரும்ப நிகழும் செயல்பாடு, வாழ்வின் அன்றாட செயல்பாடுகளில் பாடப்பொருளைக் கற்றல் அடிப்படையில் சுவீகரிக்க விடாமல் தற்கால நினைவாற்றல் (Instant - Memory) தகுந்த கால நீட்டிப்பு இன்றி தேர்வு முடிந்த கையோடு மறக்க வைக்கிறது.

கல்வி உளவியல் என்பது என்ன?

குழந்தைப் பருவ உளவியல் மற்றும் கற்றல் - கற்பித்தல் சிந்தனைகளின் அடிப்படையில் கல்வி நம் வகுப்பறையில் நடந்தால் மட்டுமே நமது வகுப்பறைக்குள் வெளிச்சம் வரும். அதிகார இருள் சூழ்ந்த நமது வகுப்பறைக்குள் ஒளியேற்றிட, வெளியே இருந்து வெளிச்சத்தோடு நேசம் எனும் காற்றையும் கொண்டு வர இரண்டு சன்னல்கள் தேவை. இந்த இரு சன்னல்களுமே தேர்வுகளுக்கு அப்பாற்பட்டவை.

முதல் சன்னல் வழியே தெரிவது குழந்தைகள் எவ்வாறு சிந்திக்கிறார்கள் என்பதை விளக்கும் குழந்தை உளவியல்.

இரண்டாம் சன்னல் நமக்கு விளக்குவது கற்றல் எப்படி நடக்கிறது என்பது குறித்த கற்றல் - கற்பித்தல் செயல்பாட்டியல்.

ஒரு செருப்புத் தைக்கும் தொழிலாளி செருப்புத் தைக்கத் தேவையான தோல் அதில் பயன்படுத்தப்படும் பாலிஷ், நூல், ஆணி என யாவற்றையும் பற்றி ஆழமாக அறிந்திருக்கிறார். நாம் கட்டைவிரல் வார் என்று சொல்வதை அவர் தலைப்பட்டை என்கிறார். மேல், நடு, அடி என அவரது சொல்லாடல் (Vocabulary) வேறுபடுகிறது. மேற்பகுதிக்கு எருமைத் தோல், குதி அடிக்கு டயர், நடுப் பகுதிக்குப் பசை என்று தோலின் வகையை இனம் பிரிக்குமளவு அவருக்கு அதில் பரிச்சயம் உண்டு. செருப்பை அணியும் நமக்கோ அவரளவிற்கு அதைப் பற்றி தெரியாது.

ஒரு மருத்துவரை எடுத்துக் கொள்வோம். மனித உடலுறுப்பியலில் அவர் கரை கண்டவராக இருக்கிறார். வெறும் வயிற்று வலி என்றால், அடிவயிறா கல் நடுவயிறா கல்லீரல் பகுதியான மேல்வயிறா குடல் என அதில் உள்ள சூட்சும நோயாடல்களின் அனைத்தையும் தனது விரல்நுனி அளவீட்டின் வழியாகவே அவரால் கணிக்க முடியும். அவ்விதம் மேலோட்டமாய் அறிந்து பிறகு அதிலிருந்து மேலும் ஆழமாய் நோய் நிலை அறிய பல சோதனைகள் எடுத்து வரச் செய்கிறார். நமக்கு அவரளவிற்கு நமது உடம்பைப் பற்றி தெரியாது.

நாள் முழுதும் குழந்தைகளோடு பல்வேறு வயது நிலைகொண்ட சிறுவர் சிறுமியரோடு நாட்களைக் கழிக்க வேண்டிய நமக்கு அவர்களைப் பற்றி என்ன தெரியும் என்பது முக்கியமில்லையா? ஒரு செருப்புத் தைப்பவர் எப்படி செருப்புகளின் விதம்விதமான வேலைகளோடு வாழ்கிறாரோ, எப்படி ஒரு மருத்துவர் மனித உடலுறுப்பியலின் நோய்தீர்க்கும் வேலைகளோடு வாழ்கிறாரோ, அதுபோல ஆசிரியர்களாகிய நாம் குழந்தைகளின் கற்றல்

செயல்பாடுகள் குறித்த பல்வேறு நிலைகளின் வேலைகளோடு வாழ்கிறோம் என்பதை மறுக்க முடியுமா?

அறிவியல் ஆசிரியருக்கு அறிவியல் தெரிந்தால் போதும்; வரலாறு ஆசிரியருக்கு வரலாறு தெரிந்தால் போதும் என்பது தவறான அணுகுமுறை ஆகும். அறிவியலாளர் வேறு அறிவியல் ஆசிரியர் வேறு. வரலாற்றாளர் வேறு வரலாற்று ஆசிரியர் வேறு. அறிவியல் ஆசிரியர் என்பவருக்கு அறிவியல் மட்டுமே தெரிந்திருந்தால் போதாது. ராமலிங்கம் என்னும் மாணவருக்கு அறிவியல் ஆசிரியரா நீங்கள்?

உங்களுக்கு அறிவியல் பற்றியும் தெரிந்திருக்க வேண்டும்!

மாணவன் ராமலிங்கம் பற்றியும் தெரிந்திருக்க வேண்டும்!

அறிவியல் பற்றி மட்டுமே நிறைய தெரிந்திருந்தாலும் நீங்கள் ராமலிங்கத்தின் அறிவியல் ஆசிரியர் ஆக முடியாது. ராமலிங்கம் பற்றி (அவரது பெற்றோர்களைப் போலவே) உங்களுக்கு அதிகம் தெரிந்திருந்தால் நீங்கள் ராமலிங்கத்தின் அறிவியல் ஆசிரியர் ஆகிவிடவும் முடியாது.

ராமலிங்கம் பற்றியும், அறிவியல் பற்றியும் அதனை ராமலிங்கத்திற்கு கற்பிக்கும் கற்றல் - கற்பித்தல் முறை குறித்தும் இந்த மூன்றும் ஏற்புடைய விகிதத்தில் கலந்திருக்கும் போது மட்டுமே ராமலிங்கம், அவரது அறிவியல் ஆசிரியர் ஆகியன அர்த்தம் பெறுகின்றன. இதனை விளக்கும் அறிவியலைத்தான் நாம் கல்வி உளவியல் என்றழைக்கிறோம். கல்வி உளவியலே கற்றல் - கற்பித்தலின் அறிவியல். எனவே அதுவே கல்வி அறிவியல். ஆனால் அது பள்ளிக்கல்வி, கல்லூரிக் கல்வி சார்ந்த அறிவியல் அல்ல. ஒரு குழந்தை பிறந்தது முதல் பருவம் எய்தி தன் இறுதிக் காலம் வரை நடக்கும் கல்வியை ஆழமாக விவரிக்கும் உளவியல் ஆகும்.

கற்றுக் கொள்பவர் யார்?

கற்பிப்பவர் யார்? கற்பித்தல் முறைகள்.

கற்கும் சூழல் வகுப்பறைச் சூழல் வகுப்பறை மேலாண்மை அக்கல்வியின் நிறுவனச் சூழல்

தனிமனிதக் குழு மனப்பான்மை வழி செயல்பாடுகள்

ஒருவரது கல்வி நோக்கிய கவனத்தை பாதிக்கும் அம்சங்கள்

பாராட்டும் அவமானமும் ஊக்கிகளின் நிலை

தன்னார்வக் கற்றலை முன் வைத்தல்.

குழுப் பண்புகளை வளர்த்தல்.

வழிகாட்டுதல் நெறிப்படுத்துதல், மன நலம்.

இப்படி கற்றல் குறித்த உளவியல் பல்வேறு அம்சங்களைத் தனக்குள்ளே கொண்டுள்ளது. இந்தக் கல்வி உளவியல் என்பது குழந்தை உளவியலின் ஒரு பகுதியாகும். முதலில் கற்றுக்கொள்ள வந்திருப்பவர் யார் என்பதை நாம் முழுதும் கற்றுணர வேண்டும்.

எச்.சி. லிண்ட்கிரென் (H.C. Lindgren) எனும் கல்வி உளவியலாளரின் கூற்றுப்படி, கல்வி உளவியல் கீழ்க்கண்ட பிரிவுகளை மையமாக வைத்து அமைக்கப்படுகிறது.

அ. கற்பவர் (Learner)

ஆ. கற்கும் முறைகள் (Learning Process)

இ. கற்கும் சூழ்நிலைகள் (Learning Situations)

லிண்ட்கிரென், ஆசிரியரை (அதாவது கற்பிப்பவர் என்பவரை) கல்விச் செயல்பாட்டின் உள்வட்டத்திற்குள் வைக்கவில்லை என்பதைக் கவனிக்க வேண்டும். கற்பவர் என்கிற முதற்பிரிவின் கீழ் மாணாக்கரின் வாழ்நிலை, திறன்கள் தேவைகள், வாழ்க்கை இலக்குகள், தற்கருத்து (self-concept) போன்றவைகளையும் அவை எப்படி ஒவ்வொருவரிடமும் வேறுபடுகின்றன என்பதும் இடம் பெறுகின்றன. எனவே இந்தப் பிரிவு மாணவரது வளர்ச்சிப் படிநிலைகள் அவரது ஆளுமையை உருவாக்குவதில் சூழ்நிலைகளின் தாக்கம், மனநலத்தைப் பாதிக்கும் பிரச்சனைகள் போன்றவற்றையும் உள்ளடக்கியது.

'கற்கும் முறைகள்' என்ற இரண்டாம் பிரிவுக்குள் லிண்ட்கிரெண்ட், கற்றலை நிகழ்த்த வைக்கும் காரணிகள், அதனை பாதிக்கும் அம்சங்கள், பல்வேறு கற்கும் முறைகளும் அவற்றின் நிறைகுறை, அவற்றை மனத்திலிருத்தி நடைமுறையாக்கல் மற்றும் கற்றல் மாற்றம் (The Transfer of Learning) என்பவற்றை முன்வைத்தார். இந்தக் கற்றல் மாற்றம் நிகழ ஒரு அம்சமாய் ஆசிரியரை அவர் வைக்கிறார்.

அதனை ஒட்டி அவரது மூன்றாம் பிரிவானது 'கற்கும் சூழ்நிலைகள்' என்பதாகிறது. இதில் வகுப்பறை ஒரு அங்கமாகிறது. வகுப்பறை மேலாண்மை, வகுப்பறை செயல்பாடுகள், அசாதாரணமான குழந்தைகளுக்குக் கற்பித்தல் (Exceptional Children) வழிகாட்டல் அறிவுரை பகிர்வு கவன ஈர்ப்பு காரணிகள், கவனக்குலைவு என்பவற்றை ஆராய்கிறார். இப்பிரிவில் அதாவது கற்றல் சூழ்நிலையில் ஆசிரியரே ஒரு முக்கிய காரணியாகச் சித்தரிக்கப்படுகிறார். ஆசிரியரின் ஊக்கம், மனப்போராட்டங்கள், செய்திறன், மனப்பான்மை, மனநலம், தொழில்முறை ஈடுபாடு ஆகியன கல்வி உளவியலின் வரம்பிற்குள் வந்தது இப்படித்தான்.

மேற்கண்ட இந்தப் பிரிவுகளில் மாணவரின் வளர்ச்சியை மதிப்பிடுதல் என்பதை உளவியலாளர் காரிசனும் அவரது சகாக்களும் இணைத்தனர். ஈ.ஏ.பீல் எனும் கல்வியாளர் இந்த இயலுக்குள் கற்றலை பாதிக்கும் சமூக காரணிகளை ஒரு அம்சமாய்ச் சேர்த்தார்.

உளவியலின் சுருக்கமான வரலாறு தெரியுமா?

உளவியல் எவ்வாறு தோன்றியது? அது குழந்தை உளவியலாக கற்றல் - கற்பித்தல் நோக்கிய கல்வி உளவியலாக மலர்ந்தது எப்படி? ஆன்மாவின் இருப்பிடம் தேடி தத்துவ இயல் தனது முரட்டுப் பிடிவாதப் பயணம் மேற்கொண்ட நாட்களில் இல்லாத கருப்புப் பூனையை, கண் தெரியாத ஒருவன் இருட்டறையில் தேடுவதைப் போல அகப்படாமலே போன ஆன்மா, தத்துவத்தைக் கைவிட்டபோது மனம் எவ்வாறு இயங்குகிறது எனும் கேள்வியாக உளவியல் பிறந்தது.

மனம் மூன்று நிலைகளில் இயங்குகிறது என ஆரம்பகால உளவியலாளர் வில்லியம் மகடூகல் போன்றவர்கள் குறிப்பிடுகிறார்கள். சிந்தித்தல், உணர்தல், புறச்செயல்களைத் தூண்டுதல் ஆகியவை அவை. மன இயக்கம், உடல் இயக்கத்தை விட மாறுபட்டதாகும். இரும்பு காந்தத்தால் இழுக்கப்படுவது என்பது இயந்திரச் செயல். இரும்புத் துண்டு மற்றும் காந்தம் இவை இரண்டுமே நோக்கமற்றவை. இச்செயல்பாட்டில் உணர்ச்சி கிடையாது. தாயை நோக்கிக் குழந்தை ஓடுவதும், பால் வைக்கப்பட்டால் பூனை அதை நோக்கி விரைந்தோடுவதும் உணர்வு சார்ந்தவை. மனதால் பசியுணர்வு தூண்டப்பட்டு, பிணைப்புணர்வு தூண்டப்பட்டு நடக்கும் செயல் இது. மனிதனோ விலங்கோ தனது நடத்தையை வெளிப்படுத்தும் போது உள்நோக்கங்கள் புலப்படுகின்றன என்பதைத் தான் ஹார்மிக் கொள்கை என்கிறோம். மனித சிந்தனை உருவாக்கம் எப்படி அவனது செயல்பாடாக மாறுகிறது என்பதையும் அறிவியல் முறைப்படி ஆய்ந்தறியும் துறையே உளவியல்.

ஆனால் விரைவில் சர்ச்சைகள் கிளம்பின. டிட்சனர் வடிவமைப்பியல் (Structuralism) கோட்பாட்டையும், ஜெ.பி.வாட்சன், ஸ்கின்னர் போன்றவர்கள் நடத்தை இயல் (Behaviourism) கோட்பாட்டையும் மக்டூகல் இயல்பூக்கக் (instinct) கொள்கையையும் வெளியிட்டனர். இந்த மூன்றும் மூன்று கோணத்தில் உளவியலை இழுத்தன. மனம் அறிவுசால் இயக்கமுடையது. மன பிம்பங்கள் (Images) உணர்வுகள் மற்றும் புலன் உணர்ச்சி ஆகியவற்றை வடிவமைப்பியல் அதன் கூறுகளாக முன் வைத்தது. மன இயக்கத்தின் வடிவமைப்பையும் தன்மையையும் அறிய அகநோக்குமுறையே

(Introspeotion) ஏற்புடையதாக அது அறிவித்தது. நடத்தையியலோ (Behaviourism) கண்ணால் கண்டு கணக்கிட முடியாத உள்ளத்தைப் பற்றி ஆராய்வதை விட காண முடிந்த நடத்தையை உளவியலின் கூறாகக் கொள்வதே அறிவுடைமை என உணர்த்துகிறது. சிந்தை கொள்தல் அல்லது சிந்தனை வயப்படுதல் என்பதே நடத்தை இயலில் பிரதான இடம் பிடித்தது. சூழ்நிலை வாதிகள் முளைத்தனர். அவர்களில் முதன்மையானவர் பெர்னார்ட் (Bernard). பயம், பாலுணர்வு, கூடிவாழ்தல் என்ற இயல்பூக்கங்களை நாம் இயற்கையாகச் செயல்பட விடாமல் எப்படி அவற்றைக் கட்டுப்படுத்தி நெறிப்படுத்துகிறோம் என்பதைச் சூழ்நிலைவாதிகள் முன்வைத்தனர். நடத்தை மனிதச் செயல்பாட்டைத் தீர்மானிக்கிறது. நடத்தையைச் சூழ்நிலையே தீர்மானிக்கிறது என விரிந்த ஒருவகை கலவைக் கோட்பாடு கல்வியை அடைந்தது. நடத்தைக் கோட்பாட்டினர் மனிதரின் நடத்தையை மறுவினை (Reflex) வாயிலாகத் தெளிவுறுத்தினர். ஒவ்வொரு தூண்டலுக்கும் (Stimulation) ஒரு துலங்கல் (Response) உண்டு. தூண்டல் துலங்கலின் இணைப்பே மனித நடத்தை என வாதிட்டு, அதுவே கல்வியின் அடித்தளமாகி வகுப்பறையில் தூண்டல் - துலங்கல் நடைமுறைக்கு வந்தது.

ஆனால் 1912- ல் இவை அனைத்திற்கும் எதிராக முழுமை காட்சிக் கோட்பாடு (Gestalt) எனும் கோட்பாடு அறிமுகம் ஆனது. பாகமாய்ப் பிரித்துக் காணாமல் முழுமையாய்க் காண்பது என்பது இக்கோட்பாட்டின் அடிப்படை. இது ஜெர்மானிய உளவியலாளர்களின் பங்களிப்பு. கெஸ்டால்ட் எனும் ஜெர்மானியச் சொல்லுக்கு உருவம், வடிவம் என்று பொருள் கொண்டு காட்சிப் பொருட்களை முழுஉருவ அமைப்போடு காணுதல் என்ற பொருளில் இது ஏற்கப்படுகிறது. ஏற்கனவே பெற்ற அனுபவங்களின் அடிப்படையில் அவற்றோடு ஒப்பிட்டு நாம் எதிர்வினை புரிகிறோம். ஒரு மிதிவண்டியை அதைக் கண்டதும், ஏற்கனவே நமது நினைவில் பதிந்த மிதிவண்டியோடு ஒப்பிட்டு எதிர்வினை புரிகிறோம். துலங்கலின் அடிப்படை அனுபவங்களே. ஒரே தூண்டல் எல்லாரிடமும் ஒரே வகை துலங்கலை ஏற்படுத்துவதில்லை என்பது கெஸ்டால்ட்வாதிகளின் வாதம். பாம்பைக் கண்டதும் ஒருவர் அஞ்சி ஓடுகிறார். ஒருவர் கம்பைத் தேடுகிறார். கெஸ்டால்ட்வாதிகளில் முதன்மையானவர்கள் மாக்ஸ் வர்திமர், கர்ட் காஃப்கா, உல்புவாஸ் கோலர் மற்றும் கர்ட் லெவின் போன்றவர்களாவர்.

கெஸ்டால்ட் உளவியல் பாகங்களின் கூட்டை விட முழுமை பெரியது என்பதை ஆழமாக முன் வைத்தது. பாடப்பொருளை எப்போதும் இந்த முழுமைக் காட்சிக் கோட்பாட்டின்

அடிப்படையில்தான் ஏற்படுத்துகிறோம். கல்விக்கான ஊக்கத்திலும் கெஸ்டால்ட் உளவியல் முக்கிய இடம் பெறுகிறது. மாணவர்களின் கல்வி நோக்கங்களை விளக்கிட கெஸ்டால்ட் உளவியலே வழிகோலியது. கல்வியின் குழுச் செயல்பாடுகள் முதல் ஆராய்ச்சி ஆகிய நுண்ணறிவுச் செயல்பாடாகக் கல்வியை முதலில் அணுகியதும் கெஸ்டால்ட் உளவியல்தான்.

வியன்னாவின் உளவியலாளர் சிக்மண்ட் ஃபிராய்டு உள்ளப் பகுப்பாய்வுக் கோட்பாட்டை முன்மொழிந்தார். இது உளவியலில் பெரிய மாறுதல்களை ஏற்படுத்தியது. கெஸ்டால்ட் உட்பட அதுவரையிலான அனைத்து வகை கோட்பாடுகளையும் ஃபிராய்டு மறுத்தார். நினைவு மனம், (Concious Mind) நினவிலி மனம் (unconscious mind) ஆகியன உளவியலில் அறிமுகம் ஆனது. மனிதனின் நடத்தையை நிர்ணயிப்பதில் அவனது அடிமன ஆழத்தில் அமைந்திருக்கும் நனவிலி மனதின் முக்கியத்துவத்தை இவ்வுளப் பகுப்பாய்வு கோட்பாடு வலியுறுத்துகிறது. நனவு அனுபவங்கள் இட் (Id) மனதை கொண்டவை. இது பசி, வலி, காயம், பொருள் வாங்குதல், பணம் தருதல் இப்படியாக நேரடி அனுபவம் சார்ந்தவை. நனவிலி அனுபவங்கள்ஈகோ - சூப்பர் ஈகோ (Ego, Super Ego) மனங்களை உள்ளடக்கியவை. இது சிலரைக் கண்டாலே பிடிக்காமல் போவது, சிலரிடம் காரணமின்றி நட்பு கொள்வது என விரிவடைகிறது. கல்வியை ஃபிராய்டு ஒருவகை குழு சிகிச்சை (Group-Therapy) என அறிவித்தார். நடத்தைக் கோளாறு, ஆளுமைப் பிறழ்வு கொண்டோரை பிராய்டு அறிதுயில் நிலைக்கு ஆட்படுத்தி அவர்களுடைய நனவிலி மனதின் மூலம் வெளிப்பட்ட மனக்குரல் / குமுறல் கொண்டு குணப்படுத்தி உளவியலில் புதிய அத்தியாயத்தைத் தொடங்கி வைத்தார்.

ஃபிராய்டியவாதிகளான, ஆல்பிரட் ஆட்லர் தனிநபர் உளவியலையும் (Individual psychology) காரல்பாப், பகுப்பு உளவியலையும் (Analytical psychology) தோற்றுவித்தனர். மனித இனத்தில் ஒருவருக்குத் தீ சுடும் என புரிந்தால் அது பொதுப்புத்தியில் (General psyke) ஏறி புதிதாக அதை மீண்டும் கண்டுபிடிக்கும் அவசியம் ஒவ்வொருவருக்கும் ஏற்படாததை யங்கின் உளவியல் விளக்குகிறது. இதுவும் கல்வியில் முக்கியப் பங்கு வகிக்கிறது. கார்ல் ரோஜர்ஸ், ஆப்ரஹாம் மாஸ்லோ, ஆர்தர் காம்ப்ஸ் போன்றோர் மனிதநேய உளவியல் (Humanist Psychology) என்பதை அடைந்தனர். மனிதனைச் சிந்திக்கும் விலங்காக மனம் கொண்ட இயந்திரமாய் அணுகாமல் நோக்கம் கொண்ட பயனுள்ள ஒரு சமூக வர்க்க இன மனிதனாய் அவர்களைப் பிரதிநிதித்துவப்படுத்தும் பண்பாட்டுப் பிரதியாய்ப் பார்க்கின்றனர்.

இது கல்வி உளவியலில் பெரிய பங்கு வகிக்கிறது. இருந்தாலும் இன்றைய உளவியல் என்பது மேற்கண்ட அனைத்தின் கலவையாக உள்ளது. நடைமுறை உளவியல் (Applied Psychology) எனும் பெரும் பிரிவில் ஒரு அங்கமாக இன்று கல்வி உளவியல் உள்ளது.

கல்வி உளவியலின் முக்கிய கோட்பாடுகள் பிறந்தது ரஷ்ய உளவியலாளர் கோலெஸ்னிக் என்பாரின் வழியிலாகும். பள்ளி வகுப்பறையே கல்வி உளவியலாளரின் ஆய்வுக்கூடம் என அவர் அறிவித்தார். கற்றல், கற்பித்தல், பயிற்சியளித்தல் போன்றவற்றில் எதிர்ப்படும் பிரச்சனைகளுக்குத் தீர்வு காண முற்படுவதே கல்வி உளவியலாகும்.

உளவியலின் ஒரு உட்பிரிவான கல்வி உளவியல் என்பது, கல்வியில் மேற்கொள்ளப்படும் செயல்முறைகளிலும் பின்பற்றப்படும் வழிமுறைகளிலும், உளவியல் கோட்பாடுகளையும் விதிகளையும் புகுத்தி கற்றல் கற்பித்தலை மேம்பட வைக்க முயல்கிறது. கல்வி தத்துவ இயல் எதைக் கற்பிக்க வேண்டும் என சுட்டிக்காட்டுவது போல அதை எப்படி கற்பிக்க வேண்டுமென கல்வி உளவியல் விளக்குகிறது. உளவியல் என்பது மனித நடத்தையை முறையாக ஆய்வு செய்யும் அறிவியல். கல்வியியல், கற்பவரின் நடத்தையை முன்கூட்டியே திட்டமிட்டு கல்வி நோக்கங்களை உருவாக்குவதாகும். கல்வி உளவியலின் நோக்கம், மாணாக்கரின் கற்றல் எனும் நடத்தையைச் செம்மைப்படுத்தி அவர்களது ஆளுமையை மேன்மையடையச் செய்து கற்றல் கற்பித்தலைச் சுவையானதாகவும் எளிமையானதாகவும் ஆக்குவது ஆகும்.

இன்று கல்விஉளவியல் துரிதமாக வளர்ச்சியடைந்து ஒரு தனித்துறையாகத் தன்னை நிலைப்படுத்திக் கொண்டுள்ளது. அதன் முழுமையான அம்சங்களை ஆசிரியர் எனும் முறையில் நாம் கண்டிப்பாக அறிய வேண்டும். கற்கும் கற்பிக்கும் வழிமுறைகள் (Learning and education process) நமக்குத் தெரிந்திருத்தலே நமது வகுப்பறை சிறக்க ஒரே வழி. ஆனால் அதை முழுவதுமாய் அறியும் முன் நாம் யாரை வகுப்பில் நேரடியாகத் தினமும் சென்று நமது வேலையின் அங்கமாக, மூலதனமாகக் கொண்டுள்ளோமோ அந்த வி.ஐ.பி.யை முதலில் சந்திக்க வேண்டியுள்ளது. யார் இல்லாவிட்டாலும் நடக்கும் கல்வி இவர் இல்லாவிட்டால் நடக்காது: மாணவர்!

குழந்தையும் அதன் வளர்ச்சியும் பற்றிய ஆழமான புரிதல் நமது கல்விச் சூழலில் இன்று குறைவு என்பது மிகவும் துரதிர்ஷ்டவசமான சூழல் ஆகும். கல்வியில் பிரதான இயங்கு சக்தியான குழந்தையைப் புரிந்து கொள்வதே ஒரு ஆசிரியரின் அடிப்படைத் தகுதி என்பதில் இரு வேறு கருத்துகளுக்கு இடமில்லை. இன்றைய ஆசிரிய மாணவர்

உறவின் பிரச்சனைகளுக்கு குழந்தைகளைப் புரிந்து கொள்ளாத சமூகம் ஆசிரியர்களையே அனைத்துச் சிக்கல்களுக்குமான பொதுக் குற்றவாளியாகத் தொடர்ந்து நிறுத்துவதே காரணம். ஒவ்வொரு குழந்தையிடமும் ஒரு தனித்துவ ஆற்றல் உள்ளது. கல்விமுறை அந்தத் தனித்துவத்தைக் கண்டுபிடித்து அதனை வளர்த்தெடுக்கத் தவறுகிறது. இன்றைய நுகர்வுக் கலாச்சார சமூக அமைப்பு குழந்தைகளிடமிருந்து குழந்தைப் பருவத்தைக் களவாடுகிறது.

பல்முனை நுண்ணறிவுக் கோட்பாட்டின் (Multiple Intelligence) முக்கிய அறிஞர் ஹாவர்டு கார்ட்னர் சொல்கிறார்: 'தொழில்புரட்சி கண்டுபிடித்த குழந்தைப் பருவத்தை (Childhood) தகவல் தொழில்நுட்பப் புரட்சி தொலைத்துவிட்டது. இன்று ஒரு குழந்தையாகத் தன்னை உணரும் சூழல்களை இழந்து தொலைக்காட்சிக்குள்ளும், கணினி விளையாட்டிலும் நுகர்வுச் சந்தை மோகத்திலும் ஒரு குழந்தை, குழந்தையாக இல்லாமல், சந்தைப் பொருளாதாரத்தின் சக்கைக் கழிவுகளில் ஒன்றாகிவிட்டது. இன்றைய புதிய 'கண்டுபிடிப்பான' இந்தக் குழந்தையை முழுமையாய் நாம் ஆய்வுக்கு உட்படுத்தல் அவசியம்.

4

குழந்தைப் பருவம் 4 வகுப்பு வரை....

குழந்தைப் பருவத்தை - அது வளர்ந்து முழுமை மனிதனாவதை மூன்று பிரதான பருவங்களாக உளவியல் பிரிக்கிறது.

குழந்தைப் பருவம் (Infancy)
பிள்ளைப் பருவம் (Childhood)
குமார பருவம் (Adolescence)

குழந்தைப் பருவம் என்பது பிறந்தது முதல் மூன்று வயது வரையிலான காலத்தைக் குறிக்கிறது. பிள்ளைப் பருவம் என்பது முன் பிள்ளைப்பருவம் (pre-childhood), பின் பிள்ளைப்பருவம் (Later childhood) என இரண்டாய்ப் பிரித்து, முன் பிள்ளைப்பருவம் மூன்று முதல் ஆறு வயது வரையும் பின் பிள்ளைப்பருவம் ஆறு முதல் பத்து வயது வரையும் என கணக்கிடுகிறோம். அதே போல குமார பருவத்தை உளவியலாளர்கள் மூன்றாகப் பிரிக்கிறார்கள். முன் குமாரபருவம் (Pre-Adolescence). இது பதினொரு வயது முதல் பதின்மூன்று வயது வரையிலான காலகட்டத்தைக் குறிக்கிறது. குமாரபருவம் என்பது இரண்டாம் நிலை. இது பதின்மூன்று முதல் பதினைந்து வயது வரை செல்கிறது. மூன்றாவது பின் குமாரபருவம் (post Adolescence) இது பதினாறு முதல் பத்தொன்பது வயது வரை என உளவியல் பிரிக்கிறது.

ராமலிங்கம் எனும் சிறுவனின் அறிவியல் ஆசிரியரான நீங்கள் உங்கள் மாணவர் ராமலிங்கத்தை அறிய, அவர் மேற்சொன்ன எந்த வயது வரம்பில் இருக்கிறார் என்பதை அறிய வேண்டும். ஏனெனில் இவர்கள் ஒரே மாதிரி சிந்திப்பது இல்லை. இவர்கள் அனைவரையும் ஒரேமாதிரி நடத்தவும் முடியாது. இதைத் தவிர தனியாள் வேற்றுமைகளும் உண்டு. இந்த வயதினரின் பிரச்சனைகள் எப்படி இருக்கும்? ஒரு குழந்தை எவ்வளவு வேகமாக வளர்கிறதோ அதைவிட வேகமாகச் சிந்தித்துச் செயலாற்றும் பெரிய சவால் இன்றைய ஆசிரியருடையது. ஒரு குழந்தையின் வளர்ச்சியில் இன்று பெற்றோரை விட அதிகப் பங்காற்றுபவராக ஆசிரியர் இருக்க வேண்டிய கட்டாயம் ஏற்பட்டுள்ளதை இச்சமூகம் ஏற்க மறுப்பதின் பின் விளைவுகள் தான் ஆசிரிய சமூகத்தைப் பாதிக்கின்றன. வெறும் சம்பளம் வாங்கும் ஊதியக்கமிஷன் சார்ந்த பணியாளராக மட்டும் ஆசிரியர் இனி இருக்க முடியாது. இன்றைய கல்வியின் மிகப்பெரிய உந்துசக்தியான நாம் வெறும் பணியாள் அந்தஸ்திலிருந்து விடுபட்டு மனிதவள மேம்பாட்டு நிபுணராக (Human Resource Specialist) ஆகிப் பல வருடங்கள் ஆகிவிட்டன. மத்திய இந்திய அரசு தனது கல்வித்துறைக்கு மனிதவள மேம்பாட்டுத் துறை எனப் பெயரிட்டு முப்பது ஆண்டுகளாகிவிட்டது.

ஒரு நாட்டில் விவசாய வளம், தாது வளம் என இருப்பது போலவே மனித வளம் முக்கிய அங்கமாக, தேசிய பொருளாதார அம்சமாக இடம் பெறுகிறது. இந்த நாட்டின் மனித வள மேம்பாட்டிற்குப் பாடுபடும் முக்கிய இயங்கு சக்தி, ஆசிரியர்கள் ஆவர். இந்த நவீன அவதாரம் சமூகத்தின் முக்கிய பங்கேற்பாளராக நம்மை மாற்றியுள்ளது. அதற்கான பயிற்சிகள் இந்தப் பார்வையில் வழங்கப்படுவதில்லை என்பதே மிகவும் துரதிரஷ்டமான சூழ்நிலை ஆகும். நமது இந்தப் புதிய பணிக்கு மிகவும் ஆதாரமானது குழந்தையின் வளர்ச்சிப் படிநிலைகள் குறித்த நிபுணத்துவமாகும். எப்படி ஒரு மருத்துவர் தனது நோயாளிக்கு சிகிச்சை வழங்க முதலில் அவரது உடல் ஆதாரத்தை முழுமையாகச் சோதித்து அறிந்து அவரவர்க்குத் தக்க சிகிச்சையைத் தேர்வு செய்கிறாரோ... அது போன்று நம்மிடம் வரும் குழந்தைகளின் வகையறிந்து அதற்கேற்றாற்போல நமது பணியை அமைத்துக் கொள்ளும் காலம் வந்துவிட்டது.

நமது பள்ளிகளின் வகுப்பறைகள் எவ்வகைப் படிநிலைகளைக் கொண்டுள்ளன. அப் படிநிலைகளில் நீங்கள் எந்த நிலையின் ஆசிரியர். அந்த நிலை குழந்தைகளின் சமூக தனியாள் நிலை என்ன? அவர்களின் சிந்தனைப் போக்கு, அவர்களின் தேவைகள்,

பிரச்சனைகள் என்ன என்பதைப் பார்த்து உணர்வதன் வழியே அதற்கு ஏற்றாற் போல நமது அணுகுமுறையை நாம் அமைத்துக் கொள்ளலாம்.

முதல்படிநிலை ஆரம்பப் பள்ளி எனும் படிநிலை, இது இன்று மூன்று வயதில் தொடங்கி விடுகிறது. எல்.கே.ஜி. மற்றும் யு.கே.ஜி அதிலிருந்து முதன்மை வகுப்புகளான முதலாம் மற்றும் இரண்டாம் வகுப்பு வரையிலான (ஆறு வயது வரை) நிலை. ஆனால் உளவியலாளர்களும் கல்வியாளர்களும் இந்த நிலையில் மூன்றாம் வகுப்பையும் இணைத்தே பேசுகிறார்கள்.

மூன்று வயது முதல் ஏழு வயதில் ஒரு குழந்தை எல்.கே.ஜி முதல் மூன்றாம் வகுப்பு வரை படிக்கின்றது. இந்தக் குழந்தை - முன் பிள்ளை (Early Childhood) வகைக் குழந்தை. அக்குழந்தையின் உடல் வளர்ச்சி, மன வளர்ச்சி, ஆர்வங்கள், பிரச்சனைகளை இப்போது பார்ப்போம்.

குழந்தை முதல் மூன்று வயதில் அடைந்த உடல் வளர்ச்சி இப்போது நிலைப்படுத்தப்படுகிறது. 4 வயது முதல் ஆறு வயதுக்குள் (முதலாம் இரண்டாம் வகுப்பில்) மனித மூளையின் எடையில் 80% எட்டுகிறது. மூளை மூன்றாம் வகுப்பு முடிப்பதற்குள் தனது மொத்த எடையில் 93% சதவிகிதம் அடைகிறது. உள் உறுப்புக்களான சுவாசப் பைகளின் வளர்ச்சி துரிதமாய் நடக்கும் காலம் என்பதால் வகுப்பறை காற்றோட்டமாய் இருப்பது மிகவும் அவசியம். ஜீரண உறுப்புகள் போன்றவை இணக்கமாய்ச் செயல்படும் சமனநிலையை நோக்கி விரைவதால் அடிக்கடி வாந்தி போன்ற உபாதைகள், காரணமின்றி வயிறு வலித்தல், தொப்புள் எரிச்சல் ஆகியன காணப்படும். இரு கண் இணக்கப்பார்வை மேம்பட கண் இமைத்தல், கண்களைக் சுழற்றிக்காணுதல், தலையைத் திருப்புதல் போன்ற பயிற்சிகளைச் செய்ய வாய்ப்பு தருதல் நல்லது. செவிப்புலன் முழு வளர்ச்சி அடைகிறது.

நேராக நடத்தல் என்பதே இந்த முதல் இரண்டு வகுப்புகளில் ஈடேறுவதால் பாண்டியாட்டம், நொண்டி அடித்தல், ஏற்ற இறக்க சீசா விளையாடுதல், சறுக்குமரம் போன்றவற்றில் அதிக ஈடுபாடு இருக்கும். உடற்கட்டின் சமநிலைக்கான உடற்பயிற்சிகள் தருதல் அவசியம்.

குரல்வளை மற்றும் உள்நாக்கு வளர்ச்சி இந்த வகுப்புகளில் ஆரம்பநிலை கடந்து குரல் வெளிப்பாடு மேலும் தெளிவாக்கிட வகுப்பில் நாம் சத்தமாய்ச் சேர்ந்து சொல்லும் (Oral Exercises) பயிற்சிகளை அதிகம் எடுத்துச் செல்கிறோம். மனவளர்ச்சி என்பது

இந்தக் காலகட்டத்தில் மிகவும் முக்கியமான கூறுகளை வேகமாக அடைகிறது. இந்த வயதுக் குழந்தை (வகுப்பு I - III) வண்ணங்களில் அதிக கவனம் செலுத்துகிறது. பொருளின் தன்மைகளை அதன் நிறத்திற்குத் தக்கவாறு அது கணிக்கிறது. ஒளிதரும் பொருட்களை வண்ண பொம்மைகளை விரும்பிச் சேர்க்கிறது. தாயுடனான உறவு சுற்று வெளிவட்டாரப் பழக்கவழக்கங்களை அறிமுகம் செய்யும் வயதாகையால் இந்த முன் பிள்ளை பருவக் குழந்தையின் மீது குடும்பம் அதிகச் செல்வாக்கு செலுத்துகிறது. குடும்ப சட்டதிட்டங்களுக்கு உட்பட்டும் அதன் தாக்கத்தின் காரணமாகவும் வெளிவட்டார நட்பு அறிமுகமாகிறது. இந்த வகுப்புக் குழந்தைகள் தனது பெற்றோர், ஆசிரியர்கள் மற்றும் தொலைக்காட்சியில் வரும் மன எழுச்சி (Exitement) தரும் நபர்களைப் போலவே தானும் நடந்து கொள்ள ஆசிரியர் விளையாட்டு, போலீஸ், டிரைவர் விளையாட்டு என பெரும்பாலும் நகல் ஆளுமை (Copying - Personality) விளையாட்டுகளை விரும்புகிறது. எப்போதும் சிரித்துக் கொண்டிருக்கவும், உணவில் இனிப்புச் சுவையே அதிகம் இருக்கவும் அது விரும்புகிறது.

இந்த வகுப்புக் குழந்தைகளின் சமூக வளர்ச்சி, அதன் உடல் வளர்ச்சி, மன வளர்ச்சி மற்றும் அதன் வளர்ப்புச் சூழலைச் சார்ந்தது ஆகும். இக்குழந்தை தனித்தும் குழுவிலுமாக எப்போதும் விளையாடியபடி இருக்க விரும்புகிறது. இந்த வயதில் மேலும் முக்கியமான ஒரு விஷயத்தைக் குழந்தை கற்கிறது. தன் வாழ்விற்குப் பிறரின் உதவி தேவை என்பதையும் தனது தேவைகளைச் சற்று விட்டுக் கொடுத்தால் மட்டுமே உறவுகள் நீடிக்கும் என்பதையும் அது கற்கிறது. தான் தனது வீடு, தனது நோட்டு, தனது தனித்தன்மை வளரத் தொடங்குவதும் அப்போது தான். இந்தப் பருவம் பலூன் பருவம் (Balloon age) எனப்படுகிறது.

சிக்மண்ட் ஃபிராய்டு குறிப்பிடும் இரு சமூகப்போக்கு மனநிலை இப்பிராயத்தில் ஏற்படுவதே. இந்தச் சிறு குழந்தைக்கு ஆணாக இருப்பின் தாய் மீது அளவு கடந்த அன்பும் தந்தை மீது அன்பும், அதே சமயம் வெறுப்பும், பொறாமையும் எழுகிறது. தனக்கு மிகவும் வேண்டிய தாயிடம் தன்னைவிட அதிக சலுகை தந்தைக்கு இருப்பதால் இந்த வெறுப்புநிலை தோன்றுவதாக ஃபிராய்டு குறிப்பிடுகிறார். பெண் குழந்தைகளுக்கும் தாயின் மீது இதே மாதிரி வெறுப்பு மனநிலை ஏற்படுகிறது. இத்தகை W மனவெழுச்சி சிக்கல்களின் வடிகாலாக வகுப்பறை இருக்க வேண்டி இருக்கிறது. இந்தப் பருவத்தில் குழந்தைகள் 'சளசள' வெனப் பேசிக்கொண்டே இருப்பதை விரும்புவார்கள். யாரும் இல்லை என்றாலும் அவர்கள்

தனக்குத் தானே எதையாவது பேசிக்கொண்டே பொழுதுபோக்குவதையும் காணலாம். யாருடனும் ஒத்துழைத்தோ போட்டியிட்டோ தனக்கான பங்கை அடைவது எனும் அம்சம் இந்த வயதினரிடம் தீவிரமாக இருக்கிறது. எதையும் பரிசீலிக்காமல் வெளுத்தது எல்லாம் பாலெனக் கருதும் பருவமாதலால் தொலைக்காட்சியில் இடம் பெறும் சாக்லெட், பிஸ்கட் விளம்பரங்கள் இவர்களைக் குறிவைத்தே ஒளிபரப்பாவதைக் காணலாம். கோமாளி, கிறிஸ்துமஸ் தாத்தா, சார்லி சாப்ளின், மிக்கி மவுஸ் போன்றவர்கள் இவர்களது ஹீரோக்கள்

5

பிள்ளைப் பருவம் - 5 முதல் 8 வகுப்பு வரை

அடுத்து வருவது நான்காம் வகுப்பு, ஐந்தாம் வகுப்பு மற்றும் ஆறு, ஏழு வகுப்புகள்; இவற்றோடு நாம் பெரும்பாலும் எட்டாம் வகுப்பையும் இணைத்துக் கொள்கிறோம். இது பின் பிள்ளைப் பருவம் என அழைக்கப்படுகிறது. 7 வயது முதல் 12 வயது வரையிலான காலகட்டம் இது. இவை உடல்வளர்ச்சி ஏற்பட்ட இறுதி நிலை ஆண்டுகள் ஆகும். இப்போது குழு விளையாட்டுகளுக்குத் தக்க உடல்வாகு ஏற்படுகிறது. தொலைக்காட்சியில் போகோ, கார்ட்டூன் சேனல்களில் 70% நிகழ்ச்சிகள் இந்த வகுப்பினரைக் குறிவைத்தே அமைக்கப்படுகின்றன. இயற்கையை ரசித்தல், விதவிதமாக ஆடைகள் அணிதல், உணவில் மசாலா சேர்க்கப்படுவதை அதிகம் ருசித்தல். சம வயதினர், பெரியவர், தன்னில் சிறியவர் என வகை பிரித்து உணர்தல். பெரியவர்களிடமும் வெளி ஆட்களிடமும் எவ்வாறு நடந்து கொள்ள வேண்டும், என அறிந்து நளினத்தை அவர்கள் கற்கிறார்கள்.

இந்த வயதினருக்கு கேங் வயதினர் (Gang Age) என்றே பெயர் வைத்தார் உளவியலாளர் ஆட்லர். குழுக்குழுவாகச் செயல்படுதல் என்பதை அடிப்படையாகக் கொண்ட இந்தப் பருவத்தினரைத் தனிமைப்படுத்தி யாரோடும் விளையாடப் போகாதே என தடுக்கும் இன்றைய சூழல் அபத்தச் சூழலாகும். மரம் ஏறி விளையாடுதல், கில்லி, பம்பரம், கோலி, ஸ்கிப்பிங் என உடற் திறன் விளையாட்டுகள் இந்த வயதினருடையவை.

பின் பிள்ளைப் பருவமும் முன் குமாரப்பருவமும் இணைந்த இந்த ஆண்டுகளில் (வகுப்பு IV to VIII) ஒரு குழந்தை அடிப்படை மன எழுச்சி பெறுகிறது. சினம், மகிழ்ச்சி, துயரம், அச்சம் போன்ற உணர்வுகளைத் தரம் பிரிக்கவும் அவ்வுணர்ச்சியோடிருப்பவரை இனம் காணவும் செய்கிறது. வலி, அருவறுப்பு, உற்சாகம் போன்ற புலன் உணர்ச்சிகளால் தூண்டப்படும் மன எழுச்சிகள் உண்டாகி

உச்சம் பெறுகின்றன. தற்கருத்து அவாவுநிலை முளைக்கத் துவங்குகிறது. அன்பு, பரிதாபம் கொள்ளல் என உணர்வுகள் விரிவாக்கம் அடைகின்றன. பெண் குழந்தைகள் பூப்பெய்தும் சராசரி வயதான இவை சுற்றம், பகை என உறவுகளை எதிர் எதிராக வைத்து உணர வைக்கும் பருவம்.

மகிழ்ச்சி - மகிழ்ச்சியின்மை.

கவனிக்கப்படுதல் - புறக்கணித்தல்

செயலுறு நிலை - செயலற்ற நிலை

இந்த மூன்றோடு எவ்வகை வேலையானாலும் அதை எளிமை சிக்கல் என இனம் காணும் வயது இது. இனிப்பு, கசப்பு, நட்பு பகை என எதிலும் இரண்டில் ஒன்றாக மட்டுமே அவற்றைக் காண முடிந்த வயது. மனவெழுச்சி வெளியிடலை ஒத்திப் போடவும், கட்டுப்படுத்தவும் இந்த வயதினர் மெல்ல ஆற்றல் பெறுகின்றனர்.

வீதிகளில் விளையாடுதல், கிரிக்கெட், கால்பந்து ஆடுதல் என பெண் குழந்தைகள் உட்பட இந்த வயதினரே சாகச வாழ்வின் தொடக்கமாக சைக்கிள் ஓட்டப் பழகி கற்கின்றனர். எவ்வகை ஒருங்கிணைப்பும் சட்டதிட்டங்களும் அற்ற பல்வகை விளையாட்டுகளில் இவர்கள் ஆர்வம் காட்டுவார்கள். எலெக்ட்ரானிக் கேம், கணினி விளையாட்டு எனத் தொடங்கி செல்போனில் கேம் ஆடுவது, வார்த்தை விளையாட்டு புதிர்கள், கடற்கரையில் மணல் வீடு கட்டுதல், தோட்டத்தில் புழு பூச்சி விடாமல் ஆராய்ச்சி, பட்டம் விடுவது, விளையாட்டு வீரர் ஸ்டிக்கர், உடம்பில் ஒட்டும் டாட்டூ முதல் கார்ட்டூனில் ஸ்பைடர் மேன், சூப்பர் மேன் என அவர்களது விருப்பங்கள் விரிகின்றன. ஆண் - பெண் வீட்டு, வெளிவட்டார சட்டத்திட்டங்களைப் பழகுதல், தனி மனித சாகசங்கள் பதியத் தொடங்குகின்றன. திருமண வீடுகள், சாவு இல்லங்களில் எப்படி நடந்து கொள்வது எனும் பக்குவத்தை விரும்பி கற்கும் வயது. பங்கேற்றல் என்பது ஒரு இயல்பூக்கமாய்ச் செயல்படுகிறது.

6

குமார பருவம் 9 முதல் 12 வகுப்பு வரை....

அடுத்தது IX முதல் XII வரையிலான வகுப்புகளை உள்ளடக்கிய காலகட்டம். இதை உளவியல் இரண்டாகப் பிரிக்கிறது. IX மற்றும் X வகுப்பு குமாரப்பருவத்தையும் XI மற்றும் XII ம் வகுப்பு பின் குமார பருவத்தையும் உள்ளடக்கியது ஆகும். குமாரப் பருவ தொடக்கமாகிய IX ம் வகுப்பில் ஆசிரியர்கள் முக்கியமாக கவனம் செலுத்த வேண்டியது பாலியல் குறித்த ஆரம்பத் தெளிவு ஆகும். ஆண்-பெண்

பாலினப்பாகுபாடுகளை அடையாளம் காணவும் குழந்தைப் பருவத்திலிருந்து தப்பி (Escape from Childhood) ஒரு இளம் வயதினராய்த் தன்னைக் கற்பனை செய்து கொள்தலின் ஆரம்ப நிலை அது.

சிந்திக்கும் ஆற்றல் கருத்தியல் நிலைக்கு உயர்கிறது. அவமானம் குற்ற உணர்வு போன்றவை மிக அதிகமாகத் தலையெடுக்கும் பருவம். எல்லாருக்கும் முன் அசிங்கப்படுவதைப் பெரிய பிரச்சனையாக மனம் நினைக்கும். இப்பருவத்தில் எல்லாருக்கும் முன் பாராட்டப்படுதல், சுய பரிதாபம் கொள்ளுதல், பொறாமை, ஆச்சரியம், மரியாதை தொடர்பான மனஎழுச்சி, நெருக்கடியான நிலைகளில் ஆரம்பத்தில் சுய கட்டுப்பாட்டை இழத்தல், பிறகு XI, XII வரும்போது நிதானத்தைப் பழகுதல். தனக்கும் பிறருக்கும் நன்மை பயக்கும் பரிவு, அன்பு போன்ற உணர்வுகள், ஒரு வகுப்பாக குழுவாக உணர்தல், ஒரு சிலருடன் ஆழமான நட்பு வைத்தல். தனது பிழைகளில் இருந்து உண்மையை உணர்தல். பிறருடன் ஒத்துழைத்து ஒரு அரிய செயல் செய்ய முனைதல் என இந்த வயதுடையோரின் எண்ணங்கள் வளர்கின்றன. எதிர்பாலினத்தவர் மீதான அலாதி கவர்ச்சியும் இதில் அடக்கம்.

எப்போதும் தனது உடலின் அழகுத் தன்மை மீதே முழு கவனமும் செல்வதால் அடிக்கடி தலை சீவுதல், கண்ணாடி பாக்கெட்டில் - பவுச்சில் வைத்திருத்தல் சட்டை லேசாக அழுக்கானால் கவலை கொள்தல், நடிகர்களின் நடை உடை பாவனைகளை அப்படியே பின்பற்றுதல். பிள்ளைப் பருவத்தின் இறுதிநாட்களில் கூட்டுணர்ச்சி முதிர்ச்சி பெறுகிறது. குழுவாக ஏழு எட்டு வகுப்புகளில் ஆண் அல்லது பெண் என ஒரு இனக் குழுக்களாகவே மாணவர்கள் செயல்படுவர். அது XI, XII வகுப்புகளில் பாலுணர்வு அதிகரிப்பதால் ஆண்-பெண் இணைந்து செயல்படும் குழுக்களாகவும் அது இருக்கிறது. பாலியல் குறித்து அறிந்து கொள்ளவும் பங்கேற்கவுமான ஆர்வம் கூடும் இக்காலத்தில் கல்வி மீதான கவனமும் ஒருங்கே கூடுகிறது. எதிர்காலத் திட்டம் தீட்டுதல், வாழ்வின் நோக்கம் குறித்த முடிவுகளுக்கு வருதல் தத்துவம், அரசியல் சார்ந்த ஆரம்ப நிலைபாடு. கூட்டாளிகளிடையே தனக்கான உரிமையைப் பகடியாடி வெல்தல் அதே சமயம் கூட்டாளிகளை எக்காரணம் கொண்டும் காட்டிக் கொடுக்காதிருத்தல். சமூகப் பங்கேற்பு, தலைமைப் பண்புகள், கவனம் பெறுதல் என்பதை அன்றாட இலக்காக்குதல், பல்துறை திறன் வளர்ச்சி என விரியும் இந்தக் காலம் பள்ளி இறுதி ஆண்டின் பிற்பாதியில் சிலர் முதிர்பருவ (Adult) மனநிலையை அடைந்துவிடுவதால் வகுப்பறையின் பொருந்தா உறுப்பினராகி விடுவதைப் பார்க்கிறோம்.

எனவே வாசிப்பு, அறிவியல் ஆர்வம், சினிமா, விளையாட்டு ரசிப்புத்தன்மை என இந்த வயது மாணவர் சமூகம் ஒரு புதிய சமுதாயமாய் வளர்ச்சி கண்டுள்ளது. அது சமூக முதிர்ச்சியினைப் (Social Maturity) பெறுகிற, அதற்குத் தயாராகிய பண்புகளுடன் இருக்கிறது.

உலக நடப்பை அன்றாட ஊடகங்கள் கொண்டு வந்து கொட்டுகின்றன. சர்வதேச அளவிலான அறிவியல் - தொழில்நுட்ப வளர்ச்சி குறித்த தகவல்களை ஆசிரியர் கொடுத்து மாணவர் பெறும் நிலை இன்று இல்லை. அதை மாணவர்களுக்கு வழங்க பல்வேறு ஊடகங்கள் வந்துவிட்டன. கைபேசி நாளுக்கு நாள் நேனோ தொழில்நுட்பப் பேரதிசயமாய், தொட்டால் விரியும் இணையதள சாத்தியங்களுடன் சந்தையில் முளைக்கிறது. மடிக்கணினி, பட்டனைத் தொட்டால் 'டவுன்லோட்' ஆகும் கலைக் களஞ்சியங்கள், இன்று அறிவுத்தேடலை விரிவுபடுத்திவிட்டன.

குமாரப் பருவத்தின் (அதாவது X, XI, XII வகுப்பு) மாணவர்கள் தற்சார்பிற்கே பெரிதும் ஏங்குவதைப் பார்க்கிறோம். தன்னால் தன்னிச்சையாகவே தன் பிரச்சனைகளைத் தீர்த்துக்கொள்ள முடியும் எனும் தீர்மானமான மனமுதிர்ச்சி அவர்களிடம் உண்டு. எனவே பள்ளிக்கூடத்தின் வேறு எந்தப் பிரிவு மாணவர்களையும் விட அவர்கள் அதிகமாக ஆசிரியர், பெற்றோர், பெரியவர்கள் கூறும் அறிவுரைகளை வெறுக்கின்றனர். இவர்கள் ஒருவரது வெற்றுவார்த்தைகளிடமிருந்து கற்பதைவிட தங்களது வாழ்விலிருந்தே அதிகம் கற்கிறார்கள். ஆசிரியர்களான நாம் நாள் முழுதும் ஈடுபாடு காட்டும் அனைத்தையும் மாணவ சமூகம் தனது அகன்று விரிந்த விழிகளால் பார்த்துக் கொண்டிருக்கிறது என்பதை நமக்குப் புரிய வைப்பது இந்த வயதினரின் நடவடிக்கை தான்.

இந்தக் குமார பருவத்தினர் பெற்றோர்களோ, ஆசிரியர்களோ அவர்கள் மீது தங்கள் அபிப்பிராயங்களையும் மதிப்புகளையும் திணிக்க முயன்றால் அதை மறைமுகமாகவோ அல்லது நேரிடையாகவோ எதிர்க்கத் துணிவார்கள். எனவே 'மரியாதை போய்விட்டது, எதிர்த்துப் பேசுகிறார்கள்... பயமே இல்லை' என்பன போன்ற வசவுகள் இப்பருவத்தில் அவர்கள் அன்றாடம் பெறும் சான்றிதழ்கள் ஆகின்றன. பிள்ளைப் பருவத்தைக் கடந்து முதிர்ச்சி நிலைக்குப் புகத் தொடங்கும் XI, XII வகுப்பில், பிள்ளைப் பருவத்திற்குரிய பாதுகாப்பு, வழிகாட்டுதல், பெற்றோரைச் சார்ந்திருத்தல் ஆகியன தேவைப்படும். அதே நேரத்தில் தனித்தியங்க விரும்புதல், பொருளாதார சுயசார்பு, தனக்கென்று கொண்டிருக்கும் அபிப்பிராயங்கள் போன்றவை பெற்றோரிடமிருந்து விலகி தன் தனித்தன்மையை நிலைநாட்டவும் விழையும்.

எனவே இந்தப் பருவமே அதீத முரண்பாடுகள் கொண்டது. தன்னை முதிர்ச்சி அடைந்துவிட்ட முழு மனிதனாக நிலைநாட்ட காதல் வயப்படுதல், சிகரெட், மதுபானம், பீடா மறுபுறம் ஆதர்சன நடிகர், அரசியல் தலைவர் பெயரைப் பச்சை குத்துதல் என பலவகை கல்விக்கு அப்பாற்பட்ட செயல்பாடுகளில் ஆர்வம் காட்டுகிறார்கள் இவர்கள். பிள்ளைப் பருவத்தினனாக வீட்டிலும் வகுப்பறையிலும் அடங்கி இருக்க வேண்டிய சூழலும் அதே சமயம் முதிர்ச்சி நிலை (Adult hood) அடைந்துவிட்டவராகத் தன்னை உணரும் உள் எழுச்சிக்கும் இடையேயான முரணில் சிக்கும் இந்த வகுப்பு மாணவர்கள் சந்திக்கும் துயரச் சூழல்களில் ஒன்றாகவே இன்றைய ஆசிரியமாணவ உறவுநிலைச் சிக்கலும் உள்ளது. இந்த உளவியலின் அடிப்படைகளை உணரும் ஒரு ஆசிரியர் அவனை நடத்தும் விதம் கண்டிப்பாக வேறு மாதிரி இருக்கும்.

இந்த (X,XI,XII) பருவத்தினரின் சமூகம் சார்ந்த நெறிகளும், மதிப்பீடுகளும், அவர்கள் சார்ந்துள்ள ஒப்பார் குழுவால் பெருமளவு நிர்ணயிக்கப்படுகிறது. தான் சார்ந்திருக்கும் குழுவின் எதிர்பார்ப்புகளுக்கும் தேவைகளுக்கும் இடையே வரும் முரண்பாடு இப்பருவ மாணவரின் நடத்தையில் பெரிய கோளாறாக வெடிக்கிறது. பொதுவாகவே கூட்டமாகக் (Mob) கூடும்போது இந்த வயதினரின் குழு நடத்தைகளைப் பார்த்திருக்கிறீர்களா? ஒன்று பொழுதுபோக்கு நடத்தையாய் இருக்கும். பெரும்பாலும் கூடிக் கத்துவது, விசில் அடிப்பது, கைதட்டுவது என ஜனத்திரள் கலாச்சாரமாய் இருக்கும். கேளிக்கைகளைக் கூட தனித்தின்றிக் கூட்டமாய்ச் செய்ய விரும்பும் வயது இது. மற்றது அழிவு நடத்தை உந்துதலாக ஹார்மோன்களால் கிளறி விடப்படுகிறது. வகுப்பறை ஆரவாரம், சுவிட்ச், மின் பொருள், கதவு, சன்னல் கண்ணாடிகளை உடைப்பது, கழிவறைக் குழாயை உடைத்துத் தப்பித்துப் பின் நடப்பதைக் கூட்டத்திலிருந்து வேடிக்கை பார்ப்பது இவையெல்லாம் தன்சார்பு முரணின் (Identity Grisis) பின்விளைவே ஆகும்.

இப்பருவத்தினரின் நாட்டங்கள், கவர்ச்சிகள், திறன்களைக் கண்டிப்பாக ஆசிரியர்கள் உணர வேண்டும். ஏதாவது ஒரு தொழிலைத் தேர்வு செய்து அதற்கேற்ற கல்வித் தயாரிப்பில் ஈடுபட்டு இலட்சிய நோக்கை இவர்கள் உருவாக்கிக் கொள்வார்கள். ஆனால் யதார்த்த நிலையை கவனம் கொள்ளாமல் ஏதாவது ஒன்றை வெறும் கவர்ச்சியை வைத்துத் தற்காலிக தப்பும் நிலை (Escapism) வழியில் இலட்சியம் என்று அறிவிப்பார்கள். சரியான தலைமைப் பண்பு வளர்ப்புக்கான அஸ்திவாரமும் இங்கே தான் போடப்படுகிறது.

இந்த (X, XI, XII) வகுப்பு மாணவரிடையே மனதளவில் அமைதியற்ற நிலையே தொடர்ந்து காணப்படும். உலகின் தத்துவப்பேராசான்கள், மாபெரும் கவிஞர்கள், அற்புதக் கலைஞர்கள், ஒப்பற்ற விஞ்ஞானிகள் தங்களது ஆகச் சிறந்த பங்களிப்பைச் சமூகத்திற்கு ஆற்றியதன் ஆரம்ப படிநிலை எப்போதும் இந்த வயதுதான். நிறைவேறாத ஆசைகள், காரண காரியமின்றி மனவெழுச்சி ஏற்படுதல். வீட்டின் தீவிரக் கண்காணிப்பு ஏற்படுத்தும் சிக்கல்கள். எளிதில் ஏமாற்றமும் விரக்தியும் அடையும் வயது. தனது தகுதிக்கும் திறமைக்கும் மேலாக அடைய முடியாத விருப்பங்களை வளர்த்துக் கொண்டு அதை அடைய முடியாத போது எளிதில் மனமுறிவுக்கு ஆட்படும் பருவம் இது. நமது கல்விமுறை இவர்களது மேற்கண்ட திறன்களை, பிரச்சனைகளைப் பரிசீலித்து அதன்படி அமைக்கப்பட்டுள்ளதா? ஆசிரியர்கள் தங்கள் மனதில் இந்த வகுப்புகளைச் சார்ந்த மாணவர்கள் குறித்தும் அவர்களது பிரச்சனைகள் குறித்தும் எவ்வளவு அறிந்துள்ளனர்? இவை விடை சொல்ல முடியாத கேள்விகள்.

மேற்கண்ட இந்தக் குழந்தைகளின் இத்தனை உளவியல் கூறுகளையும் உள்ளடக்கிய, அவற்றுக்கான பிரச்சனைகளின் தீர்வாக நமது கல்வி இருக்கிறதா? இவ்வளவையும் புறந்தள்ளி ஒரு அற்புதமான வழிகாட்டியாய் இயங்க வேண்டிய கல்வி உதைபடுபவர்களாக, ஊரைவிட்டே ஓடுபவர்களாக, விரக்தியில் தற்கொலை முடிவைத் தேடுபவர்களாக, மாணவர்களைத் தீய வழி நடத்தும் கொடிய சூழலை வைத்துக்கொண்டு இருப்பது ஏன்? இந்தச் சூழலுக்குக் காரணம் யார்?

மதிப்பெண் ஒன்றையே குறிக்கோளாக்கி எப்போதும் படி படி படி என்றே நச்சரிக்கும் பெற்றோர்களும், வாழ்வின் சூழலுக்குள் சற்றும் பொருந்தாத ஒரு ஏட்டுக்கல்வியும் மனப்பாடத்தை மையமாய் கொண்ட ஒரு தேர்வுமுறையும், அதிகாரிகளையே மையமாகக் கொண்ட ஒரு பள்ளிமுறையும் மாணவன் எனும் முக்கிய அங்கத்தினரை அவரது பிரச்சனைகளை புறந்தள்ளிவிட்டுக் கேள்வி-பதில் மட்டுமே படிப்பவராக, அவரை ஒரு ஜடப்பொருளாகத் தரக்குறைவு செய்யும்போது... ஆசிரியர் சொல்வதற்கும், மாணவரின் மனநிலை எழுச்சிக்கும், அவர் செய்ய வேண்டிய செயலுக்கான முயற்சிக்கும் இடையே ஏற்படும் கொடிய இடைவெளி வகுப்பறையின் வன்முறையாக வெடிக்கிறது.

நீங்கள் ராமலிங்கம் என்பவரின் அறிவியல் ஆசிரியர் என்றால், மேற்கண்ட ராமலிங்கங்களில் உங்களது நாற்பது ராமலிங்கங்கள் எந்த வகுப்பு (வயது நிலை)யில் இருப்பவர்கள்? அந்த ராமலிங்கங்களின் மனநிலை, அவர்களது விருப்பு வெறுப்புகள், அவர்களது இயல்புகளை நீங்கள் அறிந்திருந்தால் மட்டுமே நீங்கள் அவர்களது ஆசிரியராக வெற்றி அடைய முடியும்.

குழந்தைகளிடம் மேற்சொன்ன முறைப்படியான அவர்களது பொது இயல்புகளோடு, ஆழமான தனியாள் வேற்றுமைகளும் உண்டு. பள்ளிக்குப் பள்ளி, வகுப்பிற்கு வகுப்பு, ஊருக்கு ஊர் 'ராமலிங்கம்'கள் வேறுபடுவார்கள். உங்களது வகுப்பு பிள்ளைப்பிராய (VI to VIII) வயதுடைய வகுப்பு என்றால் எல்லோரும் ராமலிங்கங்களும் அல்லர். ஒவ்வொருவரும் ஒவ்வொரு வகையில் சிந்திக்கிறார்கள். ஒருவருக்கு இசை பிடிக்கும்; ஒருவருக்குப் பிடிக்காது. ஒவ்வொருவரும் வேறு வேறு சேனல்களில் வேறு வேறு தொலைக்காட்சி. நிகழ்ச்சிகளை விரும்புகிறவர்கள். உணவு முதல் உணர்வு வரை ஒவ்வொருவரும் தனி. ஒருவருக்கு வீட்டிற்குப் போனால் யாராவது பேசவும் விளையாடவும் இருக்கிறார்கள். ஒரு ராமலிங்கத்திற்கோ அப்பா அம்மா இருவருமே வேலைக்கு போய் விடுவார்கள். அவர் வீட்டுக்குப் போகும்போது யாருமே வீட்டில் இருக்க மாட்டார்கள். இன்னொரு ராமலிங்கம் இருட்டிய பிறகுதான் வீட்டிற்கே போவார். கராத்தே வகுப்பு, நடன வகுப்பு என அவரது மாலைப் பொழுதுகள் பிஸியானவை.

நீங்கள் ராமலிங்கம் என்பவரின் அறிவியல் ஆசிரியர் என்றால், அறிவியல் உலகம் முழுவதும் ஒன்றேதான். ஆனால் ராமலிங்கம் ஆள் ஆளுக்கு, ஆண்டாண்டுக்கு, வகுப்பு வகுப்பாக வேறுபடுகிறார். இன்று உங்கள் பாடமான அறிவியலை உங்களுக்கு எவ்வளவு தெரியும் என்பதைவிட முக்கியம். உங்கள் மாணவர் ராமலிங்கத்தை உங்களுக்கு எவ்வளவு தெரியும் என்பது. உங்களுக்கு அறிவியலைத் தெரியும். ராமலிங்கத்தை தெரியுமா?

துணை நின்ற நூல்கள்

1. The Fundamentals of Psychology, பி. டம்வைல், லண்டன் பல்கலைக்கழக வெளியீடு.
2. குழந்தை வளர்ச்சி உளவியல் (Developmental pshychology) எச்.எல்.ரோடிஜர் (லிட்டில் பிரௌன் வெளியீடு, போஸ்டன்.
3. குழந்தை உளவியல் (Child Psychology) டி.ஏ. நார்மன், காம்ப்ரிட்ஜ் பல்கலைக்கழக வெளியீடு, நியூயார்க்.
4. Advanced Educational Psycology, S.K. Mangal பிரென்டிசி இந்தியா நிறுவனம். புதுதில்லி
5. Learning Theories for Teachers மோரீஸ் பெக்கி யுனிவர்சல் வெளியீடு, டில்லி - 6
6. மனிதக் கற்றல் (Human Learning) இ.எல். தாண்டைக், ஹோல்ட் வெளியீட்டகம், US.
7. Psychology in Education and Education in Psychology, எல்.டி. க்ரோ மற்றும் க்ரோ, யுரேசியா வெளியீடு, புதுடில்லி.
8. Transfer of Learning, Henry Ellis, 1965 மாக்மில்லன் வெளியீடு.

4

வகுப்பறையின் மேற்கூரை தீப்பற்றிய போது

1. கற்றல் என்றால் என்ன?
2. தூண்டல் துலங்கல் கோட்பாடுகளை அறிவீர்களா?
3. முழுமைக்காட்சிக் கோட்பாடு பற்றி தெரியுமா?
4. நான்காம் பரிமாணம் - வகுப்பறை விதிமுறைகள்.

4

1

வகுப்பறையின் மேற்கூரை தீப்பற்றிய போது...

கற்றல் என்றால் என்ன?

நம் 'ராமலிங்கங்களை' நாம் அறிவதும், நமது பாடத்தை நாம் அறிவதும் எவ்வளவு முக்கியமோ அவ்வளவுக்கு முக்கியமான இன்னொரு விஷயமும் உள்ளது. எது வகுப்பறைகளை இயக்குகிறது எனும் அடிப்படையே அது. சதுரம் சதுரமாக வடிவமைப்பாகி உள்ள அறைகள், ஒன்றன் மீது ஒன்றாகவும் கட்டடம் கட்டடமாகவும் அடுக்கப்பட்டுள்ள ஒரு பள்ளி என்பது என்ன? மனித வள அமைச்சகம் இது குறித்து என்ன சொல்கிறது?

இந்தியாவில் கல்வி என்பது சலுகை அல்ல. உரிமை! நமது அரசியல் சட்டத்தின் கல்வியின் முதல் ஷரத்து என்ன சொல்கிறது:

'Education in India Aims at the full development of personality, striving for the rearing of the people, sound in mind and body, who will love truth and justice esteem individuality, respect labour and have a deep sense of responsibility and be inbuilt with the spirit of Independence, as builders of a peaceful state and society'.

Article 1

(Fundamental law of Education)

நமது கல்வியின் நோக்கங்களைப் பாருங்கள். முழுமையான ஆளுமைகளை உருவாக்குதல், மனதளவிலும் உடலளவிலும் பலவான்களாக, உண்மையை, நீதியை, நியாயத்தை நிலைநாட்டுபவராக, தனிமனித சுதந்திரத்தை மதிப்பவராக, உழைப்பைக் கொண்டாடுபவராக, சுய பொறுப்புணர்ச்சி மிக்கவராக, விடுதலை வேட்கையை தனது தலையாய உணர்வாய் பெற்று அமைதியும் சமாதானமும் கொண்ட ஒன்றுபட்ட சமுதாயத்தை உருவாக்குபவராக இந்தியப் பிரஜையை வளர்த்தெடுப்பதே நமது கல்வியின் நோக்கம் என்று நமது அரசியல் சட்டம் குறிப்பிடுகிறது.

இப்படியான ஒருவரைப் பட்டை தீட்டும் பட்டறைகளாக வகுப்பறைகளை அரசு கருதுகிறது. இப்படிப்பட்ட லட்சியவான்களை உருவாக்கி வார்த்து செதுக்கும் களஞ்சியங்களாக அது பள்ளிகளைக் கற்பனை செய்துள்ளது. நமது கல்வியின் நோக்கம் உண்மையிலேயே

இவைதான் என்றால் அதை நமது ஆசிரியர்களோ, மாணவர்களோ உணர்ந்து கொள்ள அதில் ஏதாவது வழி இருக்கிறதா? குழந்தைகளை இப்படியாக உருவாக்குவதில் உள்ள இந்த நீண்ட செயல்பாடுகளில் ஆசிரியராகிய நீங்கள் உங்கள் பங்கிற்கு இந்த இடத்திலிருந்து இந்த இடம் வரை செயல்பட உள்ளீர்கள் என எந்தப் புரிதலும் இன்றி வகுப்பறைகளுக்குச் செல்லுமாறு நாம் பணிக்கப்பட்டுள்ளோம்.

ஒரு கால்பந்து அணியில் பந்தை உதைப்பது நமது வேலை என்பதை நாம் அறிந்திருக்கிறோம். நாம் அனைவரும் கோல் போட முடியாது. நம்மில் பலர் நமக்கு வரும் பந்தை நமது கூட்டாளிக்கு எடுத்துச் சென்று பாஸ்ஆன் செய்யும் நிலையில் இருக்கிறோம். ஆனாலும் நமது இறுதி இலக்கு கோல் போஸ்ட்டுக்கு அருகே காத்திருக்கும் நமது அணி தோழர்களுக்குப் பந்தை விரைந்து அனுப்புதல் ஆகும். துரதிர்ஷ்டவசமாக நமக்கு அந்த கோல் போஸ்ட் எந்தத் திக்கில் இருக்கிறது என்று தெரியவில்லை. அது எப்படி இருக்கும் என்கிற புரிதலும் இல்லை. இதனால் கால்பந்தின் மீதும் அது கடந்து செல்லும் இடம், உதைபடும் விதம் என நமது இலக்கு மாறிவிட்டது. இலக்குத் தெரியாமல் உதைபடும் பந்து போல அலைக்கழிக்கப்படும் குழந்தைகளுக்கு மாற்று இலக்காகத் தேர்வும் மதிப்பெண் பெறுதலும் என ஆகிவிட்டது. இது கண்கட்டி வித்தையை விட மோசமானது.

தனிப்பட்ட பாடப்பொருளைப் பாடத்துறையை வைத்துத் தற்காலிக இலக்குகள் பலவற்றை நாம் ஏற்கெனவே சிறப்பாக உருவாக்கி உள்ளோம். அந்தப் பாடப்பொருளைப் பல்வேறு கற்றல் செயல்பாடுகள் மூலம் நாம் மாணவரிடம் எடுத்துச் செல்ல வேண்டும். இந்தந்த வயது வரம்பில் வகுப்பு நிலையில் மாணவர்கள் இந்தந்த அளவுக்கு பாடத்தில் கற்றிருக்க வேண்டும் எனும் முன் தயாரித்த ‘துரித உணவு’ ஒன்றை எடுத்துப் பரிமாறுமாறு்வது ஒன்றே ஆசிரியரின் வேலை என்றாகிவிட்டது. நமக்கு கற்றல் (Learning) குறித்து என்ன தெரியும் என்பதும் நமது தொழில்விருத்தி அடிப்படைகளில் அடங்கும் என்றாலும் நாம் பரிமாறும் இந்த ‘உணவு’ நாம் தயாரித்தது இல்லை! அவர்களுக்கு இதுவே சிறந்தது என ஆராய்ந்து ஒரு அரசுக்குழு அதைத் தயாரித்து உள்ளது. நமது நாட்டில் பாடப்புத்தகத்தை வகுப்பறையிலிருந்து பறித்துவிட்டால் கற்றல் செயல்பாடு நின்று விடுகிறது.

புத்தகம் இன்றிக் கல்வியை சாத்தியமாக்கிட நமது ஆசிரியர்களால் முடிவது இல்லை என்பது மிகவும் அதிர்ச்சியான யதார்த்தம் ஆகும்! ஜப்பான், சீனா, கனடா, ரஷ்யா உட்பட 28 நாடுகளில் பாடப்புத்தகங்கள் கிடையாது. இங்கிலாந்தில் பாடப்புத்தகம்

மட்டுமல்ல, காகிதத்திற்கே (paperless-Eduction) வேலை இல்லை. உலகின் தலைசிறந்த கல்வியை சுவிட்சர்லாந்தும், பின்லாந்தும், கியூபாவுமே தருகின்றன. இந்த நாடுகளில் எதிலுமே ஆண்டு அடிப்படையிலான வகுப்புகள் கூட இல்லை. இந்த மூன்று நாடுகளிலும் பாடப்பொருளை அந்தந்தப் பள்ளி ஆசிரியர்களே தயார் செய்கிறார்கள். கியூபாவில் பள்ளி இறுதித் (பொது) தேர்வு என்ற ஒன்று இல்லை. அதற்கு பதிலாக அங்கே மாணவர்கள் அந்த வருடத்தை மக்கள் ராணுவத்தில், பல்வேறு துறைகளில் (மின்சாரம், பொது விநியோகம், தபால்துறை, போக்குவரத்து) இரண்டு மாதங்களை நேரடிப் பயிற்சிக் காலமாக கழிக்கிறார்கள். கல்வி வாழ்க்கைச் செயல்பாடாக அதன் ஒரு அங்கமாக இயற்கையாக மாறுகிறது. அடிக்கடி சூறாவளி தாக்கும் பூமி என்பதால் இயற்கை சீற்றங்களிலிருந்து தன்னைக் காத்து பிறரை மீட்கும் பேரிடர் மேலாண்மை பயிற்சி நான்கு மாதங்களுக்குத் தரப்படுகிறது.

சிலி நாட்டிலும் பென்சில்வேனியா, வெனிசுலா, ஸ்பெயின் ஆகிய நாடுகளிலும் பாடப்பொருளைத் தயாரிக்கும் குழுவிலும் பாடப்புத்தகம் தயாரிப்பதிலும் மாணவர்களும் பங்காற்றுகின்றனர். தாம் என்னவாக உருவாகப் போகிறோம் என்பதற்கான இலக்கு (The future aim) பள்ளியின் கடைசி மூன்றாண்டுகளில் ஆழமாய் ஊர்ஜிதப்பட்டு விடுகிறது. இப்படி கல்வியும் அதன் செயல்பாடுகள், வழித்தடம் ஆகியன நாட்டுக்கு நாடு வேறுபட்டாலும், கற்றல் செயல்பாடு மாறுவதில்லை. உலகெங்கும் கற்றல் - கற்பித்தல் கோட்பாடுகள் ஒரே மாதிரியானவைதான். நமது வகுப்பறை தனது அடிப்படை குறிக்கோள் என்று பிரகடனப்படுத்திக் கொள்ளும் 'கற்றல்- கற்பித்தல்' என்பது பற்றிய ஒரு அறிமுகத்தை ஏற்கெனவே பார்த்தோம்.

குழந்தை உளவியல் எனும் ஜன்னலிலிருந்து இப்போது உலகக் கற்றல் - கற்பித்தல் கோட்பாடு எனும் அந்த ஜன்னலுக்கு வெளியே காண்போம். உலக அளவில் இந்த விஷயத்தில் அற்புதமான கோட்பாடுகள் எட்டப்பட்டுள்ளன. அவற்றை ஒரு ஆசிரியராக இருந்து விளங்கிக்கொள்வது மிகவும் எளிது. ஒட்டுமொத்த மனித சமுதாயத்தின் அனைத்து வகை சாதனைகளுக்கும் அடிப்படை கற்றலே. கற்றல்தான் மனிதனைப் புவி மற்றும் பிரபஞ்சத்தின் பெரும் சக்தியாக்கியது. காடுகளில் பயந்து பயந்து வாழ்ந்தவனை அனைத்து உயிரினங்களின் ராஜா ஆக்கியது.

கற்றல் என்றால் என்ன? கற்றல் எவ்வாறு நிகழ்கிறது? கற்றல் என்பது மனித நடத்தையின் அடிப்படை ஆகும். நாம் பேசும் மொழி, நமது பழக்கவழக்கங்கள், நம்பிக்கைகள், மனப்பான்மை, இலட்சியம், கொள்கை, ஆளுமை குணங்கள், புலன்காட்சி ஆகிய அனைத்திலும் கற்றல் முக்கியப் பங்கு வகிக்கிறது.

உளவியலாளர் எரிக் எரிக்சன், 'கற்றல் என்பது பயிற்சி அனுபவங்கள் ஆகியவற்றின் அடிப்படையில் ஒருவரிடம் ஏற்படக் கூடிய ஓரளவு நிலையான நடத்தை மாற்றத்தைக் குறிக்கிறது' என்கிறார். இந்த வரையறை மூன்று கூறுகளைக் கொண்டிருப்பதைப் பார்க்கிறோம். அதாவது மூன்று விளைவுகளை அடிப்படையாகக் கொண்டு கற்றல் நிகழ்கிறது.

1. கற்றலின் விளைவாக நடத்தை மாற்றம் ஏற்படுகிறது.
2. இந்த நடத்தை மாற்றம், உயிரி (organism) முயன்று பெறும் கவனித்தல் நடவடிக்கை, பயிற்சி, அனுபவங்கள் ஆகியவற்றைத் தனது காரணியாகக் கொண்டுள்ளது. ஆகவே, இயல்பூக்கங்கள் (Basic instincts), வயது முதிர்ச்சி (Age factor) மூலம் ஏற்படும் மாற்றம் இந்தக் கணக்கில் வராது.
3. ஒருவரது நடத்தையில் ஏற்படும் மாற்றம் ஓரளவு நிலையானதாக இருந்தால் மட்டுமே அது கற்றலின் பலனாக அமைந்தது என்று கூறுகிறோம். நோய்க்கு மருந்து எடுத்துக் கொள்வதன் மூலமோ, ஆல்கஹால் ஒருவர் மீது ஏற்படுத்தும் போதை, இந்த மாற்றங்கள் குறுகிய மாற்றங்கள் இந்தக் கணக்கில் வருவதில்லை.

எனவே தேர்வைக் குறி வைத்து ஒருவர் ஒன்றை வாசித்து தேர்வு முடிந்ததும் அதை மறந்து விடுவதைப் பார்க்கிறோம் அல்லவா? அங்கு கற்றல் நடைபெறவில்லை என்பதே உண்மை! சுவாசித்தல், தாயிடம் பாலருந்துதல், கை கால்களை உதைத்தல், ஒலி எழுப்புதல் போன்ற மிகச் சில இயல்பூக்கங்களைக் கொண்டு மண்ணில் வந்து முளைத்த குழந்தை கற்றலின் காரணமாகத் தனதுச் சுற்றுச்சூழலைக் கையாள்வதில் தொடங்கி மற்றவைகளை உற்று நோக்குதல், கவனித்தல், ஒப்பிட்டுப் பார்த்தல், மனதில் நிறுத்தி பரிசீலித்தல் பிறகு இறுதி முடிவுக்கு வருதல் போன்ற கற்றலின் செயல்பாடுகள் மூலம், மேம்பட்ட நடத்தையை அடைகிறது. இதன் காரணமாகவே அக்குழந்தை தனித்து இயங்குவதிலும், சுய சார்புடையதாக மாறுவதிலும் வெற்றி பெறுகிறது. எனவே கற்றல் என்பது மனித இயல்புகளில் ஒன்று. அது வகுப்பறையில் மட்டுமே நடக்கும் ஒன்றல்ல.

1. கற்றல் உயிருள்ள அனைத்திலும் உண்டு.
2. கற்றல் ஒரு தொடர் நிகழ்வு (பிறப்பு முதல் இறப்பு வரை அது தொடர்கிறது)
3. கற்றலால் நடத்தை செம்மையுறுகிறது.

இதில் மூன்று கூடுதல் இயல்புகளை தாம்டைக் எனும் கல்வியாளர் இணைத்தார்: முதலாவது:

4. கற்றல் நோக்கத்துடன் கூடியது. ஒரு குழந்தை பள்ளியிலும், பள்ளிக்கு வெளியேயும் கற்கக்கூடியவை அதனுடைய குறிக்கோள்கள், மனநிறைவு ஆகியவற்றோடு நெருங்கிய தொடர்புடையவை. ஏதோ ஒரு நோக்கம் இல்லாமல் யாருமே எதையுமே கற்க முடியாது.

எனவே கற்றலின் உண்மையான நோக்கம் என்ன? அது எங்கே பயன்படப் போகிறது என்பதைத் தெரிந்து கொள்ளாமல் குருட்டுப் பாடம் பெற வைப்பது கற்றல் அல்ல!

வகுப்பறைகளை ஒரு பள்ளியில் நாம் அடுத்தடுத்து கடந்து செல்லும்போது பெரும்பாலும் அனைத்துப் பள்ளிகளிலும் ஒரே மாதிரி செயல் நடப்பது போல இருப்பதைக் காணலாம். தாண்டைக் இதை மறுக்கிறார். அவர் முன் வைத்த மூன்று இயல்புகளில் இரண்டாவது:

5. கற்றல் பன்முக நோக்கம் கொண்டது. (Learning is of multiple purposes) கற்றல் என்பது பல்வேறு வகை கற்றல்களின் ஒன்றிணைப்பு (Integration) ஆகும்.

சொல் சார்ந்த கற்றல், புலன்காட்சி கற்றல், உடலியக்கக் கற்றல், கருத்தமைவு கற்றல், மனவெழுச்சி கற்றல், பிரச்சனை தீர்வு கற்றல் என உளவியலாளர்கள் கற்றலைப் பலவாறு வகை பிரித்துள்ளனர். இப்படி வேறுபடுத்திக் காண்பது மிகவும் செயற்கைத்தனமாக இருந்தாலும் கற்றலை ஆழமாகப் புரிந்து கொள்ள இது உதவுகிறது. கணினி இயலில் அனிமேஷன் கற்கும் ஒரு மாணவர் செய்திறன் ஒன்றை மட்டும் கற்றுக் கொள்ளவில்லை. ஒரே செயல்பாடு, ஆனால் பல்வேறு உட்கூறுகளை அது கொண்டுள்ளது. குறியீடுகளைக் கற்பது, ஒலித்திறன் குறியீடுகளை அதற்கான சமிக்ஞைகளைக் கற்றல், சொற்கட்டளைகளைக் கற்றல் அறிதல், செயல்திறன், தொடர்புபடுத்தல் போன்ற பல்வகை கற்றல்கள் நிகழ்கின்றன. அதேசமயம் அனிமேஷன் கல்வி குறித்த மனப்பான்மை, வணிக முக்கியத்துவம், அதில் தான் வகிக்கப்போகும் பங்கு, அடையப் போகும் பலன்கள் போன்ற மனவெழுச்சிக் கற்றலும் அந்த மாணவரிடம் அடக்கம். இவை அனைத்தின் ஒருங்கிணைப்பே அனிமேஷன் கற்றல் எனும் கூட்டு நிகழ்வு.

இன்று பல்துறை நுண்ணறிவு (Multiple-Intelligence) குறித்து ஹாவர்ட் கார்ட்னர் போன்றவர்கள் முன் வைப்பது இவ்வகை கற்றலின் நவீன அம்சங்களைத்தான்.

உட்கார்ந்த இடத்தில் சும்மா இருப்பதாலும் வெறுமனே கவனிப்பதாலும் நடப்பதல்ல கற்றல். கற்றல் என்பது ஒருவரால்

மற்றவருக்கு அளிக்கப்படுவதும் இல்லை என்கிறார் பியாகட் (Piagat) இருபதாம் நூற்றாண்டின் முதல் இருபத்தைந்து ஆண்டுகள் கல்வியில் ஏராளமான மாற்றங்களைக் கொண்டு வந்தவர் பியாகட். தூண்டைக் கல்வியியலில் தனது ஆய்வகமாக வகுப்பறையை எடுத்துக் கொண்டவர். பிறகு கற்றல் எப்படி சாத்தியமாகிறது? அவரது மூன்றாவது கருதுகோளைப் பாருங்கள்:

6. கற்றல் சுய அனுபவங்களால் விளைகிறது. எனவே ஒரு ஆசிரியரின் வேலை கற்றலுக்கான அனுபவங்களைக் கற்பவருக்கு ஏற்படுத்தித் தருவதே ஆகும்.

அனுபவங்களே கற்றல் தூண்டல்களை விளைவிக்கின்றன. கற்றலின் கோட்பாடுகள் குறித்தும் அதன் உளவியல் கூறுகள் குறித்தும் அறிய நமது வகுப்பறையில் நாம் எவ்வளவு முக்கியமானதொரு விஷயத்தைத் தொடர்ந்து தவறவிட்டு வருகிறோம் என்பது புரியும்.

பல்வேறு உளவியலாளர்கள் கற்றல் நிகழும் தருணங்களை உற்றுநோக்கி, ஆய்வகச் சோதனைகளுக்கு உட்படுத்தி அது தொடர்பான அறிவியல் ரீதியான கருத்துக்களை வெளியிட்டுள்ளனர். இவை கற்றல் கோட்பாடுகள் என அழைக்கப்படுகின்றன. ஒரு கற்றல் கோட்பாடு என்பது நிலையான ஆறு அம்சங்களை உள்ளடக்கியதாக உள்ளது. அதாவது அது ஒவ்வொன்றும் கீழ்க்கண்ட கேள்விகளுக்குத் தனக்கென்று விளக்கத்தைக் கொண்டுள்ளது.

1. கற்றல் என்பதன் விளக்கம் என்ன? அது எப்படி நிகழ்கிறது?
2. கற்றல் நிகழ்வில் தனிமனித வேறுபாடு ஏன்?
3. மறத்தல் (Forgetting) ஏன் நடக்கிறது?
4. கற்றலில் பரிசு, தண்டனை இவற்றின் பங்கு என்ன?
5. கற்றல் மாற்றம் (Learning Transfer) எப்படி நிகழ்கிறது?
6. கற்றலை ஊக்கப்படுத்தும் வழிமுறைகள் உள்ளனவா?

2

தூண்டல் துலங்கல் கோட்பாடுகளை அறிவீர்களா?

பொதுவாக நாம் கற்றல் கோட்பாடுகளை இரு பெருங் கூறுகளாக பிரித்துப் புரிந்து கொள்கிறோம்.

முதலாவது வகை கற்றல் கோட்பாடுகள் மிகவும் பழமையானவை. தூண்டல் துலங்கல் கோட்பாடுகள் என அவை அழைக்கப்படுகின்றன.

மனித நடத்தையில் ஏற்படும் மாற்றங்களை, பல்வேறு தூண்டல் (stimulus) துலங்கல்கள் (response) எப்படி ஏற்படுகின்றன என்பதன் மூலம் விளக்குகின்றன.

இரண்டாம் வகை கோட்பாடுகள் அறிவுப் புலக் (Field Theories) கோட்பாடுகள் என அழைக்கப்படுகின்றன. முழுமைக்காட்சிக் கோட்பாடுகளின் (Gestalt) முறைப்படி அவை கற்றலை அணுகுகின்றன. இந்தக் கோட்பாடுகளின் படி மனித நடத்தையில் ஏற்படும் மாற்றங்களை அந்த மனிதன் வளரும் சூழலில் ஏற்படும் மாற்றங்களாலும், அவற்றை அம்மனிதன் எவ்வாறு உணருகிறான் என்பதன் அடிப்படையிலும் கற்றலை அணுகுகின்றன.

தாண்டைக் பூனைகளை வைத்துச் செய்த சோதனைகளையும், பாவ்லோவ் நாய்களைப் பயன்படுத்திச் செய்த சோதனைகளையும், ஸ்கின்னர் - எலிகள், இபெர்ட்டின் - குரங்கு, வில்லியம் ஜேம்ஸ் செய்த சுய பரிசோதனை என கல்வி உளவியலில் ஒரு நூறு நூற்றைம்பது கற்றல் சோதனைகளும் அவை முன் வைத்த கற்றல் குறித்த மிக ஆழமான முடிவுகளும் உள்ளன. அவை அனைத்தையும் விளக்குவது நமது நோக்கமல்ல என்றாலும், கற்றல் மாற்றம் எப்படி நிகழ்கிறது? அதில் ஆசிரியர் என்பவர் என்ன பங்கு வகிக்க முடியும் என்பதையும் உணர்ந்திட நாம் அவற்றின் அடிப்படைகளை மட்டும் அறிந்து தெளிவது அவசியமாகும்.

தூண்டல் துலங்கல் கோட்பாடுகள், தூண்டலுக்கும் துலங்கலுக்கும் இடையே அமையக்கூடிய தொடர்புகளை வலியுறுத்துகின்றன. ஆனால் அறிவுப்புலக் கோட்பாடுகள், நோக்கம், உட்காட்சி (Insight) எனப்படும் உள்ளுணர்வு, புரிந்து கொள்தல் (Understanding) போன்றவற்றை வலியுறுத்துகின்றன. தூண்டல் துலங்கல் கோட்பாடு நன்மை விளைவு (Positive Reinforcement) எதிர்மறை விளைவாக்கம், (Negative Reinforcement) அதாவது பரிசு, தண்டனை போன்றவற்றை மாற்றி அமைத்தால் கற்றலை வெற்றி அடைய வைக்க முடியுமென்று நம்புகின்றன.

ஒரு ஆசிரியர் ஒரு குறிப்பிட்ட பாடப்பொருளை ஒரு வகுப்பில் கொடுத்து, ‘இதை ஒப்பித்து எழுதிக் காட்டினால் அடுத்த பீரியட் (பாடவேளை) விளையாடச் செல்லலாம். எழுதிக் காட்டாவிட்டால் பிரம்பால் பத்தடி, முட்டிப் போட வேண்டும்’ என அறிவிக்கும் பரிசு/தண்டனை முறையைத் தூண்டல் துலங்கல் கோட்பாடு முன் வைக்கிறது. இதை வாசிக்கும் போது “ஆகா. இதுதான் சரி. கற்றலை எளிதில் இது நிகழ வைக்கிறது” என நீங்கள் எளிதாகச் சொல்லி விடலாம். ஆனால் இத்தகைய கற்றல் நிலையானதல்ல என்று அறிவுப் புலக் கோட்பாடு மறுக்கிறது.

இதற்கான மாற்றுவழி என்ன? கற்றலின் உடனடி விளைவையும் நீண்டகால விளைவையும், தெரிவித்து ஊக்கத்தின் அடிப்படையில் கற்பவரைச் சென்றடையும் பாடப்பொருளே நிலையான கற்றலாக அது ஏற்கிறது. தூண்டல் துலங்கல் கோட்பாடு பயிற்சிக்கு அதிக முக்கியத்துவம் தருகிறது. அறிவுப்புலக் கோட்பாடு, பயிற்சிக்கு அதிக முக்கியத்துவம் தருவதைவிட முழுமைக் காட்சி (அதாவது முழுதும் புரிந்து கற்றல்) உள்வாங்கலை முன் வைக்கிறது.

நீண்டகாலம் கற்றதைத் திரும்ப எடுத்துப் பயன்படுத்தாததே மறத்தலுக்குக் காரணம் என்று தூண்டல் துலங்கல் கோட்பாடு சொல்கிறது. அறிவுப் புலக் கோட்பாடு கற்றலில் ஏற்படுகின்ற குறுக்கீடுகளே மறத்தலுக்கான காரணம் என முன் வைக்கிறது. கற்றல் நடப்பதற்குக் காரணம் கற்கும் பொருட்களுக்கு இடையிலான ஒத்த கூறுகள் என அறிவிக்கும் தூண்டல் துலங்கல் கோட்பாடுகள் பெரிய பாடப்பொருளைத் துண்டு துண்டாகப் பிரித்து அவற்றை மனப்பாடம் செய்வதை வலியுறுத்துகிறது. இது கல்வியே அல்ல என மறுக்கும் அறிவுப்புலக் கோட்பாடு கற்கும் பொருட்களோடான வாழ்க்கைத் தொடர்பினை அறிந்து கொள்தலே கற்றல் நடப்பதற்குக் காரணம் என அறிவிப்பதோடு, ஒரு பாடப்பொருளை முழுமையாக உள்வாங்குவதே உண்மைக் கல்வி என்றும் அறிவிக்கிறது.

தூண்டல் துலங்கல் கோட்பாடுகள் வழிக் கல்வியில் பாடப்பொருளை விடைத்தாளில் அப்படியே (ஒரு வரி கூட பிசகாமல்) முன்வைப்பவராக மாணவர் இருக்கிறார். அறிவுப்புலக் கோட்பாட்டில் தான் கற்று உணர்ந்ததைத் தனது சொந்த மொழி நடையில் முன் வைக்க அவர் ஊக்கம் பெறுகிறார். மேலும் ஆழமாக நாம் இந்தக் கோட்பாடுகளை அறிய சற்றே அவற்றின் அடிப்படைகளை ஆராய வேண்டும். இன்றைய நமது கல்வி சந்திக்கும் முக்கிய சிக்கல் இந்த இரு பாதைகளில் எங்கோ ஏற்பட்டு அதன் நடுவே தீர்வும் உள்ளது!

முதலில் நாம் தூண்டல் துலங்கல் கோட்பாட்டை எடுத்துக் கொள்வோம். இக்கோட்பாட்டின் முக்கிய குரல்கள் தாண்டைக், பாவ்லோவ் மற்றும் ஸ்கின்னர் ஆகியோருடையவை. முதலில் தனது பொதுக்கோட்பாடாக தாண்டைக் 'முயன்றும் தவறியும் கற்பதை (Trial and Error) முன்வைத்தார். எந்த ஒரு விஷயத்தைக் கற்றுக் கொள்ளும் போதும் பலமுறை முயன்று பல தவறுகள் புரிந்து, பின்னர் பயிற்சியின் காரணமாகத் தவறுகளின் எண்ணிக்கை குறைந்து இறுதியில் தவறின்றிச் சரியாக அதைக் கற்றுக் கொள்கிறோம் என்பது தாண்டைக்கின் வழி. ஆனால் இறுதியாக இந்தக் கோட்பாடு வகுப்பறைக்கு வரும்போது குழந்தைகள் எந்த

அளவிற்குத் தவறிழைக்க அனுமதிக்கப்படுகின்றனர் என்பதை உங்கள் கணிப்பிற்கு விட்டு விடுகிறேன். ஆனால் தனது ஆய்வகத்தின் மரச்சட்டங்களால் ஆன பெட்டியில் பூனையை ஒரு தடுப்பிலும் மறுபக்கம் மீனையும் வைத்து தடுப்பைத் திறந்து மீனை கவ்விட பூனை தவறித் தவறி பின் சரியான வழியை அடையக் கற்றதை (Trial and Error) வைத்து, மனிதர்கள் சிக்கலான ஒன்றைக் கற்கும் போது செயல்திறன்களில் (Motor-Skills) தேர்ச்சி பெற முனையும் போதும், இந்த வகை கற்றல் கையாளப்பட அவர் வழி வகுத்தார். தடுப்பின் கொக்கியைத் திறக்க பூனை எடுத்துக் கொண்ட நேரம் படிப்படியாகக் குறைந்து முழுமையான கற்றலை அது அடைந்தது. இந்த சோதனையின் அடிப்படையில் தாண்டைக் மூன்று கற்றல் விதிகளை (ஆயத்த விதி, பயிற்சி விதி மற்றும் விளைவு விதி) முன்வைத்துக் கற்றல் வளைகோடு (Learning Curve) என்பதையும் அடைந்தார்.

இதில் பயிற்சி விதி மிகவும் முக்கியத்துவம் வாய்ந்தது.

ஒரு குறிப்பிட்ட தூண்டலுக்கும் துலங்கலுக்கும் இடையே மாற்றியமைக்கக்கூடிய இணைப்பு ஒன்றை ஏற்படுத்தும் போது அந்த இணைப்பு திரும்பத் திரும்பப் பலமுறை (Repetition) முயற்சிக்கப்பட்டால் அந்த இணைப்பின் வலு அதிகரிக்கும். இதைத்தான் நாம் அலைவெண் விதி (Law of Frequency) என்று அழைக்கிறோம். பயிற்சியே தேர்ச்சிக்கு வித்திடும் என பலவகை தேர்வுப் பயிற்சிகள் (வகுப்புத்தேர்வு, தினத்தேர்வு, ஒரு வினா தேர்வு, இப்படி) ஏறக்குறைய தேர்வுகளே கல்வியாகிவிட்ட சூழலுக்கு இந்த விதிதான் வித்திட்டது.

இதனோடு தொடர்புடைய இன்னொரு விதியும் உண்டு. அண்மையில் நிகழ்த்தப்பட்ட செயல், மற்ற செயல்களைக் காட்டிலும் அதிக அளவு கற்றலுக்கு உட்படுத்தப்பட வாய்ப்பு உள்ளது. ஏனெனில் அண்மை நிகழ்வு உயிரியின் நினைவில் பசுமையாக இருக்கிறது. இதனை அண்மை விதி என்கிறோம். (Law of Instant Memory)

நமது பாடப்புத்தகத்தில் பாடப்பயிற்சி (Evaluation) வினாக்கள் எனும் இறுதிப்பகுதி இருப்பதைக் காணலாம். இதை அறிமுகம் செய்தவர் தாண்டைக். எதைக் கற்பித்த பின்பும் மாணவர்களுக்கு அது தொடர்பான பயிற்சியைப் போதுமான அளவு கொடுப்பதை அவரது விதி உறுதி செய்கிறது. கற்றவற்றை அவரது விதிகளின்படி அடிக்கடி நினைவு கூர்தல் அவசியம். தொடர் பயிற்சியளிப்பதோடு கூட, பயிற்சியின் ஒவ்வொரு கட்டத்திலும், தேர்ச்சி நிலை பற்றிய பின்னூட்டம் (Feed back) மாணவர்களுக்கு அளிக்கப்பட வேண்டும் என்கிற அவரது விதிப்படியே மாணவர்களுக்குத் தேர்ச்சி அட்டை (Rank - card) தருகிறோம்.

ரஷ்ய உளவியலாளர் மற்றும் உடற்கூறு இயலாளரான பாவ்லாவ் இவரது நாய் உமிழ்நீர் சோதனையின் மூலம் பெறப்பட்ட உண்மை அடிப்படையில் உருவானதொரு கற்றல் வகை 'சிறப்பு ஆக்க நிலைநிறுத்தம்' (Classical Conditioning) எனப்படுகிறது. விலங்கினங்கள் ஆக்க நிலைநிறுத்தத்தின் மூலமே கற்கின்றன. ஒவ்வொரு முறையும் தன் நாய்க்கு உணவளிக்கும்போது மணியை ஒலிக்கச் செய்தார் பாவ்லோவ். பின் மணி மட்டும் ஒலித்த போதும் உணவின்றியே உமிழ்நீர் சுரந்தது. மணி ஓசை துலங்கலாக மாறி பசித்தூண்டலாக வெளிப்படுகிறது. இதை பாவ்லாவ் ஆக்கநிலை நிறுத்தம், எதிர்வினை ஆக்க நிலை நிறுத்தம் என இருவகையாக அழைக்கிறோம். ஒரு செயற்கைத் தூண்டலை இயற்கை தூண்டலோடு இணைத்துக் கொடுப்பதன் மூலம், கற்றலை சாத்தியமாக்குவதே பாவ்லாவ் ஆக்க நிலைநிறுத்தம் ஆகும்.

ஆக்க நிலைநிறுத்தம், மொழிப்பாடம் கற்பித்தலில் உதவுகிறது. படங்களுடன் இணைத்துச் சொற்களை வெளியிட்டு பிறகு சொல் தொகுதிகளை வெளியிடுதல் பாவ்லாவ் வகை கற்றலாகும்.

பாவ்லாவ் ஆக்க நிலை நிறுத்தத்தின் மூலம் ஐந்து விதிகளை வெளியிட்டார். கற்றல் கற்பித்தல் குறித்த நமது தேடலுக்கு அவை உதவும்.

1. உருவாக்கல் விதி (law of Cousation):
   செயற்கைத் தூண்டலும், இயற்கையான இயல்பான தூண்டலும் கால இடைவெளி இன்றி உருவாதல் செயற்கைத் துலங்கலையும் இயற்கைத் துலங்கலாய் மாற்றும்.

2. ஆக்க நிலைநிறுத்தம் அழிந்து போதல் விதி (Law of Experimental Exinction):
   கட்டுப்படுத்தப்பட்ட தூண்டலை வலுவூட்டியாக்கி அதை கட்டுப்படுத்தப்பட்ட துலங்கல் உடனடியாக வெளிவராது வலுவிழந்தால் வரும் நிலை. இதைத் திரும்ப நிகழ்த்துதல் மூலம் உயிர் பெறவைக்க வேண்டும். அப்படி திரும்ப நிகழும் கற்றலை மீண்டும் கொணர்தல் (Spontaneous Recovery) என அவர் அழைத்தார். நமது கல்வியில் இது முக்கிய இடம் வகிக்கிறது.

3. பொதுமைப்படுத்துதல் விதி (Law of Generalisation):
   ஒரு குறிப்பிட்ட தூண்டலுக்கு உருவான துலங்கலை, ஒத்த குணமுடைய பிற தூண்டல்களைக் கொண்டு பெறுவதைப் பொதுமைப் படுத்துதல் என்று அவர் அழைத்தார். ஒரு பாட ஆசிரியர் மீதான பயம் அந்தப் பாடம் பற்றிய பயமாக மாறுவது ஒரு உதாரணம்.

4. வேறுபடுத்தி அறிதல் அல்லது பிரித்து உணர்தல் விதி (Law of Discrimination):

ஒரு குறிப்பிட்ட தூண்டலுக்கு ஒரு வகை துலங்கலும், அதை ஒத்த ஆனால் சற்றே வேறுபடும் தூண்டலும் சேர்ந்து தரப்படும் போது வேறுபட்ட துலங்கலையும் வெளியிடுவதன் மூலம் சரியான தூண்டலைப் பதிய வைத்தல் ஆகும். ஒத்த ஓசையுள்ள சொற்களைக் கொடுத்து சரியான சொல்லைத் தேர்வு செய்வதும் நமது விடையைத் தேர்ந்தெடுத்து எழுதும் (objective type) முறையும் இதிலிருந்து வந்ததே.

5. இரண்டாம் நிலை ஆக்க நிலைநிறுத்தம் (Secondary Conditioning): ஆக்க நிலைநிறுத்தம் என்பது தொடர்பற்ற ஒரு தூண்டலை மற்றோர் இயல்பான தூண்டலோடு இணைத்து மேலும் சங்கிலித் தொடராக மற்றொரு கற்றலையும் சாத்தியமாக்குதல், மணி ஒலியோடு ஒரு விளக்கொளியையும் உணவோடு நாய்க்கு வழங்கி பழக்குவதைப் போல... காடுகள் பற்றிய பொதுத் தூண்டலுக்குப் பிறகு அமேசான் ஆறு பற்றியும் ஊசியிலைக் காடுகள் பற்றியும் நீட்டுதல் இரண்டாம்நிலை ஆக்க நிலை நிறுத்தமாகும்.

கல்வியில் தூண்டல் துலங்கல் கோட்பாடுகளின் ஆக்கிரமிப்பைக் கல்வி உளவியலில் அதன் பங்கைப் பார்த்து வரும் நாம், அடுத்து ஸ்கின்னரிடம் செல்ல வேண்டும். இன்றைய கல்வியில் பாராட்டும் தண்டனையும் அறிமுகமானது அவர் வழியாகத்தான். காலங்காலமாகவே கல்வியில் ஒரு ஆசான் தனது சிஷ்யனைத் தவறுகளின் போது தண்டிப்பது வழக்கமே ஆனாலும் அதைக் கற்றல் செயல்பாடுகளில் ஒரு தூண்டலுக்குத் துணையாக அறிவியல் ரீதியில் முன்வைத்தவர் ஸ்கின்னர்.

அமெரிக்க உளவியலாளரான பி.எஃப்.ஸ்கின்னர் வலுவூட்டி (Reinforcement) கோட்பாட்டையும், செயல்படு ஆக்க நிலை நிறுத்தத்தையும் முன்வைத்தார் (Operant Conditioning). அதன்படி ஒரு பரிசு அல்லது பாராட்டினை வழங்குவதன் மூலம் குறிப்பிட்ட துலங்கலைத் திரும்பத் திரும்பத் தோன்றுவதற்கான வாய்ப்பு அதிகரிப்பதாக அவர் அறிவித்தார். நாயின் உமிழ்நீர் சுரப்பிற்குக் காரணம் மணியோசை மட்டுமே அல்ல. அதன்பின் வழங்கப்பட இருக்கும் பரிசு; அதாவது உணவு. அங்கே உணவு ஒரு வலுவூட்டியாகச் செயல்படுகிறது.

ஸ்கின்னர் வலுவூட்டியை (Reinforcess) இரண்டாய்ப் பிரித்தார். நேரிடை வலுவூட்டிகள் (Positive Reinforcess) எதிரிடை வலுவூட்டிகள் (Negative Reinforcess) இந்த வலுவூட்டிகள் சமூகத்தில் பெரிய அளவிற்கு

வேலை செய்கின்றன. எந்தத் தூண்டல்களைப் பெறுவதற்கு ஒருவர் விழைகிறாரோ அவற்றை நேரிடை வலுவூட்டி என்று அழைக்கலாம். மனிதர்களைப் பொறுத்தவரை உணவு, நீர், தின்பண்டம் இவற்றோடு பண்பாட்டு வழி அடையும் பரிசு, பாராட்டு, புகழ்ச்சி, பணம் (சம்பளம்) சமூக அங்கீகாரம் போன்றவை நேரிடை வலுவூட்டிகள். சமூக இகழ்ச்சி, குடும்பத்திலிருந்து விலக்கப்படுதல், சிறைத் தண்டனை என சில துலங்கல்களைத் தூண்டப் பெறக்கூடாது என்பதால் வரும் வலுவூட்டிகளை நாம் எதிரிடை வலுவூட்டிகள் (Negative Reinforcess) என்கிறோம்.

நமது ஆசிரியர்களில் ஒரு பகுதியினர் மேற்கண்டவற்றில் எதிரிடை வலுவூட்டி (Negative Reinforcess) முட்டி போட வைத்தல், அடி, குட்டு வைத்தல், தோப்புக் கரணம் என பயன்படுத்தி மிரட்டி மனப்பாடம் செய்து கற்பதை ஒரு தூண்டல் முறையாகப் பயன்படுத்துவதை காணலாம். இத்தகைய முறையில் கற்கும் ஒரு பாடப்பகுதி எளிதில் மறக்கப்படுகிறது.

வலுவூட்டிகளைக் கொண்டு ஆக்க நிலைநிறுத்தம் நடைபெறச் செய்தலே செயல்படு ஆக்க நிலையிறுத்தம் ஆகும். நாய் பசியின்றி இருந்தால் உமிழ்நீர் சுரக்குமா எனும் கேள்வியிலிருந்து ஸ்கின்னரின் கோட்பாடு தொடங்குகிறது. ஸ்கின்னரின் கம்பிவலை சவால் (Maze) எலியின் பசியை எளிதில் தீர்த்தது. வலுவாக உணவை நோக்கி அது இழுக்கப்பட்டது. எனவே மாணவர்களைப் பாடப்பொருள் மீது ஆர்வத்தைத் தூண்டி, இதனைக் கற்றுத் தேர்ந்தால் பாட வேளை முடிவில் விளையாட அனுமதித்தல், மிட்டாய்கள் தருதல் இப்படி துலங்கல் வலுவூட்டிகளைப் பயன்படுத்தலாம்.

பாவ்லாவின் கோட்பாடு தூண்டல் சார்ந்தது. ஸ்கின்னர் கோட்பாடு துலங்கல் சார்ந்தது. இரண்டுமே கல்வியில் பெரும்பங்கு வகித்துள்ளன. கற்பித்தலில் தனியாள் வேற்றுமை மற்றும் அதற்கேற்ப கற்றல் யுக்தியை மாற்றியமைத்தலைக் கல்வியில் அது அறிமுகம் செய்தது. திட்டமிட்டுக் கற்றல் அல்லது நிரல்வழி கற்றல் யுக்தி (Technique of Programmed Learning), கற்பித்தல் கருவிகள் (Teaching Machines) இவை எல்லாம் வந்தன. தேர்வு அதன்வழி வரும் மதிப்பெண், வகுப்பில் மாணவர் நிலை (Rank), அது வழங்கும் சமூக மதிப்பு, பாராட்டு என துலங்கல் வலுவூட்டிகளைக் கல்விமுறை பிடித்துக் கொண்டதும் அதுவே கல்வியின் ஆதார ரத்த ஓட்டமாகி அதன் உண்மை நோக்கத்தை நீர்த்துப் போக வைத்ததும் துயர வரலாற்று சாட்சியமாகும்.

3

முழுமைக் காட்சிக் கோட்பாடுகள் பற்றி தெரியுமா?

இரண்டாவது வகை கல்வி உளவியல் கோட்பாடு என்னவெல்லாம் சொல்கிறது என்று பார்ப்போம். முழுமை சாட்சிக் கோட்பாட்டை (கெஸ்டால்ட்) உளவியலில் அறிமுகம் செய்தவர்கள் குறித்து ஏற்கனவே பார்த்தோம். இதில் முக்கிய குரல்கள் கோஹ்லர், கர்ட் லெவின், மற்றும் டால்மன் ஆகியோருடையது.

கெஸ்டால்ட் எனும் ஜெர்மானியச் சொல் பற்றி பார்த்தோம். முழுமை அமைப்பு (whole Pattern of Configuration) பொருளுணர்தல் என அதை அழைக்கிறார்கள். இந்தக் கோட்பாட்டின்படி ஒரு முழுமை என்பது பகுதிகளின் தொகுப்பைவிட அதிகமானது. பகுதிகள் அல்லது உறுப்புகளைத் தனித்தனியே ஆராயும் போது பொருளற்றது போல தோன்றும். ஆனால் எல்லாப் பகுதிகளையும் அல்லது உறுப்புகளையும் ஒருசேர பார்க்கும்போது பொருளுடையதாகத் தோன்றும். எனவே எதையும் முழுமை அறிந்து கற்றிடல் வேண்டும்.

பகுதி பகுதியாகப் பிரித்து முழுமையிலிருந்து அற்றுப் போக வைத்துக் கற்றிடும் முறைக்கு எதிராக முழுமையாகப் பிரச்சனைகளைப் பிரித்துக் கற்பதை முழுமைக் காட்சிக் கோட்பாடு முன் வைக்கிறது.

ஒரு பணியைப் புரிந்து கொள்ள வேண்டுமானால், அப்பணியின் உட்கூறுகளையும், அவை எவ்வாறு ஒன்றுடன் ஒன்று பொருந்தி இயங்குகின்றன என்பதையும் அறிந்து செயல்படுவது அவசியம். முழுமைக் காட்சிக் கோட்பாட்டின்படி கற்றல் என்பது நமது புலன்காட்சி அனுபவங்களை முறையாக, பொருளுடையதாக மாற்றி அமைத்தால் மட்டுமே சாத்தியமாகும். இதனை உட்காட்சி கற்றல் (Insight Learning) என்று கர்ட் காஃப்கா அழைக்கிறார்.

உட்காட்சி கற்றல் அறி திறனுக்கு (Cognition) அதிக முக்கியத்துவம் தருகிறது. தரப்படும் விவரங்களில் இருந்து அதுவரை அறியப்படாத புதிய தொடர்புகளைத் திடீரென உணர்தலே 'உட்காட்சி' (Insight) என்கிற மனம் சார்ந்த செயல்பாடாகும். உள்ளுணர்வு (Intuition) என்பதிலிருந்து இது வேறுபட்டாலும் உட்காட்சியே உள்ளுணர்வைத் தூண்டுகிறது.

மனிதக் குரங்குகளை வைத்து நடத்தப்பட்ட கோஹ்லரின் கற்றல் சோதனைகளிலிருந்து மேலும் பல படிப்பினைகளை நாம் பெறலாம். உதாரணத்திற்கு ஒரு சோதனையை விவரிப்போம். சுல்தோ எனும் பெயரிடப்பட்ட ஒரு மனிதக் குரங்கு பசியுடன் ஒரு அறைக்குள் அடைக்கப்பட்டது. வெளியே வைக்கப்பட்ட வாழைப்பழக்குலையை சன்னல் வழியே எடுக்கலாம். குட்டை மற்றும் நெட்டைக் குச்சிகள்

மூலம் தனித்தனியே அது முயன்றது. ஆனால் முடியவில்லை. இரு குச்சிகளையும் ஒன்றுக்குள் ஒன்றைப் பொருத்தி அதை வைத்து எடுக்கலாம். பலவாறு தனித்தனிக் குச்சிகள் மூலம் முயன்று தோற்ற சுல்தோ முயற்சியைக் கைவிட்டு குச்சிகளுடன் விளையாடி அவற்றைச் சரியாக இணைத்துப் பின் பழத்தையும் எடுத்தது. இந்த நிகழ்வு ஏனைய கற்றல் போலின்றி முழுமைக் காட்சியையும் (குச்சிகளை இணைத்தல், பிறகு சன்னல் வழி எடுத்தல்) மனதில் உள்வாங்கி அறிதிறனுக்கு உட்படுத்தி முழுமையாய் கற்ற செயல்பாடாகும். அது தன் முன் உள்ள பிரச்சனையையும் அதன் பின்புலத்தையும் முழுமையாக உணர்ந்து கொள்ளும் திறனைக் கற்றது. முதலில் பிரச்சனையைப் பரிசீலித்தல், தீர்வைப் புரிந்து கொள்தல், சட்டெனத் தோன்றும் அந்தத் தீர்வைச் செயல்படுத்துதல்; இதுவே முழுமையான கற்றல் ஆகிறது.

முழுமைக் காட்சிக் கொள்கை, கல்வியில் பொருளுணர்ந்து கற்றலை வலியுறுத்துகிறது. உதாரணமாக வரலாறு என்பது நிகழ்ச்சிகளும், அவை நடைபெற்ற நாட்களின் தொகுப்பும், அவற்றை நிகழ வைத்த மனிதர்களின் கதையும் ஆகும். அந்த நிகழ்ச்சிகளை இடம், சூழல், தொடர்பு, நோக்கம் ஆகியவற்றோடு பொருத்திப் பார்த்துப் படிப்பினை பெற்று முழுமையாய் அறிதலே கற்றல் ஆகும். அதேபோல கணிதம் என்பது வெறும் சூத்திரங்களின் தனித்தனி உள்ளடக்கம் அல்ல. அதில் ஒரு ஒழுங்கமைப்பு, தொடர்பு, பொருள் கொள்தல் ஆகியன உள்ளடங்கிய படிநிலைகள் (Steps) அடுத்த படிநிலையை நோக்கி இட்டுச் செல்லும் தொடர்ச்சியைக் கொண்ட அனுபவங்களால் ஆன முழுமையாக இருக்கிறது. பயிற்சியைவிட முழுமை பெறும் அனுபவங்களே இங்கு முதன்மை பெறுகின்றன.

இந்த உட்காட்சி வழி கற்றலின் அடிப்படைகள் தூண்டல் துலங்கல் கற்றலின் அடிப்படைகளிடமிருந்து வேறுபடுவதை முன்னரே கண்டோம். இங்கு காட்சிப் புலத்தைப் புரிந்து மாற்றி அமைப்பதன் மூலம் உருவாகும் உட்காட்சியைப் பெறுவதே கற்றல். கற்றலில் நாமும் பங்கேற்று அதனை நமக்கான அனுபவமாய் மாற்றுதல் இங்கே கற்றலுக்கு அடிப்படை ஆகிறது. எனவே கற்றல் செம்மையாக நடக்கப் (பயிற்சிக்குப் பதிலாக) பிரச்சனையின் முழுப் பரிமாணத்தையும் உணர்ந்து சுய அனுபவங்களின் வாயிலாக உள்வாங்கிப் பரிசீலிக்கும் ஆற்றல் பெருக வேண்டும். உட்காட்சி வழி கற்றல் நான்கு படிநிலைளைக் கொண்டது.

1. ஆயத்தம் செய்தல்: வகுப்பிற்கு வந்ததும் நேரே கரும்பலகைக்குச் சென்று வளவளவென பாடத்தை நடத்தாமல் பிரச்சனை குறித்து ஒரு அறிமுகம் கொடுத்து ஆயத்தம் செய்வது.

2. மனதில் அசை போடுதல்: பிரச்சனை பாடப்பொருள் குறித்து ஏற்கனவே அறியப்பட்டதைத் திரும்பவும் நினைவு கூர்தல்.
3. உள்ளொளி அல்லது உட்காட்சி ஏற்படுதல்: தீர்வு குறித்த விளக்கம் புரிந்து கொள்ளப்படுதல்.
4. மதிப்பிடுதல் (அதாவது) சோதித்து அறிதல்: தீர்வினைச் சோதித்துச் சரி பார்த்தல்.

இது மட்டுமல்ல. கற்கும் பணியின் தன்மை (The nature of Learning task) மற்றும் கற்பவரின் கற்கும் ஆற்றலைப் பொறுத்து உட்காட்சிக் கொள்கை, பல்வேறு விதமான கற்றல் வகைகளை முன்வைக்கிறது. ராபர்ட் காக்னேயின் படிநிலைக் கற்றல் உட்பட கீழ்க்கண்ட ஏழு வகையான கற்றலை உட்காட்சிக் கோட்பாடு முன்வைத்தது.

அ) உடலியக்கத்திறன் அல்லது செய்திறன் கற்றல் (skill learning)

இது உடலியக்கம் தொடர்பான ஓடுதல், குதித்தல், நீந்துதல், ஓவியம் தீட்டுதல், வாத்தியம் வாசித்தல், நடனமாடுதல், வாகனம் ஓட்டுதல் என பல வகையான கற்றலை விளக்குகிறது.

ஆ) புலன் காட்சி கற்றல் (Perceptual Learning):

ஒரு பணியின் உட்கூறுகள் அமைந்துள்ள விதத்தையும், அவை எவ்வாறு ஒருங்கிணைந்து செயல்படுகின்றன என்பதையும் அறிந்து உணர்வதன் மூலம் கற்றல்.

இ) பொதுமைக் கருத்துவழி கற்றல் (Conceptual Learning):

காணப்படும் பொருள்கள் அல்லது காட்சிகள் இவற்றுக்கு இடையே உள்வாங்கப்படும் பொதுப்பண்பிற்கான பெயரே பொதுமைக்கருத்து (Concept). இப்படி பொதுமைக் கருத்து மூலம் சிந்திப்பதே உண்மையான கற்றல்.

ஈ) மனப்பான்மை மற்றும் ஆர்வம் ஆகியவற்றை, ஆக்க நிலையிறுத்தம் மூலம் கற்றல்:

ஒரு பாடப்பொருள் குறித்த ஆர்வமே இங்கு கற்றலுக்கான உந்துதலாக அமைகிறது.

உ) பின்பற்றிக் கற்றல் (அல்லது) பார்த்தவற்றை அதேமாதிரி திரும்பச் செய்யக் கற்றல் (Repetition & Inernational learning) எந்த மொழியையும் இவ்வகையில்தான் கற்கிறோம். குழந்தைகள், பெற்றோர்கள் பேசுவதை கவனித்து அதே மாதிரி பேசக் கற்கிறது. இடதுகைப் பழக்கமுடைய ஒரு ஆசிரியர் நடத்தும் மழலையர், வகுப்புகளில் குழந்தைகள் தாங்களாகவே இடதுகையால் எழுதத் தொடங்குவார்கள்.

ஊ) உற்று நோக்கிக் கற்றல்: (Observational Learning):

இவ்வகை கற்றலுக்கும், பார்த்தவற்றைத் திரும்பச் செய்தல் முறை கற்றலுக்குமான வேறுபாடு உற்று நோக்கிக் கற்றலில் தான் கண்ட ஒரு காட்சியைத்தான் செய்து பார்க்கும்போது ஒரு மாணவர் தனக்கென ஒரு பாணியைக் கடைப்பிடிக்கிறார். சமூகத்தில் நாம் இயங்கக் கற்றுக் கொள்வது (Social Learning) மற்றவர் போலவே உடை உடுத்துதல், பேசுதல், நடை உடை பாவனைகள் கூட்டத்தில் ஒரு மாதிரியும் பள்ளியில் மாணவராகவும் வீட்டில் மகனாகவும் நடந்து கொள்வதன் வேற்றுமைகளைக் கற்றலும் இவ்வகையைச் சார்ந்ததே. விதியைக் கற்றல், பிரச்சனைத் தீர்வுகளைக் (Problem Solving) கற்றல் என காக்னே கற்றலை மேலும் வகைப்படுத்துகிறார்.

அவரது கூற்றுப்படி கீழ்வரிசைக் கற்றல் திறன்வழியே மேல்நோக்கிய தேர்ச்சி தேவை. கணித தேர்ச்சி, இயற்பியல் தேர்ச்சியையும் தருகிறது. இதற்கு காக்னே கற்றல் மாற்றம் (Transfer of Learning) என பெயரிட்டார். ஒரு கற்றல் நிகழ்வில் பெறப்பட்ட அனுபவம், பிறிதொரு கற்றல் நிகழ்விற்கு எடுத்துச் செல்லப்பட்டுத் தாக்கத்தை ஏற்படுத்தினால் அதைக் கற்றல் மாற்றம் என்கிறோம். இதிலும் நேரிடை (positive) கற்றல் மாற்றம், எதிர்மறை (Negative) கற்றல் மாற்றம் என இரண்டு வகையோடு மூன்றாவதாக சூன்ய கற்றல் மாற்றம் (Zero Transfer of Learning) என ஒருவகைக் கற்றல் மற்றொரு வகைக் கற்றலுக்குச் சற்றும் தொடர்பற்று இருந்தால் அதை அழைக்கிறோம். கற்றல் மாற்றம் கல்வியில் பெரும்பங்கு வகிக்கிறது. அதைச் சரியாகக் கொண்டு செல்வதில் ஆசிரியரின் பங்கும் மகத்தானது.

மேற்கண்ட கற்றல் உளவியலின் கூறுகளோடு மாணவர்களின் வயதுக்கு ஏற்ற குழந்தை உளவியல் அடிப்படைகள் வகுப்பறையில் அரங்கேற வேண்டியது தானே! பாடப்பொருள், ஆசிரியர், மாணவர் மற்றும் கல்வி உளவியல், மாணவர் உளவியல் இவை சரியான விகிதத்தில் கலந்தால் கல்வி இனிக்கும் என்பது உண்மைதான். நமது வகுப்பறை இவை மட்டுமே இயங்கும் இடமல்ல. இவற்றையும் மீறிய ஏதோ ஒன்று வகுப்பறைகளை இயக்குகிறது. பாடப்பொருள், ஆசிரியர், மாணவர் இவை கல்வியின் மூன்று பக்கங்கள். அவற்றை செயல்படுத்தக் கற்றல் உளவியல், மாணவர்களை அறிய குழந்தை உளவியல் என இவை மட்டும் போதும் என நீங்கள் கருதுவது சரிதான். ஆனால் இவற்றின் மீது கடும் ஆளுமை செலுத்திக் கற்றல் கற்பித்தல் நடைமுறையைப் பாதிக்கும் நான்காம் பரிமாணமாக 'வகுப்பறை விதிமுறைகள்' என்பது இயங்குகிறது. அதுதான் நமக்கு இடம் விடாத வகுப்பறைக்குள் டைனோசர்!

4

நான்காம் பரிமாணம் – வகுப்பின் விதிமுறைகள்

உங்கள் வகுப்பறை ஒரு மேற்கூரையால் ஆனது. சதுரம் அல்லது செவ்வகமாக 24x40 அடி கணக்கில் இரண்டு சன்னல்களுடனும் ஒரு வாயிற்கதவுடனும் அது வடிவமைக்கப்பட்டுள்ளது. எவ்வளவு சாதுவாக அது தெரிகிறது பாருங்கள். ஒருபுறம் அறிவு காய்ச்சி வடிக்கப்படும் இனிய குடுவையாய் அது இருந்தாலும் மறுபுறம் ஒரு தேர்ந்த சர்வாதிகாரியாக அது ஆசிரியரை மாற்றிவிடும் பேராபத்தைத் தன் புன்னகைப்பில் மறைத்து வைத்துள்ளது. இதை நாம் புரிந்து கொள்வது தான் இன்றைய கல்வியின் பிரதான பிரச்சனையைத் தீர்க்க ஒரே வழி. எப்படிப்பட்ட ஜனநாயக மனமுதிர்ச்சி பெற்ற மனிதராக இருப்பினும் ஆசிரியர் என்பவரை அதிகார போதை ஏற வைத்துக் கற்றல் - கற்பித்தல் எனும் உலகிலேயே இனிமையான அனுபவத்தை அவர் மறந்து மரத்துப் போன அவர் கைப்பிரம்பைப் போலவே தனது மதி இழக்கும் அந்த தர்பார் நிமிடங்களை ஏற்படுத்துவது இந்த விஷயம் தான். 'வகுப்பறை விதிமுறைகள்!' ஆசிரியரையும் மாணவரையும் ஒருவருக்கு எதிராக ஒருவரை நிறுத்தும் அவலம் இந்த நான்காம் பரிமாணத்தால் விளைந்ததே.

நிசப்தமாய் இருக்கின்றன வகுப்பறைகள். அங்கே குழந்தைகள் வரிசை வரிசையாய் அமர்ந்திருக்கிறார்கள். ஒரு நாளைக்கு எட்டு மணி நேரம் ஏழு, எட்டு பாட வேளைகள், 'நிமிர்ந்து உட்கார்... கவனி... பேசாதே... கவனி' இதுதான் ஆசிரியரின் அதிக முறை சொல்லப்படும் சொற் பிரயோகம். இப்படித்தான் உட்கார வேண்டும். நின்றால் இப்படித்தான் நிற்க வேண்டும். பேசினால் இப்படித்தான் இந்த மொழியில் தான் பேச வேண்டும். அப்படியே உட்கார்ந்திருக்க வேண்டும். இலேசாகப் பின்னால் சாயலாம். முன்னால் மேசை மீது கை வைத்துக் குனியலாம். ஆசிரியர் பின் ஆசிரியராய் வந்து வந்து போவார்கள். மாணவர்கள் இடத்தைவிட்டு எங்கும் செல்லக்கூடாது.. வேறெங்கும் செல்ல அனுமதி பெற வேண்டும். சொல்லாமல் தண்ணீர் கூட குடிக்கக்கூடாது. ஆசிரியர் அனுமதி இல்லாமல் பிறரிடம் பேசுதல், பேனா இரவல் வாங்குதல், பரிவர்த்தனை எதுவும் கூடாது. மணிக்கணக்கில் வாய்பொத்தி சும்மாவே உட்கார்ந்திருக்க வேண்டும். ஆனால் தூங்கக்கூடாது! கத்துவது, மகிழ்ச்சி ஆரவாரம் செய்வது, கத்திச் சிரிப்பது, கைத்தட்டுவது எல்லாம் ஆசிரியர் கையில் இருக்கிறது. இவை எப்போதாவது நடக்கும். அதுவும் கட்டுப்படுத்தப்பட்ட அளவில் மட்டுமே நடக்கும். உங்களுக்கு

ஏற்படும் இயற்கையான உணர்வுகளை வெளிக்காட்ட அது இடமல்ல. ஏன் இப்படி?

நாம் முன்னொரு அத்தியாயத்தில் கண்ட வகுப்பு வயது அடிப்படை குழந்தைகளின் இயல்புகளில் எதுவுமே வகுப்பறை தர்பாருக்குள் எடுபடாது. 'கையைக் கட்டு வாயைப் பொத்து', 'Fold your hands, keep your finger on your lips!' இதற்கு எல்லா மொழிகளிலும் அர்த்தம் ஒன்று தான். ஒரு வகுப்பறையின் பேரமைதியையும் மீறி இந்த விதிமுறைகளை தர்பாரை எந்த அளவிற்கு நாம் கடைப் பிடிக்கின்றோம் என்பதைச் சில ஆண்டுகளுக்கு முன் தமிழகமே கண்டு அதிர்ந்தது. கும்பகோணத்தில் ஒரு பள்ளியின் மேற்கூரை தீப்பற்றி எரிந்தபோதும் குழந்தைகள் 'அய்யோ அம்மா காப்பாத்துங்க' என்று கத்திக் கூப்பாடு போடவில்லை. அதே வகுப்பறை அமைதியைக் கடைப்பிடித்துக் கொண்டிருந்தார்கள். கடைசியாய் அவர்களை அங்கு விட்டுச் சென்ற ஆசிரியை 'கை கட்டு... வாயில் விரல் வை' என்று உத்தரவிட்டுச் சென்றதால், தனித்து விடப்பட்ட அந்த வகுப்பறை தனது விதிமுறைகளைக் கடைப்பிடிப்பதில் பணிந்து பயந்து ஈடுபாடு காட்டி அனைத்துக் குழந்தைகளும் எரிந்து சாம்பலானார்கள். அவர்கள் 'அய்யோ அய்யோ' என்று கத்தி இருந்தால் கூட பலர் வந்து காப்பாற்றி இருப்பார்கள் அல்லவா? குழந்தைகளில் பலர் வாயில் விரல் வைத்தபடியே கருகிப் போனதைத் தொலைக்காட்சியிலும், தினசரிகளிலும் புகைப்படங்கள் வழி கண்டோம்'. பாடப்பொருள், கற்றல் கற்பித்தல் செயல்பாட்டை விட வகுப்பறை விதிகள் கல்வி மீது அதிக ஆளுமை செலுத்தும் ஒரு கொடுமைக்கு இதைவிட பெரிய உதாரணம் நிரூபணம் இருக்க முடியுமா? ஒரு காலத்தில் கற்றல் செயல்பாடுகள் செவ்வனே நடப்பதற்காக அறிமுகமான இந்த விதிகள், இன்று கல்விச் செயல்பாடுகளின் தடைக்கல்லாக மட்டுமல்ல, வகுப்பறையின் வன்முறைக்கே அடித்தளமாய் இருப்பது இப்படி பலமுறை நிரூபிக்கப்பட்டுள்ளது.

சேலத்தில் மாணவி ஒருத்தியின் கண் பார்வை ஒரு ஆசிரியரால் பறிபோனதும், தர்மபுரியில் சட்டையைக் கழற்றி வகுப்பில் அவமானப்படுத்தப்பட்ட குழந்தை தற்கொலை செய்து கொண்டதும் என பல நூறு ஆயிரம் 'உதை' படலங்கள் நடப்பது பாடப்பொருள் கற்காததாலோ கற்றல் செயல்பாட்டாலோ அல்ல. பெரும்பாலும் ஆசிரியர்கள் தண்டிக்க வேண்டி வருவது 'ஒழுக்கத்தை' கட்டிக் காக்க வேண்டிய அந்த நிர்பந்தத்தினால் தான் என்பது குறிப்பிடத்தக்கது. ஒழுக்கம் குலைந்து செயல்பட்டார் என மாணவர்களை ஆசிரியர்கள் சகஜமாகக் குற்றம் சாட்டுகிறார்கள்.

கல்வியும் ஒழுக்கமும் இரண்டு கண்கள் என்று கல்விச் சித்தாந்தமோ, கல்வி உளவியலோ எங்கும் சொல்லவில்லை. ஆனால் அந்த எழுதப்படாத சட்டத்தை ஏதோ கல்வியின் தத்துவம் போல தலைமை ஆசிரியரும் ஆசிரியரும் பெற்றோரும் திரும்பத் திரும்ப சொல்ல வைக்கப்படுகிறார்கள். ஒழுங்கீனச் செயல்களில் ஈடுபட்டார்கள் என்று பள்ளியிலிருந்து குழந்தைகளை வெளியேற்றும் அளவிற்குச் சில சமயம் நடவடிக்கை எடுக்கப்படுவதைக் காணலாம். வகுப்பில் புகைப்பிடிக்கவும் தேர்வில் காப்பி அடிப்பதையும், சக மாணவர் மீது வன்முறையை நிகழ்த்தவும் ஏனைய சமூகக் குற்றங்களில் ஈடுபடவும், எந்த மாணவரையும் நாம் ஆதரித்து விடப் போவதில்லை. அதே சமயம் இவற்றை மீறி சிறைச்சாலை, ஹிட்லர் முகாம்களைவிட அதிக உக்கிரமான விதிகளைப் பொதுஅம்சமாக வகுப்பறை கொண்டுள்ளது கண்டிப்பாக மறுபரிசீலனை செய்யப்பட வேண்டிய ஒன்றாகும். ஆசிரியர்களைப் பாட அடிப்படையில் கூட கேள்வி கேட்க அனுமதிக்காத, அடிபணிந்து நிற்கும் பேதைகளாய் மாணவர்களை நடத்தும் விதிகள் இன்றும் கூட பள்ளிகளின் மைய நீரோட்டமாய் உள்ளன. வகுப்பறைகளை ஒருவழிச் சாலையாக மாற்றி மாணவர்களை அஞ்சி நடுங்க வைக்கும் இவ்விதிகள், பள்ளி வகுப்பறை மீதான வெறுப்பைக் குழந்தைகளுக்குள் விதைக்கின்றன.

குழந்தை கல்விக்கும், பாடத்திற்கும் பயந்து பள்ளி வளாகத்தை வெறுக்கவில்லை, இந்த விதிகளுக்கு அஞ்சியே அதனை அருவறுத்தே வெறுக்கிறது. காலை மணியை விட மாலை மணி இனிப்பதற்கும் அதுவே காரணம். ஆசிரியர்களை மட்டுமே அதற்காகக் குறை சொல்லிவிட முடியாது. கற்றலை இனிமையாக்கும் கிரியா ஊக்கியாகச் செயல்பட வேண்டிய ஆசிரியரை போலீஸ் கண்காணிப்பாளராக்கி வகுப்பறை விதிகளை அமுல்படுத்துபவராக மாணவர்களின் முன் நிறுத்தும் நமது கல்வி அமைப்பின் செயல்பாடு இன்று இருவகை பார்வை கொண்டதாகச் சட்டென மாறிவிட்டது. வகுப்பறைக் கட்டுப்பாடு குலையக் கூடாது என்பதிலும் பிடிவாதமாய் இருந்து ஆசிரியர் காவல்துறை வேலை பார்க்க வேண்டியதில்லை என்றும் உத்தரவிட்டதில்தான் பிரச்சனை உள்ளது. இந்த விதிகளைத் தளர்த்தாமல் ஆசிரியரை மட்டுமே குற்றவாளி ஆக்குவது என்ன நியாயம்?

முதலில் விதிகளைக் குறித்து இன்னும் சற்று விரிவாய் அறிவோம். 1975-ம் ஆண்டு இங்கிலாந்தில் ஹார்கிரீவ்ஸ், ஹஸ்டர் மற்றும் எஃப்.ஜெ. மெல்லார் ஆகியோர் ஒரு வருடகாலம் வகுப்பறைகளைப் பலவாறு ஆய்வு செய்து 3000 பள்ளிகளை, 17000 வகுப்பறைகளை

ஆராய்ந்து வகுப்பறையில் அடிப்படையாய் விளங்கும் ஐந்து விதிகளைக் கண்டடைந்தனர். அவற்றைக் கீழ்கண்டவாறு நாம் வரிசைப்படுத்தலாம். அவை குறித்த அந்தக் கல்வியாளர்களின் கருத்துகளையும் ஒரு ஆசிரியர் என்கிற முறையில் நாம் அறிய வேண்டும்.

பேசுவது குறித்த விதி:

1. யார் பேசுவது? யார் பேசக்கூடாது என்பதாக விரிவடையும் இந்த விதி மிகக் கடுமையானது.
2. ஆசிரியர் பேசுபவர் (உரையாற்றுபவர்), மாணவர் கவனிப்பவர். (ஆசிரியர் அடிக்கடி கூறும் சொற்றொடர் 'பேசாதே, கவனி')
3. இதில் வாய்வழி சத்தங்களான கத்துதல் சிரித்தல் என அனைத்தும் அடங்கும்.
4. யார் பேசுவது? யார் பேசக்கூடாது என விரிவடையும் இந்த விதி மாணவர்கள் பேசினால், என்ன பேசலாம் எதைப் பேசக் கூடாது என்றும் விரிவடைகிறது.
5. மாணவர்கள் என்ன பேசலாம்? எதை பேசக் கூடாது என விரிவடையும் இவ்விதி மாணவர்கள் எப்போது பேசலாம்? எப்போது பேசக்கூடாது என மேலும் விரிவடைகிறது.
6. மாணவர்கள் எப்போது பேசலாம்? எப்போது பேசக்கூடாது என விரிவடையும் இவ்விதி அவர்கள் எப்படிப் பேசலாம்? எப்படிப் பேசக்கூடாது எனவும் விரிவடைகிறது.

இப்போது தனியார் (ஆங்கிலவழி) பள்ளிகளில் எந்த மொழியில் பேசலாம் எனவும் உள்ளது. ஆசிரியர் இல்லாதபோது பேசும் மாணவர் பெயர் எழுத எல்லா வகுப்பறையிலும் ஒரு மாணவர் இருக்கிறார். இவர் கண்காணிப்பாளர் (மானிட்டர்); முதலில் கையைக் கட்டு வாயைப் பொத்து எனத் தொடங்கி இவ்விதிகள் வகுப்பறையின் ஒவ்வொரு செயல்பாட்டிலும் இயங்குகின்றன. வகுப்பிற்குள் நுழையும் முன் ஆசிரியரிடம் எப்படி அனுமதி பெற வேண்டும் என்பதிலிருந்து பேனா இரவல் பெற அனுமதி எப்படிக் கேட்க வேண்டும் என்பது வரை யாவற்றிலும் தொடர்கிறது. இந்த விதிமுறை சற்றே தளர்ந்த நிலையில் குதூகல ஓசைகள் கேட்கும் வகுப்பறையைக் கடந்து செல்லும் அதிகாரிகள், தலைமை ஆசிரியர், ஏன் பெற்றோரும் கூட ஆசிரியர் கண்டிப்பானவராக இல்லை என இகழ்வதைக் காணலாம்.

2. நகர்தல் குறித்த விதிகள்:

1. ஆசிரியர் நுழையும் போதும் வெளியேறும் போதும் மாணவர்கள் எழுந்து நின்று வணக்கம் வைக்கவேண்டும் என இவ்விதி தொடங்குகிறது.

2. வகுப்பறையை விட்டு மாணவர் வெளியேறும் போதும் அதே மாணவர் உள்ளே வரும்போதும் எப்படி அனுமதி பெற்று எப்படி வர வேண்டும் எனும் விதி.
3. எப்படி நிற்கலாம், எப்படி உட்காரலாம் என்பதாக இவ்விதி விரிவடையும்.
4. இடம் மாறி அமருவது குறித்த விதியாக இது விரிவடைகிறது. அவ்விதம் அமர அனுமதி தேவை.
5. வகுப்பறைக்குள் ஓடுவது குதிப்பது தாவுவது யாவற்றையும் தடுக்கும் விதியாக அது மேலும் விரிவடையும்.

ஒரு மாணவர் மணிக்கணக்கில் ஒரேமாதிரி உட்கார்ந்திருக்க நிர்பந்திக்கும் எழுதப்படாத விதி இது. வகுப்பறை, பள்ளியை விட்டு ஒருவர் (இவ்வளவு அவலங்களுக்குப் பிறகும்) ஓடிப் போகாமல் இருப்பது இந்த விதியினால்தான். ஆசிரியர் ஒரு மாணவரை வகுப்பறையை விட்டு வெளியே போகக் கூறினால் அவர் வகுப்பறை வாசற்படியின் சற்று அருகே எதிரில் மணிக்கணக்கில் நிற்பதும் (வேறு எங்கும் செல்லக்கூடாது) இந்த விதிகளில் அடங்கும். வீட்டுப்பாட நோட்டுப் புத்தகத்தை ஆசிரியரிடம் காட்டி கையொப்பம் பெற எங்கே வைக்கப்பட வேண்டும் என்பதிலிருந்து உங்கள் வகுப்பறை, அங்கே உங்களுடைய இருக்கை, அங்கே மட்டும் தான் இருக்க வேண்டும் என்பதிலிருந்து வகுப்பறையை விட்டு எங்கே சென்றாலும் அது வரிசையாக நின்று வரிசையாகவே செல்ல வேண்டும் என்பது வரை இந்த விதி மாணவரின் அனைத்து வகை அசைவுகளுக்குமானது.

3. 'காலம்' குறித்த விதி:
1. வகுப்பறையின் கால நேரப் பாடப்பிரிவு வேளை விதியாய் முதலில் பார்வைக்குப்படுகிறது.
2. குறித்த கால நேரத்திற்குள் (மணி ஒலிக்கும் முன்) பள்ளி செல்ல வேண்டும் எனும் விதியாய் அது விரிவடைகிறது. காலந்தாழ்ந்து வருதல் இவ்விதிப்படி குற்றம்.
3. இடைவேளை கால நேரந்தவறாமை, உணவு இத்தனை நேரத்திற்குள் அருந்துதல் என மேலும் விரிவடைகிறது.
4. பசித்த பொழுதெல்லாம் உணவருந்தாமல் வகுப்பறை அனுமதிக்கும் காலத்திற்காகக் காத்திருத்தல் விதி இது.
5. ஒரு நாள் தவறாமல் பள்ளிக்கு, வகுப்பறைக்கு வருகை புரிந்திருத்தல் குறித்த விதி.
6. காலந்தவறாமை என்பது கொடுக்கப்பட்ட கால அவகாசத்திற்குள் எழுத்து வேலை முடித்தல், பதிவேடு காலந்தவறாது சமர்ப்பித்தல், தேர்வுக்குக் காலந்தவறாமை என விரிவடைகிறது.

7. காலம் குறித்த இந்த விதி 'காலத்தை வீணடித்தல்', வெட்டிப் பேச்சு என பாடம் தவிர வேறு எல்லா நடவடிக்கைகளையும் தடுத்து அதற்கு எதிராக வேலை செய்கிறது.

4. **ஆசிரியர் - மாணவர் உறவு குறித்த விதி:**

1. ஆசிரியரிடம் மாணவர் அடிபணிந்து நடக்க வேண்டும் எனும் விதியாக இது முளைவிடுகிறது.
2. ஆசிரியர் மாணவரிடம் எப்படி நடந்து கொள்ள வேண்டும் என்பதைவிட, மாணவர் ஆசிரியருக்கு எப்படி எல்லாம் மரியாதை தரவேண்டும் என்பதையே இந்த விதி ஆழப்படுத்துகிறது.
3. ஆசிரியரைப் பார்க்கும் போதெல்லாம் முகமன் செய்து வணக்கம் வைக்க வேண்டும் என்பதிலிருந்து ஆசிரியருக்குத் தக்கவாறு மாறும் இந்த விதி, மாணவர் ஆசிரியருக்கு ஒரு எடுபிடி ஆளாக இருப்பதை ஆட்சேபிக்கவில்லை, மாறாக ஊக்கப்படுத்துகிறது.
4. நன்னடத்தை, குருபக்தி என விரியும் இந்த விதி ஆசிரியருக்கு வகுப்பின் ஒற்றனாகவும் ஆசிரியரின் சொல்பேச்சுக் கேட்டு 'எதையும்' பணிந்து செய்ய மாணவரைத் தூண்டுகிறது. 'போய் டீ வாங்கி வா' என்பதிலிருந்து 'இந்தப் பையை தூக்கி வா' என்பது வரை மாணவர்- ஆசிரியர் உறவின் கல்வி நோக்கங்களை மீறிய எழுதப்படாத அடிமை சாசன யுக்தியாய் இவ்விதி செயல்படுகிறது என்பது துரதிர்ஷ்டவசமானது ஆகும்.
5. மாணவரின் பெற்றோரை பள்ளிக்கு வரவழைத்து மிரட்டுவதிலிருந்து தனக்கு மரியாதை தரவில்லை, மதிக்கவில்லை என இவ்விதி மீறலை குழந்தையின் அதிகார மட்டங்களிடம் புகார் செய்ய இவ்விதி ஆசிரியரை அனுமதிக்கிறது. அதே உரிமையை மாணவர்க்குத் தர மறுக்கிறது.

5. **மாணவர்- மாணவர் உறவு குறித்த விதி:**

1. மாணவர்கள் ஒருவருக்கு ஒருவர் சண்டை போடக்கூடாது என்பதாக இது தொடங்குகிறது.
2. தோளில் கை போடுதல், கிள்ளுதல் என சிறு சில்மிஷங்களையும் அனுமதிக்காத விதி இது.
3. கெட்ட வார்த்தை சொல்லி ஒருவருக்கு ஒருவர் பேசக் கூடாது. வீட்டைப் பற்றி அளவளாவுதல், அது குறித்து பேசுதலைத் தடுக்கும் விதி.

4. மாணவர்கள் கல்விச் செயல்பாடு என்பதைத் தவிர, தனி நட்பு வட்டம் வைப்பது, ஜனநாயக அமைப்பில் சேர அழைப்பு விடுப்பது என அனைத்தையும் தடை செய்யும் விதி இது.
5. இரு பாலர் இணைந்து கற்கும் வகுப்பினர்களில் மாணவ - மாணவியர் இடையிலான உறவு குறித்த விதிமுறைகள் மிகவும் கண்டிப்பானவை.
6. ஒருவருடைய பொருளை மற்றவர் எடுத்தல், கையாளுதல், அனுமதி இன்றி ஒருவர் இருக்கையில் மற்றவர் அமர்வது உட்பட பலவகை உறவு விரிசல்களை இவ்விதி ஏற்படுத்துகிறது.

மேற்கண்ட விதிகள் தவிர வகுப்பிற்கு எழுதுபொருள், புத்தகம் கொண்டு வர வேண்டும் என்பது முதல் தேர்வுக்கு எதை எடுத்து வரலாம் எதை எடுத்து வரக்கூடாது என்பது வரை எழுதப்படாத பல விதிகள் உள்ளன. வகுப்பறைக்கு வகுப்பறை, பள்ளிக்குப் பள்ளி வேறுபடும் தனி விதிகளும் உண்டு. கண்டிப்பாகச் சீருடை அணிந்து வர வேண்டும். அடையாள அட்டையை அனைவருக்கும் பெயர் தெரியும்படி மாட்ட வேண்டும் என இப்படி ஹார்கிரீவ்ஸ், ஹெஸ்டர், மெல்லார் குழு 4184 சிறு சிறு விதிகளைத் தொகுத்தது. உலகிலேயே மிக நீண்ட அரசியல் சட்டமான இந்திய அரசியல் சட்டத்தில் கூட இத்தனை ஷரத்துகள் கிடையாது.

பாடப்பொருளை மாணவரிடம் எடுத்துச் செல்வதை விட மேற்கண்ட இந்த எழுதப்படாத விதிகளை அமல்படுத்தும் பொறுப்பாளராக அவ்விதிகள் மீறப்படாமல் காக்கும் கண்காணிப்பாளராக ஆசிரியர் செயல்பட வேண்டி இருக்கிறது. இவ்விதிகள் அனைத்துமே தேவையற்றவை எனச் சொல்லிவிட முடியாது. எந்த மனிதச் செயல்பாடும் தனக்குத் தானே உடனடி விதிகளை உற்பத்தி செய்து கொள்ளும் என்பார் ஜோசப் டிராட்ஸ்கி. ஆனால் விதிமுறைகளே கல்வி அல்ல. இந்த வகுப்பறை விதிகளை எல்லாம் மீறி கற்றல் - கற்பித்தல் நடப்பது பெரிய சவாலாக இருக்கிறது என்பதே உண்மை.

ஒழுக்கம் என்கிற பெயரில் நடக்கும் இந்தக் கல்வி நடைமுறை விதிகள் எவ்வளவு தேவை? வகுப்பறையின் மேற்கூரை தீப்பற்றிய போது இந்த விதிகள் என்ன செய்து கொண்டிருந்தன? வகுப்பறை விதிகள் குழந்தைகளின் பாதுகாப்பிற்கும் கற்றல் செயல்பாடுகளுக்கு உதவிடவும் தான் என்றால், தீப்பற்றிய வகுப்பறையிலிருந்து குழந்தைகளைக் காப்பாற்ற இவற்றால் முடியாதது ஏன்? இதற்கு

மாற்று வழியே இல்லையா? ஆசிரியர்களிடமிருந்து அதிகாரங்களைப் பிடுங்கிவிட்டால் மட்டுமே இது சரியாகிவிடுமா?

துணை நின்ற நூல்கள்

1. Elements of Education Psychology எ.எல்.இங்ஸ்லே, எங்கல்உட் வெளியீடு, நியூஜெர்சி, 1957

2. 'Hand Book of Class Room Learning' ஜெ.எம். ஸ்டீபன்ஸ் ஹோல்ட் வெளியீடு, 1965

3. An Introduction Cognitive Education, Theory and Application ஏ. ஆஷ்மென், ரவுட்லஜ், வெளியீடு லண்டன்.

4. 'A Guide Teaching Practice, லூயிஸ் கோஹன் லாரன்ஸ் மானியான் ரவுட்லஜ் வெளியீடு.

5. 'Discipline and Group Management in class' by ஜெ.எஸ். கவுனின், ஹோல்ட் வெளியீடு.

6. 'Learning by discovery' எல்.எஸ். சல்மான், இ.ஆர். கெய்ஸ்லர் (1966) ரேன்னாக் வெளியீடு.

7. Deliance in class Rooms, D.H. ஹார்கிரீவ்ஸ், ஹெஸ்டர், எஃப்.ஜெ. மெல்லர், ரௌலட் வெளியீடு, லண்டன் (1975)

8. The Graft of the Class room, எம். மார்லாந்து, ஹெனமான் கல்வி வெளியீடு, 1978 லண்டன்.

5
'உள்ளேன் டீச்சர்'

1. பெற்றோர் அணுகுமுறை பற்றி ஜான்ஹோல்ட்
2. உலகளாவிய குழந்தைகள் உரிமைச் சட்டங்கள் அறிவோம்.
3. குழந்தைகளுக்கான கட்டாய இலவசக் கல்வி (RTE) சட்டம் அறிவோம்.
4. (a) தேசிய கலைத்திட்ட வடிவமைப்பு 2005 என்ன சொல்கிறது?
    (b) தொடர் மற்றும் முழுமையான மதிப்பீடு என்பது என்ன? (C.C.E)

5

உள்ளேன் டீச்சர்!

1. பெற்றோர் அணுகுமுறை பற்றி ஜான்ஹோல்ட்

எனவே கல்விச் செயல்பாட்டிற்கான வகுப்பறை என்பது வெறும் விதிகளைக் காப்பாற்றும் கொத்தளமாய் இருப்பதும், விதிகளைத் தளர்த்திப் புறந்தள்ளிக் கற்றல் செயல்பாடுகளை நோக்கி கவனப்படுத்துதல் எனவும் இரு வகையாக நடத்தப்பட முடியும்.

ஒரு மாணவர் வகுப்பிற்குப் பேனா எடுத்து வரவில்லை என்பதால் முழு வகுப்பே வேடிக்கை பார்க்க அதைப் பெரிய பிரச்சனை ஆக்கிப் பாடவேளை நேரத்தை சபித்தலிலும் சண்டையிலும் ஆசிரியர் கழித்த காலங்கள் முடிந்துவிட்டன. அதே ஆசிரியர் ஓரிரு கூடுதல் பேனாக்களோடு வகுப்பிற்கு முன் ஏற்பாட்டோடு வந்து அவ்விதம் பேனா எடுத்து வராத மாணவருக்குப் பேனாவை கொடுத்து 'நிலைமை'க்கு உடனடி முற்றுப்புள்ளி வைத்து பாடப் பொருளைத் தொடர்வதுதான் இன்றைய காலம்! ஆனால்...

வகுப்பறையின் கெடுபிடிகள் மிக மோசமாய் இருந்த காலங்கள், சில ஆசிரியர்களின் தவறான அணுகுமுறையால் இன்றும் தொடர்வது உண்மைதான். குழந்தை உரிமைகளுக்கான மாநில கமிஷன் (State Commission for the Protection of Childs Rights) கூடும் போதெல்லாம் மாநில, மாவட்ட அளவிலான கல்வி அதிகாரிகள் அதிர்ச்சியில் உறையும் வண்ணம் ஆசிரியர்கள் தங்களது அதிகாரத்தைப் பயன்படுத்தி எப்படி எல்லாம் வரம்பு மீறி, மனித சக்திகளால் நினைத்துப் பார்க்க முடியாத அளவுக்குக் குழந்தைகளுக்குக் கெடுதல்களை விளைவித்திருக்கிறார்கள் என்பது வெளியாகிறது. குழந்தைகள் உரிமை காக்கும் தேசிய கமிஷன் (NCPCR) ஆண்டு தோறும் சுமார் பத்து லட்சம் புகார்களை விசாரித்துத் தீர்ப்பளிக்கிறது!

வழக்குத் தொடரவோ, யாரிடம் புகார் அளிப்பது என்று தெரியாமலோ ஏராளமான குற்றங்கள் மறைக்கப்படுவதாக மாநில ஆணையம் (SCPCR) குமுறுகிறது. தொடர்ந்து ஒரே மாணவர் மீது வஞ்சம் வைத்து ஒழிப்பதும், மாணவியர் மீது பாலியல் வன்கொடுமைகளைச் சற்றும் வெட்கமின்றி நிகழ்த்துவதும் வகுப்பறையில் நடக்கும் வன்செயல்கள் வெளியே தெரியாதிருக்க,

மேலும் படிப்படியாக வன்செயல்கள் செய்து கொண்டே அவற்றை மறைப்பதற்கான நடவடிக்கைகளிலும் இறங்குவது அதிகரித்துள்ளது. இதெல்லாம் முன்பும் நடக்கவில்லையா? இப்போது திடீரென்று ஏன் அது பெரிதாக்கப்படுகிறது. இப்படி ஓரிருவர் செய்வதை ஊடகங்களில் வெளியிட்டு ஒட்டுமொத்த ஆசிரியர் சமூகத்தையும், கேவலமாகப் பேசிக் குற்றம் சுமத்துவது நியாயமா? மற்ற துறைகளில் குற்றமே இல்லையா?

அறுபதுகளில், எழுபதுகளில்தான் மாற்றங்கள் இலேசாக முளைவிடத் தொடங்கின என்பதை நாம் கருத்தில் கொள்ள வேண்டும். இன்று திடீரென்று குழந்தைகள் உரிமை மீது சமூகத்தின் கவனம் திரும்பியது ஏன்? நமது நாடு மட்டுமல்ல, உலக மீடியாக்களும் அமைப்புகளும் இன்று குழந்தைகள் உரிமைகளுக்காக வரிந்து கட்ட வேண்டிய கட்டாயத்திற்குத் தள்ளப்பட்டுள்ளன.

இரண்டாம் உலக யுத்தம் அனாதைகளாக்கிய குழந்தைகள் பல லட்சம் பேர். யுத்தத்திற்குப் பிந்தைய சர்வதேச ஒப்பந்தங்களில் தான் குழந்தைகள் நலனும் ஒரு அங்கமாக இடம் பெற்றது. உலக அளவிலான குழந்தை நல நிறுவனங்களான யுனெஸ்கோ, யுனிசெஃப் போன்றவை ஏழைநாடுகளான மூன்றாம் உலக நாடுகளுக்கு அவற்றின் குழந்தைகள் கல்வி கற்கத் தானும் தார்மீகப் பொறுப்பேற்று நுழைந்த நிகழ்வு ஏதோ திடீரென்று ஏற்பட்ட ஒன்றல்ல. அதன் பின்னணியில் பல்வேறு நல அமைப்புகள், மனித உரிமைப் போராட்டங்கள் உள்ளன.

உலக அளவிலான கோடிக்கணக்கான டாலர் நல உதவி பெற்று நடக்கும் ஒன்றாக நமது கல்வி 1969-ல் மாறியது. அதிலிருந்து உலக அளவிலான குழந்தை உரிமைச் சட்ட விதிகள் அனைத்தும் நம் நாட்டிற்கும் பொருந்தும். காமராசரின் மதிய உணவும் எம்.ஜி.ஆரின் சத்துணவும் உலக டாலர் உதவித்தொகைத் திட்டங்களே என்பதை மறந்துவிடக்கூடாது. நமது இந்திய பட்ஜெட்டில் கல்விக்காக ஒதுக்கப்படும் குறைந்தபட்ச நிதி கூட, பெரும்பகுதி ஏதாவது ஒரு உலகக் குழந்தை நல அமைப்பின் திட்டப் பகுதியாய் இருப்பதும் பலருக்குத் தெரியாது.

இந்த நிலையில் சமூக மாற்றங்களும் நிகழ்ந்துள்ளன. ஒரு குடும்பத்தில் ஏழு எட்டு பிள்ளைகள் இருந்து படித்தபோது ஒவ்வொரு குழந்தை மீதுமான தனி கவனம் இன்றிக் குடும்பங்கள் கூட்டமாய் இறுக்கமின்றி இருந்த விவசாய, நிலப்பிரபுத்துவ வழி குடும்பமுறை முற்றிலும் சிதைந்து, சிறு சிறு குடும்பங்களாக மத்திய தர வர்க்க அடுக்குமாடிக் குடியிருப்புகளுக்குப் பகுதி பகுதியாய் இடம் பெயர்ந்தபோது, ஒரு குடும்பத்திற்கு ஒரு குழந்தை அல்லது

ஒரு ஆண் குழந்தை, ஒரு பெண் குழந்தை என குறுகிய நிலையில் இன்று குடும்பத்தின் கவனம் முழுவதும் அந்தக் குழந்தை மீதே குவிகிறது.

இன்று கல்வி குறித்த பார்வைகளும் மாறிவிட்டன. கல்வி பெரும்பான்மை மக்களால் உடனடி எதிர்காலத்திற்கான முதலீடாகப் பார்க்கப்படுகின்றது. 'குழந்தை வளர்ப்பு குறித்த சமூக அணுகுமுறை குறித்து நாம் சற்று விரிவாகப் பார்க்க வேண்டும். பழைய நமது குடும்பச் சூழலுக்கும் இன்றைய குடும்பச் சூழலுக்கும் இடையிலான மாற்றம் என்பது சமூக பொருளாதார மாற்றப் பின்னணி கொண்டது ஆகும்.

இன்றைய குழந்தை வளர்ப்பு முறை மத்திய தர வர்க்கத்தின் பணம் ஈட்டும் வெறியை மையமாகக் கொண்டு இயங்குவதாகக் கல்வியாளர் ஜான்ஹோல்ட் கூறுகிறார். இன்றைய பெற்றோர் தன் குழந்தையைத் தனது உறவாக அடுத்த சந்ததியாக மட்டுமே பார்க்கவில்லை. தனது 'குழந்தைப் பருவத்திலிருந்து தப்பிவிடு' (Escape from Childhood) எனும் நூலில் குழந்தைகளை நோக்கிய பெற்றோர்களின் இன்றைய அணுகுமுறையை ஜான்ஹோல்ட் வரிசைப்படுத்துகிறார்.

இன்றைய குழந்தை பெற்றோர்களால் அனுபவிக்கும் பெருத்த மன அழுத்தம் அபரிமித நெருக்கம் ஏற்கெனவே அறிந்தது தான் என்றாலும் இன்றைய பெற்றோர்களின் தங்களது குழந்தைகள் நோக்கிய தவறான அணுகுமுறை நமது வகுப்பறையில் எப்படி பூகம்பங்களை, எரிமலைகளைக் கிளப்புகிறது என்பதை உணர ஜான்ஹோல்ட்டை நாம் புரிந்து கொள்வது அவசியம்.

ஜான்ஹோல்ட், இன்றைய பெற்றோர்கள் தங்கள் குழந்தைகள் மீதான அணுகுமுறை குறித்து ஐந்து முக்கிய அடிப்படைகளைக் கண்டுபிடித்து வெளியிடுகிறார்.

1. இன்று பெற்றோர் குழந்தையைத் தனது சொத்தாகக் கருதுகின்றனர்:

தனது வருங்காலத்திற்கான முதலீடாக மூலதனமாக எதிர்கால வருமானமாக தனது குழந்தையைப் பெற்றோர்கள் பார்க்கிறார்கள். அதற்காக அவர்களை ஒரு வீட்டுப் பத்திரம், சொத்தினை எடுத்துப் பார்த்துப் பார்த்துப் பூரிக்கும் அதே அணுகுமுறை இன்று குழந்தைகள் விஷயத்திலும் நடக்கிறது. தனது குழந்தை என்பதால் அது தான் நினைக்கும் விதமாக எல்லாம் நடந்து கொள்ள வேண்டும் எனும் எழுதப்படாத நெறிமுறை அமலாகி இருக்கிறது.

அது குழந்தை வளர்ப்பில் 'முதலீடாக' மாறுகிறது. நுகர்வுக் கலாச்சார அமைப்பில் சந்தையில் விற்பனைக்கு வரும் சிறந்ததாக

விளம்பரமாகும் எதையும் முதலில் தனது குழந்தை மீது அலங்கரித்து, தனது எதிர்கால சொத்தை (Future Asset) மெருகூட்ட பெற்றோர் தவறுவதே இல்லை. அதன் ஒரு அங்கமாகக் 'கல்வி' அணுகப்படுகிறது. சிறந்த கல்வி நிறுவனம் என பெயர் பெற்ற ஒரு பள்ளியில் எத்தனை செலவழித்தாவது ஒரு இடம் பிடிப்பதே எனது எதிர்கால வாழ்நிலை (Status) மாற்றம், தற்கால சமூக அந்தஸ்து எனக் கருதும் காலம் இது. ஒரு குழந்தைக்காகப் பெற்றோர் எவ்வளவு பணம் செலவு செய்கிறார்கள் என்பதே குடும்ப உறவுகளுக்கு இடையே ஒரு போட்டியாக நடப்பதால் இந்த முதலீட்டிற்கான லாபம் (Returns) என குழந்தையின் கல்விச் செயல்பாடுகள் அணுகப்படுகின்றன. படித்து முடித்தபின் வேலை வாய்ப்பை உடனடியாக ஏற்படுத்தும் ஒரு தொழிற் கல்வியில் இணைந்து மாதாமாதம் லட்சம் லட்சமாய்க் கொட்ட வேண்டிய 'லட்சியம்' என்பது குழந்தைகளின் குழந்தைப் பருவ அபிலாஷைகளைக் கொல்கிறது. இது அடுத்த அணுகுமுறையை நோக்கி நம்மை இட்டுச்செல்கிறது. அவ்விதம் தொழிற்கல்வி (Proffessional Courses) வாய்ப்புக் கிடைக்காதவர்கள் (இந்தியச் சூழலில்) வேறுவகை உயர்கல்விக்குச் செல்லும்போது பெற்றோர்களின் அணுகுமுறை 'அரசு வேலை' எனும் குதிரை மீது பணம் கட்டும் கட்டாயச் சூழலாய்க் குழந்தை மீது சுமையாக ஏறுகிறது.

2. பெற்றோர்கள் குழந்தையை இன்று அன்பு பாசம் செலுத்தும் வடிகாலாகப் (Love Object) பார்க்கிறார்கள்:

உறவுகள் சிதைந்த நுகர்வு அமைப்பின் தோற்றம் முழுக்க முழுக்க மேற்கத்திய சந்தை நிர்பந்தங்களை நோக்கமாகக் கொண்டது ஆகும். 'சிறு குடும்பம் சீரான, மேலான வாழ்வு' என்று அரசே விளம்பரப்படுத்துவதைப் பார்க்கிறோம். நான்கு சகோதரர்கள் ஒரே குடும்பமாகத் தனது பெற்றோர்களுடன் வாழ்ந்த கூட்டுக் குடும்பங்களின் மீது வன்மையாகத் தாக்குதல் நடத்தி அதை நான்கு தனித்தனி அடுக்குமாடிக் குடியிருப்புகளாக மாற்றி வயது முதிர்ந்த தாய் தந்தையரை முதியோர் இல்லத்துக்குத் துரத்திய சமூகச் சூழல் என்பது எதேச்சையாக நடந்துவிடவில்லை. ஆர்தர் ஜோன்ஸ், ஸ்டீபன் ஆல்போர்ட் போன்ற சமூக விஞ்ஞானிகள் (Social - Scientists) லட்சக்கணக்கான குடும்பங்களின் மீது நடத்திய ஆய்வுகளின் முடிவில், அதீத உற்பத்தி (Massive Production) தொழிற்துறையின் புதிய முகவரியாய் மாறியபோது, ஒரு வீட்டிற்கு (கூட்டுக்குடும்பத்திற்கு) ஒரு டிவி எனும் நிலையை உடைத்து அதே நான்கு சிறு குடும்பங்களுக்குக் குடியிருப்பிற்கு ஒரு டிவி, பிரிட்ஜ் என விற்பனை செய்ய வேண்டிய சந்தை நிர்பந்தங்களுக்காகப் பெரிய குடும்பங்களின் சிதைவு நிகழ்ந்துள்ளதை அவர்கள் நுணுக்கமாகச் சுட்டிக்காட்டுகின்றனர்.

தனது உற்றார் உறவுகளிலிருந்து சந்தை நலன்களுக்காக உடைத்துத் தனித்தெடுக்கப்பட்ட ஒரு புதிய சமூகம் தனது அன்பின் பாசப் பிணைப்பின் வடிகால் தேடியபோது அது தங்களது சொந்தக் குழந்தை வடிவில் அணைக்கவும் கொஞ்சவும் கோபப்படவும் உரிமையோடு தனது அபிலாஷைகளைத் திணிக்கவுமான ஒற்றைப் 'பொருளாக' மாறிப் போனது.

எனவே அந்தக் குழந்தைக்கான உரிமைகள் குறித்த சிந்தனை இன்றித் தனது உரிமைகளில் ஒன்று என குழந்தையை அணுகுகின்ற நிலை. இதனால் ஒரு குழந்தை விளையாடப் போவது முதல், டி.வியில் எந்த சேனல் பார்க்க வேண்டும் என்பதில் தொடர்ந்து யார் நண்பர் என்பது வரை அனைத்துக் குழந்தை சுதந்திரத்தின் மீதும் தானே தலையீடுகள் செய்யும் இயல்பாக அது மாறுகிறது. இது அடுத்த அணுகுமுறையை நோக்கி நம்மை இட்டுச் செல்கிறது. குழந்தையின் இருபத்து நான்கு மணிநேரக் கண்காணிப்பாளராகப் பெற்றோரை மாற்றி வைத்துள்ளது. இந்த அணுகுமுறை மாற்றிக் குழந்தை தன்னைத்தானே காப்பாற்றிக் கொள்ள தற்காத்துக் கொள்ளும் சிந்தனைகளைக் குழந்தைகளுக்கு அளிக்க வேண்டும். அப்படி வளர்க்கத் தவறும் இந்த சந்ததி தானே பாதுகாவலர் என அதீதத் தலையீடுகள் மூலம் உரிமை கொண்டாடுபவராகப் பெற்றோரை மாற்றுகிறது.

3. இன்றைய பெற்றோர் தனது குழந்தையை ஒரு அசாதாரண வளர்ப்புச் செல்லப் பிராணியாகப் (Super-pet) பாவிக்கின்றனர்:

ஜான்ஹோல்ட் முன் வைக்கும் இந்தப் பிரச்சனை பட்டவர்த்தனமாக இன்றைய சமூகத்தில் ஒரு அடையாளமாகவும் குழந்தைகளுக்கு ஒரு மனஅழுத்தமாகவும் அரங்கேறுவதைக் காணலாம். என் வீட்டு நாய் குட்டிக்கரணம் அடிக்கும், பூனை தலைகீழாய் நடக்கும், எங்க வீட்டுக் கிளி பேசும் என்பது போல ஒரு குழந்தையைப் பாட வைப்பது, கராத்தே, வீணை வகுப்பு, ஹிந்தி கிளாஸ் எனத் தொடங்கி கல்விக்கான நேரம் போக மீதியைக் குழந்தைகள் ஒருவரோடு ஒருவர் குதூகலமாய், விளையாட அனுமதிக்காமல் 'உருப்படியாய்' எதையாவது கற்கப் பணம் செலவழித்து, உற்றார் உறவினரிடம் என் குழந்தைக்கு இந்தந்த விஷயங்கள் தெரியுமென பிரஸ்தாபிப்பது வெளிப்படையான சமூக அம்சமாக இன்று மாறி உள்ளது.

விடுமுறை நாட்களில் கூட தன்னிச்சையாக ஒரு குழந்தையை சுதந்திரமாய் விடாமல் பல்வேறு தனித்திறன் வகுப்புகளைத் திணித்து நடைமுறைப்படுத்த இன்றைய பெற்றோர் காட்டும் ஈடுபாடு, தனது குழந்தையை மற்றவர்களின் குழந்தையோடு ஒப்பிட்டு, தான் வளர்க்கும் தன் வீட்டு செல்லப் பிராணி சமூக அந்தஸ்து (Status symbol) அடையாளமாகத் தொலைக்காட்சியில் பாடி ஜெயிப்பது

(தோற்றால் அழுவது(!)) என்பது முதல், சர்வதேச கின்னஸ் சாதனை நீச்சல் மெடல், அறிவியல் டாலண்ட் தேர்வுச் சான்றிதழ் அது இது என்று நிறுவனத்தன்மை பெறுவதைப் பார்க்கிறோம். பள்ளிப்படிப்பின் போதே கம்ப்யூட்டர் டிப்ளமா வாங்குவது, கராத்தே பிளாக் பெல்ட், பரத நாட்டிய அரங்கேற்றம், கீ-போர்டு வாசித்தல் இவற்றை 'ஒரே குழந்தை' வென்று முடிப்பது தான் அதிர்ச்சியானது. இது அடுத்த கட்ட அணுகுமுறையை நோக்கி, நம்மை இட்டுச் செல்கிறது.

4. பெற்றோர்கள் தங்கள் குழந்தைகளை இன்று வீட்டின் ஆடம்பர அலங்கார அழகு சாதனமாகக் (Cute - Costly - Decoration) கருதுகிறார்கள்:

ஏனையோரது வீடுகளை விட தனது வீடு எவ்வளவு சிறந்தது என காட்ட வேண்டிய சமூக நிர்பந்தம் அந்தஸ்து நிலையை அடைய நமது பொதுப்புத்தியில் தீவிரமாய்ச் செயலாற்றும் ஊடகங்கள் வழியிலான சந்தை நுகர்வு விளம்பரங்கள் நமது சுய அடையாளம் தேடுகின்ற (self-identity) அம்சங்களில் ஒன்றாக, தான் 'அலங்காரம்' செய்து உறவுகளுக்கும் உற்றாருக்கும் தனது அந்தஸ்தைக் காட்டும் நிர்பந்தம் பெற்றோருக்கு ஏற்படுகிறது. வீட்டில் டி.வி., பிரிட்ஜ், ஏசி, பைக், கார் போன்ற அடையாளங்களில் குழந்தையும் ஒன்றாகி விலை உயர்ந்த (ஒஸ்தி) பொருட்களால் அவரை அலங்கரிப்பது அந்தஸ்து காட்டி (symbols of ones status) ஆகி விடுகிறது.

வீடியோ விளையாட்டு முதல் அவர் அணியும் உடை, உண்ணும் உணவுப் பதார்த்தம், வாழும் அறை, எழுதும் மேசை, படுக்கை என தேவைக்கு அதிகமாய்க் கொடுத்துப் பழக்கும் ஒன்றாக அதன் நிர்பந்தம் அமைகிறது. வீட்டு அலங்காரப் பொருள் வடிவம் என்பது மேற்கண்டவற்றோடு அக்குழந்தை வாங்கிக் குவிக்கும் பரிசுகள், சான்றிதழ், மெடல், முதல் ரேங்க் என பலவாறு விரிவடைந்து குழந்தை மீதான மனஅழுத்தமாக உருமாறுவதைக் காணலாம். அதன் ஒரு வடிவமாய்க் கல்வியும் அந்தஸ்து காட்டி ஆகியதால் பெரும் பணம் கட்டிப் பெறும் சந்தைப் பொருட்களில் ஒன்றாகப் பள்ளிக் கல்வியும் மாறிவிட்டது. இது இருபுறமும் கூரான கத்தி போல குழந்தை மற்றும் பெற்றோர் இருவரையும் சமமாகப் பாதிக்கிறது. விலை உயர்ந்த பொருட்களைக் (செல்போன் உட்பட) கூச்சமின்றிக் கேட்பவராக (ஜான்ஹோல்ட் தனியாக How children exploit cuteness எனும் அத்தியாயத்தில் அதை விவரிக்கிறார்) குழந்தையையும் அவ்விதம் வாங்கித் தருவது என்பது அவரோடு நேரம் கடத்தி உடனிருக்க முடியாததற்கான பண்டமாற்றாக, மனசாட்சி உறுத்தலுக்கான மாற்றாகப் பெற்றோர் அமைத்துக் கொள்கின்றனர். நீ இப்படி மதிப்பெண் பெற்றால் இது இது வாங்கித் தருவேன் எனும் வகை பேரமும் இந்த அணுகுமுறையால் நிகழ்வதே ஆகும்.

5. பெற்றோர் தாங்கள் வாழ்வதற்கான ஒரே நோக்கமாக (The purpose of their life) குழந்தையைக் கருதுகின்றனர்:

இன்றைய பெற்றோரின் வாழ்வாதாரமாய்க் குழந்தைகள் விளங்குவதைக் காண்கிறோம். தங்களது வாழ்க்கைக்கு அர்த்தம் என்று ஒன்று இருக்குமேயானால், அது தங்களின் குழந்தை தான் என அவர்கள் கருதுவதால் அதற்கு ஏற்படும் சிறு விபத்து, லேசான காயம் கூட அவர்களுக்குள் பெரிய அலைகளை ஏற்படுத்துகிறது. 'குழந்தைக்கு ஏதாவதென்றால் தாங்கமாட்டேன்' என்றும், 'அவனுக்காகத்தான் நான் வாழ்வதே' என்றும் சர்வ சாதாரணமாகப் பெற்றோர் பேசுவதைக் காணலாம்.

இத்தகைய அணுகுமுறை மெல்ல திசைமாறி தன் வாழ்வின் அர்த்தமாகக் குழந்தைகளைப் பாவித்து தான் விரும்பி ஆக முடியாததை அவர் ஆகிவிட வேண்டும் எனும் நிர்பந்தமாக உருவெடுக்கிறது. தன்னால் டாக்டராக முடியவில்லை என்பதால் தனது குழந்தை டாக்டராவதைத் தனது லட்சியமாகக் கொண்டு அது குறித்த எந்த ஆசையும் இல்லாத குழந்தையை எப்படியாவது டாக்டராக நிர்பந்திக்கும் அவலமாக இந்த அணுகுமுறை மாற்றுகிறது. தான் வாங்காத மதிப்பெண், தான் பெறாத ரேங்க் என இது விரிவடைந்து தன் வாழ்வின் அர்த்தங்களைத் தன் பிள்ளை மீது திணிக்கும் கொடுமை இன்று சர்வ சாதாரணமாய் நடந்து வருகிறது.

மேற்கண்ட புரிதல்களோடு பார்க்கும்போது இவை வகுப்பறையில் எப்படி பூகம்பங்களைக் கிளப்பும் என்பதை உணர முடியும். பெற்றோர்களின் இத்தகைய அணுகுமுறையால் ஒரு மாணவர், மாணவர் எனும் அந்தஸ்தைவிட கூடுதல் முக்கியத்துவம் பெற்றவராக ஒரு பெரிய அதிகாரச் சின்னத்தின் பிரதிநிதியாய்த் தன்னைப் பாவிக்கிறார். வகுப்பறையில் தனது பங்களிப்பு குறைபாடுகளுக்காகக் குற்றம் சாட்டப்படுவதைக் கூட இயல்பாக ஏற்க அவரது மனம் ஒப்புவது இல்லை. ஆசிரியர்களின் சிறு சிறு உரசல்கள் கூட இன்று பெரிய அளவில் குற்றமாகப் பார்க்கப்படுவது என்பது அதனால்தான். தனது சொத்தை, வாழ்வாதாரத்தைச் சிதைத்தவர் மீதான சீற்றமாய் அது பெற்றோரை எழ வைக்கிறது.

இன்னொரு விஷயத்தையும் நாம் கருத்தில் கொள்ள வேண்டும். இப்படிப்பட்ட மத்தியதர வர்க்க பெற்றோரின் அணுகுமுறை வேறு பின் விளைவுகளையும் ஏற்படுத்தி உள்ளது. இன்றைய குழந்தைகள் தங்களது இயல்புகளில் இருந்தே புறந்தள்ளப்பட்டு ஒருவித எந்திரத்தனமான நிர்பந்தங்களுக்குள் தள்ளப்பட்டுள்ளார்கள். இன்றைய நிலையில் வகுப்பிலுள்ள 40 பேர் என அனைவரையுமே

முதல் ரேங்க் பெறவைக்கும் நிர்பந்தம் ஒருபுறம் என்றால், குழந்தைகளின் அன்றாட அவலங்கள் சொல்லில் அடங்காதவை.

தாய் தந்தை இருவருமே வேலைக்குச் செல்வதால் ஒரு குழந்தை பொதுவாகவே பேசும் சந்தர்ப்பங்கள் அருகி ஒரு மவுனியாகக் காலந்தள்ளுகிறது. வீட்டைச் சுற்றியுள்ளவர்களோடு விளையாடவும் கட்டுப்பாடுகள் இருப்பதால், பள்ளியைப் போலவே வீட்டிலும் வாய் மூடி இருக்க வேண்டிய நிலை. வகுப்பில் கிடைத்த பலவித அனுபவங்களோடு வீட்டிற்குச் செல்லும் குழந்தை அங்கே பெற்றோர்கள் இருவருமே வேலைக்குப் போய் விடுவதாலும் பெரும்பாலும் தாத்தா பாட்டி உறவுகள் அற்று வாழ்வதாலும் யாரிடமும் மனம் விட்டுப் பேச முடியாமல் திணறுகிறது. இவ்விதம் வளர்க்கப்படும் ஒரு குழந்தை தனது எண்ணங்களை வெளியிடும், மனம் விட்டுப் பேசும் இயல்பு துறந்து தன்னிடமே இறுகிப்போவது இன்று வாடிக்கை ஆகிவிட்டது. இப்படியான வாழ்வு குழந்தைகளின் நடத்தை நெறிகளுக்குள் பெரும் தாக்கத்தை ஏற்படுத்துகின்றன. சென்னையில் கல்விச் சாலைக்குள், வகுப்பறைக்குள் கத்தி எடுத்து வந்த அந்த மாணவர் சொல்ல வந்தது என்ன?

இன்றைய கல்விமுறை குழந்தைகளை மனம்விட்டுப் பேச அனுமதிக்காத சூழல்களைத் தன்னகத்தே கொண்டுள்ளதையும் பரிசீலிக்க வேண்டும். இது அனைத்து வகை பள்ளிகளுக்கும் பொருந்தும். மனம்விட்டுத் தங்களது எண்ணங்களை வெளிப்படுத்த முடியாத மயான அமைதி நிலவும் ஒரு இடமாக வகுப்பறைகளை அதன் விதிகளின் ஆண்டாண்டு கால நடைமுறை மாற்றிவிட்டது.

இதனால் பள்ளியில் குழந்தைகள் ஆசிரியருக்கு அவர் வரும்போது முகமன் செய்யவும், போகும்போது நன்றி சொல்லவும் தவிர பேசும் ஒரே வாக்கியம் வருகைப் பதிவேடு எடுக்கும்போது சொல்லும் 'உள்ளேன் டீச்சர்' எனும் சொல்லாடல் ஒன்றுதான். நாள் முழுதும் அவர்களைப் பேச விடாமல் தான் மட்டும் பேசுதலே ஒரு ஆசிரியரின் பணியாகத் தவறாக வரையறுக்கப்பட்டுள்ளது.

ஒரு அர்த்தத்தில் கல்வி என்பதே கீழ்க்கண்டவாறு நடப்பதைப் பார்க்கிறோம். அமைச்சர் உள்ளிட்டோர் சொல்வதை இயக்குனர் செயலர் உள்ளிட்டோர் கேட்கின்றனர். இயக்குனர், செயலர் உள்ளிட்டோர் சொல்வதை இணை இயக்குனர், துறை இயக்குனர், துணை இயக்குனர் உள்ளிட்டோர் கேட்கின்றனர். அவர்கள் சொல்வதை மாவட்ட சி.இ.ஓ. டி.இ.ஓ., இ.ஓ., உள்ளிட்டோர் கேட்கின்றனர். அவர்கள் சொல்வதைத் தலைமை ஆசிரியர்கள் கேட்கின்றனர். தலைமை ஆசிரியர் சொல்வதை ஆசிரியர்கள்

கேட்கின்றனர். ஆசிரியர் சொல்வதை மாணவர்களான குழந்தைகள் கேட்கின்றனர். குழந்தைகள் சொல்வதைக் கேட்க யாருமே இல்லை! உண்மையில் இக்கல்வி குழந்தைகள் மையக் கல்வி என்றால் இது கீழிருந்து மேலாக இயங்க வேண்டும். குழந்தைகள் சொல்வதைச் செவிமடுத்துக் கேட்காத முரட்டு அதிகாரக் கல்வி முறையின் பின் விளைவுகள் இப்படித்தான் இருக்கும்.

இப்படியான ஒரு தொடர் கண்காணிப்பிற்கு வகுப்பறையிலும் வீட்டிலும் உட்படுத்தப்படும் குழந்தைகள் சொல்கின்றன; 'தயவு செய்து நாங்கள் சொல்வதைக் கேளுங்கள்'. கல்வியை, வகுப்பறையை அவர்கள் தங்களை நோக்கி கவனப்பட வைக்கிறார்கள். குழந்தைகளை விடுத்து, தேர்வு முடிவுகளையும் விதிமுறை அதிகாரத்தின் மீதும் அதிகாரிகள், ஆசிரியர்கள் வகுப்பறை கவனத்தைத் திருப்பும்போது, குழந்தைகள் சொல்ல விரும்புகின்றன; 'நாங்கள் சொல்வதை கேளுங்கள்… பிளீஸ்' சிலர் நோய் வாய்ப்படுகிறார்கள்… ஒரு சிலர் வகுப்பறைக்கு கட் அடித்து வெளியே சுற்றுகிறார்கள்… சிலர் ஊரைவிட்டு ஓடுகிறார்கள். வேறு சிலரோ தற்கொலை செய்து கொள்கிறார்கள். ஒரு மாணவர் வகுப்பறைக்குள் கத்தி கொண்டு வருவது என முடிவு செய்தார். அவர்களது செய்தி ஒன்றுதான்! 'தயவு செய்து நாங்கள் சொல்வதைக் கேளுங்கள்!.'

உடனடியாக ஊடகங்களிலிருந்து உள்ளூர் வெளியூர் கல்வி அலுவலகங்கள் என எங்கும் குழந்தைகள் மைய உரத்த விவாதமாக கல்வி அப்போது மாறுவதைக் காணலாம். அப்போதெல்லாம் அப்படி இல்லை இப்போது மட்டும் ஏன் இப்படி?

மாலை நேரத்தில் வீதியிலும் மரத்தடியிலும் மரத்தின் மேலுமாகக் குழந்தைகள் பல்வேறு விளையாட்டுகளை விளையாடினார்கள். அங்கே பல வகுப்புகளைச் சேர்ந்தவர்கள் ஒரு தெரு குழந்தைகள் கூடி முறைசாரா (Un organised games) விளையாட்டுகளை விளையாடிய போது பல பிரச்சனைகளைப் பேசித் தீர்த்த போதும், விட்டுக் கொடுத்து அணியாகத் திரண்டு ஆடியபோதும் மன இறுக்கத்திலிருந்து முற்றிலும் விடுபட வாய்ப்புகள் இருந்தன.

இன்றைய சந்ததியிடமிருந்து அந்த வாய்ப்பு பெருமளவு பறிக்கப்பட்டுவிட்டது. குழந்தைகள் விளையாடாது வெறிச்சோடும் வீதிகளும் அவர் ஏறிக் குதூகலிக்காமல் வெட்டப்பட்ட மரங்களும் அவற்றோடு குழந்தைப் பருவத்தின் முக்கிய கல்வி அம்சங்களில் ஒன்றைக் களவாடிச் சென்றுவிட்டன.

மேற்கண்ட இவை அனைத்துமே இன்று வகுப்பறையை இறுக்கமாக்கி பெரும் பூகம்பங்களை வகுப்பில் வெடிக்க வைக்கின்றன. பெற்றோர் என்பவர் கல்வியை மிகப்பெரிய ஆரவாரமாக்கி வியாபாரச் சலுகை போல ஆசிரியரை நினைத்தபடி எல்லாம்

பந்தாட முடிந்த ஒரு சூழல் கல்வியில் இத்தனை காலம் நிகழாத ஒன்று. ஒரு ஊருக்கே ஆசிரியர் என்பவர்தான் ஒரே நீதிபதியாக ஏற்கப்பட்ட காலங்களைச் சமூகம் கடந்துவிட்டது.

இன்று வீடுகளின் விதிமுறைகள் மாறிவிட்டன. ஒரு காலத்தில் குடும்பத் தலைவரை (அதாவது அப்பாவை) அவரது உரிமைகளைச் சார்ந்து அமைக்கப்பட்டிருந்தன. அவரிடம் குழந்தைகள் நேரடியாகப் பேசாத நிலை கூட இருந்தது. அம்மாவுக்குப் பின்னால் ஒளிந்து கொண்டு அவரிடம் பேனா, பென்சில் வாங்கித் தர அம்மாவைத் தூதனுப்பிய அந்தக்காலம் இப்போது எங்கே? அவர் பார்த்து வாங்கித் தந்ததை சாப்பிட்டு, அவர் போய் சந்தையில் வாங்கி வந்ததைப் புதுசு என நம்பி உடுத்தி, அவர் மனநிலைப்படி நடத்தும் அடி, உதை தர்பாருக்குத் தக்கவாறு அனுமதிக்கப்பட்ட வீதிகளில், அனுமதிக்கப்பட்ட நேரம் வரை விளையாடி வந்த அந்தக் காலம் எப்போது முடிந்தது?

ஆனால் எம்மா புருமர் எனும் சமூகவியலாளர் சொல்வது போல குடும்பங்கள் இன்று குழந்தைகள் மைய அலகுகளாக மாறிவிட்டன. பெரும்பாலான குடும்பங்களில் முன்பு போலன்றிக் குழந்தைகளுக்கு வெளியே போகவும் உறவுகளோடு பழகவும் தங்களை வெளிப்படுத்தவும் சிக்கல்கள் இருந்தாலும் குடும்ப கவனம் இன்று குழந்தைகளை மையப்படுத்தியே இயங்குகிறது. அவர்கள் கேட்டதைப் பெறும் சுதந்திரம் உட்பட தாய், தந்தை, குழந்தை உறவு என்பதிலும் வீட்டு விதிகளிலும் அதிகத் தளர்வுகளைக் குழந்தைகள் அனுபவிக்கிறார்கள்.

ஆனால் இத்தகைய எதையும் பெற்றுத் தரும் பெற்றோர் மனோபாவம் மன அழுத்தமாய்க் குழந்தைகள் மீது பொதிந்து சிறு தோல்விகளைக் கூட சகிக்க முடியாதவர்களாக அவர்களை பலவீனப்படுத்திவிட்டது. சமூக அவலங்கள், வீதியில் நடக்கும் அநியாயங்களுக்காகக் குரல் கொடுக்காத, தனது சொந்த நலன் பேணும் சுய நலமிகளாக அது அவர்களைச் சிதைக்கிறது.

2

உலகளாவிய குழந்தை உரிமைச் சட்டங்கள் அறிவோம்

வீட்டு விதிகளில், சமூகப் பார்வையில், பெற்றோர் அணுகுமுறையில் மாற்றம் வந்த பிறகு வகுப்பறை மட்டும் பழைய விதிகளோடு எப்படி இருக்க முடியும்? அந்த முரணின் விளைவே இன்றைய நம் கல்வி சந்திக்கும் பிரச்சனையின் காரணி. குழந்தைகள் அவர்கள் மாணவர்கள் என்பது கல்வியில் பெயர் குறிப்பு (லேபிலிங்) மட்டும்தான். குழந்தைகள் தங்களுக்கு என உரிமை பல பெற்றிருக்கிறார்கள். மாணவர்களான அவர்கள் ஆசிரியரிடம் வகுப்பறை தேடி வந்தாலும் சட்டப்படி அவர்கள் குழந்தைகளே.

குழந்தைகளின் உரிமைகள் பற்றி நாம் அறிய வேண்டும். இன்று ஆசிரியராகப் பணி செய்ய அது நமது பிரதான தேவைகளில் ஒன்றாகும்.

குழந்தைகள் உரிமை என்பது இன்று உரத்து ஒலிக்கும் உலகளாவிய முழக்கங்களில் ஒன்று. குழந்தை உரிமைப் போராளியாக அதனைக் கட்டிக்காத்து குழந்தை நலமே தன்னலமாய்க் கருதும் ஒருவராக ஆசிரியர் இருக்க வேண்டிய காலம் வந்துவிட்டது. அதற்கு முதலில் நம்மை நாம் பதப்படுத்த வேண்டும். விதிகளை அறிய வேண்டும். நம்மை நம்பி நம்மிடம் ஒப்படைக்கப்பட்ட குழந்தை நாம் சொல்வதை அடிமை மாதிரி கேட்டு நடக்க வந்ததல்ல. ஒரு ஆசானாக, மனிதராக நமக்கு உரிமைகள் இருப்பது போலவே நமது அரசியல் சட்டமும், சர்வதேசச் சட்டமும் குழந்தைகளுக்கு வரையறுக்கப்பட்ட பிரத்யேக உரிமைகளை வழங்கி உள்ளது. அவற்றை இப்போது பார்ப்போம். அவை குறித்து ஆசிரியர் என்கிற முறையில் அறிந்து தெளிவோம்.

'உள்ளேன் டீச்சர்' என்ற அக்குழந்தையின் பிரவேசத்தோடு பறை சாற்றப்படுவது அதன் வருகை மட்டுமல்ல. அதன் இருப்பும் வகுப்பறையில் அதன் உரிமையும் ஆகும். சர்வதேசக் குழந்தைகளின் உரிமைப் பிரகடனத்தில் இந்தியா கையெழுத்திட்டுள்ளது. இந்தப் பிரகடனம் 1989-ன் குழந்தைகளின் உரிமை குறித்த ஐ.நா.கூட்டமைப்புப் பிரகடனம் (UN Treaty by Convention on the Rights of the Child) என்று அழைக்கப்படுகிறது. இது நான்கு பெரும் பிரிவுகளையும் ஐம்பத்து நான்கு ஷரத்துகளையும் (Articles) கொண்டது. அவற்றைப் பற்றி பார்க்கும் முன் முதலில் அந்த இறுதியான இடம் வரை உலகம் குழந்தைகளை நோக்கி கவனம் பெற்ற உலகக் குழந்தைகள் உரிமைப் போராட்டங்களின் வரலாறு என்ன? 1989 கூட்டமைப்பும் ஐ.நா. சபை கூட்டி நிறைவேற்றிய தன் நிர்பந்தம் என்ன என்பதைப் பார்க்க வேண்டும்.

ஏனெனில் 1989-ல் இந்தியா கைச்சான்றிட்ட சட்டப் பிரகடனம் என்பது, ஏதோ ஆசிரியர்களுக்கு எதிராகக் குழந்தைகள் உரிமையைக் காப்பாற்றியது என யாரும் நினைத்து விடக்கூடாது. குழந்தைகளின் இத்தகைய உரிமைகளை அவர்களுக்குப் பெற்றுத் தந்தவர்கள் ஆசிரியப் பெருமக்கள்தான் என்பது வரலாற்றின் நிரந்தர ஏடுகளில் பொன் எழுத்துகளால் பொறிக்கப்பட்டுள்ளது.

தாமஸ் ஸ்பென்ஸ் (Thomas Spence). பிரான்ஸ் நாட்டில் பிரெஞ்சுப் புரட்சி ஆண்டுகளில் ஆசிரியராகப் பணிபுரிந்த இவர் 1796-ல் குழந்தைகளின் உரிமைகள் (The Rights of Infants) எனும் நூலின் மூலம் முதன்முதலில் தொழிற்புரட்சி ஆண்டுகளை உலகம் நெருங்கிக்

கொண்டிருந்தபோதே உலகின் கவனத்தைக் குழந்தைகள் பக்கம் திருப்பியவர்.

1812-ல் இத்தாலியில் 'குடும்பமும் குழந்தையும் சட்ட உரிமைகளும்' (Family - Child and Constitutional Rights) எனும் பிரபலமான ஒரு புத்தகம் வெளிவந்தது. இதன் ஆசிரியர் அன்றைய உலகின் முதல் பொதுப் பள்ளிகளைத் தோற்றுவித்த கல்வியாளர் இடல்லோ அக்லிடா.

ஆனால் இன்றைய அர்த்தத்தில் குழந்தைகள் உரிமை குறித்து முதலில் பிரகடனங்களை வழங்கியது சோவியத் ரஷ்யாவின் ப்ராலெட்கல்ட் (Proletkult) அமைப்பாகும். 1917-ல் ரஷ்யப் புரட்சிக்குப் பின் ஆட்சி அதிகாரம் எனும் சூழலில் போல்ஷிவிக் அமைப்பின் மாஸ்கோ கிளை உலகின் முதல் குழந்தைகள் உரிமைப் பிரகடனத்தை வெளியிட்டது. மாபெரும் கல்வியாளர்களான அலெக்சாந்தர் போக்டானவ் (Alexandar Bogdanov) மற்றும் அனடோலி லூவசார்ஸ்கி (Anatoly Luvacharsky) ஆகியோர் சோவியத் ரஷ்யாவின் கல்விக்கான மக்கள் கமிசார்க்கு (people commissariat for education of Soviet Russia) குழந்தைகளின் உரிமைகள் குறித்த தங்களது பிரகடனத்தை ஒப்பளித்தனர். தலைவர் லெனினின் துணைவியாரான நாடெஷ்தா குருப்ஸ்காயா (இவரும் ஒரு ஆசிரியர்) இந்த இயக்கத்தில் பெரும் பங்காற்றியதும் இன்றும் அங்கே பிரபலமாக இருக்கும் குழந்தைகளுக்கே முதல் உரிமை (First for Children) எனும் முழக்கத்தை முன் வைத்ததையும் இங்கே நாம் பதிவு செய்யவேண்டும்.

முதலாம் உலக யுத்தப் பின்னணியில் 1924-ல் ஜெனீவா சர்வதேசக் குழந்தைகள் உரிமை ஒப்பந்தம் கைச்சான்றானது. யுத்த காலங்களில் குழந்தைகளைக் காப்பாற்றும் உரிமைப் பிரகடனமாக அது பார்க்கப்பட்டாலும் இன்றைய சட்டத்தின் அடிப்படைப் பிரகடனங்கள், கூறுகளில் பெரும்பாலானவை அதில் இடம் பெற்றிருந்தன. மரியா மாண்டிசொரி அம்மையார், ஜேனஸ் சார்க்ஸாக் ஆகிய வரலாற்றின் மாபெரும் கல்வியாளர்கள், ஆசிரியர்கள் கொடுத்த நிர்பந்தம் குறிப்பிட வேண்டிய ஒன்று.

அதில் மரியா மாண்டிசொரி இத்தாலியில் முசோலினி அரசு தனது ராணுவத்தில் பள்ளிச் சிறார்களை இணைத்தபோது எதிர்ப்பும் தெரிவித்து பெரும் போராட்டம் நடத்தி அதனால் நாடு கடத்தப்பட்டவர். குழந்தைகள் உரிமைப் போராளிகளின் வழிகாட்டி.

ஜேனஸ் கார்க்ஸாக் வார்சா நகரத்தின் பள்ளிகளில் ஆசிரியராகப் பணியாற்றிக் குழந்தையை நேசிப்பது எப்படி (How to Love a Child) எனும் பெரிய புத்தகம் (814 பக்கங்கள்) ஒன்றை 1919-ல் ஆசிரியர்களுக்காக எழுதியவர்.

ஜெனீவா ஒப்பந்தத்தின் அடிப்படையில் குழந்தைகள், பெண்கள் பாதுகாப்பும் உரிமைகளும் பேணி வரப்பட்டாலும் இரண்டாம் உலக யுத்தம் ஏற்படுத்திய மிகக்கொடிய சூழலில் ஹிட்லரின் கையில் நசுங்கிய யூதக் குழந்தைகள் கொலைச் சாலைகளில் சத்தமின்றிக் குரல்வளை நெரிக்கப்பட்ட அப்பாவி மக்களின் குருதியும் வல்லரசுகளின் கண்மூடித்தனமான யுத்தத்தில் பல்வேறு பகுதிகளில் இறந்த மக்கள், அனாதைகளாக்கப்பட்ட சிறுவர்கள், அகதிகளாக்கப்பட்ட வாழ்வுக்காகவும் தொடர்ந்து பல நாடுகளில் குரல் கொடுக்கப்பட்டது. குழந்தைகள் உரிமைக்காக லண்டன் நகரில் 1944-ல் நடிகரும் மாபெரும் கலைஞருமான சார்லி சாப்ளின் நடத்திய போர் எதிர்ப்பு ஊர்வலம் அனைத்து அரசுகளின் கவனத்தையும் ஈர்த்தது. சாப்ளின் இங்கிலாந்திலிருந்து கம்யூனிஸ்ட் என முத்திரை குத்தப்பட்டு வெளியேற்றப்பட்டார். 26,000 சிறுவர் சிறுமியர் பெற்றோர்கள் கலந்து கொண்ட அந்த பிரமாண்ட போர் எதிர்ப்புப் பேரணி குழந்தைகள் நலன் குறித்த ஏழு தீர்மானங்களை முன் மொழிந்தது என்பது ஒரு வரலாற்று முக்கியத்துவம் வாய்ந்த சம்பவம் ஆகும்.

1959-ல் நவம்பர் 20ல், ஐ.நா. பொதுச்சபை (General Assembly) கூடி சர்வதேச மனித உரிமைப் பிரகடனத்தை முன்மொழிந்து அதில் ஒரு முக்கிய அங்கமாகக் குழந்தைகள் உரிமைப் பிரகடனத்தை (Declaration of the Rights of child) வெளியிட்டது. குழந்தைகளுக்கான அடிப்படை உரிமைகளை ஐ.நா. சபையில் அங்கம் வகித்த உறுப்பு நாடுகள் தங்களது நாட்டு அரசியல் சட்டத்தில் இடம்பெற வைக்க வேண்டுமென்ற பிரகடனம் நாடுகளை நிர்பந்தித்தது அப்போது தான்.

இவ்வளவுக்குப் பிறகு யுனிசெஃப், யுனெஸ்கோ அமைப்புகளைக் குழந்தைகள் நலன் மற்றும் கல்வி நலனுக்கான ஏழை நாடுகளின் பங்கேற்பிற்காக ஐ.நா. சபை ஏற்படுத்தியது. இவற்றின் மூலம் பல கல்வியாளர்கள் குழந்தை உரிமை அமைப்புகள் (இவற்றில் பெரும்பாலானவை அரசு சாரா அமைப்புகள் (Non Govt - Organisations) கொடுத்த நிர்பந்தம் காரணமாக 1989ஆம் ஆண்டை ஐ.நா. சபை சர்வதேசக் குழந்தைகள் ஆண்டாக (International Year of Child) அறிவித்தது.

அதே ஆண்டில் குழந்தைகள் உரிமைகள் குறித்த சர்வதேசப் பிரகடனத்தில் இந்தியா உட்பட 117 நாடுகள் (Charter of Child Rights-UNO) கைச்சான்றிட்டன. அதன் குழந்தைத் தொழிலாளர் ஒழிப்பு உட்பட பல அம்சங்களை இந்தியா உடனடியாக அமல்படுத்தியது என்றாலும் அந்தப் பிரகடனத்திற்கும் இந்தியச் சட்டங்களுக்கும் இடையே சிறு வித்தியாசங்கள் உள்ளன. நாம் ஐ.நா. சபை நிறைவேற்றிய சட்டத்தை முதலில் கற்றுத் தெளிவோம்.

ஐ.நா. சபையின் குழந்தைகள் உரிமைப் பிரகடனம் ஒரு முன்னுரை வாசகத்தையும் (Premeamble) 4 பிரிவுகளையும் 54 ஷரத்துகளையும் கொண்டது என்பதை ஏற்கனவே கண்டோம். இது குழந்தைகளை மனிதர்களாகப் (Persons) பாவிக்க உத்தரவிடுகிறது. அவர்கள் அரை மனிதர்கள் (Sub-Persons) அல்லர்:

குழந்தைகள் சிறப்புப் பாதுகாப்பும் உதவியும் பெற உரிமை பெற்றவர்கள்.

ஒரு குழந்தை முழுமையான உலகக் குடிமகனாக வளர மகிழ்ச்சியான, அமைதியான, அவர்களைப் புரிந்து கொண்டு அன்பு செலுத்தும் இயற்கை வளர்ப்புச் சூழல் அவசியம் என பிரகடனம் சுட்டுகிறது. அதை உருவாக்கித் தருவது அரசு மற்றும் அதைச் சார்ந்த அனைத்து அதிகார சக்திகளின் கடமை ஆகும்.

ஐ.நா. சபை பிரகடனப்படி குழந்தைகள் அனைவருக்கும் அமைதி (சமாதானம்), சுயமரியாதை, சகிப்புத்தன்மையோடு கூடிய சம வாய்ப்புகள் பெறும் இரக்கம் காட்டும் சூழல் உரிமைகளில் அடங்கியது ஆகும்.

பிரகடனத்தின் 'குழந்தைகள் பாதுகாப்பு ஷரத்தான ஆறாம் பகுதி கூறுகிறது: குழந்தைக்கு, அது சார்ந்த இனம், உடலின் நிறம், ஊனம், பாலினம், மொழி, மதம், அறிவு, அரசியல் கருத்தாக்கம், தேசியம், சமூகப் பிறப்பு சார்ந்தோ, வறுமை செல்வந்தர் எனும் நிலை சார்ந்தோ, ஏனைய சமூகக் காரணிகளைக் கொண்டோ பாகுபாடு காட்டுவதோ, மனதை பாதிக்குமாறு சுடுசொற்கள், உடலியல் தாக்குதல் நடத்துவதோ சட்டப்படி குற்றமாகும்.

இதன்படி ஒரு குழந்தையை ஒரு வேலையை (அது வீட்டு வேலையோ, கல்விச் செயல்பாடோ அல்லது தொழில் சார்ந்த வேலையோ ஏதானாலும்) செய்யச் சொல்லிக் கட்டாயப்படுத்தி சித்திரவதை செய்ய யாருக்கும் உரிமை கிடையாது. அதற்குப் பதிலாக ஆசிரியர்கள் அந்த (கல்விச் செயல்பாடு) வேலை குறித்த விழிப்புணர்வை - முக்கியத்துவத்தை எடுத்துக் கூறி இயற்கை உந்துதல் மூலம் அக்குழந்தை அவ்வேலையைச் செய்ய தூண்ட வேண்டும் என நிலைமை மாறி உள்ளது. இதை ஆசிரியர்கள் உணர்வதே இந்தப் புத்தகத்தின் ஒட்டுமொத்த நோக்கமாகும்! அதுவே கல்வித்துறையின் ஏக்கமும் கல்வியாளர்களின் முழக்கமும் ஆகும்.

ஐ.நா. குழந்தைகள் உரிமைப் பிரகடனம், குழந்தைகளுக்கு மூன்று வகையான உரிமைகளை உத்தரவாதமாக அளிக்கிறது.

1. குழந்தைகளை எவற்றிலிருந்து பாதுகாக்க வேண்டும் எனும் உரிமைப் பிரகடனம்:

இதன்படி ஒரு குழந்தையை, அதனை பலமற்றது என்பதால் பாதுகாப்பற்றது என்பதால் பாகுபடுத்தித் துன்புறுத்துவதை எதிர்த்து அதனைக் காக்க வேண்டும்.

முற்றிலும் கைவிடப்பட்டு, அனாதையாக்கி தனிமைப்படுத்தப்படுவதற்கு எதிராக அதனை அரசு காக்க வேண்டும்.

அனைத்து வகை சுரண்டல்களிலிருந்தும் (குழந்தைத் தொழிலாளி ஆவதையும் சேர்த்து) எதிர்த்து அதனைக் காக்க வேண்டும்.

2. குழந்தைகளுக்கு எவற்றை எல்லாம் தருவது அரசின் கடமை எனும் பிரகடனம்:

இதன்படி குழந்தைகள் உணவு பெறும் உரிமை, உடல் நலம் பெறும் உரிமை, கல்வி பெறும் உரிமை, சமூகப் பாதுகாப்பு பெறும் உரிமை ஆகியவற்றைப் பெற்றுள்ளனர். இதில் இலவசக் கட்டாயக் கல்வி எனும் ஷரத்தும் அடக்கம். (இந்த சட்ட விதிப்படி தனக்கு அரசு ஆதரவோ, கல்வியோ வழங்கவில்லை என ஆந்திராவில் உன்னிகிருஷ்ணன் மத்திய மாநில அரசுகளுக்கு எதிராகத் தொடர்ந்த வழக்கின் உச்ச நீதிமன்றத் தீர்ப்பு இல்லையேல் இன்றைய கட்டாய இலவசக் கல்வி சட்டம் (RTE) இல்லை!)

3. குழந்தைகள் எதிலெல்லாம் பங்கு பெறும் உரிமை பெற்றுள்ளனர் எனும் பிரகடனம்:

இதன்படி தங்கள் வாழ்வின் முக்கிய முடிவுகளை எதிர்காலம், கல்வி நிறுவனம், யாரோடு வாழ்வது என்பனவற்றில் தனது முடிவைத் தானே எடுக்கும் உரிமை குழந்தைகளுக்கு உண்டு.

பல்வகை சமூகக்கல்வி, அரசியல், குடும்பம் சார்ந்த நடவடிக்கைகளில் பங்குபெறும் உரிமை.

- சங்கம், குழுமம் சேரும் உரிமை.
- வகுப்பில் வீட்டில் சமூகத்தில் தகவல்கள் பெறும் உரிமை.

குழந்தைகளுக்குப் பாதுகாப்பு அளித்துத்திட்டம் மற்றும் சேவை சென்றடைவதை ஒவ்வொரு அரசும் உறுதி செய்ய வேண்டும் என பிரகடனம் அரசுகளை நிர்பந்திக்கிறது. பொதுப் பிரச்சனையோ, தனிமனிதப் பிரச்சனையோ குழந்தைகள் சம்பந்தப்பட்ட சட்டப்பிரச்சனை எதுவாகினும் அரசோ, தனியார் சமூக நல அமைப்புகளோ, மக்களால் தேர்ந்தெடுக்கப்பட்ட பிரதிநிதி சபையோ, குழந்தையின் நலம் என்கிற குறிக்கோளோடு மட்டுமே முடிவுகளை எடுக்க வேண்டும் என சட்டம் வலியுறுத்துகிறது.

பெண் குழந்தைகளைத் தொடுவதோ, ஆண் குழந்தைகள் உட்பட குழந்தைகளின் பிறப்புறுப்புகளைத் தொடுவது அவர்களைத் தொட

நிர்பந்திப்பது, தொட்டுப் பேசி தனிக்கவனம் ஈர்த்து பின் ஏதேனும் ஒரு வகையில் அவர்களது ஒத்துழைப்புடனோ அன்றியோ இச்சைகளில் ஈடுபடுவது பாலியல் வன்கொடுமை என்று இந்தச் சட்டம் கூறுகிறது.

குழந்தைகளின் உரிமைகளைப் பறிப்பதோ அல்லது அதற்கு எதிராகச் செயல்படுவதோ அல்லது அவற்றை அவர்களுக்குச் சென்றடையாமல் தடுப்பதோ சட்டப்படி குற்றச் செயலாகவே கருதப்படும்.

குழந்தைகளுக்குப் பாதுகாப்பு அளித்துத் திட்டம் மற்றும் சேவை சென்றடைதலை மட்டும் குழந்தை உரிமைப் பிரகடனம் உறுதி செய்யவில்லை. எத்தன்மை வாய்ந்ததாக இந்தத் திட்டங்கள், சேவைகள் அமைய வேண்டும் என்பதையும் கூட அந்தக் குழந்தைகளே தீர்மானிக்கும் உரிமையையும் இப்பிரகடனம் அளிக்கிறது. குழந்தைகளின் நலன் பாதுகாக்கப்பட்டு மேம்படுத்தப்படுவதே குழந்தைகளின் உரிமைப் பிரகடனத்தின் மையக் கருத்து ஆகும்.

இப்படிப்பட்ட உரிமைகளைக் குழந்தைகளுக்குப் பெற்றுத் தந்த சமூகநலப்போராளிகள் ஆசிரியர்கள் தான் என்பதை நாம் மறந்துவிடக்கூடாது. மேற்கண்டவற்றின் அமலாக்கம் என்று வரும்போது பல விஷயங்கள் நேருக்கு மாறாகச் சமூகத்தில் நடைபெறுவதை நாம் பார்க்கிறோம். எத்தனையோ பால்ய விவாகங்களை இன்று ஆசிரியர்களே தக்க நேரத்தில் நடவடிக்கையில் இறங்கித் தடுத்து நிறுத்துகின்றனர். பெற்றோர் மற்றும் ஆதரவற்ற குழந்தைகளுக்கு அவர்களது தார்மீக உரிமைகளைப் பெற்றுத் தருவதில் பெரும்பங்கு வகிப்பவர்கள் ஆசிரியர்களே.

இன்று ஆசிரியர் பணி என்பது வெறும் பாடம் நடத்துகிற பணியாக மட்டும் பார்க்கப்படாமல் சமூகநலப் பணியாளராக ஆசிரியர் தம்மைக் கருதும் நிலையே சிறந்தது. சமூக, அரசியல் பொருளாதாரப் பின்னடைவுகளோடு வரும் தாழ்த்தப்பட்ட, பிற்படுத்தப்பட்ட சமூகக் குழந்தைகளுக்கு அரசிடம் அவர்களுக்கான நலத்திட்ட உரிமைகளை உதவிகளைப் பெற்று தருபவராக, குழந்தை உரிமைப் பிரகடனத்தின் மேற்கண்ட ஷரத்துகளை அமல்படுத்திக் கண்காணித்துப் பாதுகாப்பவராகத் தனது பணியை ஆசிரியர்கள் மாற்றிக் கொண்டால் இந்த நாடு குழந்தைகளின் பாதுகாப்பான சொர்க்கபுரியாக ஒரே நாளில் மாறிவிடும்.

குழந்தைகள் உரிமைகள் குறித்துத் தெளிவின்றி ஆசிரியர்கள் குழந்தைகளை எப்படிக் கையாள முடியும்? இவை குறித்து அறிந்தால் மட்டும் போதாது, குழந்தைகளின் குரலுக்கு மதிப்பளிக்கத் தெரியாத, அவர்களது குரலுக்குச் செவிமடுக்காத, அவர்களின் பங்களிப்பு

இல்லாத வகுப்பறை சவக்கிடங்கை விட உயிரற்றதாக, போர்க் களத்தை விட வன்முறை மிக்கதாகவே இருக்க முடியும் அல்லவா! இத்தகைய அவலம் உங்கள் வகுப்பறையில் இல்லாமல் பார்த்துக் கொள்வது உங்கள் கடமை அல்லவா.

இன்றைய கல்வியில் வகுப்பறையில் ஜன்னல் வழியே கேட்கும் விஷயங்கள் நான்கு.

1. குழந்தைகள் உரிமை அதை மீறாதே. செய்தி சானல் (TV) குறுஞ்செய்தியாய் ஓடுவாய்!
2. கட்டாய, இலவசக் கல்விச் சட்டம் (RTE) (Right to Compulsory & Free Education act)
3. கற்றலை இனிமையாக்கச் செயல்வழிக் கற்றலே இனிமையானது (ABL) - தேசிய கலைத்திட்டம் (NCF) வடிவமைப்பு
4. தொகுப்பாய் தொடர்ச்சியாய் மதிப்பிடுதல் அல்லது (CCE) (Continuous and Comprehensive Evaluation) தொடர் மற்றும் முழுமையான மதிப்பீடு

'உள்ளேன் டீச்சர்' எனும் அந்தக் குரலின் பின்னணியில் உள்ள, கற்றலில் துடிப்பானப் பங்கேற்பு தேடி வரும், நம் வகுப்பறைக்கு உயிர் தரும் அம்சத்தின் உரிமைகள் எப்படிப்பட்டவை? அவற்றைக் கட்டிக் காக்கும் நமது கடமை எப்படிப்பட்டது என்பதை நாம் பார்த்தோம். குழந்தைகளின் உரிமைகளது பாதுகாவலரான ஆசிரியர்களை, அதற்கு வெளியே இருப்பவர் போல சித்தரித்து ஏதோ குழந்தைகள் உரிமைகளை ஆசிரியர் பின்பற்றுகிறாரா என்பதைக் கண்காணிப்பது போல ஊடகங்கள் செயல்படுவது அநீதி என்பதையும் நாம் உணரத் தலைப்படும் இந்தச் சூழலில் அடுத்த விஷயத்திற்கு செல்வோம். கட்டாய இலவசக் கல்விச் சட்டம் என்றால் என்ன? ஒரு ஆசிரியர் எனும் நிலையில் நாம் அதையும் அறிந்து தெளிய வேண்டும்.

3

குழந்தைகளுக்கான கட்டாய இலவசக் கல்விச் சட்டம் (RTE) அறிவோம்

2009-ம் ஆண்டு ஆகஸ்ட் 27ம் நாள் நமது இந்திய சட்ட அமைச்சகம் இந்திய ஜனாதிபதி ஒப்புதலுடன் கெசட்டில் வெளியிட்ட சட்டம் தான் 'குழந்தைகளுக்கான இலவச, கட்டாய கல்விச்சட்டம் (The Right of Children to Free and Compulsory Education Act - 2009) ஆகும். இது இந்தியக் குடியரசின் அறுபதாவது ஆண்டில்

பாராளுமன்றத்தில் குரல் ஓட்டு மூலம் நிறைவேற்றப்பட்டது. இதன் வரலாற்றுப் பின்னணி மிக நீண்டது.

1909-ல் கோபால கிருஷ்ண கோகலே இந்தியக் குழந்தைகள் அனைவருக்கும் எந்தப் பாகுபாடும் இன்றிக் கட்டாய இலவசக் கல்வி வழங்க வேண்டுமென அப்போதைய பாராளுமன்றத்தில் குரல் கொடுத்ததிலிருந்து அது தொடங்குகிறது. அதற்குப் பிறகு இளைஞர்களின் விடிவெள்ளியான பகத்சிங் போன்றோர் கல்வி கட்டணமின்றி வழங்கப்பட பல்வேறு முழக்கங்களை 1920-களில் முன் வைத்திருந்தனர். 1933-ல் தேசத்தந்தை காந்தி கூட்டிய வார்தா கல்வி மாநாடும் குழந்தைகளுக்கு இலவசக் கட்டாயக் கல்வி வழங்கிடக் கோரியதைப் பார்த்தோம்.

2000 வரை பல்வேறு போராட்டங்களை நாடு முழுவதும் நடத்தியும் கல்வியாளர்கள், சமூகப் போராளிகளால் அதை அமல்படுத்த முடியவில்லை. நமது அரசியல் சட்டத்தை இயற்றிய டாக்டர் அம்பேத்கர் உள்ளிட்ட சட்டக்குழு அறிஞர்கள் கல்வி பெறுவதை ஒரு அறிவிப்பு உரிமையாகக் கொண்டு வரையறுத்தார்களே ஒழிய அடிப்படை உரிமையாக அதை வரையறுக்கத் தவறினார்கள். முதல் கல்வி அமைச்சர் அபுல்கலாம் ஆசாத், டாக்டர் ராதாகிருஷ்ணன், அம்பேத்கர் உட்பட, டாக்டர் ராஜேந்திர பிரசாத் தலைமையில் கல்வியை அடிப்படை உரிமை ஆக்குவது குறித்து அரசியல் நிர்ணயக் குழுவில் பெரும் விவாதத்தைக் கிளப்பியும் அப்போது அதற்கு ஆதரவு இருக்கவில்லை. ஒரு கட்டத்தில் குழுவிலிருந்தே எதிர்ப்புத் தெரிவித்து அண்ணல் அம்பேத்கர் வெளியேறியதையும் பார்க்கிறோம்.

ஆனால் நாடு தழுவிய கல்வி வியாபாரமாதலுக்கு எதிரான போராட்டம் மாணவர் சங்கங்கள், ஆசிரியர் அமைப்புகள் சமூக சிந்தனையாளர்கள், குழந்தைகள் உரிமைப் போராளிகள் வழி ஒரு தொடர் நிகழ்வாக எடுத்துச் செல்லப்பட்டது.

நூறு சதவிகித எழுத்தறிவைப் பெற வேண்டும் எனும் நிர்பந்தம் உலக சமூக அமைப்புகளால் நமது நாட்டின் மீது விழுந்தபோது அறிவொளி போன்ற மக்கள் கல்வி இயக்கங்களில் இடதுசாரிகள் பெருமளவில் பங்கேற்று அதனை மக்களிடம் எடுத்துச் சென்றார்கள். வாய்ப்புக் கிடைத்த போதெல்லாம் பாராளுமன்றம் முடக்கப்பட்டது. இதனிடையே குழந்தைகள் உரிமை பாதுகாப்புச் சட்டம் (Protection of Child Right Act) 2005-ல் மாநில, மத்திய கண்காணிப்பு ஆணையங்களைத் தோற்றுவித்தது.

அறுபத்து ஏழு நாடுகள் கல்வியைக் குழந்தைகளின் பிரஜைகளின் அடிப்படை உரிமை ஆக்கிய பிறகு, 2006-ல் உச்சநீதிமன்றம் அத்தகைய சட்டம் இயற்றும் காலக்கெடு ஒன்றை மைய அரசுக்கு

விதித்தது. தேசிய ஆணையம் ஏற்கனவே (NCPCR) இயங்குவதைக் காரணம் காட்டி உச்சநீதிமன்றத்தில் அரசு விவாதித்தபோது அதைப் புறக்கணித்த நீதிமன்றம் அரசின் மெத்தனப் போக்கைக் கடுமையாகச் சாடியது.

பிறந்தது முதல் பதினெட்டு வயதாகும் வரை ஒருவர் குழந்தை (Child) எனும் வரையறைக்குள் வருவதாக ஐ.நா. குழந்தைகள் உரிமைப் பிரகடனம் அறிவிக்கிறது. ஆனால் வார்தா மாநாட்டில் காந்தி ஆறு முதல் பதினான்கு வயது என்பதைப் பள்ளிக்கல்வி கற்கும் வயது என அறிவித்ததைக் காரணம் காட்டி அரசு 14 வயது வரை ஒருவர் குழந்தை (Child) என, இந்தியாவுக்கு என்று குழந்தை என்பது குறித்த தனி வரையறை ஒன்றை அறிவித்தார்கள். எனவே உலகிலேயே இந்தியாவில் மட்டும் ஒருவர் 15 வயதிலேயே 'பெரியவர்' அந்தஸ்து பெற்று விடுகிறார்! அது மட்டுமல்ல.

நமது கட்டாய இலவசக் கல்விச் சட்டம், ஒரு குழந்தைக்கு ஆறு வயது முதல் 14 வயது வரை மட்டுமே பொருந்தும். இன்று ஒரு குழந்தை மூன்று வயதிலேயே பள்ளிக்கு அடி எடுத்து (எல்.கே.ஜி) வைத்து விடுகிறது. ஆனால் ஆறு வயது ஆகும் வரை இந்தச் சட்டத்தின் கீழ் அக்குழந்தை வரமுடியாது. இப்படி சில பல ஓட்டைகள் இந்தச் சட்டத்திலும் உண்டு.

இது உண்மையிலேயே கட்டாயச் சட்டமா... இலவசக் கல்விச் சட்டமா என்பதிலும் சந்தேகம் உள்ளது. இந்தியாவின் தலைசிறந்த கல்வியாளர்களான, பேரா.யஷ்பால், நோபல்பரிசு பெற்ற அறிஞர் அமர்தியாசென், பேரா. சட்கோபால், பேரா. சட்டோபாத்யாயா உட்பட பல அறிஞர்களே இச்சட்டம் பற்றி கடுமையாக விமர்சிக்கிறார்கள். காரணம்... ஒரு சராசரி பள்ளி அந்தந்தப் பகுதியில் வாழ்நிலையில் அமைந்த அனைத்துப் பிரிவு மாணவர்களுக்குமான ஒரே மாதிரி பள்ளியை இந்தச் சட்டம் ஊர்ஜிதம் செய்யவில்லை. மாறாக அதற்காக செலவிட வேண்டிய தொகையைத் தனியார் பள்ளிகளின் 25% ஏழை எளிய குடும்பக் குழந்தைகளுக்கு மானியமாக வழங்க வழி செய்ததன் மூலம் ஏறக்குறைய நேரடியாகக் கல்வியில் தனியார் மயத்தைச் சட்டம் ஆதரிக்கிறது! என்பது இவர்களின் குற்றச்சாட்டு. எனவே இது கட்டாய இலவசம் அல்ல; அரசு 'நலஉதவி' இலவசம் என்பது ஒரு பலவீனமே ஆகும். இருந்தாலும்...

இந்த 'குழந்தைகளுக்கான கட்டாய இலவசக் கல்விச் சட்டம்' (Right To Education Act) வரலாற்றுச் சிறப்புமிக்க பல போராட்டங்களின் நிர்பந்தங்களால் நமக்கு கிடைத்ததாகும். அதன் உட்கூறுகளை உற்று ஆராயும்போது அது நமது நீண்ட நாளைய ஏக்கங்கள் பலவற்றைத் தீர்த்து வைத்திருப்பதைக் காணலாம். இந்தச் சட்டம் என்ன சொல்கிறது?

இச்சட்டம் The Right of Children To Free and Compulsory Education Act- 2009 என பெயரிடப்பட்டுள்ளது. இது 2009-ன் 35 எண்ணிடப்பட்ட மைய சட்ட விதி ஆகும். இந்திய அரசியல் சட்டத்தின் (Constitution of India) 86வது திருத்தம் கட்டாயக் கல்விச் சட்டம் குறித்த திட்டம் ஆகும். இது 2010 ஏப்ரல் முதல் தேதி அன்று அமலுக்கு வந்தது.

தமிழக அரசு 2011, நவம்பர் 12 அன்று தனது அரசு கெசட்டில் (பதிவேட்டில்) முறைப்படி அச்சட்டத்தை மக்களுக்கு அறிவித்தது. இந்த மைய அரசின் இந்தியக் குடியாட்சியின் சட்டம் எட்டு அத்தியாயங்களையும் முப்பத்தெட்டு பிரிவுகளையும் ஏறக்குறைய 54 உட் பிரிவுகளையும் தன்னகத்தே கொண்டதாகும். இனி வரும் நாட்களில் நம் நாட்டில் கல்வி அதிலும் ஆரம்பப் பள்ளிக்கல்வி இந்த சட்டத்தின் அடிப்படையில் தான் நடைமுறைக்கு வர முடியும். ஆசிரியர்களின் பணி நியமனத்திலிருந்து தகுதி வேலைமுறை என ஏறக்குறைய அனைத்தையும் பற்றி இந்தச் சட்டம் பேசுகிறது. மாநில அரசு இச்சட்டத்திற்கான விதிமுறைகளை 2011-ல் அமைத்து வெளியிட்டது.

இந்தச் சட்டத்தின் மாணவர் சம்பந்தப்பட்ட முக்கியமான ஆசிரியர்கள் அவசியம் அறிய வேண்டிய விதிகளை முதலில் பார்ப்போம்:

உள்ளூர் கல்வி அதிகார மன்றம் (இதில் கல்வி அதிகாரிகளோடு மக்கள் பிரதிநிதிகளும் இடம் பெறுவர்) தங்கள் பகுதியில் ஆறு வயது முதல் 14 வயது வரையிலான சிறார்கள் அனைவரும் பள்ளிக்குச் செல்கின்றனர் என்பதைக் கணக்கிட்டுக் கண்டிப்பாக ஊர்ஜிதம் செய்து அதற்கான பதிவேடுகளைப் பேண வேண்டும்.

ஒரு மாநில அரசு ஒரு பகுதியில் I முதல் V வகுப்பு வரையான பள்ளிக்குக் குழந்தைகள் ஒரு கிலோமீட்டர் அளவுக்குள் நடந்து சென்று கல்வி கற்குமாறு பள்ளிகளை உருவாக்க வேண்டும். இதுவே VI முதல் VIII வகுப்பு வரையிலான வகுப்புகளுக்கு 3 கி.மீ. அளவுக்குள் கண்டிப்பாகப் பள்ளிகள் இருக்க வேண்டும்.

உள்ளூர் கல்வி அதிகார மன்றம், சிறார்களைச் சேர்ப்பதற்காக அருகமை பள்ளிகளைக் கண்டறிந்து தன் அதிகார வரம்பிற்கு உட்பட்ட ஒவ்வொரு குடியிருப்பிலும் இத் தகவலைப் பொது மக்களுக்குத் தெரிவிக்க வேண்டும்.

மாற்றுத்திறன், சமூக, கலாச்சார, பொருளாதார நிர்பந்தங்களால் பள்ளிக்குச் செல்ல இயலாத சிறார்களைப் பொதுமக்கள் ஆதரவுடன் கண்டிப்பாகப் பள்ளிக்கல்வி கிடைக்க இந்த மன்றம் வழி செய்வது சட்டப்படி கடமையாகும்.

மாநில அரசும், உள்ளூர் கல்வி அதிகார மன்றமும், பள்ளியில் எந்த ஒரு சிறாரையும் விதி, வகுப்பு, மதம் அல்லது சாதி, பாலினம் அடிப்படையில் தவறாக யாரும் பேசக்கூடாது என்பதைக் கண்காணிக்க வேண்டும்.

நலிவுற்ற பிரிவைச் சேர்ந்த சிறாரும் ஒடுக்கப்பட்ட வகுப்பைச் சேர்ந்த சிறாரும், வகுப்பறை, மதிய உணவு, விளையாடுமிடங்கள், பொதுக் குடிநீர் மற்றும் கழிவறை வசதிகளைப் பயன்படுத்துவது ஆகியவற்றில் பாகுபாடு காட்டப்படாததை அல்லது தனிமைப்படுத்தப்படாததை கண்டிப்பாக உறுதி செய்ய வேண்டும்.

ஆசிரியர்களையும் பெற்றோர்களையும் உள்ளூர் மக்கள் பிரதி நிதிகளையும் உள்ளடக்கிய பள்ளி நிர்வாகக்குழு அமைக்கப்பட்டு, அதன் கூட்டங்கள் முறையாக நடத்தப்பட்டுப் பள்ளிக்கல்வி ஒழுக்கம் சார்ந்த நடவடிக்கைகள் கண்காணிக்கப்பட வேண்டும். எந்த நடவடிக்கையும் இக்குழுவால் திறந்த ஜனநாயக முறைப்படி விவாதிக்கப்பட்டு அங்கீகரிக்கப்பட வேண்டும்.

பள்ளி சிறார் சேர்க்கைக்கு எந்த ஒரு நிபந்தனையும் விதிக்கக்கூடாது. நன்கொடை வசூலிப்பதை இந்தச் சட்டம் முறைப்படி தடை செய்கிறது.

சிறார்களையோ, அவர்களது பெற்றோர்களையோ, பாதுகாவலர்களையோ நேர்காணல் உட்பட எந்தப் பரிசோதனைக்கும் உட்படுத்த இச்சட்டம் தடை செய்கிறது. பள்ளிச் சேர்க்கைக்கு நுழைவுத்தேர்வு கண்டிப்பாகக் கூடாது.

எந்தச் சிறாரும் பள்ளியில் சேருவதற்கு, பள்ளி யாதொரு மறுப்பையும் தெரிவிக்கக்கூடாது. முதல் ஆறு மாதங்கள் வரை பள்ளிக்கான சேர்க்கைக் காலத்தை நீட்டிக்கும் இந்தச் சட்டம் பள்ளியில் சேர வரும் சிறாரை வயது சான்று இல்லை என்பதாலோ, சமயம், சாதி, அல்லது இனம், பிறந்த இடம், ஆகியவற்றின் அடிப்படையிலோ சேர்க்கை மறுப்பு செய்யக்கூடாது என்கிறது.

சிறார்களை தொடக்கக்கல்வி (I-VIII) கால அளவு முடியும் வரை எந்த வகுப்பிலும் தகுதிநீக்கம் அல்லது பள்ளியிலிருந்து வெளியேற்றக்கூடாது.

எந்தச் சிறாருக்கும், உடல் ரீதியான, அல்லது மன உளைச்சலுக்கு உட்படும் தண்டனை வழங்கக்கூடாது.

தொடக்கக்கல்வி முடியும் வரை கல்வித் துறையோ கல்விக் குழுமமோ நடத்தும் எந்தத் தேர்விலும் அவர் தேர்ச்சி பெறத் தேவை இல்லை.

இச்சட்டத்தின் 25 (பிரிவு) விதிப்படி எட்டாம் வகுப்பு முடிக்கும் தருவாயில், தொடக்கக்கல்வி முடிக்கும் ஒவ்வொரு சிறாருக்கும் ஒரு சான்றிதழ் வழங்கப்படும்.

தனிக்கவனம் செலுத்தப்பட வேண்டிய மாற்றத்திறனாளி மாணவர்களை இச்சட்டம் முக்கியத்துவம் கொடுத்து கவனிக்கிறது.

உரிய அதிகார மன்றம் (மாநில பள்ளிக்கல்வித்துறை) வரையறுத்துள்ள ஒரே பாடத்திட்டத்தைச் சீராக அனைத்துப் பள்ளிகளும் பின்பற்ற வேண்டும்.

இச்சட்டப்படி அரசு அங்கீகாரம் பெறாமல் எந்தப் பள்ளியும் இயங்க முடியாது.

அவ்விதம் அங்கீகாரம் பெற்று ஏற்கெனவே நடந்து வரும் பள்ளிகள் (அரசுப் பள்ளி உட்பட) அடிப்படை வசதிகள் (கழிவறை, குடிநீர், வெளிப்புற காம்பவுண்ட் சுவர்) உள்ளனவா என்பதற்கு இச்சட்டம் காலக்கெடு விதிக்கிறது.

குழந்தைகளின் ஒட்டுமொத்த நலன் மற்றும் பாதுகாப்பைக் கல்வி உரிமைச் சட்டம் உறுதி செய்கிறது.

குழந்தைகளுக்குக் கல்வி இலவசமாகவும், கட்டாயமாகவும் வழங்க உறுதி செய்யும் இந்தச் சட்டம், சுயநிதிப் பள்ளிகளில் கூட தொடக்க வகுப்பிலிருந்து 25% மாணவர்கள் பின்தங்கிய பகுதியினராக இருக்க வேண்டும் என்பதோடு அவர்களது கல்விக் கட்டணத்தையும் அரசே செலுத்த வழி செய்கிறது.

இப்படி குழந்தைகளுக்கான கல்வியை ஊர்ஜிதம் செய்யும் இந்த சட்டம் ஆசிரியர்களைப் பற்றி என்ன சொல்கிறது? இது எல்லாரும் சொல்வதைப் போல ஆசிரியர் நலன்களுக்கு எதிரானதா? மாணவர்களுக்குத் தேர்வு தேவையில்லை எனக் கூறி ஆசிரியர்களுக்குத் தேர்வு வைக்கும் சட்டம் என சொல்லப்படுவது ஏன்? குழந்தைகளுக்குக் கல்வி உரிமை வழங்கும் ஒரு சட்டம் அதனை வழங்கப் போகும் ஆசிரியர்கள் குறித்து எப்படி பேசாமல் இருக்க முடியும்? அது ஆசிரியர்களின் பல்வேறு அம்சங்கள் குறித்துப் பேசுவதோடு அவர்களது உரிமைகளையும் அடிப்படையாகக் கொள்ள வேண்டும். கல்வியைப் பொறுத்தவரை ஆசிரியரும் மாணவரும் ஒரு நாணயத்தின் இரு பக்கங்கள் போன்றவர்கள். குழந்தைகளுக்கான கட்டாய இலவசக் கல்வி உரிமைச்சட்டம் 2009, ஆசிரியர்கள் குறித்து என்ன சொல்கிறது?

பள்ளிகளை மூன்று நான்கு வகையானதாக இச்சட்டம் பிரிக்கிறது. அங்கன்வாடிகள் உட்பட்ட அரசு நடத்தும் பள்ளி, (கேந்திரிய வித்யாலயாவும் சேர்த்து) இது முதல் வகை. அரசு உதவி பெறும் பள்ளிகள் மற்றும் சுயநிதிப் பள்ளிகள். இவற்றில் ஆசிரியர் நியமனம் என்பது பொதுவிதிகளுக்குள் ஒரே சீரான தகுதி அடிப்படைக்குள் கொண்டு வரப்படுகிறது.

இச்சட்டத்தின் 23ம் பிரிவின் முதலாவது உட்பிரிவு குறைந்த அளவு தகுதிகளை ஆசிரியர்களுக்கு நிர்ணயிக்கிறது. அவ்விதமான தகுதி வாய்ந்த நபர்கள் கிடைக்காத பட்சத்தில், மாநில அரசு, சட்டம் செயல்படத் தொடங்கிய ஓராண்டிற்குள் வரையறுக்கப்பட்ட குறைந்த அளவு தகுதிகளை ஓரளவு தளர்த்துமாறு மத்திய அரசைக் கேட்டுக் கொள்ள முடியும்.

சட்டம் செயல்படத் தொடங்கிய நாளிலிருந்து ஆறு மாதங்களுக்குள் அரசு, அனைத்து வகை பள்ளிகளுக்கான விவர அட்டவணையில் குறிப்பிடப்பட்டுள்ள வரையறைகளின்படி ஆசிரியர்களுக்கான தேவையை மதிப்பீடு செய்ய வேண்டும்.

சட்டம் நிர்ணயித்துள்ள குறைந்த அளவு தகுதி பெறாத யாரும் எந்த வகைப் பள்ளியிலும் ஆசிரியராக நியமிக்கப்பட முடியாது. அந்த குறைந்த அளவு கல்வித் தகுதி பெற்றிராத ஏற்கனவே நியமனம் பெற்ற ஆசிரியர்களை, சட்டம் அமலுக்கு வந்த ஐந்தாண்டுகளுக்கு அத்தகுதி பெற உறுதி செய்ய வேண்டும்.

மாநில அரசு, தொழில்முறையில் சிறப்புப் பயிற்சி பெற்ற மற்றும் நிலையான பதவித்தரத்தைச் சேர்ந்த ஆசிரியர்களை உருவாக்குவதற்காக, ஆசிரியர்களின் பணி வரையறைகள் மற்றும் நிபந்தனைகள், ஊதியம் மற்றும் படிகளை முறைப்படி அறிக்கையிட சட்டம் வலியுறுத்துகிறது.

அவ்விதமான பணி வரையறைகளை வெளியிடும்போது 21-ம் பிரிவின் கீழ் அமைக்கப்பட்ட பள்ளி நிர்வாகக் குழுவிற்கு ஆசிரியர்கள் பதில் சொல்லும் பொறுப்பு, அதே சமயம் ஆசிரியர் தொழிலில் உள்ள ஆசிரியர்களின் நீண்டகால அக்கறையை முழு ஈடுபாட்டை, ஊக்குவிக்கும்படி அது அமைய வேண்டும்.

மேற்கண்ட தகுதி அடிப்படையில் இச்சட்டப்படி ஆசிரியர்களைப் புதிதாக நியமிப்பது ஏற்கனவே சுயநிதிப் பள்ளிகளில் ஆசிரியர்களாக பணி புரிகிறவர்களுக்கான தகுதிகளை உருவாக்குவதில் ஆசிரியர் தகுதித்தேர்வு (Teacher Eligibility Test) ஒன்றை அவர்கள் எழுதுமாறு செய்து சான்றிதழ் வழங்கலாம். இந்த ஆசிரியர் தகுதித்தேர்வை (TET) மாநில அரசுகளே நடத்தலாம். இதை எழுதித் தகுதி பெற ஆசிரியர்களுக்கு ஐந்தாண்டு அவகாசம் வழங்கப்படுவதோடு தனது பணிக் காலத்தில் தொடர்ந்து ஒருவர் பணித் தகுதி இழந்துவிடாது இருக்க இத்தேர்வை ஒருவர் ஏழாண்டுகளுக்கு ஒரு முறையேனும் எழுதுவது கட்டாயமாக்கப்பட வேண்டும்.

ஆசிரியர் மாணவர் விகிதாசாரம் குறித்து இச்சட்டம் தெளிவான கருத்துகளைக் கொண்டுள்ளது. ஒன்று முதல் ஐந்து வகுப்பு வரை ஆசிரியர் மாணவர் விகிதம் 1:40 என்றும் ஆறு முதல் எட்டாம்

வகுப்பு வரை அதுவே 1:35 என்றும் இச்சட்டம் வரையறுக்கிறது. ஒன்று முதல் ஐந்தாம் வகுப்பு வரை 200 வேலை நாட்கள் குறைந்தபட்சம் பள்ளி இயங்க வேண்டும். ஆண்டொன்றிற்கு 800 வகுப்பு மணி நேரங்கள். அதுவே ஆறு முதல் எட்டு வகுப்புகளுக்குக் குறைந்தபட்ச பள்ளி வேலை நாட்கள் 220. ஆயிரம் மணி நேரம் ஆண்டு ஒன்றிற்குக் கற்பித்தல் நடக்க சட்டம் வழி வகுக்கிறது.

ஒரு ஆசிரியருக்கு வாரம் ஒன்றிற்கு அவரது தயாரிப்புக் காலத்தையும் சேர்த்து 45 மணி நேரம் பணி இருக்க வேண்டும் என இச்சட்டம் வரையறுக்கிறது.

பணியிடை ஆசிரியர் பயிற்சி, கல்வி, கணக்கெடுப்புச் செயல்பாடுகள் அரசு சார்ந்த (தேர்தல் உட்பட) எப்போதாவது தரப்படும் ஓரிரு நாள் பணி தவிர ஆசிரியர்களுக்கு வேறு எந்தப் பணிச்சுமையும் வழங்கப்படக்கூடாது என இச்சட்டம் கண்டிப்பாகத் தடை விதிக்கிறது.

இச்சட்டத்தின் 24வது பிரிவு, ஆசிரியர் மீதான புகார்களை, அவர்களது குறைகளைக் கேட்டறிந்து தங்களது குரலைப் பதிவு செய்து பதிலளிக்க வாய்ப்பளித்து, பின் தீர்ப்பளிக்கும் ஆசிரியர் தீர்ப்பாயம் ஒன்றை ஒவ்வொரு மாநில அரசும் ஏற்படுத்த வழி செய்கிறது.

இதே 24-வது பிரிவு முன்மொழியும் ஆசிரியர் கடமைகள்: (24-ம் பிரிவு (உட்பிரிவு 1)

1. காலந்தவறாமை (Punctuality) மற்றும் விடுப்பெடுக்காமை (Regularity)களைக் கடைப்பிடித்து வர வேண்டும்.

2. பிரிவு 29 (உட்பிரிவு 1)ன் படி தரப்பட்ட கல்விக் கடமையை (பாடம் நடத்துதல்) குறையின்றிச் செவ்வனே செய்தல்.

3. கொடுக்கப்பட்ட நேர அளவிற்குள் காலத்திற்குள் பாடத்தை முடித்துத் தருதல் (Completion of Syllabus)

4. கல்வித்துறை வரையறுத்துக் கொடுத்துள்ள மதிப்பிடுதல் முறைப்படி ஒவ்வொரு மாணவர் மீதும் தனிக் கவனம் செலுத்தி அவரது கற்கும் திறனைக் கண்டறிந்து செயல்பட வேண்டும்.

5. பெற்றோர்கள் / பாதுகாவலர்களுடன் அவ்வப்போது முறைப்படி கூட்டங்கள் நடத்தி மாணவரின் வருகை, கற்கும் திறன், முன்னேற்றம் இவை குறித்த விவரங்களைத் தெரிவிக்கும் கடமை.

மேற்கண்ட 24 (உட்பிரிவு 1) குறிப்பிடும் கடமைகளிலிருந்து தவறும் ஆசிரியர் மீது துறை நடவடிக்கை எடுக்க கல்வித்துறைக்கு உட்பிரிவு 2 அதிகாரம் வழங்குகிறது.

குழந்தைகள் உரிமை, உலகளாவிய முறையில் முன்னெடுத்துச் செல்லப்படுவதுடன் நமது வகுப்பறை இப்போது குழந்தைகள் கட்டாய இலவசக் கல்வி உரிமைச் சட்டத்தின்படி நடக்கும் அரசு சார்ந்த வளர்ச்சிப் பணிகளில் ஒன்றாக இருப்பதையும் அதன் ஒரு அங்கமாக ஆசிரியர்கள் இருப்பதையும் நாம் உணர முடிகிறது அல்லவா! இப்போது வகுப்பறை குறித்த நமது பார்வையை மேலும் செப்பனிட இன்றைய நமது வகுப்பறையின் மாற்றங்களுக்கும் புதிய அணுகுமுறைக்கும் காரணமான மேலும் இரண்டு அம்சங்களை நாம் ஆராய்வோம்.

4

தேசிய கலைத்திட்ட வடிவமைப்பு 2005 என்ன சொல்கிறது?

பிரிட்டிஷ்காரர்களின் 'எழுத்தர்' வேலை உற்பத்திக் கல்விக்குப் பிறகு எவ்வளவோ கமிசன்கள் கல்விக்குழு, கமிட்டி (இப்படி விதவிதமான சொற்களைப் பயன்படுத்தி) நியமிக்கப்பட்டாலும் நமது வகுப்பறையின் அடிப்படைகளை மாற்றி அமைக்க யாராலும் முடியவில்லை என்பதைப் பார்த்தோம். ஆனால் இவற்றை ஓரளவு முழுமையாய்ப் புரிந்து கொண்டு நமது பிரச்சனைகளின் ஆழம் அறிந்து, 'உள்ளேன் டீச்சர்' எனும் அந்தக் குரலோடு நின்று விடாமல் வகுப்பறையில் அந்தக் குரலின் பங்களிப்பைக் கூட்டிட இன்று கற்றலில் (அனைவருக்கும் கல்வி உட்பட) அரசு பல்வேறு புதிய முறைகளை அறிமுகம் செய்துள்ளது. பாடப்பொருள், கதையாக அட்டைகளாக, வட்டமாக உட்கார்ந்து ஏணிப்படி முறையில் குழுவாகக் கற்றலாய், செயல்வழிக் கற்றலாய் (Activity Based Learning) இன்று ஆரம்பக் கல்வி சில மாற்றங்களைக் கண்டுள்ளது என்றால் அதற்குக் காரணம் பேராசிரியர் யஷ்பால் தலைமையில் செயல்பட்ட ஒரு கல்விக் குழுவும் அது முன் வைத்த 2005-ம் ஆண்டின் தேசிய கலைத் திட்ட வடிவமைப்பும் (National Curriculam Frame work) ஆகும்.

ஏற்கெனவே நாம் இந்தியக் கல்வி வரலாற்றில் முன்பே ஐந்தாறு முறை குழந்தைகளுக்கு என்ன சொல்லித் தர வேண்டும் என்பது பற்றியும் அதை எப்படி சொல்லித் தர வேண்டும் என்பது பற்றியும் தேசியக் கொள்கைகளை முன்மொழியும் கலைத்திட்ட வடிவமைப்புகளை வெளியிட்டுள்ளோம். குறிப்பாக 1986 கலைத்திட்ட வடிவமைப்பு ஏதாவது ஒரு தொழில்துறைக்குக் குழந்தைகளைத் தயார் செய்வதற்கு தகுந்தாற்போல கல்வியை மாற்றி அமைத்தது. கல்வியிலிருந்து மிகவும் அடிப்படையான குடிமைப் பற்று தேசப் பற்று, சமூக நெருக்கம் போன்ற அம்சங்கள் பின்னுக்குத் தள்ளப்பட்டு

அறிவியல் தொழில் நுட்பத்திற்கு அதிக முக்கியத்துவம் தரப்பட்டது.

புதிய தேசிய கலைத் திட்ட வடிவமைப்பு என்ன சொல்கிறது எனும் விவரங்களுக்குள் நுழைவதற்கு முன் அது உருவான பின்னணியை நாம் சுருக்கமாகப் பார்க்கலாம். வகுப்பறைக்குள் தற்போது நுழைந்திருக்கும் செயல்முறைக் கற்றல், தொடர் மற்றும் முழுமையான மதிப்பீட்டு முறை (CCE) போன்ற மாற்றங்களுக்கான அடிப்படை விதை 2004-ல் ஜூலை 14 அன்று தூவப்பட்டதாகும். ஆனால் நமது கல்வியில் 'சுமையற்ற கற்றல்' என்பதை தேசியக் கல்விக் குழு 1993-ல் அறிக்கையாக ஏற்கெனவே அரசுக்குத் தாக்கல் செய்திருந்தது. பல்வேறு மூத்த கல்வியாளர்கள், கல்வி முரட்டுத்தனமாகக் குழந்தை மீதேறி அவர்களது வளர் இளமைக் குதூகலங்களை சூறையாடுவதாகத் தொடர்ந்து குரல் கொடுத்தே வந்துள்ளனர். இந்தியாவின் பல்வேறு இடங்களில் கல்வி எழுச்சி மாநாடுகளை நடத்திய இடதுசாரி அமைப்புகள், அறிஞர் குழாம்கள், குழந்தை உரிமைப் போராளிகள் கல்வியின் தனியார் மய கொள்கையையும் உயர் கல்வியில் சர்வதேச ஏஜெண்டுகளுக்கு முற்றிலும் நமது கல்லூரிகளைச் சந்தையாக்கித் தாரை வார்க்கும் மத்திய மனிதவள மேம்பாட்டு அமைச்சகத்தின் தொடர் நிலைப்பாட்டையும், பள்ளிக்கல்வியின் தனியார் மயத்தில் உள்நாட்டுப் பெரு முதலாளிகளுக்குச் சந்தை திறந்துவிடப்பட்டதையும் சுட்டிக்காட்டவோ, இவ்வகைப் போக்கு ஒரு சந்தைப் போட்டியை உற்பத்தி செய்து கடைசியாகக் குழந்தைகள் மீதே வன்முறையாகப் பாய்வதை சுட்டிக்காட்டவோ தவறவில்லை.

சி.வி. ராமனுக்குப் பிறகு ஒரு நோபல் விஞ்ஞானியை நமது கல்வியால் உருவாக்க முடியவில்லை. உலக அளவில் பெருத்த லஞ்ச ஊழல் சாம்ராஜ்யமாகப் புழுத்துப் போன நமது 'கல்வி' வருடம் ஒன்றிற்குப் பல்லாயிரம் பி.எச்.டி.களைப் போலியாக உற்பத்தி செய்வதைக் காணலாம். விஞ்ஞானி என்பவர் இப்படி உயர் பட்டம் பெற்று முப்பதுகளை அடைந்து அரசு மானியத்தில் தன் கைடு (வழிகாட்டுபவர்) காட்டும் வழியில் ஆய்வு அறிக்கை சமர்ப்பிப்பவராக இருக்கிறார். வெறும் அறிவியல் மட்டுமல்ல. எல்லாத் துறைகளிலும், ஆண்டு தோறும் ஆய்வுக் கல்வி என்பது உலகத் தர வரிசையில் நூறு எனும் எண்ணை விட அதிக தொலைவில் (2011-ல் 167வது இடம்!) இருக்கிறது. பல ஆய்வுக் அறிக்கைகள் போலிகள் என்பது அமைச்சக உயர் அதிகாரிகளுக்கும் பேராசிரியர்களுக்குமே தெரிந்த விஷயம்!

பள்ளிக்கல்வியின் கெடுபிடிகளைத் தாங்க முடியாமல் வெறுத்து அதிலிருந்து வெளியேறியவர்கள் சமுகத்தில் உயர்ந்த கலைஞர்களாகவும்,

அமைப்பு சார்ந்த சிந்தனை அறிஞர்களாகவும் மாபெரும் சாதனையாளர்களாகவும் மிளிர்வதைக் காணலாம். மாவீரன் பகத்சிங்கில் தொடங்கி வீரத்துறவி விவேகானந்தர் போன்றவர்கள் 'பழைய' அமைப்பின் உதாரணங்கள் என்றால், இந்தியக் குடியாட்சியால் 'கல்வி' அளிக்க முடியாத அதிலிருந்து ஏதாவது ஒரு கட்டத்தில் வெளியேறியவர்களாகப் பலர் (இந்த வரிசை மிக நீண்டது; ஒரு சிலரை இங்கே குறிப்பிடுவதானால், மாபெரும் எழுத்தாளர் ஆர்.கே. நாராயண், சத்யஜித் ரே, கமல்ஹாசன், ஏ.ஆர். ரஹ்மான் போன்றோர்) வரலாற்றில் மிளிர்வதைப் பார்க்கிறோம். இந்தக் கல்வி பில் கேட்ஸ்களை உருவாக்கத் தவறிவிட்டது. பில்கேட்ஸின் வேலையாட்களைத் தான் இதனால் உருவாக்க முடியும்!

ஒவ்வொரு பட்டி தொட்டியிலும் மக்கள் பிரதிநிதிகள் (பஞ்சாயத்துத் தலைவர், எம்.எல்.ஏ., எம்.பி போன்றோர்) ஒருபுறம் அரசாட்சியின் பங்குதாரரர்கள் என்றால், அதிகாரப் பதவிகளை அடைந்த (கலெக்டர், தாசில்தார், பஞ்சாயத்து கமிஷனர் இப்படி) ஒரு அரசாட்சியின் மற்றொரு பங்குதாரர்கள் கொண்ட நமது ஆட்சி அமைப்பில் மக்கள் நேரடியாக மாற்றுவது மக்கள் பிரதிநிதிகளை மட்டும்தான். எந்தக் கட்சி ஆட்சிக்கு வந்தாலும், யார் எம்.எல்.ஏ அமைச்சர் ஆனாலும் உள்ளூரில் உண்மையான அதிகார மையம் அரசு அலுவலகங்களில் அதிகாரி குழுமத்திடம் (Beurocrates) தான் உள்ளது என்பது எல்லாருக்கும் தெரியும்.

இந்த அதிகாரி குழுமம் (Beurocrasy) உற்பத்தி ஆகும் இடமாக பள்ளி, கல்லூரிக் கல்வி மாறி வெகு நாட்கள் ஆகிறது. இந்த அதிகாரிகள் லஞ்ச ஊழல்வாதிகளாக மத்திய மாநில அரசுகளின் மக்கள் வரிப்பணத்தைச் சுரண்டிக் கொழுக்கும் வித்தைகள் பல கற்றவர்களாகவே பெரும்பாலும் உள்ளனர். இதில் சில விதிவிலக்குகள் இருந்தாலும் பரவலாக இவர்கள் பெருமுதலாளி அந்தஸ்தோடு சமூகத்தில் நடமாடுவதைப் பார்க்கலாம். அதே அதிகாரி குழுமங்களே, இந்த நாட்டில் கல்வியையும், பல்கலைக்கழகங்களையும் நிர்வகிக்கிறார்கள் என்பதை நாம் மறந்து விடக்கூடாது. ஆனால், இவர்களை உற்பத்தி செய்ததும் இதே கல்வி என்பதால் இவர்களால் இக்கல்வி முறைக்குள் புதைந்து கிடக்கும் பிரச்சனைகளைப் பார்க்க முடியவில்லை. இந்த அதிகாரக் குழுமம் (Beurocrates) மனது வைக்காமல் இந்தியாவில் மாற்றங்கள் வர முடியாது.

தேசிய கல்வி ஆராய்ச்சி மற்றும் பயிற்சி நிறுவனத்தின் இயக்குநருக்கு, மத்திய மனித வள மேம்பாட்டு அமைச்சகத்தின் அரசு செயலர் எழுதிய (2004) முக்கிய கொள்கை மாற்றல் கடிதத்தில் 2000-ஆம் ஆண்டில் கல்வித் திட்ட சாசனத்தில் (NCFSE-2000) 1993-ன்

சுமையற்ற கற்றல் அறிக்கை அடிப்படையில் மாற்றங்களை முன் மொழியுமாறு கோரிக்கை விடுத்தார். எனவே கல்வியில் மாற்றங்கள் தேவை எனும் குரல் எத்தகைய வேறுபாடுமின்றி நாடு முழுவதும் பொதுக் கருத்தாக உருவாகி பரவியதைப் பார்க்கிறோம். மாற்றங்கள் கண்டிப்பாகத் தேவை என்பதில் மையஅரசு உண்மையிலேயே பிடிவாதமாக இருப்பதை ஊர்ஜிதம் செய்ய தேசிய கல்வி ஆராய்ச்சி மற்றும் பயிற்சி நிறுவனத்தின் (NCERT) நிர்வாகக் குழு 2004, ஜூலை, 14 மற்றும் 19 ஆகிய தேதிகளில் கூடியது. நாடு தழுவிய மாணவர் எழுச்சி சூழல் அது என்பதை நாம் கவனத்தில் கொள்ள வேண்டும். இந்திய மாணவர் சங்கம் (SFI) தனது வெள்ளிவிழா ஆண்டை (SFI முறைப்படி தொடங்கி பதிவு செய்யப்பட்டது 1978-ல் ஆகும்) அனுசரிக்கும் விதமாகக் கல்வியின் வியாபாரமாக்கலுக்கு எதிராகவும் கல்வி மாற்றங்கள் குறித்தும் விவாதிக்க பெரிய கருத்தரங்குகளை நாடு முழுவதும் நடத்தியதோடு, பேராசிரியர்களின் கூட்டமைப்புகள் இந்திய ஜனநாயக வாலிபர் சங்கம் உட்பட பல அமைப்புகளை ஒன்றிணைத்ததும் அதே 2003 - 2004-ல் தான்.

எனவே ஜூலை மாதம் 2004-ல் கூடிய தேசிய கல்வி ஆராய்ச்சி மற்றும் பயிற்சி நிறுவனத்தின் நிர்வாகக் குழு தேசிய கலைத்திட்ட வடிவமைப்பில் மாற்றங்கள் உருவாக்கும் நோக்கத்துடன் அனைத்துத் தரப்பினரும் ஏற்கத்தக்க கல்வியாளர் பேராசிரியர் யஷ்பால் அவர்களின் தலைமையில் 21 வல்லுநர்களைக் கொண்ட 'சுமையற்ற கற்றலுக்கு' வழி வகுக்கும் தேசியக் குழு ஒன்றை அமைத்தது. முதல் முறையாக இக்கல்விக்குழுவில், தன்னார்வ அமைப்பைச் சேர்ந்தவர்களும், தமிழ்நாடு அறிவியல் இயக்கம் உட்பட மக்கள் இயக்கப் பிரதிநிதிகளும் கூட இடம் பெற்றனர். இவர்களைத் தவிர தேசிய கல்வி ஆராய்ச்சி மற்றும் பயிற்சி நிறுவனத்தின் ஆசிரியர்கள், பள்ளி ஆசிரியர்கள் இவர்களோடு கிராமப்புறப் பள்ளிகளின் ஆசிரியைகளும் இடம் பெற்றது இந்தக் கல்விக் குழுவின் தனிச் சிறப்பாகும். இந்தக் குழு, நாடு முழுதும் பல்வேறு தரப்பு மக்களிடையே கலந்து கல்வியின் தற்போதைய நிலை, தேவைப்படும் மாற்றங்கள் குறித்து கலந்தாலோசனை செய்தது. நிறுவனத்தின் ஐந்து மண்டலங்களிலும் மண்டல கருத்தரங்குகள் நடத்தப்பட்டன. அரசுச் செயலர்கள் அதிகாரிகள் மட்டம் தொடங்கி பல படிநிலைக் கல்வி சார்ந்தவர்களுடன் தொடர் ஆலோசனை மேற்கொள்ளப்பட்டது. கிராமப்புற ஆசிரியர்களைப் புதுடில்லிக்கு வரவழைத்து தேசிய அளவிலே கருத்தரங்கம் நடத்தினார்கள். பொதுமக்களிடம் கருத்துக் கோரி தேசிய, மாநில செய்தித்தாள்களில் விளம்பரங்களும் வெளியிடப்பட்டன.

பேரா. யஷ்பால் தலைமையில் வேறொரு குழு, ஏற்கெனவே உயர்கல்வி குறித்த தனது கருத்துகளை முன்மொழிந்திருக்கிறது. அத்தோடு நாம் இந்த விஷயத்தைக் குழப்பிக் கொள்ள வேண்டாம். தேசிய கலைத் திட்ட வடிவமைப்பு மாற்றங்களை முன்மொழிய அமைக்கப்பட்ட யஷ்பால் கமிட்டி வேறு. அதன் நோக்கங்கள் ஆழமானவை. குழந்தைப் பருவத்திற்குப் படைப்பாக்க ஆர்வமும் மட்டற்ற மகிழ்ச்சியும் மிக முக்கியமானவை எனும் தாகூரின் கூற்றினது அடிப்படையில் கல்வியை அணுகிய சிறப்பு, இதற்கு முன் நாட்டில் நடைபெறாத ஒன்றாகும். நமது கல்விக்குழுக்கள் அனைத்திலும் இருந்து யஷ்பால் குழு ஒரு பிரதான விஷயத்தில் வேறுபட்டது. ஏனைய, முந்தைய குழுக்கள் எல்லாம் கல்வியை அது எத்தகைய வேலை இடத்தை நிரப்பிடும் (அதாவது குழந்தையின் எதிர்காலம்) எனும் இடத்திலிருந்து கீழ்நோக்கி அணுகின. யஷ்பால் குழு குழந்தைப் பருவ அடிப்படைகளுக்கு தக்க கல்வி என (அதாவது குழந்தைகளின் நிகழ்காலம்) கீழிருந்து அவர்களது அன்றாட வாழ்வின் அடிப்படையில் கல்வியை அணுகியது.

மாற்றங்களுடன் கூடிய இந்தக் கலைத் திட்ட வடிவமைப்பு உருவாக்குதலில் தங்களை ஈடுபடுத்திக் கொண்ட சிந்தனையாளர்களில் பலர், தற்போது மனப்பாடம் செய்வதே கல்வி என்பது உச்சநிலைக்குப் போய்விட்டதால் அது அவசியம் மாற்றப்பட வேண்டும் என்பதில் ஒருமித்த கருத்தைக் கொண்டிருந்தனர். ‘புரிந்து கொள்வதன் சுவையை நாம் நமது குழந்தைகளுக்கு வழங்க வேண்டும். இச்சுவை அவர்கள் கற்பதற்கும், தங்களின் சொந்த வழிமுறையிலான சிந்தனையைப் பெறுவதற்கும், எதிர் காலத்தில் தங்களின் வாழ்வைச் சுயமாக எதிர்கொள்வதற்கும் உதவும்’ எழுதுகிறார் பேராசியர் யஷ்பால், ‘இத்தகைய சுவை குழந்தைகளுக்குப் படைப்பாற்றலையும், மகிழ்ச்சியான அனுபவத்தையும் வழங்குவதோடு, தேர்வுச் சுமைகளில் மூழ்குவதிலிருந்து அவர்களை விடுவிக்கும்’.

இந்த ஆவணம் பல பத்தாண்டுகளுக்கு முன் நாம் கல்வியில் விரும்பியதை, ஆனால் செய்யத் தவறிய பலவற்றின் மீது கவனம் செலுத்துகிறது. இன்றைய குழந்தைகளின் கல்வி சித்திரவதைக்கும், சமூகத்தில் பல்வேறு கொடுமைகளுக்கும் முன்பு கல்வியில் தவறவிட்ட பல அம்சங்களுக்கும் பொறுப்பேற்று, இந்த ஆவணம் மாற்றங்களை முன்மொழிகிறது.

கல்வி என்பது ஆசிரியர் மூலம் அல்லது தபாலில் அளிக்கப்படுவதற்கான பொருள் அல்ல. வளமான, மகிழ்வான கல்விக்கான வேர் குழந்தைகளின் பண்பாட்டுத் தளத்தில் உள்ளது. அவர்கள் குடும்பத்தாரோடும், ஆசிரியர்களோடும், சக

மாணவர்களோடும், சமூகத்தோடும் கலந்துரையாடுவதின் மூலம் அக்கல்வி வளர்க்கப்படுகிறது. கணினி வட்டுக்களில் (சிடி) உள்ள குறியீடுகள், தாள்களில் உள்ள எழுத்துகள் போல குழந்தைகளின் நினைவாற்றலில் செய்திகளைப் பதிவு செய்வதிலிருந்து நாம் கல்வியை விடுவிக்க வேண்டும் என இந்த ஆவணம் கோருகிறது. குழந்தையின் உண்மையான அறிவை முன்மொழிவதில் உருவாக்குவதில் அனைவருக்கும் பங்குண்டு என்றபோதிலும், ஆசிரியர்களின் பங்கை பலப்படுத்துவதை இந்த ஆவணம் தனது நோக்கமாக முன்மொழிந்தது. வகுப்பறையில் குழந்தைகளை அமைதியாக இருக்குமாறு வலியுறுத்தாதவரை ஆசிரியரும் கற்றுக் கொள்கிறார்.

தேசிய கலைத்திட்ட வடிவமைப்பு 2005 ஆவணம் நமது கல்வி குறித்த நாட்டின் நிலைப்பாடுகளை மறுகட்டமைப்பு செய்த ஆவணம் ஆகும். இந்திய அரசியல் அமைப்புச் சட்டத்தின், தொலைநோக்கிற்கேற்ப, மதச்சார்பற்ற பன்முகத் தன்மை கொண்ட நம் சமுதாயத்திற்குப் பொருந்தும் வகையில், சமூகநீதி மற்றும் சமத்துவ மதிப்புகளுடன், கல்வியின் விரிவான நோக்கம் இந்த ஆவணத்தில் இனம் காணப்பட்டுள்ளது.

இது நாம் நினைப்பது போல வெறும் வார்த்தை ஜாலம் அல்ல. சுதந்திரமான சிந்தனை மற்றும் செயல்பாடு, மற்றவர்களின் நலனிலும் உணர்வுகளிலும் அக்கறை, நெகிழ்வுத்தன்மையோடும் படைப்பாற்றலோடும் புதிய சூழ்நிலைகளை எதிர்கொள்ளக் கற்றல், ஜனநாயக நடவடிக்கைகளில் தானாகவே முன்வந்து பங்கேற்றல், சமூக மாற்றத்திற்கும், பொருளாதார முன்னேற்றத்திற்கும் தானாகவே முன்வந்து பங்களிப்புச் செய்தல் ஆகியவற்றை நோக்கி ஒரு குழந்தையைத் தயார் செய்யும் பொறுப்பு கல்விக்கு உள்ளது என்பதை ஏற்று அதற்கான நடைமுறைப் பாதையை முன்மொழியும் ஆவணமாக தேசிய கலைத்திட்ட வடிவமைப்பு 2005 இருப்பதை ஆசிரியர்கள் அறிந்து கண்டிப்பாக அதை வாசித்து அறியவும் அரசு நடவடிக்கை எடுத்திருக்க வேண்டும்.

நமது எதிர்கால வாழ்க்கை முறையில் ஆசிரியரின் பணி விஷயங்களில் பெரிய மாறுதல்களை முன்மொழிந்த இந்த ஆவணத்தைக் கருத்தில் கொண்டு வாசிப்பதை விட தங்களது சம்பள விகித அரசாணைகளையே தேடித்தேடி ஆசிரியர்களில் பலர் வாசிக்கும் அவலமே இன்றும் தொடர்கிறது. நாட்டின் ஜனநாயகத் தன்மைகளை வலுப்படுத்தும் வகையில் கற்பித்தல், பள்ளிக்கு வரும் முதல் தலைமுறையினை எதிர்கொள்ளுதல், அரசியல் அமைப்புச் சட்டத் திருத்தத்திற்கேற்ப அவர்களைப் பள்ளியில் தக்கவைத்தல், ஒவ்வொரு குழந்தைக்கும் ஆரம்பக் கல்வி அடிப்படை உரிமை என்பதை நடைமுறைக்குக் கொண்டு வருதல்

ஆகியவையும் ஆசிரியரின் கடமையில் கற்பித்தலில் அடங்கும். அரசியல் அமைப்புச் சட்டத் திருத்தத்திற்கேற்ப சாதி, மத, பால் வேறுபாடு, உடல் ஊனம் ஆகிய வேறுபாடுகளுக்கு அப்பாற்பட்டு அனைத்துக் குழந்தைகளுக்கும் கற்பதற்கான சூழலை உருவாக்குதலையும் அவர்களுக்கான உடல்நலம் மற்றும் சத்தான உணவு அளிப்பதையும் உறுதிப்படுத்தும் கடமையும் ஆசிரியர்களுடையதே ஆகும். தற்போதைய கலைத்திட்ட வடிவமைப்பு தயாரிக்கப்பட்ட போது யஷ்பால் கமிஷன் கீழ்க்கண்ட ஐந்து வழிகாட்டும் கோட்பாடுகளைத் தனது அடிப்படை நெறிகளாகவே ஏற்றது:

1. பள்ளிக்கு வெளியில் உள்ள வாழ்க்கையைப் பள்ளி அறிவோடு தொடர்புபடுத்துவது.
2. கற்றலைப் பொருள் உணர மனப்பாட முறையில் இருந்து மாற்றுவதை உறுதி செய்வதோடு, புரிந்து கற்றலை முன் வைப்பது.
3. பாட நூல்களுக்கு அப்பாற்பட்டும் படிக்கும் / வாசிக்கும் வகையில் கலைத் திட்டத்தை செழுமைப்படுத்துவது.
4. தேர்வு முறைகளை மேலும் நெகிழ்வாக்குவதுடன் வகுப்பறையில் செயல்பாடுகளின் மூலம் புதிய வகை மதிப்பிடுதல் முறையை முன்மொழிவது.
5. நாட்டின் ஜனநாயகப் பன்முகத் தன்மைக்கு உட்பட்டு, புறக்கணிக்கப்பட்ட தனித்துவங்களை அக்கறையோடு வளர்த்தெடுத்தல்.

தேசிய கலைத் திட்ட மாறுதல் குழு தனது மெய்யுரை அறிக்கைகளை மூன்று தொகுதிகளாக வெளியிட்டது. முதல் தொகுதியில் கலைத்திட்டப் பகுதிகளான அறிவியல் கற்பித்தல், கணிதம் கற்பித்தல் இந்திய மொழிகளில் கற்றல், ஆங்கிலம் குறித்த நிலைப்பாடு, சமூக அறிவியல், வாழ்விடங்கள், கலை, இசை, நடனம் மற்றும் அரங்கக் கலைகளைக் குழந்தைகளிடம் எடுத்துச் செல்வது, நமது நாட்டின் பாரம்பரியக் கைத்தொழில்களைக் கற்பிப்பது ஆகிய முக்கிய விஷயங்கள் விவாதிக்கப்பட்டன.

இரண்டாம் தொகுதி தான் கல்விச் சீர்திருத்தங்களை முன்மொழிந்தது. அதில் கல்வியின் நோக்கங்கள், கலைத்திட்ட மாற்றத்திற்கான திட்டமிட்ட சீர்திருத்தம், பாடத்திட்டம் மற்றும் பாடநூல் தயாரிப்பதில் மாற்றங்கள், கலைத்திட்டத்தைப் புதுப்பிக்க உதவும் வகையில் ஆசிரியர் பயிற்சிக் கல்வியில் கொண்டு வர வேண்டிய மாறுதல்கள், இத்தொகுதியில் யஷ்பால் குழு தேர்வு சீர்திருத்தங்களை முன் வைத்து, அதில் கொண்டு வரவேண்டிய மாற்றங்களை ஆழமாக ஆய்வுக்கு உட்படுத்தியது.

இறுதியாக தற்போதைய அறிவியல் தொழில் நுட்பத்தைக் கல்வித் தொழில்நுட்பமாய் மாற்றுவது குறித்தும் இத்தொகுதி பேசுகிறது.

மூன்றாம் தொகுதியில் நமது நாட்டின் பொதுவான கல்வி சார்ந்த கவலைகள், அக்கறைகளைக் குழுவில் அங்கம் வகித்த இயக்கவாதிகளும், அறிஞர்களும் பொதுமக்களும் முன் வைத்தார்கள். பழங்குடி மற்றும் பட்டியல் இனத்தைச் சேர்ந்த குழந்தைகளின் பிரச்சனை விரிவாக விவாதிக்கப்பட்டது. கல்வியில் பாலியல் பிரச்சனைகள், சிறப்பு தேவையுற்ற குழந்தைகளின் கல்வி, நாட்டின் பொது அமைதிக்கான கல்வி, குழந்தைகளின் உடல் நலமும், உடற்பயிற்சிக் கல்வியும், இளம் பருவக் குழந்தைகளின் பிரச்சனைகள், இவற்றோடு கல்விக்குப் பின்னான வேலைவாய்ப்பு பற்றிய விரிவான 'வேலையும் கல்வியும்' குறித்த அறிக்கையும் குழு பரிந்துரையில் இணைக்கப்பட்டது தனி சிறப்பாகும்.

இந்த விஷயங்கள் அனைத்துமே ஆசிரியர்களாகிய நாம் பரிசீலித்து உணரத் தலைப்படுவது நமது தலையாய கடமை. ஏதோ பள்ளிக்குச் சென்றோம், வந்தோம் சம்பளம் வந்தது என்று இருக்காமல், எப்போதும் பணம் வரும் வழி பற்றி மட்டுமே பேசித் திரியாது, நாட்டில் கொண்டு வரப்பட்டுள்ள கல்வி சார்ந்த அடிப்படை மாற்றங்களை நாம் கற்றுணர்ந்து அவற்றுக்குள் பங்கேற்று பெரிய சக்தியாக உருவெடுக்க வேண்டும். 'உள்ளேன் டீச்சர்' எனும் குரலுக்குப் பின் பல்வேறு சீர்திருத்தப் படிநிலைகள் உள்ளதை நாம் உணர வேண்டும். தேசிய கலைத் திட்ட வடிவமைப்பு (NCF)2005 என்ன சொல்கிறது:

நமது போதனா முறை முயற்சிகள் அனைத்தும், தொடக்கக் கல்வியை பொறுத்தவரை ஆசிரியரின் தொழில் சார்ந்த திட்டமிடலையும் முன் குழந்தைப் பருவக் கவனிப்பு மற்றும் கல்வியைப் பெரிதும் சார்ந்துள்ளதை ஆவணம் சுட்டிக் காட்டுகிறது. பிரச்சனைகளை ஐந்து இயல்களாக அது பிரித்து விவாதிக்கிறது.

இயல்: 1

ஆரம்பக் கல்வியில் பாடத்திட்டம் மற்றும் கல்வியின் அடித்தளத்தைப் பாடப்புத்தகத் தயாரிப்பிலிருந்து வகுப்பறைச் செயல்பாடுகளாக மாற்றுதல் குறித்தும் முன்குழந்தைப் பருவ கவனிப்பு மற்றும் கல்வியின் கோட்பாட்டு மாறுதல்களை இந்த இயல் முன் வைக்கிறது. 'தொலைநோக்கு' எனும் தலைப்பில் அமைந்த இந்தப் பகுதி குழந்தைகள் தங்களது திறன்களை வளர்த்துக் கொண்டு வாழ்வைப் பொருள் உள்ளதாக ஆக்குவதைக் கல்வியின் நோக்கமாக முன்மொழிகிறது. கீழ்க்கண்ட முக்கிய கேள்விகளை அது எழுப்பிக் கொள்கிறது.

1. பள்ளி எவ்வகைக் கல்விப் பயன்களை அளிக்க விரும்புகிறது?
2. அக்கல்விப் பயன்களை அடைய எத்தகைய கல்வி அனுபவங்களை அப்பள்ளி முன் வைக்கிறது?
3. அந்தக் கல்வி அனுபவங்களை அர்த்தமுள்ள வகையில் அடைய எப்படி ஏற்பாடுகள் செய்யப்படுகின்றன?
4. இந்தக் கல்வி அனுபவங்கள் தொடர்ந்து அளிக்கப்பட்டு வருகின்றனவா என்பதை எவ்வாறு உறுதி செய்து கொள்ள முடியும்?

இந்த இயல் குழந்தைகள் மீதான பாடப்புத்தக பளுவை குறித்தும் அச்சிக்கலைத் தேசிய கலைத்திட்ட வடிவமைப்பு 2000 மற்றும் ‘சுமையற்ற கற்றல்’ குழு வெறும் செய்திகளையே அறிவாகக் கருதும் போக்கே பிரச்சனையின் ஆணிவேர் என்பதை முன் வைத்ததை நினைவு கூர்ந்து இன்றைய பள்ளிக் கல்வி முறையின் பிரச்சனைகளைக் கீழ்க்கண்டவாறு முன் வைத்தது:

1. நமது கல்விமுறை (குறிப்பாகப் பள்ளிக்கல்வி) நெகிழ்வற்ற தன்மையுடன் இருப்பதால் மாற்றங்களைக் கொண்டுவர அது பெருந்தடையாய் உள்ளது.
2. கற்றல் தனிமைப்படுத்தப்பட்ட நடவடிக்கையாக இருப்பதால் குழந்தைகள் தங்கள் வாழ்க்கையை, பெற்ற அறிவோடு தொடர்புபடுத்திப் பார்க்க ஊக்கப்படுத்துவதில்லை.
3. ஆக்கப்பூர்வமான சிந்தனைகளுக்கும், அக நோக்கு சிந்தனைகளுக்கும் ஊக்கம் தராத ஒன்றாகப் பள்ளிக் கல்விமுறை புரையோடிப் போய்விட்டது.
4. கல்வியின் பெயரால் பள்ளியில் எதைக் கொடுக்கிறோமோ அது புது அறிவை உருவாக்க, மனித திறன்களைத் மேம்படுத்தத் தவறிவிட்டது.
5. குழந்தைகளின் நிகழ்காலத்தைத் தவிர்க்கும் வகையில் எதிர்காலம் மையப்படுத்தப்படுகிறது. இது தேச நலனுக்கும், சமூக நலனுக்கும் ஏன் குழந்தைகள் நலனுக்குமே கேடு விளைவிக்கக்கூடியது தான்.

இவ்வளவு தெளிவுகளுடன் ஒரு அரசு ஆவணம் நமது நாட்டில் முன் எப்போதும் பேசியது கிடையாது.

இயல்: 2

இந்தப் பகுதி அளிக்கப்பட வேண்டிய அறிவின் தன்மை, குழந்தைகளின் கற்பதற்கான சொந்த முயற்சிகள் ஆகியவற்றை அலசுகிறது. தேசியக் கல்வி ஆவணமாகிய இது வினா எழுப்பும் அறிவுத்

தேடலை கல்வியின் மையமாக்குகிறது. பாடத்திட்டத்தைச் செழுமைப்படுத்திப் படைப்பாற்றலுக்கு முன்னுரிமை வழங்குகிறது. 'அறிந்ததில் இருந்து அறியாததற்கு', 'எளிதானதிலிருந்து கடினமானவற்றிற்கு', 'உள்ளூர் அறிவிலிருந்து உலக அறிவிற்கு' என்ற தனது கொள்கையை வெளியிட்டு அதனை நடைமுறைப்படுத்த வசதி ஏற்படும் வகையில், பள்ளிக்கல்வியையும், ஆசிரியர் கல்வியையும் பல கோணங்களில் இருந்து, பாடத்திட்டங்களை விமர்சிக்கும் நடைமுறையை உருவாக்க வேண்டும் என இந்த ஆவணம் கோருகிறது.

உற்பத்திப் பணி (Productivity) பயனுள்ள கற்பிக்கும் நடைமுறையாக மாறிட:

1. வகுப்பறை அறிவை மாணவர்களின் வாழ்க்கை அனுபவங்களோடு இணைத்துத் தர கல்வி மாற வேண்டும்.

2. சமூகத்தில் ஒரு குறிப்பிட்ட பகுதியில் அவர்களின் தொழிலோடு கூடிய அறிவையும் திறமையையும் முன்னுரிமை பெற்ற சமூகப் பகுதிகளின் சக மாணவர்களோடு பகிர்ந்து கொள்ளும் வாய்ப்பு மாணவர்களுக்குத் தரப்பட வேண்டும்.

3. ஒருங்கிணைந்த மனித அனுபவங்களையும், அறிவையும் கொள்கைகளையும் பாராட்டக் கற்றுக் கொண்டு அவற்றுக்குத் தொடர்புடைய அனுபவங்களை வளர்த்துக் கொள்ளும் சிறார்களை உருவாக்கும் கல்வியாய் நமது கல்வி மாற வேண்டும்.

4. சமூக அவலங்களைக் கண்டு அடங்கிப் போகாமல் அவற்றைத் தட்டிக் கேட்க பொங்கி எழும் தன்மையைக் கல்வி மட்டுமே அளிக்க இயலும். கருத்து மோதல்களின் போது பொறுப்பற்ற வெறும் பார்வையாளராக இருந்து விடாமல் அதைச் சமாளிப்பவராய்த் தன் கருத்தைத் தயக்கமின்றி வெளியிடுபவராய்க் குழந்தைகளை உருவாக்குவது வகுப்பறையின் கையில்தான் உள்ளது.

இயல்: 3

பள்ளிப்பாடங்கள் அல்லது கலைத்திட்டப் பகுதியின் மீட்டுருவாக்கம் குறித்து இயல் மூன்று விவாதிக்கிறது. இன்றைய கல்வியில் நடந்துவரும் வேகமான மாற்றங்களுக்குப் பிரதான காரணியாக இருக்கும் இந்தத் தேசியக் கலைத் திட்ட வடிவமைப்பு (2005) ஆவணம், கல்வி எப்படி அமைந்தால் மீட்டுருவாக்கம் சாத்தியப்படும் என்பதை ஆசிரியர்களுக்கு விளக்குகிறது.

கலைத்திட்டம், பாடத்திட்டம், பாடநூல்கள் யாவும் முதலில் தாய்மொழியில் அமைவது அவசியம்.

இலக்கியப் பாடம் குழந்தையின் சொந்தக் கற்பனைத் திறனுக்கு உரமூட்டுவதாக இருக்க வேண்டும்.

இரண்டாவது, மொழியை போதிப்பதற்கான பாடத்திட்டத்தின் இலக்கு இரு நிலையாக இருக்க வேண்டும்.

1. அதே அடிப்படை அறிவு, திறமை பெறுவது
2. அம்மொழி மூலமாகச் சிந்திப்பது மற்றும் அறிவு சேகரித்தல் ஆகியன நோக்கமாக இருக்க வேண்டும்.

கணிதம், அறிவியல், சமூகவியல் போன்ற பாடங்களின் போதனாமுறை குறித்த அடிப்படைகளை இயல்-3 விரிவாக ஆராய்கிறது.

நல்ல அறிவியல் என்பது ஒரு குழந்தைக்கு உண்மையானதாக இருக்க வேண்டும். வாழ்க்கைக்கு உண்மையானதாக இருக்க வேண்டும். அறிவியலுக்கும் உண்மையானதாக இருக்க வேண்டும்.

இயற்கையாகவே குழந்தைகளுக்குத் தங்களைச் சுற்றியுள்ளவற்றைத் தெரிந்து கொள்ள வேண்டும் என்ற ஆர்வம் நிரம்ப இருக்கும் என்பதைச் சுட்டிக் காட்டும் இந்த இயல், அவர்களுக்கான படிப்பைத் திட்டமிடலும் மதிப்பிடலும் குறித்து விரிவாக விவரித்துச் செல்கிறது. அவற்றை இங்கு நாம் முழுமையாக விவாதிக்கத் தேவையில்லை என்றாலும் குறிப்பாக அறிவியல் கல்வி குறித்த ஆவணத்தின் ஆறு படி நிலைகளைக் கண்டிப்பாக ஆசிரியர்கள் அறிய வேண்டியுள்ளது.

1. சிந்தித்து அனுபவத்தால் உணர்தல்:

பாடத்திட்டத்தின் உள்ளடக்கம், வழிமுறை, மொழி, போதனாமுறை ஆகியவை குழந்தைகளின் வயதிற்கு ஏற்ப சிந்தித்து உணரும் ஆற்றலுக்கு ஏற்றதாக அமைய வேண்டும்.

2. உள்ளடக்கம்:

பாடத்திட்டத்தின் உள்ளடக்கம் குறிப்பிட்ட சரியான (அறிவியல்) தகவல்களைக் கொண்டிருக்க வேண்டும். கற்பனையுடன் சிந்தித்து உணர்ந்து ஏற்றுக் கொள்ளும் வகையில் பாடத்திட்டம் எளிமையாக இருக்க வேண்டும். அதே நேரத்தில் எளிமையாக இருக்க வேண்டும் என்பதற்காக அறிவியலின் அடிப்படை உண்மைகளைத் திரித்தோ குறைத்தோ கூறிவிடக்கூடாது.

3. வழிமுறை:

கற்பவருக்கு, அறிவியல் அறிவை உருவாக்கிடவும், மதிப்பிடவும் தேவையான வழிமுறைகளைச் சொல்லித் தருவதாக பாடத்திட்டம் அவசியம் இருக்க வேண்டும். இது குழந்தைகளிடம் அறிவியல்

ஆர்வத்தை வளர்த்து அவர்களிடம் புதியன படைத்திடும் ஆற்றலை ஏற்படுத்தும் 'வழிமுறைகளை' அறிவதே பாடத்திட்டத்தின் மிக முக்கியப் பகுதி. ஏனெனில் இது மாணவர்களுக்கு கற்பது எப்படி என கற்பிக்கிறது.

4. வரலாறு:

படிப்படியாகப் பல்லாண்டு காலம், அறிவியல் கண்டுபிடிப்புகள் எப்படி நிகழ்த்தப்பட்டு இன்றைய நிலையை அடைந்துள்ளது என்பதை அறிந்து கொள்ள வரலாற்றுப் பார்வை உதவுகிறது. அத்துடன் அறிவியல் தனித்து நடக்கவில்லை, அது சமூகத்திற்கானது, மக்களுக்கானது என்பதையும் சமூகச் சூழல், அறிவியல் வளர்ச்சியில் பங்கு செலுத்துகிறது என்பதையும், வரலாற்றுப் பார்வை உணர்த்துகிறது.

5. சூழ்நிலை:

கற்பவரின் சூழல் (உள்ளூர் அளவிலும் உலக அளவிலும்) எப்படி இருக்கிறது என்பதைக் கருத்தில் கொண்டு அவர் எப்படி அறிவியல், தொழில்நுட்ப, சமூகப் பிரச்சனைகளை எதிர்கொள்ள வேண்டும்? அதற்கு எப்படிப்பட்ட திறமைகளும் அறிவும் தேவை என்பதை உணர்ந்து பாடத்திட்டமும் ஆசிரியர்களின் அணுகுமுறையும் அமைய வேண்டும். அதற்கு ஏற்ப அறிவு ஊட்டப்பட வேண்டும். இதன் மூலம் அறிவியல் செயல்பாடுகளை வருங்கால சந்ததி எதிர்கொள்ள முடியும்.

6. சீர்மிகு பண்புகள்:

இதற்கான பாடத்திட்ட வடிவமைப்பு என்பது நேர்மை, இலட்சியத்துடன் கூடிய செயல்பாடு, ஒத்துழைப்பது ஆகியவற்றை போதிக்க வேண்டும். பயம் மற்றும் தாழ்வு மனப்பான்மையிலிருந்து குழந்தைகளை மீட்பதாக ஆசிரியரின் அணுகுமுறை அமைய வேண்டும். வாழ்க்கையைப் பற்றியும், சுற்றுச்சூழலைப் பாதுகாக்க வேண்டிய அவசியம் பற்றியும் மாணவர்களிடம் விழிப்புணர்வை ஏற்படுத்துவதாகக் கல்வி இருக்க வேண்டும்.

மேலே கூறப்பட்டுள்ள வரைமுறைகளுடன் ஒத்துப்போகிற வகையில் பாடத் திட்டத்தின் குறிக்கோள்கள், உள்ளடக்கம், போதனாமுறை, மதிப்பீடு ஆகியவை பல்வேறு படிநிலைகளாக எப்படி அமைய வேண்டும் என்பதை இயல் மூன்று விளக்கிச் செல்கிறது.

இயல்: 4

பள்ளி மற்றும் வகுப்பறைச் சூழல் எனும் முக்கியமான தலைப்பின் கீழ் தேசிய கலைத்திட்ட வடிவமைப்பு ஆவணம், இடச்சூழ்நிலை,

வல்லமை உள்ள சூழலைப் பேணிக் காத்தல், எல்லாக் குழந்தைகளுக்குமான பங்கேற்பு, பள்ளியின் ஒழுக்கம், சமூகம் மற்றும் பெற்றோர்களுக்கான இடம் என பரந்துபட்டு விவாதிக்கிறது. பள்ளி என்பதற்கு ஆவணம் கூறும் ஒரு வரி விளக்கம் முதலில் நாம் கவனம் செலுத்த வேண்டிய விஷயம் ஆகும்.

பள்ளி என்பது என்ன என்பதற்கு ஆவணம் கீழ்க்கண்ட விளக்கத்தை இயல் நான்கில் தருகிறது.

'ஆசிரியர்கள் மாணவர்களை உள்ளடக்கிய படித்த சமூகத்தினருக்கு பள்ளிக்கூடம் என்பது ஒரு நடுநிலையான நிறுவனம் இருக்கும் இடமாகும்.

முறை சார்ந்தும் முறை சாராமலும் அங்கே கற்றல் நடைபெறுகிறது. ஆசிரியர்களும், மாணவர்களும், தங்களுக்குள் கருத்து பரிமாற்றங்களைச் செய்யும் போதுதான், சமூக உறவின் காரணமாக ஏற்படும் பிணைப்பிலிருந்து கற்றல் என்பது ஆரம்பமாகிறது என இந்த ஆவணம் தெளிவுபடுத்துகிறது.

பள்ளிக்கூட மைதானத்தில் விளையாடுவது, சக மாணவர்களோடு அடிபிடிச் சண்டை, ஓய்வு நேரத்தில் பள்ளிக்கூட பெஞ்சில் உட்காருவது, இடைவேளையின் போது நண்பர்களுடன் பேசுவது, காலை நேரக் கடவுள் வணக்கம் மற்றும் பள்ளியின் முக்கிய நாட்களில் ஒன்றாகக் கூடுவது வகுப்பறையில் பாடங்கள் படிப்பது, தேர்வுக்கு முன் வேகமாய்ப் புரட்டுவது, வகுப்புத் தோழர்கள் மற்றும் ஆசிரியர்களோடு பள்ளி விட்டு வேறு இடங்களுக்குப் போய் வருவது, இவை யாவுமே அச்சமூகத்தோடு இணைந்த ஏதேனும் ஒருவகை கல்விச் செயல்பாடுதான். எனவேதான் படித்த சமூகம் எனும் சிறப்பு அதற்குத் தரப்படுகிறது.

மேற்கண்ட நிகழ்ச்சிகளுக்குப் பின்னால், பள்ளிக்குச் சிறப்பைத் தரக்கூடியவர்கள் ஆசிரியர்களும், தலைமை ஆசிரியரும் தான் என்பதை உறுதி செய்யும் இந்த ஆவணம், வகுப்பறை என்பது குறித்து முக்கியமான கருத்துகளை இந்த இயலில் முன் வைக்கிறது.

பள்ளியின் தினசரி நடைமுறைகளையும், பரீட்சைகள் மற்றும் பள்ளியின் முக்கிய நாட்களையும் திட்டமிட்டு நடைமுறைப்படுத்தி வருபவர்கள் ஆசிரியர்களே. கருத்துப் பரிமாற்றங்கள், கற்பித்தலையும், கற்றுணர்தலையும், வலிமையாக்கி உயர்வடையச் செய்ய வேண்டும். அப்படிப்பட்ட சூழ்நிலையைப் பள்ளி மற்றும் வகுப்பறைகளில் நாம் கொண்டு வர வேண்டும். குழந்தைகள் விரும்புகிற, பாதுகாப்பாக உணர்கிற இடமாகவும், ஆசிரியர்களுக்கு அர்த்தமுள்ள, தொழில் ரீதியில் மனநிறைவைத் தரும் இடமாகவும் வகுப்பறை இருக்க வேண்டும்.

வகுப்பறை மற்றும் பள்ளிக்கூடம் சம்பந்தப்பட்டு என்ன மாதிரி எதிர்பார்ப்பை நாடு கொண்டுள்ளது என்பதை இந்த இயல் விவரிக்கிறது. நாம் அவசியம் ஆசிரியர் எனும் முறையில் அதை வாசித்துப் புரிந்து கொள்ள வேண்டும். ஆவணம் சொல்கிறது:

சராசரியாக ஆசிரியரும், மாணவர்களும் தினமும் ஆறு மணிநேரம் ஆண்டில் 1000 மணி நேரம், நேரடியாகச் சந்தித்துக் கொள்கின்றனர். இரு சாரரும் நேரடியாகச் சந்திக்கும் கால நேரத்தில் இணக்கமும், மகிழ்வும் இருக்கும் வகையில் வகுப்பறைச் சூழல் அமைய வேண்டும். சமத்துவம், சமூக நீதி மற்றும் பலவகையான சமூக நிலைக்கு மதிப்பு கொடுக்கிற இடமாக வகுப்பறை / பள்ளி அமைய வேண்டும்.

சமத்துவம் சமூக நீதி உள்ளிட்ட மதிப்பீடுகள் கல்வியின் ஒரு பகுதியாகவே, வகுப்பறை உள்ளுணர்வோடு கலக்க வேண்டும். மாணவர்களின் மதிப்பும், உரிமைகளும் பாதுகாக்கப்படும் இடமாக வகுப்பறை இருக்க வேண்டும்.

எங்கு மாணவர்கள் பாதுகாப்பை உணருகிறார்களோ, எங்கு பயம் இல்லாமல் இருக்கிறதோ அப்படிப்பட்ட வகுப்பறைச் சூழலே வல்லமையுள்ள கற்றுணரும் சரியான இடம் ஆகும்.

இப்படிப்பட்ட சூழல்கள், சமத்துவ உறவுகளாலும் நேர்மையின் இருப்பாலும் ஆசிரியர்களால் கையாளப்படுகின்றன. இதற்காக ஆசிரியர் எவ்வித சிறப்பான முயற்சிகளையும் எடுக்கத் தேவையில்லை. மாணவர்களை வேறுபடுத்திப் பார்க்காமல் அவர்களிடையே சமத்துவத்தை வளர்ப்பதே ஆசிரியரின் முக்கிய பணியாகும்.

பாடம் நடத்தும்போது மாணவர்கள் தங்குதடையின்றி சுதந்திரமாக கேள்வி கேட்கும் இடமாகவும், ஆசிரியரோடும், மற்ற மாணவர்களோடும் சரளமாய் உரையாடும் இடமாகவும் வகுப்பறையை வைத்துக் கொள்வது ஆசிரியரின் கடமையாகும்.

தங்கள் அனுபவங்களை மற்றவர்களோடு பகிர்ந்து கொள்ளாமலும், சந்தேகங்களைத் தீர்க்காமலும், கேள்விகளைக் கேட்காமலும் மவுனமாக இருக்கும் மாணவர்கள் படிப்பில் ஈடுபட மாட்டார்கள்.

மாணவர்களின் பங்கேற்பை புறந்தள்ளுவது, அவர்களின் விமர்சனத்தை வாயடைப்பது, கடுமையான, வகுப்பறை சட்டங்களை பயன்படுத்தி மாணவர்களைப் பேசாமல் இருக்கச் செய்வது, பயன்பாட்டு மொழியைக் கட்டுப்படுத்துவது போன்றவற்றைச் செய்யாமல் ஆசிரியர்கள், மாணவர்களைப் பேசுவதற்கு ஊக்கப்படுத்த வேண்டும்.

இப்படியான வகுப்பறையே உயிரோட்டம் உள்ளதாக, கற்பித்தல் என்பது வரப் போவதைக் கூறக்கூடிய அல்லது சோர்வடையச் செய்யும்

ஒன்றல்ல என்பதையும், மனங்களின் கருத்துப் பரிமாற்றத்திற்குரிய இடம் என்பதையும் ஆசிரியர் உணர்வார். இதுவே தன்னம்பிக்கையை வளர்க்கும், படித்த எல்லா வயதினரும் தன்னைப் பற்றி உயர்வாக மதிப்பதற்கும் வழி வகுக்கும்; கற்றலின் தன்மையை இது வளர்க்கும்.

சமூக அடையாளத்தின் காரணமாக தலித் மற்றும் மலைச்சாதி இனத்தவர்கள், சிறுபான்மை வகுப்பைச் சேர்ந்தவர்கள், பெண்கள் ஆகியோர் குறைபாடுள்ள சூழலில் வைக்கப்பட்டுள்ளார்கள். சமூகத்தில் அவர்களுக்கான சரியான அந்தஸ்து வழங்கப்படவில்லை. ஒரு பெரிய சமூகத்தின் பாகங்களாக ஆசிரியர்களும், மாணவர்களும் இருக்கிறார்கள் என்று உணர்ந்து அடையாளங்களை வீழ்ச்சியடைய வைத்து ஆசிரியர்கள், அர்த்தமுள்ள, சமமாக இணைந்து கல்வி கற்கும் வாய்ப்பை வகுப்பறையில் உருவாக்க வேண்டும்.

தலித் மற்றும் கீழ் வகுப்பைச் சேர்ந்த மாணவர்கள், சமூக ரீதியாக வேறுபடுத்திப் பார்க்கப்படும் குழுவாக உள்ள விபச்சாரத் தொழில் புரிவோர், எச்.ஐ.வியால் பாதிக்கப்பட்டோர் முதலியோர், வகுப்பறையில் இழிவுபடுத்தப்படுவது தொடர்கிறது. பெண்கள் தங்கள் தனித்திறன்களை வளர்த்துக் கொள்ள வழியில்லை. மாற்றுத்திறனாளிக் குழந்தைகள், உணர்ச்சியற்ற சூழ்நிலையோடு போராட வேண்டியுள்ளது. ஆனால் நேர்மையான வகுப்பறை உருவாக்கும் முக்கியத்துவத்தை ஆசிரியர்கள் உணர வேண்டும். அப்படியான ஒரு வகுப்பறையில் பாலினம் மற்றும் சாதி காரணமாக மாணவர்கள் வித்தியாசப்படுத்தப்படுவதில்லை. மோசமாக நடத்தப்படுவதில்லை. வாய்ப்புகள் மறுக்கப்படுவதும் இல்லை.

மாணவர்களைக் கற்றவர்களாக அடையாளம் காட்டுவதே வகுப்பறையின் கலாச்சாரமாக இருக்க வேண்டும். ஒவ்வொரு மாணவனின் உள்ளாற்றலையும் அக்கறையையும் வளர்க்கக்கூடிய சூழ்நிலையை ஆசிரியர்கள் அங்கே உருவாக்க வேண்டும்.

குழந்தைகளின் வளர்ச்சிக்கு அவசியம் என ஆசிரியர் கருதும் எதுவும் பாடத்திட்டம் தான். அவை எந்த இடத்தில் எவ்வாறு செயல்முறைப்படுத்தப்படுகிறது என்பது ஒரு பொருட்டே அல்ல.

இந்த நான்காம் இயலில் தேசிய கலைத்திட்ட வடிவமைப்பு ஆவணம், பாடப்புத்தகம், நூலகம், காலப் பிரிவுகள் ஆகியன குறித்து குழுவின் பரிந்துரைகளை விரிவாக முன் வைக்கிறது.

இயல்: 5

தரம் பற்றிய அக்கறையோடு தொடங்கும் தேசிய கலைத்திட்ட வடிவமைப்பு 2005-ன் ஐந்தாம் இயல், தேர்வுச் சீர்திருத்தங்கள் குறித்து விரிவாகப் பேசுகிறது. வேலையோடு இணைந்த கல்வியின் அவசியம், புதிய தொழில் நுட்பங்களை வகுப்பறையில் பயன்படுத்துதல்,

சமூகத்திற்குக் கல்வி புகட்ட நமக்குக் கிடைத்திருக்கும் புதிய கல்விக் கூட்டாளிகள் என பல புதிய விஷயங்களை நமக்கு அது முன் வைக்கிறது. கலைத் திட்டமானது, ஆசிரியர்களால் தயார் செய்யப்படும் செயல்பாட்டாலும், மாணவர்களின் கல்வி அனுபவங்களாலும் உணரப்படுகிறது. பள்ளியின் தனிப்பட்ட பண்புகள், கற்பித்தலுக்கான உபகரணங்களை உருவாக்குதல், அதிகாரங்களைப் பரவலாக்குதல், பஞ்சாயத்து ராஜ் நிறுவனங்களைச் சார்ந்த அதை உருவாக்கும் நோக்கத்தைக் கொண்ட உள்ளூர் நடைமுறைக் கல்வி அதற்கான ஆசிரியர் பயிற்சி என பலதரப்பட்டக் கனவுகளை நம் வகுப்பறைக்குள் விதைக்கும் இந்த ஆவணம் எதிலிருந்து நாம் எதற்கு மாற வேண்டும் என்பதை ஆசிரியர்களுக்கு உணர்த்துகிறது.

அறிவு வெளிப்பட்டுத் தோன்றும் ஒன்றாக உருவாக்கப்பட முடிந்ததாக இருத்தல்.

பல பாடங்களைக் கல்வியை அநேக வித்தியாசங்களையும் வெளிப்படுத்திட அனுமதித்தல்.

பலவற்றைத் தொடர்ச்சியாகத் தரம் பார்த்து முழுமையாய் மதிப்பிடுதல்.

மேற்கண்ட அடிப்படை மாறுதல்களை உங்கள் வகுப்பறை கடந்த இந்த ஐந்தாண்டுகளில் ஓரளவேனும் கண்டுள்ளதென்றால் அதற்கு தேசிய கலைத்திட்ட ஆவணத்தின் மேற்கண்ட அம்சங்களை நடைமுறைப்படுத்துவதில் அரசு உண்மையிலேயே முழு ஈடுபாடு காட்டி பிடிவாதமாக இருந்ததே காரணமாகும்.

வகுப்பில் இன்று அனைவருக்கும் கல்வி இயக்கத்தின் மூலம் ஏணிப்படி முறை செயல்வழி கற்றல் அறிமுகமானதற்கு இந்த ஆவணத்தின் யஷ்பால் குழு அறிக்கையே காரணம் என்பதை இப்போது உணர்ந்திருப்பீர்கள்.

தேர்வு முறையில் மிகப் பெரிய மாறுதல்களை யஷ்பால் குழு பரிந்துரைத்தது. சுயமதிப்பீடு, அந்தஸ்தில் சமமாய் உள்ள மற்றவர்களின் மதிப்பீடு, ஆசிரியரின் தனிப்பட்ட மதிப்பீடு, ஒருவருடைய பலம் மற்றும் பலவீனத்தைத் தாள்களில் விடைகள் மனப்பாடம் செய்து எழுதுவதை வைத்து எப்படி மதிப்பிடுவது? என பல்வகையான கேள்விகளை எழுப்பிக் கொண்ட இக்குழு இரண்டு முக்கிய கருத்துக்களை முன்மொழிந்தது.

1. மதிப்பெண் வழங்குவது குழந்தைகளின் மீதான பெரிய வன்முறையாக இருப்பதால், மதிப்பீடுகள் மதிப்பெண்களைக் கொடுக்கக்கூடாது. (அளவை அறிதல்)

2. மாணவர்களின் சாதனைகள் வேறு ஒரு அளவுகோலில் தொடரான, அன்றாட வாழ்வில் கற்றல் நடவடிக்கைகளின் முழுமையான ஒன்றின் மீதான பதிவாக மதிப்பீடு என்பது அமைய வேண்டும். (பண்பை அறிதல்)

மேற்கண்ட இரண்டு விஷயங்களே நம்மைத் தொடர் மற்றும் முழுமையான மதிப்பீட்டை (CCE) நோக்கி இட்டுச் சென்றது. இது மைய அரசின் தேசியக் கொள்கை சார்ந்தது ஆகும். ஒரே தேர்வின் மூலம் ஒரு குழந்தையை மதிப்பிடும் பிரிட்டிஷ் கால நடைமுறையை தொடர் மதிப்பீட்டு முறை முடிவுக்கு கொண்டு வருகிறது. 'தேர்ச்சி' 'தேர்ச்சியில்லை' எனும் வார்த்தைகளை கல்வியிலிருந்தே அகற்றிட வந்தது தான் தொடர் மற்றும் முழுமையான மதிப்பீட்டு (CCE) முறை.

பாடப்பொருளின் உள்ளடக்கத்தையே சோதிக்காமல், புரிந்து கொண்ட தன்மையையும், பிரச்சனைகளை தீர்க்கும் தன்மையையும், சோதிப்பது தேவை.

வெறும் உள்ளடக்கத்தை சோதிப்பது மோசமான போதனா முறையையும் மனப்பாடம் செய்யும் போக்கையும் ஊக்குவிக்கும். இவை இரண்டுமே சமூக அவலங்களாகவே போய் முடியும்.

எனவே தேர்வு என்பது 40-50 சதவிகிதமும் மீதி 40-50 சதவிகிதம் மாணவரின் அன்றாட ஈடுபாட்டைக் கொண்டும் மதிப்பீடு செய்வதே சரியான மதிப்பீடு ஆகும்.

குறுகிய காலத் தேர்வுகளுக்கு உலகே மாறிவிட்ட பின் நமது கல்விமுறையில் மாற்றம் கொண்டுவர முதலில் தற்போதைய தேர்வுமுறையையே சீர்படுத்த வேண்டியுள்ளது.

பேப்பர் பென்சில் தேர்வைத் தாண்டிப் பலவிதமான கற்றல் நடவடிக்கைகள், திறன்களை மதிப்பீடு செய்வதே தொடர் மற்றும் முழுமையான மதிப்பீடு ஆகும்.

குழந்தைகளின் வளர் பருவம் அதிவேகமானது. அதன் வேகத்தில் நடக்கும் ஒவ்வொரு சாதனையையும் மதிப்பிடுவதே ஒரு மதிப்பீட்டு முறையின் சரியான அணுகுமுறையாக இருக்க முடியும்.

'உள்ளேன் டீச்சர்' எனும் அந்தக் குரல் இன்று புதிதாய்த் தெளிவாய் நம் செவிகளில் விழும் வண்ணம் வகுப்பறை இத்தனை மாற்றங்களை வேகமாகக் கண்டு வருகிறதே... அந்த மாற்றங்கள் ஏதோ இந்தியாவில் மட்டுமே நடந்து விடவில்லை. இந்த மாற்றங்கள் ஏதோ இந்த பத்தாண்டுகளில் மட்டுமே நடந்துவிடவும் இல்லை... இந்த வகுப்பறை நான்கு சுவர்களைத் தாண்டி கற்றல்கள்- கற்பித்தல் சென்றது எப்போது... எப்படி நடந்தது அது...? அதை நாம் சிந்திக்கும் அதே சமயம்... இதுதான் இறுதித் தீர்வா என்றும் கேட்க வேண்டியுள்ளது.

துணை நின்ற நூல்கள்:

1. Escape From Child-Hood: ஜான் ஹோல்ட், ஏகலைவா வெளியீடு, போபால் 2004
2. Death at an Early Age: The Destruction of Hearts and Minds of Negro Children ஜொனாதன் கோஸால், போஸ்டன் பப்ளிகேஷன் 1977
3. 'Orphans of the world - wars' - Stephen Real, ஆக்ஸ்போர்டு வெளியீடு 1952
4. The Children of Light and the children of Darkness (The Child Rights - Manifesto) - Reinhold Niebuhr - Cambridge University Press (in association with UNESCO)
5. Education in a Technological Society - UNESCO வெளியீடு 1952
6. தேசிய கலைத்திட்ட வடிவமைப்பு - 2005, *தமிழாக்கம்: முனைவர் அ. வள்ளிநாயகம் தமிழ்நாடு பாடநூல் கழகம், சென்னை மற்றும் நவஜீவன் டிரஸ்ட், அஹமதாபாத்.*
7. 'The Confessions of an Evaluator' - SumanGupta (The open university), UK, APH Publishing Corporation வெளியீடு, புதுதில்லி.

6

அவங்க வகுப்பறை நம்ம வகுப்பறை...

1. ஆசிரியரின் செயல்திறனை அளக்க முடியுமா?
2. அமெரிக்கா அமெரிக்கா...
3. கல்வியின் மெக்கா பின்லாந்து!
4. கியூபா: கல்விக்கு ஒரு கலங்கரை விளக்கு.
5. ஜப்பானின் யுட்டோரி!
6. வீட்டுப்பாட யுத்தங்கள்.
7. டிஜிட்டல் வகுப்பறைகள்.

6

அவங்க வகுப்பறை.. நம்ம வகுப்பறை

1. ஆசிரியரின் செயல்திறனை அளக்க முடியுமா?

பள்ளிக்கல்வி குறித்த நம் அனைவரது மகிழ்ச்சியான அனுபவங்கள், நண்பர்கள் வழி கிடைத்தவையாகவோ அல்லது தனித்த சிறப்பு மிக்க ஆசிரியர் ஒருவரின் வழி கிடைத்ததாகவோ இருப்பதைக் காணலாம். கடந்து வந்த பள்ளிக்கூட ஆண்டுகளில் நம் வாழ்வின் அர்த்தம் மிகுந்த கனங்களை ஒரு திருப்புமுனையாக அமைத்தது யார் என்று தேடும்போது கண்டிப்பாக ஒரு ஆசிரியர் குறித்த நினைவுகள் தனித்து நிற்பதை நிழலாடுவதைக் காணலாம். இத்தகைய ஆசிரியர்களே பள்ளிக்கல்வியின் உயிர்த்துடிப்பாக இருக்கிறார்கள். முழுப் பள்ளியும் நம் மீது ஏற்படுத்திய ஆளுமையை விட இந்த ஆசிரியர் நமது வாழ்வில் அதிக அர்த்தங்களை ஏற்படுத்தியவராக நம் ஒவ்வொருவருக்குள்ளும் இருக்கிறார்.

முழுப் பள்ளியையும் குடும்பச் சூழலையும் சார்ந்திருக்கும் சமூக வர்க்க அடையாளங்களையும் மீறி, நமது வகுப்பு சாதனைகளுக்கு தனி ஆசிரியர் ஒருவரின் அக்கறையே பெரும் மாற்றங்களை ஏற்படுத்திவிட முடியும். வகுப்பறையின் அனுபவங்களை இனிமையாக்கிக் கடினமான கற்றல் சூழலை இளக வைத்து அதே சமயம் தரத்தோடு எவ்விதத்திலும் சமரசம் செய்து கொள்ளாத அந்தத் தனித்துவ மிக்க ஆசிரியர் என்பவர் நமது பள்ளிப்பருவத்தின் ஏதாவது ஒரு வருடத்தில், ஏதாவது ஒரு பாடத்தில் நம்மைக் கவர்ந்து நம் வாழ்வையே இனிமையுறச் செய்திருக்கிறார் என்பது நமது ஒவ்வொருவர் வாழ்விலும் உள்ளது.

இன்றைய கல்விச் சூழலிலும் இப்படியான ஓரிரு ஆசிரியர்களை நாம் ஒவ்வொரு பள்ளியிலும் இனம் காணமுடியும். இத்தகைய ஆசிரியர்களைக் கொண்ட பள்ளியே மகிழ்ச்சியான பள்ளி என்றால் இவர்களது நற்குணங்கள் என்ன? இப்படிப்பட்ட அடிப்படை குணநலன்களை அடையாளம் காண்பதோடு இத்தகைய ஆசிரியர்களின் தனித்துவத்தைப் புரிந்து ஏனைய ஆசிரியர்களை அதனைக் கண்டுணரச் செய்வது நமது ஒட்டுமொத்தக் கல்விச் செயல்பாடுகளைத் தரமுள்ளதாக இனிமையும் ஜனநாயகமயமும் மிக்கதாக மாற்ற முடியும். கற்றலின் பாரத்தை உணர வகையின்றி

நாமாகவே கற்றுணரும் தன்மையை வகுப்பிற்குள் புகுத்தியது இவர்களது சிறப்பியல்புகளுள் பிரதானமானது என்பதை, அதனை உற்றுநோக்கும் போது விளங்கும். இந்த வகை ஆசிரியர்களின் ஏனைய சிறப்பியல்புகள் என்னென்ன?

தைரியமூட்டுதல், ஆதரவு அளித்தல், வகுப்பறையின் இறுக்கமான சூழலைக் கலகலப்பாக்குதல், மாணவர்கள் தங்களது திறமைகளை அறியச் செய்தல், பாகுபாடு காட்டாத நேர்மை, பாடம் நடத்தும் போது மனிதநேயத்தைக் கற்றுக் கொடுப்பதோடு கற்றோரில் ஒருவராக உணர்தல் அந்த உணர்வைக் காட்ட வெட்கப்படாதிருத்தல், மாணவர்களின் உடல்திறனை உணர வைத்தல், அறிவாற்றலை உணர்ந்து பரிசோதிப்பதில் புதுப்புது யுக்திகளைக் கொண்டாடுதல் வகுப்பறை தனித்துவத்தை வளர்த்தெடுத்தல், நமது முகச் சுளிப்புகள், மனநிலை அறிந்து தனிப்பட்ட அக்கறை செலுத்துதல், நம் அறிவுக்குப் புலப்பட்டவற்றைப் பாராட்டி, புலப்படாத சில விஷயங்கள் பற்றியும் நமது அறிவு உணர வைத்தல், இது நல்லது இது ஆபத்து என்பதை எச்சரிக்கையாகத் தராமல் அறிவியல் ரீதியில் உணரச் செய்தல், சமூக மற்றும் மனிதப் பண்புகளை உள்ளூர் அளவிலான அன்றாடக் காட்சிகளுடன் இணைத்து செயலூக்கம் தருதல், நமது கண் முன்னே ஆதர்சமான மனிதராய் நீதியோடு சமரசம் செய்யாமல் வாழ்ந்து காட்டுதல், தன் சுயம் பற்றிய தம்பட்டம் இல்லாத வழுவமைதியால் நம் ஆளுமையாதல்... நம் கருத்துக்கு ஒப்பான விருப்பத்துறையை நோக்கி நமக்கே தெரியாமல் நம்மை வழி நடத்துதல்...வகுப்பறைச் செயல்முறையின் கூட்டுணர்வுக்கு எப்போதும் மதிப்பளித்தல், அதற்காக ஒன்றிரண்டு விதிகளைத் தளர்த்தி பின் தோழமை கொள்தல்... இப்படி அடுக்கிக் கொண்டே போகலாம்.

‘உங்கள் வாழ்நாளில் நீங்கள் அறிந்த ஒரு நல்லவரைக் குறிப்பிடுங்கள்’ என்று சமீபத்தில் ஒரு தொலைக்காட்சி சானல் கேட்டபோது 99% பேர் ஏதாவது ஒரு ஆசிரியரின் பெயரை எழுதினார்களாம். மீதமுள்ள ஒரு சதவிகிதம் சினிமாக் காரர்களே பெரும்பாலும் முன்மொழியப்பட்டிருந்தனர். நம் வாழ்வை அர்த்தமுற வைத்த அந்த ஆசிரியர்கள் நம்மிடம் எதிர்பார்த்தது ஒன்றுமில்லை. இன்று ஆசிரியர்களாகி இருக்கும் நாம், நமது தொழில் சார்ந்த சமூக அந்தஸ்து அவர்களால் கிடைத்ததுதான் என்பதை முதலில் உணர வேண்டும். கல்வி அளித்தல் மற்றும் தனிப்பட்ட அல்லது வகுப்பறை சார்ந்த அன்றாட நமது வேலைநாளில் ஏற்படும் பிரச்சனைகளுக்கு அந்த ஆதர்ச ஆசிரியரின் வாழ்விலிருந்தே நமது தீர்வுகளை நாம் அடைய முடியும். நமது சுயமதிப்பை வளர்த்துக்

கொள்வது என்பதை நாம் பெறும் ஊதியத்தோடு தொடர்புபடுத்துவதை, நமது வீட்டில் வாங்கிக் குவிக்கும் சமூக அந்தஸ்து காட்டும் உபயோகப் பொருட்களோடு தொடர்புபடுத்தி, அளப்பதைத் தாம் முதலில் நிறுத்த வேண்டும். ஒரு ஆசிரியரின் சுயமதிப்பு என்பது, பாடங்களில் அவரது வல்லமையையும், பிரச்சனை சூழல்களின் பால் அவரது அணுகுமுறையிலும் சமுதாயத்திற்கே பொறுப்பானவராக இருந்து நியாயமான உலகைப் படைக்க ஒரு உந்துசக்தியாகத் தன்னை உணர்வதிலும்தான் உள்ளது. குழந்தைகளைக் கண்காணித்தல் மற்றும் அவர்களோடு இருத்தலை விரும்புதல்; சமூக, கலாச்சார, அரசியல் சூழ்நிலையில் பிள்ளைகளைப் புரிந்து கொள்தல், புதிய கருத்துகளை ஏற்கத் தயாராகவும் எப்போதும் கற்க, தொடர்ந்து விரும்புகிறவராகவும், வெவ்வேறு பாடங்களில் அறிவைப் பெற அநேகத் திறமைகளை வளர்த்துக் கொள்ளத் தயக்கம் காட்டாதவராக, பாடப்புத்தகத்தில் உள்ள செய்திகளே அறிவு என கருதாமல், சுய அனுபவத்தால் குழந்தைகள் பகிரும் ஒன்றே கல்விக்கான சூழல் என்பதை உணர்பவராய்த் தன் சக ஆசிரியர்களுடனான அறிவார்ந்த உறவுப்பாதை சிதையாமல் பள்ளியின் வளங்கொண்ட ஊடகமாய் மிளிர்தல் இவை இன்னும் கூட ஒரு ஆசிரியரின் அடிப்படைகளாக உள்ளன.

ஒரு பள்ளியின் செயல்திறன் (Efficiency) என்பதில் ஆசிரியர் குறிப்பிடத் தகுந்த முக்கிய இடம் (Significant) வகிக்கிறார் என்பது அறிவியல் பூர்வமாக நிரூபணம் ஆகி உள்ளதா? ஒருவரது ஆற்றல் சார்ந்த சுய முன்னேற்றத்தில் ஆசிரியர் அல்லது கற்பிப்பவரது பங்கு என்ன? கல்வியின் திட்டமிடல் மற்றும் மேலாண்மை தேசிய கல்வியகம் (National Institute of Educational Planning and Administration) அல்லது N.I.P.E.A 1962-ல் கல்வி மேலாண்மை நோக்கத்திற்காகவே யுனெஸ்கோவின் பிராந்திய அலுவலகத்தால் தொடங்கப்பட்டது. கல்வி மேலாண்மை குறித்து தேசிய அளவிலும் சர்வதேச அளவிலும் உயர்ந்த இடம் வகிக்கும் இந்த அமைப்பு இல்லையேல், நமது மாவட்ட ஆரம்பப் பள்ளிக்கல்வித் துறை (District Primary Education Programme - DPEP), சர்வ சிக்ஷ அபியான் (SSA) போன்ற கல்வியியல் அதிகார மைய உடைப்பு மாற்றங்கள் நிகழ்ந்திருக்காது. இந்திய அளவிலான கல்வி சால் புதுமைகளுக்கான அறிவுக் குழுமமாக (ThinkTank) இந்த அமைப்பு செயல்பட்டு ஆசிய அளவிலும் சர்வதேச அளவிலும் பல நடவடிக்கைகளை நாற்பது ஆண்டுகளுக்கும் மேலாகச் செயல்படுத்தி வருகிறது.

இந்த அமைப்பின் குறிப்பிடத் தகுந்த திட்டங்களில் ஒன்று ஆபரேஷன் கரும்பலகை (Operation Black Board) என்பது, பள்ளிக்கல்வியில்

'முதலீடு' செய்யப்பட்ட திட்டப் பணம் எத்தகைய விளைவு (Output) கொடுத்தது, உற்பத்தி திருப்திகரமாக (Product) இறுதி வெளிப்பாட்டைக் கொண்டுள்ளதா என்பதைப் பெரிய அளவில் புள்ளிவிவரங்களைச் சேகரித்து அவ்வப்போது முடிவுகளைத் தனது கல்விக்கான சர்வதேச இதழில் (Journal of Educational Planning and Administration) வெளியிட்டும் வருகிறது. இன்றைய கல்வி குறித்த உலகளாவிய பிரச்சனைகள் பலவற்றை அறிஞர்கள் அதில் அலசுவது உண்டு. சமூகப் பொருளாதார பிரச்சனைகள், சந்தைப் பொருளாதார யுகத்தில் கல்வி, அதிகாரப் பரவல், வரலாற்றுப் பார்வையில் கல்வி, கல்வி வேற்றுமைகள் ஏற்றத்தாழ்வுகள், கல்வியில் மானுடவியல், உலகமயமாக்கல், தனியார்மய கல்வி, தொழில்நுட்பம் என பரந்துபட்டு இந்த இதழ் கல்வியை விவாதிக்கிறது.

சமீபத்திய ஒரு ஆய்வில் தேசிய அளவிலான கட்டாய இலவச கல்விச் சட்டத்தை அமல்படுத்துவதில் உள்ள சவால்களில் பள்ளிகளின் கல்வித்தரம் ஒரு சிக்கலாக வடிவெடுப்பதாக ஏ.எம். நல்லா குவண்டனின் ஒரு ஆய்வு மெய்ப்பித்தது. பள்ளி செல்லும் சிறார்களுக்குக் கணிதம், மொழிவளம், அறிவியல் போன்ற பாடங்களை அடிப்படையாக வைத்து (Standard Achievement Test) தர நிர்ணயத் தேர்வு நடத்தப்பட்டபோது அதன் வரைவளைவு (Output) மிகவும் தரமற்றதாக இருப்பதாக முடிவுகள் வெளிவந்தன. இது பெரும் பரபரப்பை ஏற்படுத்தியதை நாம் அறிவோம்.

சில காலமாகவே பொருளாதார நிபுணர்கள் உலக அளவில் கல்வியின் முதலீடு வெளியிடும் இறுதி 'உற்பத்திப் பொருள்' சார்ந்து சிந்தித்தே வந்துள்ளனர். உலக வங்கி உள்ளிட்ட ஐக்கிய நாடுகள் சபையின் நல உதவி அமைப்புகள் ஒதுக்கும் கல்விக்கான தொகை மேலும் மேலும் அதிகரித்து வரும் சூழலில் பெற்றோர்களின் வறுமை, அவர்களது கல்வி குறித்த அறியாமை, அக்கறையின்மை இவற்றோடு சமூக பொருளாதார கலாச்சார சூழல் என பரந்து பட்டுக் குழந்தைகளின் கல்வித்தர சீர்கேட்டுச் சூழல் அமைந்திருந்தாலும், பல புள்ளிவிவர சேகரிப்புகள், பள்ளியின் செயல்திறன் இன்மை ஒரு குழந்தை பள்ளியிலிருந்து பாதியில் படிப்பை விடுவது அல்லது தரமற்றுப் போவதற்குப் பிரதான காரணியாக இருப்பதைக் காட்டியுள்ளன.

கல்வியின் தரம் மூன்று பிரதான காரணிகளால் கட்டமைக்கப்படுவதாக நோபல் பரிசு பெற்ற பொருளாதார நிபுணர் அமர்தியாசென் தனது 'அடிப்படைக் கல்வி ஒரு அரசியல் பிரச்சனை' (Basic Education as a Political Issue) கட்டுரையில் குறிப்பிடுகிறார்:

1. கல்வி உற்பத்தி ஈடுபாட்டில் உள்ளூர் அமைப்புகளின் பங்களிப்பு.
2. பள்ளிக்கு வழங்கப்படும் உட்தரவு (Inputs) கள் வசதி, வாய்ப்புகள் (இதில் ஆசிரியரும் அடங்குவர்)
3. அத்தகைய உட்தரவுகளைப் பள்ளி எந்த அளவுக்கு ஒரு அமைப்பாக இருந்து பயன்படுத்தி கற்போரிடம் சென்று சேர்க்கிறது ஆகியன.

இதனை அளத்தல் அவ்வளவு எளிதானதல்ல. ஒரு செருப்புத் தயாரிக்கும் தொழிலாளியோ அல்லது ஒரு தையல்காரரோ அன்றைய நாள் முழுவதும் என்ன வேலை பார்த்திருக்கிறார் என்பதற்குக் கடை மூடும் போது அவர் எவ்வளவு ஜோடி செருப்பு அல்லது எவ்வளவு சட்டை தைத்திருக்கிறார் என்பதை எண்ணிச் சொல்லிக் கண்டுபிடித்து விடலாம். ஒரு மருத்துவருக்கு அவர் பரிசோதித்த நோயாளிகளின் எண்ணிக்கை அவரது வேலை குறித்த அளவுகோலாக அமைகிறது. ஒரு ஆசிரியருக்கு அப்படிச் சொல்லவே முடியாது. ஆசிரியரின் வேலைத் திறனை அளக்கும் அளவுகோல் தேர்வு மதிப்பெண்ணா என்பதிலும் குழப்பமே உள்ளது. அதே முப்பத்தைந்து, நாற்பது பேர் கொண்ட ஒரு வகுப்பறைக்கு தினமும் செல்வதை வைத்து அவரது பணியை அவர் சிறப்பாகச் செய்வதாக நாம் சொல்லிவிட முடியுமா? அங்கே அவர் ஏதும் செய்யாது சும்மா நாற்காலியில் உட்கார்ந்து விட்டு வரவும் வாய்ப்பு உள்ளது.

எனவே குழந்தைகளின் கற்றல் வெளித்தரவு, (Output) மீதான தேர்வே ஆசிரியரின் திறனையும் சேர்த்து அளக்கும் அளவுகோலாகப் பொருளாதார நிபுணர்கள் கருதுகிறார்கள். மனிதவள மேம்பாட்டுப் பொருளாதாரம் (Human Capital and Economics of Education) அல்லது கல்விப் பொருளாதாரம் என்பது இன்று பொருளாதாரத்தின் தனித்துறையாக இயங்குமளவு வளர்ந்துவிட்டது. நோபல் பொருளாதார நிபுணர்களான டி.டபிள்யூ.ஷல்ட்ஸ் மற்றும் ஜி.எஸ். பெக்கர் போன்றவர்கள் அத்துறையை, உழைப்பாளிகள் பொருளாதாரம் (Labour Economics), சர்வதேசப் பொருளாதாரம், நல உதவிப் பொருளாதாரம் என பல்துறை சார்ந்ததாக வளர்த்தெடுத்துள்ளனர்.

இத்துறையே மாணவர் தர நிர்ணயத் தேர்வை (Standard Achievement Test) ஏற்படுத்தியது. இத்தகைய தேர்வு இந்தியாவிற்குக் காலம் தாழ்ந்தே வந்தது என்றாலும் பள்ளி தரத்திறன் (Efficiency) குறித்த இத்தேர்வுகள் 1966-லேயே கோல்மன் கமிட்டி (Coleman Committee) மூலம் அமெரிக்காவிலும், லேடி பவுலன் கமிட்டி மூலம் இங்கிலாந்திலும் அறிமுகம் ஆகிவிட்டன. இந்தக் கமிட்டிகளின்

அறிக்கை பெரிய தாக்கங்களை, அதிர்வலைகளை அப்போது அங்கே ஏற்படுத்தியது. இந்தத் தேர்வுகள் மொழி, கணிதம், அறிவியல் பாட அறிவையே பரிசோதிப்பதால், அவசியம் என கருதப்படும். நீதி, மதிப்பீடுகள், மனித நேயம், ஆளுமைப் பண்பு போன்றவற்றைப் புறந்தள்ளுவதால் உலக அளவில் இத்தேர்வுகளை வைத்து மாணவர் மற்றும் பள்ளியின் தரத்தை விமர்சிப்பதற்குக் கடும் எதிர்ப்பு உள்ளது.

இருந்தாலும், நம் நாட்டில் பல அரசு சாரா கல்வி அமைப்புகளால் நடத்தப்படும் இந்தத் தேர்வுகள், நமக்கு அதிர்ச்சியூட்டும் முடிவுகளைத் தருகின்றன. நமது ஆரம்பப் பள்ளிகளில் ஆறாம் வகுப்பு மாணவர்களில் 89 சதவிகிதம் பேருக்கு எழுத்துக் கூட்டி வாசிக்கத் தெரியவில்லை என்பது போன்ற இத்தேர்வு முடிவுகள் காட்டும் 'உண்மை நிலை' கல்வியின் தரம் குறித்த பல வகை அதிர்வுகளைக் கல்வியாளர்கள் மத்தியில் ஏற்படுத்தி விடுகின்றன. கோல்மன் கமிட்டி அறிக்கை பள்ளிகளுக்கு இடையிலான தரச்சான்று தர முடியவில்லை. காரணம் மாணவர்களுக்கு இடையிலான கல்வி சால் அடிப்படை ஏற்றத்தாழ்வு என்பது ஒரு பள்ளிக்குள்ளேயே நிலவும் சூழலாக இருந்தது ஆகும். உலகெங்கிலும் இவ்வகைத் தேர்வுகளால் கிடைத்த மிக பிரமாண்ட புள்ளிவிவரக் குவியலுக்குள் புகுந்து 1970-களின் தொடக்கத்தில் அறிவிலும் ஆற்றலிலும் சிறந்த மூன்று பொருளாதார கல்வி நிபுணத்துவ இளைஞர்கள் பள்ளியின் உட்தரவுகளுக்கும் (Inputs) வெளிப்பாடுகளுக்கும் (output) இடையிலான தொடர்பை அறிவியல் முறைப்படி கணக்கிட முயன்று வெற்றி கண்டனர். அவர்களது முடிவுகளை 'ஆசிரியர்கள் வித்தியாசத்தை ஏற்படுத்தும் சக்தியாக இருக்கிறார்களா? எனப் பொருள்படும் (Do Teachers Make a Difference) எனும் நூலாக வெளியிட்டார்கள். அவர்கள் தொழிற்துறையிடமிருந்தும் விவசாய உற்பத்தித் துறையிடமிருந்தும் உற்பத்தி செயல்பாட்டு (Production Function) தரவுகளைக் கல்விக்குள் புகுத்தினார்கள். ரோஸ் டால்மின், கிறிஸ்டோபர் வைன், சார்லஸ்மன் ஆகியோர் அந்த புத்தகத்தில் கல்விக்கான உற்பத்திச் செயல்பாட்டுத் தரவு என்பதைக் கீழ்க்கண்ட சமன்பாடாக முன்வைத்தனர்.

$$Y = f(F, S, P, O, I)$$

இதில்

Y = பள்ளியின் உற்பத்திப் பொருள் அலகு வெக்டார்

F = மாணவரின் குடும்பப் பின்னணி மற்றும் அவரிடம் குவிந்த கல்வி குணநலம்

S = அந்தக் கல்வி ஆண்டில் பள்ளியில் கிடைத்த உட்தரவு (School Input-Vector)

P = பள்ளி ஆண்டுகள் உட்பட்ட தாக்கக் குழுக்களின் பங்கு (Pear Group Influence) (ஆசிரியர் உட்பட)

O = ஏனைய சமூக மாறிகள் (Other Communal Variables)

I = குழந்தைகளின் இயற்கையாய் அமைந்த திறன்கள்.

இதன் அடிப்படையில் அமைந்த அவர்களது ஆய்வு ஆசிரியர் பங்களிப்பு என்பது கல்வியின் தவிர்க்க இயலாத பிரதான அம்சம் என்பதை நிரூபித்தது. இதே வகையில் இந்தியாவில் ஹானுஷேக் 1979, 1986 மற்றும் 1994 ஆகிய ஆண்டுகளில் இந்திய கல்வியியல் புள்ளிவிவரங்களைக் கொண்டு கல்வி உற்பத்திச் செயல்பாட்டுத் தரவுகளை ஆய்வு செய்தார். School Effectiveness and School Improvement இதழில் விரிவான கட்டுரைகள், ஆய்வறிக்கைகளைத் தாங்கி வெளிவந்தன. இவற்றை ஆதாரமாய்க் கொண்டு இந்தியக் கல்வியாளர் ஜந்த்யாலா திலக் மற்றும் கிரேக்கக் கல்வியாளர் ஜார்ஜ் ப்சாச்சார் பாலஸ் ஆகியோர் மூன்றாம் உலக நாடுகளின் கல்வித் தரம் குறித்து விரிவாக ஆய்வுகளை மேற்கொண்டு கல்வி விளைவளைவு (Output) குறித்த தங்களது முடிவுகளை 2000-ஆம் ஆண்டு ‘கல்வி, சமூகம்... வளர்ச்சி’ எனும் பிரமாண்ட (Education, Society and Development) புத்தகமாய் வெளியிட்டனர். ஒரு குழந்தை கல்வி பெறுவதில் ஆசிரியரின் தாக்கம் குறித்து இந்த ஆய்வு விரிவாக அலசுகிறது:

வளர்ச்சி அடைந்த தொழிற்துறை நாடுகள் மற்றும் வளர்ந்து வரும் நாடுகள் இவற்றிடையே ஆசிரியர் பங்களிப்பின் முக்கியத்துவம் வேறுபடுவதில்லை என்பதை அவர்களது கள ஆய்வு நிரூபித்தது!

ஒரு பள்ளியின் கட்டட மற்றும் தளவாட வசதிகளையும் அந்தப் பள்ளி அமைந்துள்ள சமூகப் பொருளாதார சூழல்களையும் கடந்து தனிமனித ஆசிரியர் பங்களிப்பு கல்வித்தரத்தைப் பெருமளவு உயர்த்த முடியும் என்பதை ஆய்வு மெய்ப்பிக்கிறது.

ஆசிரியர் - மாணவர் விகிதாசாரம், ஆசிரியரின் கல்வி அனுபவங்கள் இவை ஓரளவே கல்வியின் தரத்தை பாதிக்கின்றன. சிறு வகுப்புகளுக்கும் கூட்டமான வகுப்பு மாணவர்களுக்குமான வேறுபாடு ஆசிரியரின் தனித்திறன் அடிப்படையிலேயே ஏற்றத்தாழ்வு காண்கிறது என்பதை இந்த அறிக்கை சுட்டுகிறது.

‘ஒரு வகுப்பு - ஒரே ஆசிரியர்’ என்பதே ஆரம்பப் பள்ளியில் கல்வித் தரத்திற்கு வழி வகுக்கும் என்பது இந்த ஆய்வின் முடிவுகளில் ஒன்றே.

நோபல் பரிசு பெற்ற பொருளாதாரக் கல்வி நிபுணர் கூப்மன் ஆசிரியரின் திறன் குறித்து, தொழிற்துறையின் சொல்லாக்கமான தொழில்நுட்ப திறன் (Technical Efficiency) என்பதை முன் வைத்தார்.

டெட்ரியோ, ஃபேரல் ஆகியோர் கூட்டாக வெளியிட்ட இந்தத் தொழில்நுட்பத்திறன் அளத்தல் குறித்த பொருளியல் துறை கோட்பாட்டில் கச்சாப்பொருட்களின் வீண் உபரியாகப் போவதை தடுக்கும் திறன் (The Ability to Avoid waste by Producing as Much Output) உற்பத்தியின் அலகை அதிகப்படுத்தும் எனும் அம்சத்தைக் கல்விக்குள் புகுத்தி ஆசிரியரின் திறன் குறித்த பல்வகை அலகுகளை டி.என். ராவ், அசோக் மாத்தூர் போன்ற கல்வியாளர்கள் இந்தியப் பள்ளிகளின் தர ஆய்வுகளில் கண்டடைந்தனர். மத்தியப்பிரதேச மாநிலத்தின் 800 ஆரம்பப் பள்ளிகளில் பிரமாண்டமாகத் தங்களது புள்ளி விவர சேகரிப்பை இவர்கள் நடத்தினார்கள். குடும்பப் பின்னணி, ஆதிக்கக் குழுக்களின் ஆளுமை, பள்ளிச் சூழல், வகுப்பு ஆசிரியரின் குடும்பப் பின்னணி, கல்வி கற்ற பின்னணி, தலைமை ஆசிரியரின் தலைமைப் பண்புகள், கற்றல் கற்பித்தல் கருவிகளின் இருப்பு பயன்பாடு என புள்ளிவிவரங்களை இவர்கள் சேகரித்தார்கள். 40 மாறிகள் (Variables) முதலில் உருவாக்கப்பட்டு பின் அவை 22-ஆக குறைந்து கடைசியில் ஒரு பள்ளியின் கல்வித் திறன் (Efficiency) குறித்த முடிவுகளை அடைய 18 மாறிகளைக் கணக்கிட்டு இக்கல்வியாளர்கள் முன்மொழிந்தனர். இவை சாரா மாறிகள் (Independent Variables) ஆகும்:

1. AGEINYRS   -   வயது (ஆண்டுகளில்)
2. TOTLMEMB   -   குழந்தையின் மொத்த குடும்பத்தினர் எண்ணிக்கை
3. FAEDSTAT   -   தந்தையின் கல்வித்தகுதி நிலை
4. OCCFAGDN   -   தந்தை/பாதுகாவலர் பார்க்கும் வேலை
5. OTHERDUTY   -   கல்வி கற்றல் தவிர குழந்தை செய்யும் இதர பணிகள்
6. ENTERRHR   -   பொழுதுபோக்கிற்குக் குழந்தை செலவிடும் கால அளவு
7. TIMETOSC   -   வீட்டிலிருந்து பள்ளி வந்து போக ஆகும் கால அளவு
8. TOTATTN   -   ஆண்டுக்கான வருகைப் பதிவு
9. S.F   -   பள்ளி வசதிகள் (உட்தரவு inputs)
10. SIC-REC   -   ஐந்தாம் வகுப்பு மாணவர்களில் மதிய உணவுத் திட்டத்தில் உள்ளோர்.
11. OCC PN H-W   -   ஆசிரியரின் வாழ்க்கைத் துணை (கணவன்/மனைவி) பார்க்கும் வேலை.

12. YRATSCHL - அப்பள்ளியில் ஆசிரியர் பணியாற்றி வரும் ஆண்டுகள் (அனுபவம்)
13. TECHSIML - ஒரே நேரத்தில் ஆசிரியர் எடுக்கும் பல் வகுப்புகளின் விவரம்
14. TA-INO - கற்றல் கற்பித்தல் கருவிகள்
15. NOOFCHLD - ஆசிரியரின் குழந்தைகள் (மகன்/மகள்) எண்ணிக்கை
16. LANGUPTU - ஆசிரியர் கல்வித்தகுதியில் மொழிப்பாட அளவு
17. SALSTV - ஆசிரியர் ஊதியம் (ஒரு மாணவருக்கு எவ்வளவு)
18. NOSTU - வகுப்பில் மாணவர் எண்ணிக்கை

இந்தச் சாரா மாறிகள் (Independent Variables) இரு வகையானதாக உள்ளதைக் காணலாம். இவற்றில் எட்டு மாறிகள் (முதல் பிரிவு) பள்ளி சார்ந்தவை. ஏனைய 10 மாறிகள் சூழல் மாறிகள் (Environmental Variables) இவற்றைப் பள்ளியால் கட்டுப்படுத்த முடியாது. ஆசிரியர் ஊதியம், ஆசிரியர் மாணவர் விகிதாசாரம் கூட பள்ளியால் கட்டுப்படுத்த முடியாது. அது கல்வித்துறை சார்ந்த மாறிகளாக உள்ளது. இந்த சாரா மாறிகள் என்பவற்றைச் சார்ந்து இருக்கும் மாறியாக (Dependent Variable) பள்ளித்தர தேர்வில் (SAT) கணிதம் மற்றும் மொழிப் பாடங்களில் மாணவர் பெறுகின்ற மதிப்பெண் என்பது உள்ளது.

பள்ளி என்பது பல்வகை உற்பத்தி (Multi-Product) நிறுவனமாகும். இங்கே ஆசிரியர் எப்படி ஒரு ஆசிரியர் ஊக்கியாகவும் அவசியமான உத்தரவாகவும் (Input) அதனைக் குழந்தைகளைச் சென்றடைய வைக்கும் உற்பத்தி சக்தியாகவும் ஒருங்கே செயல்படுகிறார் என்பதை ஒரு 76 வரைபட (Graphical) மாட்ரிக்ஸ் வழியே ஏ.எம். நல்லா குவண்டன் தனது நூலில் விவரிக்கிறார். பள்ளியின் வெளித்தரவு உற்பத்தி, சந்தை முறையில் விலை போட முடிந்த அம்சமல்ல. அதன் உட்தரவு (Inputs) களும் பெரும்பாலும் சந்தை அடிப்படையில் விலையில்லாதவையே. எனவே பள்ளியின் உற்பத்தித் திறனை அல்லது ஆசிரியரின் உற்பத்தித்திறனை அளவிடும் தொழில்நுட்பம் விலைகளை அடிப்படையாகக் கொள்ள முடியாது. பள்ளி, வழக்கு மன்றம், மருத்துவமனைகள் போன்ற உற்பத்தி அளவுகோல்களை விலையிட முடியாதவற்றைப் பொருளியல் அறிஞர்கள் தீர்மான அலகுகள் (DMU) அதாவது Decision Making Units என்று அழைக்கின்றனர்.

மேற்கண்ட புள்ளிவிவரங்களையே பயன்படுத்தி இந்தக் கல்வியாளர்கள் ஆசிரியர்களுக்கு மிகவும் அவசியமான பள்ளி உற்பத்தித்திறனில் அதிக ஆதிக்கம் செலுத்தும் மூன்று இயல்புகளைத் தனித்தெடுத்துப் பட்டியலிடுகின்றனர்.

1. கற்பித்தலில் ஆசிரியர் காட்டும் முழுமையான ஈடுபாடு.
2. குழந்தைகள் மீதான ஆசிரியரின் நேசம் பிணைப்பு, விருப்பு.
3. தன் வேலை விஷயத்தை (யாருடைய கண்காணிப்பும் இன்றியே) முக்கிய கடமையாகக் கொள்ளுதல்.

மேற்கண்ட இந்த மூன்று சிறப்பியல்புகளோடு கற்றல் கற்பித்தலின் நுணுக்கங்கள், பாடத்தில் வல்லமை ஆகியன இணையும்போது பொதுவாக ஆசிரியர்கள் மிகச் சிறப்பான வகுப்பறையைப் பள்ளியைக் கட்டமைக்கிறார்கள். இதே தரவு வரைபட மாட்ரிக்ஸ் முறைப்படி இந்தியாவின் அனைத்து மாநிலங்களிலும் பள்ளித்திறன் சராசரிகள் அடையப்பட்டன. இதனுடைய ஒட்டுமொத்த அறிக்கை, 'கல்வியில் தேசிய திட்டமிடல் மற்றும் மேலாண்மை நிறுவனத்திடம்' (NIEPA) சமர்ப்பிக்கப்பட்டது.

தமிழ்நாடு உட்பட ஏறத்தாழ 20 மாநிலங்களில் இதே மாதிரி ஆய்வுகள் பல்வகை முடிவுகளைக் காட்டுகின்றன. பள்ளியின் செயல்திறன் (Efficiency) சராசரி என்பது, பூஜ்யம் முதல் ஒன்று என கணக்கிடும் அளவீட்டின்படி வழங்கப்படுகிறது. தமிழ்நாட்டில் அது 0.02க்கும் 0.96க்கும் இடையே இருப்பதாகக் கணக்கீடு சொல்கிறது. எனவே நமது தமிழகத்தில் செயல்படுதிறன் பள்ளிகள் எவ்வளவு உள்ளனவோ அதற்குச் சம அளவுக்குச் செயல் திறனற்ற பள்ளிகளும் உள்ளன. இதுவே அமெரிக்காவில் 0.66க்கும் 0.74க்கும் இடையே உள்ளதாகச் சர்வதேசக் கல்வி இணையம் கூறுகிறது. மிகுந்த செயல்திறன் இல்லை என்றாலும் செயல் திறனற்ற பள்ளி என அங்கு ஏதுமில்லை.

சர்வதேசக் கல்வித் தரப் பட்டியல் என்பது சர்வதேச மாணவர் தர ஆய்வு நிகழ்வு (Programme for International Student Assessment (PISA)) எனும் தேர்வின் அடிப்படையில் வழங்கப்படுகிறது. இதன் முடிவுகள் வழியே மேற்கண்ட அதே முறைப்படியான பள்ளி செயல்திறன் சராசரியில் முதலிடத்தில் உள்ள நாடு பின்லாந்து (Finland) ஆகும். அங்கே செயல்திறன் சராசரி 0.86க்கும் 0.98க்கும் இடையே உள்ளது என கணக்கிட்டுள்ளார்கள்!

மேற்கண்ட இப்புள்ளி விவர ஆய்வுகளும் ஆய்வு முடிவுகளும் நமக்கு மூன்று விஷயங்களைத் தெள்ளத்தெளிவாக உணர்த்துகின்றன. ஒரு ஆசிரியரின் தொழில்சார்ந்த வேலைத் திறனை அளப்பது

எவ்வளவு கடினம்? எவ்வளவு சிக்கலான விஷயம் என்பதை மேற்கண்ட ஆய்வுகள் உணர்த்துகின்றன. இரண்டாவது விஷயம் கற்றல் செயல்பாடுகளை நேரடியாகவோ மறைமுகமாகவோ பள்ளிச்சூழலுக்கு வெளியே உள்ள காரணிகள் பாதிக்கின்றன. மூன்றாவது ஒரு பள்ளியின் செயல்திறனை அதிகரிக்கத், தனிப்பட்ட ஆசிரியர் மனது வைத்தால் மட்டுமே முடியும், அதே சமயம் அவர் முயன்றால் மட்டுமே போதாது. அந்தப் பணியில் ஆசிரியரின் முயற்சிகளுக்கு வெற்றி கிடைக்க என்ன செய்ய வேண்டும்? வகுப்பறையை வெற்றியாளர்களின் பாசறையாக, கல்வி எனும் தொடர் நிகழ்விலும் திரும்பச் செய்தலிலும் சுவை கூடும் இடமாக இருண்ட அறையை வெளிச்சமாக்கிச் சிறைக் கதவுகளை உடைத்து சுற்றுச் சுவர்களைத் தகர்த்து புதிய காற்றை உள்ளே பரவச் செய்தவர்கள் யார்? அவர்களைச் சந்திக்கும் முன் உலக அளவில் நாம் ஒரு கல்விச்சுற்று சுற்றுவது நமது தொழில் சார்ந்த உலகப் புரிதலை நமக்கு வழங்கும். ஏனைய நாடுகளில் கல்வி என்பதும் வகுப்பறை என்பதும் எப்படி உள்ளது? நாம் சந்திக்கும் அதே சவால்களை அவர்கள் எப்படி சமாளிக்கிறார்கள்?

2

அமெரிக்கா.. அமெரிக்கா...

உலக மயமாதல், புதிய பொருளாதாரத் திறந்த சந்தை என்பது அனைத்து நாடுகளிலும் கல்வி குறித்த பெருத்த கவலையை விதைத்துவிட்டது. உலகமே போட்டிகளின் சிலுவைகளில் குழந்தைகளைச் சத்தமின்றி அறையும் அவசர சித்திரவதையாகவே பெரும்பாலும் கல்வியை மாற்றிவிட்டன. சந்தைப் பொருளாதார கார்பரேட்வாதிகள் எலிகளின் ஓட்டப்பந்தயமாக (Rat Race) கல்வியை மதிப்பெண் மயமாக்கிக் குழந்தைப் பருவத்தைக் கொன்றாயிற்று. இதற்கு எந்த நாடும் விதிவிலக்கு அல்ல என்பதே இன்றைய உலகளாவிய சூழல். பெரிய பெயர் வாங்கிய கல்வி நிலையங்களில் சென்று சேர்ந்து, தன் பிள்ளைகளைப் படிக்க வைக்க நடக்கும் போட்டாபோட்டி உண்மை கற்றல் கற்பித்தல் அனுபவங்களிடமிருந்து பிள்ளைகளை எங்கோ இழுத்துச் சென்றுவிட்டது. தான் விரும்பிய ஒரு பாடத்தை தேர்வு செய்து தனது உள்ளூர்ச் சூழலில் படிப்பும் கும்மாளமுமாய் வளரும் சுதந்திரத்தை, நாளைய சந்தையில் 'நல்ல விலைக்குப் போக' வேலைக்கான சுயவிவர (Resume) சேகரிப்பின் சித்திரவதையில் குழந்தைகள் தொலைப்பது என்பது இன்றைய சர்வதேச எதார்த்தம் ஆகும். இப்படிப்பட்ட சூழலிலிருந்து

குழந்தைகளை மீட்க கல்வியாளர்களும், குழந்தை உரிமைப் போராளிகளும் இந்தியாவில் நடப்பதைப் போலவே மாற்றங்களை உலகெங்கும் முன்மொழிந்தபடி இருக்கிறார்கள்.

எல்லாவற்றுக்கும் அமெரிக்காவை உதாரணம் காட்டும் நாம் அங்கிருந்தே தொடங்கலாம். ஒரே வருடத்தில் 13 பள்ளிகளில் வேலைப்பளு தாங்காமல் பள்ளிக்குத் துப்பாக்கி எடுத்து வந்து கண்மூடித்தனமாகச் சுட்டு குழந்தைகள் பலரைக் கொல்வது நடந்துள்ளது. இது குறித்து மாசச்சஸ்டர் தொழில்நுட்பக் கல்வியக முதல்வர் மாரிலி ஜோன்ஸ் தனது 'ஸ்கூல்: டெஸ்டிங் டைம்ஸ்' (School-Testing Times) நூலில் தன் மூன்று பத்தாண்டு கல்விப் பணியில் வருடத்திற்கு வருடம் குழந்தைகளின் மீது தேர்வுச் சுமையும் சிறப்பாக மட்டுமே செயல்பட வேண்டிய நெருக்கடியும் பெரிய தாக்கத்தை ஏற்படுத்தியதை ஒப்புக் கொள்கிறார். பெற்றோர்கள் தங்களுக்கு அறிவு ஜீவித பணம் கொட்டும் மெஷின் மட்டுமே குழந்தையாகப் பிறந்திருப்பதாகவும் அதைத் தவிர வேறு பேச்சுக்கே இடமில்லை என்பது போலவும் நடந்து கொள்வதால் அதற்கான கடும் பயிற்சி தளமாக மட்டுமே இயங்கும் நெருக்கடியில் பள்ளிக் கல்லூரிகள் இயங்க வேண்டியுள்ளது. தனது இயலாமை தனிமைப்படுத்தப்பட்ட வாழ்வு இவை ஆத்திரமான துப்பாக்கித் தோட்டாக்களாக சிதறுகின்றன.

தவிர அமெரிக்காவில் கல்வியை நீங்கள் சுலபமாக எடுத்துக் கொள்ள முடியாது என்கிறார் ஜோன்ஸ். பெற்றோர்கள் தங்களது வருமானத்தில் மூன்றில் ஒரு பங்கைத் தங்கள் குழந்தைகளின் கல்விக்காகச் செலவழிக்க வேண்டிய நிர்பந்தம் இன்றுள்ளது. எனவே குழந்தைகளுக்கு எது நல்லதோ அதை விடுத்துப் பெற்றோர்கள் எதை விரும்புகிறார்களோ அதைச் செயல்படுத்துவதே பள்ளிகளின் நோக்கமாகிவிட்டது. அமெரிக்கா மட்டுமல்ல, ஐரோப்பிய நாடுகளின் ஒட்டுமொத்தக் குழந்தை வளர்ப்பு முறை வேலை விண்ணப்ப சுயவிவர அச்சடிப்பு வெறியிலும் அதீத திறன் செயற்கை நிர்பந்தங்களிலும் பெற்றோர்களின் தீவிர கண்காணிப்பு தண்டனையாக மாறிவிட்டது. 21-ம் நூற்றாண்டின் தொடக்கப் பத்தாண்டுகளில் கல்வித் தகுதி என்பது முன் எப்போதையும் விட அதிக முக்கியத்துவம் பெற்றதாகி, பள்ளிக் குழந்தைகளைத் தகுதிக்கு மிக அதிகமாய் உழைத்து பல படி நிலைகளைத் தாண்டும் சர்க்கஸ் சாகசமாகக் கல்வியை மாற வைத்துவிட்டது. மான்செஸ்டர் முதல் மாண்ட்ரியல் வரை, ஸ்டான்போர்டு முதல் மெல்போர்ன் வரை பெற்றோர்கள் பெயர் பெற்ற பள்ளிக்கு அருகில் நோக்கி குடிபெயர்வது இந்த நூற்றாண்டில் அதிகரித்துவிட்டது.

வாழ்வா சாவா பிரச்சனையாகத் தேர்வு மதிப்பெண்ணைக் கருதும் நிலை என்பது தெற்காசிய நாடுகளிலிருந்து பரவி இருக்க வேண்டும். தான் தனது காலனிய நாடுகளில் விதைத்ததை பிரிட்டன் இன்று தானே தனது தோட்டத்தில் அறுவடை செய்யும் நிலை இது. சீனா முதல் கொரியா, ஜப்பான் என்று தேர்வுகளே கல்வியை ஆட்சி செய்யும் சூழல். கொரியாவில் பல்கலைக்கழக நுழைவுத்தேர்வு நாள் என்பது பிரமாண்டமாகத் தொலைக்காட்சியில் நேரடி ஒளிபரப்பு முதல் அந்த ஒருநாள் தேர்வுக்காக எல்லாப் பள்ளிகளும் 'தேர்வு நரகத்தில்' கொப்பரைகளில் குழந்தைகளைப் போட்டு வறுத்து எடுப்பது வாடிக்கையாகிவிட்டது. அந்தத் தேர்வின் தேர்ச்சியே பள்ளியின் சாதனைப் பெற்றோர் இலக்கு. சீனப்பள்ளி வாழ்வின் மாயமந்திர வாசகம் என்ன தெரியுமா, 'நாலு மணி நேரம் தூங்கு நீ பாஸ்! ஐந்துமணி நேரம் தூங்கு நீ பெயில்' என்பது! இதன் உச்சமாக அவ்வப்போது கத்திக்குத்து, ரத்தக்களரி என்பது (ஐரோப்பாவைப் போல) சீனப் பள்ளிகளிலும் நடக்கிறது.

1960-70களில் ஏதோ படைப்பாக்கக் கல்வி அது இது என ரூசோ வழி விடுதலைக் கல்வியைப் பிரஸ்தாபித்த ஐரோப்பியர்கள், கிழக்கு மற்றும் தெற்கு ஆசியக் குழந்தைகள் தங்களது பெரிய வேலை நிறுவனங்களில் வந்து எளிதில் வேலை கிடைத்து, சர்வதேசத் தேர்வுகளிலும் தொடர்ந்து தங்களை விட முன்னிலையில் இருப்பதைப் பார்த்து நிர்பந்தத்திற்கு அடிபணிந்து 80-களில் குழந்தைகளின் பள்ளிக்கூட வேலைச் சுமையை மும்மடங்கு அதிகரித்தனர். நம்ம ஊரைப் போல தெருவுக்குத் தெரு நர்சரிப் பள்ளிகள் வந்துவிடவில்லை என்றாலும், கொரியா, ஜப்பான், ஹாங்காய், சிங்கப்பூர், சீனாவின் பெரும்பான்மைப் பகுதிகள் என ஆசிய நாடுகள் ஆங்கிலம் பேசுவதைப் பள்ளிகளில் கட்டாயம் ஆக்கி உள்ளன. தனியார் டியூஷன் என்பது தற்போது அமெரிக்கா உட்பட அனைத்து நாடுகளிலும் நீக்கமறப் பரவி வியாபித்து புற்றீசல்களாகிக் குழந்தைகளின் விளையாட்டு நேரத்தை அரிக்கின்றன.

பொருளாதார மற்றும் வளர்ச்சிக் கூட்டமைப்பு (Organisation for Economic Co-operation and Development (OECD)) 2000-த்திலிருந்து சர்வதேச மாணவர் தரச்சான்று தேர்வு (Programme for International Student Assessement (PISA)) முடிவுகளை, வளர்ச்சி கண்ட தொழில்துறை நாடுகளிடையே அரை லட்சம் மாணவர்களை ஒரே மாதிரியான மொழி, கணிதம், அறிவியல் பாடத்தில், தேர்வு நடத்தித் தரவரிசை வெளியிடத் தொடங்கியது. மூன்றாம் உலக நாடுகளை அது கணக்கில் எடுப்பதில்லை. தனது கூட்டமைப்பில் அங்கம் வகிக்கும் நாடுகளிடையே அது அந்தத் தேர்வுகளை நடத்தினாலும்

அத்தேர்வில் வெளிநாடு வாழ் இந்தியக் குழந்தைகள் பெரிய அளவில் பிரகாசிக்கின்றன. இந்தத் தேர்வு முடிவுகளை நாடுகள் தங்களது கவுரவப் பிரச்சனையாகக் கருதுவதால் இந்தத் தேர்வுக்குத் தயாராவதைக் குழந்தைகள் மீது பெரிய பிரச்சனையாக அவை திணிக்கின்றன. இத்தேர்வில் குறைந்த மதிப்பெண்கள் பெற்றுத் தர வரிசையில் கீழே போகும் நாடுகள் கல்விப் பொருளாதாரம் குறித்தும் சர்வதேச வேலைப்பணியிடங்களில் தனது நாட்டு இளைஞர்கள் புறக்கணிக்கப்படுவதற்குமாக அஞ்சி பெரிய அதிர்வலைகளைத் தங்கள் குழந்தைகள் மீது அவசர ஆத்திர உணர்வோடு இறக்குகின்றன. உதாரணமாக டென்மார்க்கில் (டென்மார்க் கடந்த நான்கு வருடமாக PISA தரச்சான்றில் கீழிருந்து இரண்டாமிடத்திற்கு தள்ளப்பட்டது) ஒருவகைக் கல்வி அவசரநிலைப் பிரகடனம் செய்யப்பட்டு குழந்தைகளின் மகிழ்ச்சி முற்றிலும் சூறையாடப்பட்டுள்ளது. டென்மார்க் பள்ளிகள் தங்கள் குழந்தைகளுக்கு அபரிமித செல்லம் கொடுத்ததால் வந்த வினை என்று கல்வி அமைச்சர் பாராளுமன்றத்திலேயே அறிவித்தார். பிரிட்டனில் தேசிய தரச்சான்று தேர்வாக PISA ஒரு குட்டி போட்டது! இது கார்பரேட்வாதிகளின் கண்டுபிடிப்பு. பள்ளிகளிடையே தரவரிசை அது இது என்று கடும் சந்தை யுக்திகளில் சிக்கி அங்கே இப்போது குழந்தைகள் சித்திரவதை உச்சத்தில் உள்ளது.

ஒரு விஷயம். இப்படி தேர்வுகளை மையமாக்கும் கல்வி பள்ளிமுறை தீவிரமடையும் போது என்ன ஆகிறது? தேர்வு முறைகேடுகளுக்கும் பஞ்சமில்லை. காப்பி அடிப்பது மற்றும் பல்வேறு குறுக்கு வழிகளில் சாதனை காட்டுதல், கனடாவில் தான் உலகிலேயே காப்பி அடிப்பதில் நம்பர் ஒன் (இதிலும் தர வரிசை(?) உண்டு) மாணவர்கள் உள்ளனர். தொண்ணூறு சதவிகிதம் பட்டதாரிகள் அங்கே 'காப்பி பட்டம்' வைத்துள்ளதாக ஒரு புள்ளி விவரம் சொல்கிறது. 1996-க்கும் 2006-க்கும் இடையே முக்கியத் தேர்வில் ஏமாற்று வேலைகளில் ஈடுபட்ட மாணவர் எண்ணிக்கை கலிபோர்னியாவில் இரட்டிப்பு ஆகிவிட்டது. வெறும் பள்ளிக்கல்வி என்றல்ல, ஒரு ஐயாயிரம் பவுண்டுகளுக்கு நீங்கள் சர்வதேச சந்தையில் ரெடிமேட் முனைவர் பட்ட ஆய்வறிக்கையை இன்று உங்கள் கணினியில் 'டவுன்லோடு' செய்யலாம் எனுமளவு முறைகேடுகள் கல்வியில் உச்சாணிக்கு ஏறி விட்டன! இந்தியாவில் முப்பது பேரில் இருவர் பொய்ப்பட்டம் ஏதாவது ஒன்றை வைத்துள்ளனர். இது முதுகலைப் பட்டமாகவே பெரும்பாலும் உள்ளது. (உபயம்: தனியார் பல்கலைக் கழகங்களில் தொலைதூர

ஊழல் கல்வித்துறை). இதுவே அமெரிக்கா உள்ளிட்ட நாடுகளில் 10 பேரில் ஒருவராக உள்ளனர். அதிலும் இளம்பருவம் பட்டமே பெரும்பாலும் ஏமாற்றாகவே இருக்கும் நிலை.

ஹாங்காங்கில் மூன்று குழந்தைகளில் ஒன்று எப்போது வேண்டுமானாலும் தற்கொலையை நாடும் மனப் புழுக்கத்திற்கு ஆளாகி விட்டது. லண்டன் போன்ற பெரு நகரங்களில் இரண்டில் ஒரு பள்ளி செல்லும் குழந்தை போதைக்கு அடிமையாகியும் ஏதாவது ஒரு வகையில் பாலியல் தொந்தரவுகளுக்கு ஆளாகிய அவலத்துடனும் வாழ்கிறது. இவையெல்லாம் பள்ளிக்கல்வியின் பின் விளைவுகளே. ஆசிரியர் - குற்றங்கள் (Teacher-Crimes) என தனிப்பிரிவே 2005-ல் தென்கொரியா, ஆஸ்திரேலியா உள்ளிட்ட 17 நாடுகளின் காவல் துறையில் தொடங்கப்பட்ட அவலத்தை எங்கே போய்ச் சொல்வது? ஜப்பான், கொரியா, கனடா உட்பட பல நாடுகளில் 41% மாணவர்கள் கேங்லீடர்களாக வழிப்பறி உட்பட அனைத்து வகை குற்றங்களிலும் ஈடுபடும் அளவிற்குக் கல்வி வெறும் ஏட்டுச் சுரைக்காய் ஆகிவிட்டது. வாஷிங்டனில், ஸ்போகேன் எனும் பகுதியின் பள்ளி சமீபத்தில் அங்கே நாளிதழ்களில் முதல் பக்கச் செய்தியாகி, ஃபேஸ்புக் முதல் ட்வீட்டர் வரை அதிர்வுகளை ஏற்படுத்தியது. எல்லாக் குழந்தைகளுக்கும் தேர்வின்போது, எப்படியோ உள்ளே புகுந்து மூன்று கில்லாடி ஆசிரியைகள் எல்லா பதில்களையும் ‘வாரி வழங்கி’ அசத்தினார்கள். எல்லாரும் சென்ட்டம் (100/100)!

3

கல்வியின் மெக்கா பின்லாந்து

இதற்கு நேர் எதிராக யுனிசெப் அமைப்பு உலகிலேயே மகிழ்ச்சியாக இருக்கும் குழந்தைகள் பற்றிய ஒரு தரவரிசையை 2006-ல் வெளியிட்டது. அதற்குக் கிடைத்த ஆதரவால் அவ்வகை முடிவுகளைப் பின் ஆண்டுதோறும் வெளியிடுகிறது. தென்கிழக்கு ஆசியாவின் குழந்தைகள் கணிதம், அறிவியல் பாடங்களில் சிறந்த மதிப்பெண் பெற்றாலும் அப்பாடங்களை ஆர்வம், மகிழ்ச்சி, தன் ஈடுபாட்டோடு கற்பதில் கடைசிக்குத் தள்ளப்பட்டனர். கணிதமும் அறிவியலும் தேர்வு அடிப்படையில் பெரிய அளவிற்கு உயர்த்திப் பிடிக்கப்பட்டாலும் இந்தியா உட்பட ஆசிய நாடுகளில் நோபல் பரிசு அறிவியலில் பெறுவது வரை செல்லும் அறிவியல் ஆர்வம் பூஜ்யத்தை விட சில புள்ளிகளே அதிகம். இது சீனா, ஜப்பான் மற்றும் கொரியாவுக்கும் பொருந்தும். உலகிலேயே குழந்தைகள் மகிழ்ச்சியாகக் கற்கும் அந்தத் தர வரிசையில் பின்லாந்தின் இடம் என்ன? கல்வி மதிப்பெண் வரிசையில் தொடர்ந்து முதலிடமோ

அல்லது இரண்டாமிடமோ வகிக்கும் அந்த நாடு யுனிசெஃப் மகிழ்ச்சி அட்டவணையில் கூட மூன்றாமிடத்தில் இருப்பதுதான் உலக அளவில் பெரிய ஆச்சரியத்தை ஏற்படுத்திவிட்டது.

ஏற்கெனவே பல்கலைக்கழக பட்டம் ஒரு நாட்டில் ஏறத்தாழ எல்லாரும் (100%) பெறுகிற உலகின் ஒரே நாடாக பின்லாந்து உள்ளது. தொழில் வளர்ச்சி, தனிமனித வருமானம் ஆகியவற்றில் தன்னிறைவு. 'நோக்கியா' உட்பட உலகப் பொருளாதார ஜாம்பவான் நிறுவனங்களின் பங்குகளை பின்லாந்து அரசே தன் வசம் வைத்துள்ள அளவுக்கு பொருளாதாரத்தில் வளர்ச்சி கண்ட நாடு அது. எழுத்தறிவு என்பது இன்னும் பாதி மக்கள் தொகைக்குச் சற்றுக் கூடுதலாக இருக்கும் நம் நாட்டோடு ஒப்பிட்டுப் பார்ப்பது பொருந்தாது என்றாலும், இதே கட்சி ஜனநாயகப் பாராளுமன்ற ஆட்சி அதிகாரம், அரசியல் சட்டம் கொண்ட நாட்டில் கல்வி இவ்வளவு உயரத்திற்குச் சென்றுள்ளதன் அடிப்படைகளை நாம் கண்டிப்பாக ஆராய்ந்து அறிய வேண்டும்.

நாம் மட்டுமல்ல, பின்லாந்தில் என்ன நடக்கிறது? வகுப்பறை ரகசியம் என்ன என்பதைக் காண உலகமே அதை நோக்கி விரைகிறது. இன்றைய கார்ப்பரேட் உலகில் கல்விச் சுற்றுலா என்பதே அந்த நாட்டிற்கு இன்று 27 சதவிகித அந்நியச் செலாவணி வருமானத்தை வாரி வழங்குமளவிற்கு அந்த நாட்டு வகுப்பறையைப் பார்த்து கற்றுக் கொள்ள ஆண்டுதோறும் நேரடியாக அங்கே விஜயம் செய்யும் கல்வியாளர்கள் கூட்டம் அதிகரித்து வருகிறது. சமீபத்தில் சிங்கப்பூர் குழந்தைகள் இலக்கிய சர்வதேச எழுத்தாளர்கள், ஆசிரியர்கள் குழுமத்தின் மாநாடு ஒன்றில் பின்லாந்தின் பதினொரு ஆசிரியர்கள் தங்கள் அனுபவங்களைப் பகிர்ந்தார்கள். அவர்களோடு நம் பாணியில் தேநீர் அருந்தும் வாய்ப்பு எனக்குக் கிடைத்தது. பினிஷ் எனும் மொழியே அங்கே ஆட்சி அதிகார மக்கள் மொழி என்றாலும் பின்லாந்தின் ஆசிரியர்கள் பிரெஞ்சு மற்றும் ஆங்கிலத்தில் சரளமாக உரையாடும் திறன் பெற்றிருக்கிறார்கள்.

ஆண்டுக்கு சுமார் 15,000 வெளிநாட்டுப் பிரதிநிதிகள் பின்லாந்தின் பள்ளிக்கல்வி குறித்து அறிந்து வர உலகின் சுமார் 56 நாடுகளிலிருந்து படை எடுக்கிறார்கள். உண்மையிலேயே நாம் கற்றுக் கொள்ள பல பாடங்கள் உண்டு. என்னைக் கவர்ந்த முதல் விஷயம் பின்லாந்தில் ஒரு குழந்தை பள்ளிக்கு அனுப்பப்படும் வயது ஏழு! நம் ஊரில் பிறக்கும்போதே ஒரு நர்சரிப் பள்ளியில்... சரி மீதியை நான் எழுதத் தேவையில்லை.

பின்லாந்தின் கல்விமுறை தேர்வுகளே இல்லாத கல்விமுறை. அனைத்து வகைத் திறமையான குழந்தைகளும் ஒரே வகுப்பில்

பயில்கின்றன. நமது ஏணிப்படி முறை கல்வி பின்லாந்தின் அடிப்படையாகும்.

13 வயது ஆகும் வரை வகுப்பில் யார் முதல் யார் எந்த இடம் என தரம் பிரிப்பதே கிடையாது. அப்படி அந்த வயதில் பிரித்துச் சொல்ல வேண்டுமானால் பெற்றோர்கள் முறைப்படி விண்ணப்பித்தால் மட்டுமே சொல்வார்கள்.

ஒவ்வொரு திறனுக்கும் (கவனிக்க: பாடம் இல்லை திறன்!) ஏழெட்டுப் பாடப் புத்தகங்கள் இருக்கும்; அதில் எதையும் தேர்ந்தெடுக்கும் உரிமை குழந்தைக்கு மட்டுமே உண்டு!

ஏழு வயதில் பள்ளிக்கு வரும் ஒரு குழந்தை முதலில் மூன்று வருடங்களுக்குப் பாதி வேலைநாள் ஏராளமான விடுமுறை, எக்கச்சக்கமான இசை, ஓவியம், விளையாட்டு, ஜிம், கொஞ்சமாக எழுதப் படிக்கக் கணக்கிட கற்க என பள்ளிக்கூட அமைப்பு செயல்படுகிறது.

உயர்நிலைப் பள்ளியை வருட அடிப்படையில் கடக்கும் ஒரு மாணவர், தான் நாலாவது உயர் படிநிலை (நம்ம ஒன்பதாவது வகுப்பு)யில் இருந்தாலும் தேவைப்பட்டால் ஒரு வாரம் முதல் படிநிலைக்குச் (ஆறாம் வகுப்பு) சென்று ஒரு அடிப்படையைக் கற்றுத் திரும்ப தன் வகுப்பிற்குத் திரும்பும் வசதி உள்ளது! இத்தகைய சுதந்திரத்தை மாணவர்களே சுயமாகத் தேர்ந்தெடுத்துக் கொள்கிறார்கள்.

எந்தப் போட்டியும் இல்லாத கற்றல் முறை அமலில் உள்ள பின்லாந்தில் என்னை அதிர்ச்சி அடைய வைத்த பிரதான விஷயத்திற்கு வருகிறேன். அங்கே கல்வி என்பது முழுக்க முழுக்க அரசே நடத்தும் விஷயமாக உள்ளது. திருவாளர். டோமிஷ் ரெய்னர் - இவர் ஜெர்மனிக்காரர் அங்கே பின்லாந்தில் போய் ஆசிரியர் ஆகி இருக்கிறார். இந்திய தனியார் பள்ளிகள் பற்றி நான் குறிப்பிட்டபோது அவர் பெரிய அதிர்ச்சி அடைந்தார். அரசே பள்ளிகளை நடத்தும்போது இவர்களிடம் ஏன் போக வேண்டும் என அவர் வினவியதற்கு என்னிடம் பதில் இல்லை. அரசு தான் அளிக்கும் கல்வியில் சுணக்கம் காட்டுகிறதா என்பதை அவர்கள் திரும்பத் திரும்பக் கேட்டார்கள்.

ஒரு தனியார் பள்ளிக்கூடம் இல்லாத பின்லாந்தில் தனிக் கவன வெளி டியூஷன் (தனிவகுப்பு) எனும் பேச்சுக்கே இடமில்லை! தனது ஜெர்மனியை விட இந்த விஷயத்தில் பின்லாந்தே சிறந்தது என்றார் ரெய்னர். ஹெலன்ஸ்கி எனும் பின்லாந்தின் மாகாணத்தில் வாண்டா எனும் பெரிய நகரில் வியர்போலா எனும் பள்ளியின் தலைமை

ஆசிரியர் திருவாளர் பெக்கா கெய்ஸ்மன், என்னோடு பகிர்ந்த விஷயங்களைக் கோர்வையாக உங்களுக்கு வழங்குவது கொஞ்சம் சிரமம்தான்; ஒரு தலைமை ஆசிரியர் சர்க்கஸின் பஃபூன் போன்றவர் என்கிறார் கெய்ஸ்மன். எல்லாரையும் சிரிக்க வைப்பவர் மாதிரிதான் அவர் தெரிவார். ஆனால் யானை மீது சவாரி செய்யும் ஆள் வரவில்லை என்றால் இவருக்கு யானை மீது ஏறத் தெரிய வேண்டும். நெருப்பில் நடந்து காட்டும் பெண்மணிக்கு உடல் உபாதை என்றால் இவருக்கு நடக்கத் தெரிய வேண்டும். அதாவது, பள்ளிக்கூட வாட்ச்மேன் முதல் ஒரு திறன் மிக்க ஆசிரியர் வரை எல்லோரது வேலையிலும் ஈடுபடவும் அதே சமயம் எப்போதும் குழந்தைகளைச் சுமை மறந்து சிரித்தபடி குதூகலிக்க வைக்கவுமான நெருக்கத்தைப் பேணவும் வேண்டும்!

தேர்வுகளை அடிப்படையாகக் கொள்ளாத ஒரு கல்வி முறையின் குழந்தைகள் உலக அளவிலான தேர்வில் முதலிடம் பெறுவது நகை முரண். இவர்களுக்கு அதற்காக எந்தப் பிரத்யேகப் பயிற்சியும் அளிக்கப்படுவது கிடையாது என்று அவர் மாநாட்டில் குறிப்பிட்டபோது அங்கே கூடி இருந்தவர்கள் அனைவருமே அதிர்ச்சி அடைந்தனர்.

பள்ளிக்கூடம் பற்றிய பிற விஷயங்களில் என்னைக் கவர்ந்தவை:

1. பின்லாந்து பள்ளிகளில் குழந்தைகள் வகுப்பறைக்குள் செருப்பு அணிந்து வருவதில்லை. வீட்டைப் போலவே உணர வெறுங்காலோடு மகிழ்ச்சியாகச் சுற்றுகிறார்கள்!
2. வீட்டுப்பாடம் என்பது குழந்தைகள் எதை விரும்பிச் செய்தாலும் அதுதான் வீட்டுப்பாடம். ஆசிரியர் பிரத்யேகமாக வீட்டுப்பாடம் தருவது கிடையாது.
3. தனிப்பட்ட ஒவ்வொரு குழந்தைக்குமான மருத்துவ ஆலோசனைகள் வழங்கவும் அவர்களது ஆரோக்கியத்தைப் பேணவும் பள்ளியில் மருத்துவ ஆலோசகர் உண்டு.
4. வகுப்பறை நகரும் தன்மை கொண்ட குழுவாக இருக்கிறது என்றாலும் அங்கே தொழில்நுட்ப வகுப்பறை என்கிற பம்மாத்து இல்லை. ஆசிரியர்கள் நம் நாட்டைப் போலவே, சாக்பீஸ், கரும்பலகை வாய்மொழி (Walk, Talk, Chalk) பயிற்றுமுறையையே கடைப்பிடிக்கிறார்கள். காகிதங்களை அடிப்படையாகக் கொண்டதே அவர்களது வகுப்பு பங்கேற்றல்.
5. வகுப்பறைகளைக் கணினி மயமாக்காத வளர்ந்த நாடாக இன்றும் பின்லாந்து இருப்பது குறிப்பிடத்தக்கது. இதை வளர்ந்த நாடுகள் (குறிப்பாக அமெரிக்கக் கல்வியாளர்கள்) கேலி செய்கின்றனர்.

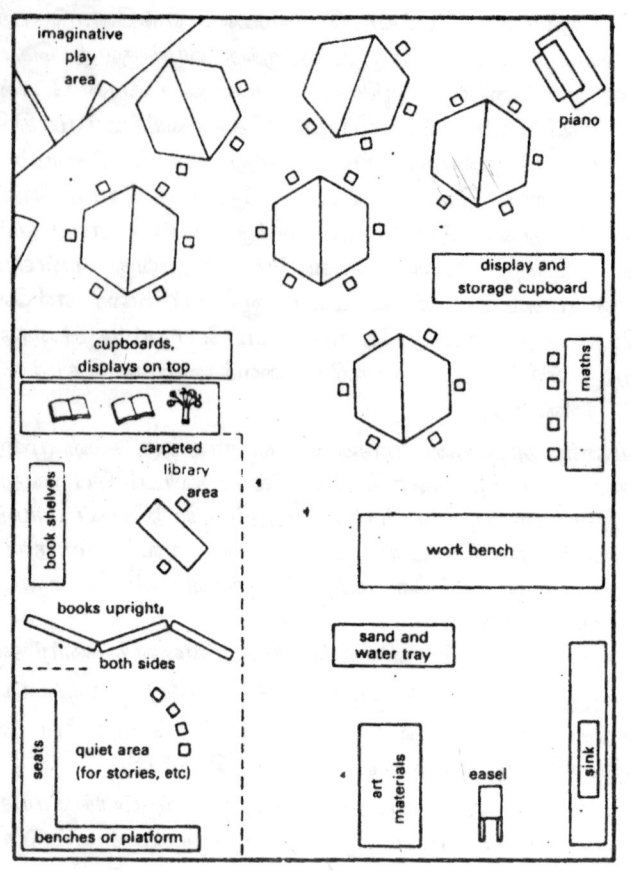

பின்லாந்து வகுப்பறை (ஆரம்ப பள்ளி)

ஆனால் மாற்றங்கள் வராமலில்லை. உலக அளவிலான நெருக்கடியால் பின்லாந்து பெற்றோர்கள் பள்ளிகளுக்குப் பலவகையில் படை எடுத்து வீட்டுப்பாடம், தேர்வுமுறை ஆகியவற்றில் 'மாற்றங்கள்' கோருகிறார்கள். என்றாலும் கியூபா, வெனிசுவேலா போன்ற நாடுகள் நேரடியாக பின்லாந்தின் கல்விமுறையைத் தனது பிரஜைகளிடம் அமல்படுத்தி வெற்றி கண்டதால் அமெரிக்கா உள்ளிட்ட நாடுகள் பின்லாந்து கல்வி மாதிரியை நமக்கு நன்றாகத் தெரிந்த காரணங்களுக்காக, கடும் விமர்சனத்திற்கு உள்ளாக்குகின்றன.

பின்லாந்தின் குழந்தைகளை, கல்வி, குழந்தைகளாக மட்டுமே நடத்துகிறது என்பதற்குப் பல சான்றுகள் உள்ளன. இதெல்லாம் அங்கே எப்படி சாத்தியம். சமூக விழிப்புணர்வுத் தர வரிசை குழந்தைகள் உரிமை குறித்த விழிப்புணர்வில் நடத்தப்பட்டால்

பின்லாந்து கண்டிப்பாக அதில் முதலிடம் பெறும். வயதுக்கு மிஞ்சிய வேலைகள் செய்வதை சாதனை என்றோ வேகமான துரிதமான வளர்ச்சியைக் காட்டும் போஷாக்கு பானங்கள் விளம்பரத்தையோ நீங்கள் பின்லாந்தில் கொடுத்துவிட்டுச் சட்டத்திடமிருந்து தப்ப முடியாது.

ஆசிரியர் பயிற்சி என்பது பின்லாந்தின் பாடங்களிலேயே நாம் கற்க வேண்டிய முக்கிய அம்சமாகும். எந்த அளவிற்குக் கல்வி அங்கே குழந்தை மையக் கல்வியாகச் செயலூக்கம் பெற்றுள்ளதோ அந்த அளவிற்கு ஆசிரியர்களிடமிருந்து மிக அதிகப் பங்களிப்பை அது ஒரு நிபந்தனையாகக் கொண்டுள்ளது. பின்லாந்தில் ஒருவர் ஆசிரியராக இருப்பது நம் நாட்டில் ஒரு ஐ.ஏ.எஸ். அதிகாரிக்குச் சமமான அந்தஸ்தை வழங்குகிறது! காரணம் அவர்களுக்குத் தரப்படும் ஊதியம். ஆனால் அது மட்டுமே அல்ல. அந்த நாடு, ஆசிரியர்களை முழுமையாக நம்புகிறது. தேசிய பட்ஜெட் தயாரிப்பிலிருந்து அயல் விவகாரம் வரை அனைத்து வகை குழுக்களிலும் உயர்மட்ட அளவில் பள்ளி ஆசிரியர்களும் இடம் பெறுவதை அந்த நாட்டு சட்டம் கட்டாயமாக்குகிறது!

ஆனால் ஆசிரியர் ஆவது அவ்வளவு சுலபமல்ல. நம் நாட்டைப் போல 'போக்கற்றவனுக்குப் போலீஸ் வேலை, வக்கற்றவனுக்கு வாத்தியார் வேலை' எனும் அணுகுமுறை அங்கு இல்லை. இப்போது நம் நாட்டில் அது மாறி வருகிறது என்றாலும் அங்கே பின்லாந்தின் பள்ளிக்குழந்தைகளிடையே மூன்று குழந்தைகளில் ஒருவர் ஆசிரியர் ஆவதைத் தன் வாழ்க்கை லட்சியமாகக் கொண்டுள்ளனர். ஆசிரியர் ஆவது சமூக அந்தஸ்துகளில் ஒன்று. ஆசிரியர் ஆவதற்கான தேசிய அளவு பயிற்சிக்குப் பள்ளி முடிந்தபின் ஐந்து வருடங்கள் அதற்கான பிரத்யேக உறைவிடப் பள்ளிகளில் கடும் பயிற்சி தரப்படுகிறது. கல்வி முழுக்கவும் அரசு சார்ந்தது என்பதால் இந்த ஆசிரியர் பயிற்சி நிலையங்கள் (அவற்றைக் கல்லூரி என்று அவர்கள் அழைப்பது கிடையாது; அதில் நுழைய ஒரு நுழைவு தேர்வும் கிடையாது) தன் விருப்ப ஆசிரிய முனைப்பு உளவியல் சார்ந்த முப்பது பக்க சுயவிவரக் கேள்விகளைக் கொடுத்து உங்களுக்கு அதற்கான மன உந்துதல், குழந்தைகள் நேசத்திற்கான இயல்பு உள்ளதா என பரிசோதித்து ஆசிரியர் பயிற்சியாளர்களைத் தேர்வு செய்து கொள்கின்றன.

இதைத் தவிர ஆறுமாதம் ராணுவப் பயிற்சி, ஒரு முழு வருடம், விதவிதமான பள்ளிகளில் நேரடி வகுப்பறைத் திறனாக்கப் பயிற்சி, ஏதாவது ஒரு பாடத்தில் செயல்திட்டம் (Project), குழந்தை உரிமைகள் பயிலரங்கம் நாட்டின் சட்டதிட்டங்கள் குறித்த தேசிய

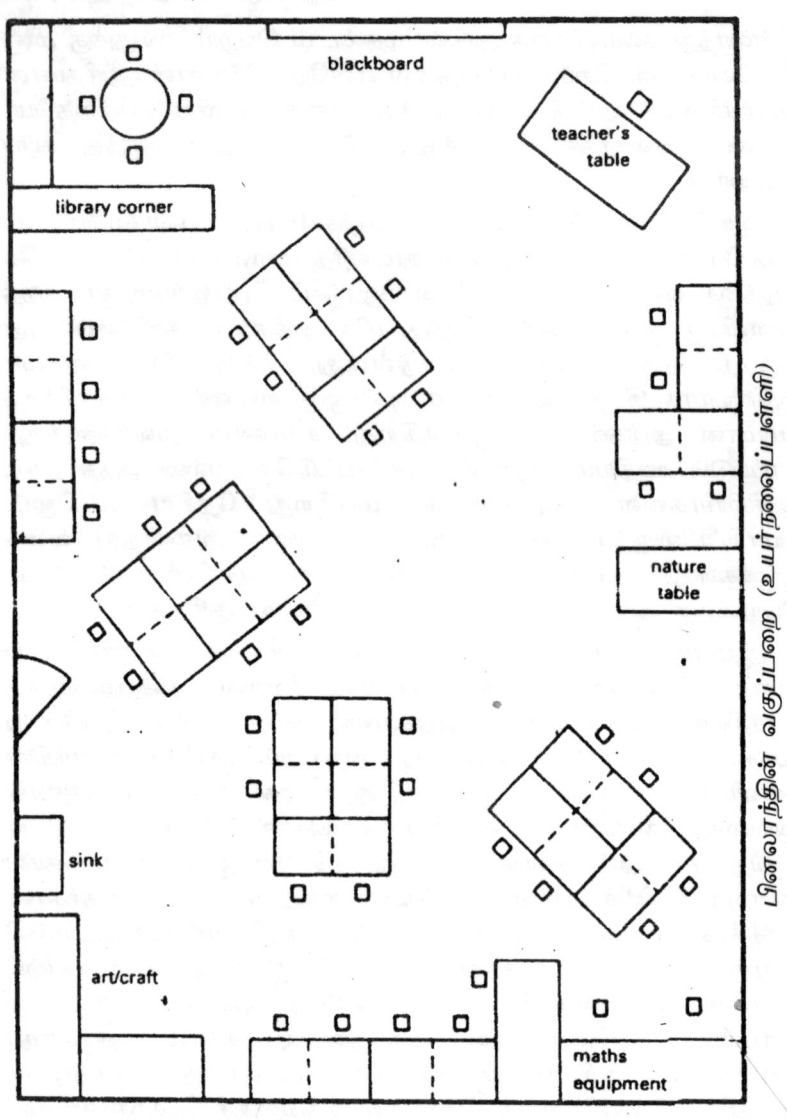

பின்லாந்தின் வகுப்பறை (உயர்நிலைப்பள்ளி)

அமைப்புகளிடமிருந்து பங்கேற்புச் சான்றிதழ், தீயணைப்பு, தற்காப்புப் பயிற்சி, முதலுதவி (மருத்துவத் துறை சான்று) என ஒரு ஆசிரியர் முழுமை பெறுகிறார். ஒரு பள்ளியில் மாணவர்களின் ஆகக் கூடுதல் அறுநூறு மாணவர்களைத் தாண்டக்கூடாது. பதினேழு பேர் படித்தாலும் உள்ளூர் அளவில் பள்ளிகளை மூடக்கூடாது. ஒரு வகுப்பறையில் கூடுதலாக 26 மாணவர்கள் இருக்கலாம். ஆசிரியர்-மாணவர் விகிதாசார அடிப்படையில் பின்லாந்து உலகத்தின் ராஜா!

அங்கே ஒரு ஆசிரியருக்கு இருபது மாணவர்களே உள்ளனர். இதனை உணர்த்தும் வகுப்பறை வரைபடங்களையும் பார்த்தால் வேறுபாடு புரியும்.

4

கியூபா: கல்விக்கு ஒரு கலங்கரை விளக்கு

தற்போதைய உலகில் மகிழ்ச்சி குழந்தைகள் மற்றும் அடிப்படை கல்வித்தர இண்டெக்ஸ் (புள்ளிவிவரப் பட்டியல்) வெளியாகத் தொடங்கிய பின் உலக கல்வி தலைமைப் பீடத்தில் பின்லாந்து உள்ளது. இந்த விஷயத்தில் பின்லாந்தோடு போட்டி போடும் நாடுகள் என்றால் அது கியூபாவும் சமீபத்திய சாதனையாளர்களான லத்தீன் அமெரிக்க நாடுகளும்தான். கியூபாவை நாம் கண்டிப்பாகத் தனித்துக் குறிப்பிட வேண்டும். கியூபாவிலிருந்து எந்த நல்ல விஷயம் வெளியே வந்தாலும் 'சரி கிடையாது' எனத் தூக்கி எறியும் பல ஐரோப்பிய நாடுகள், லத்தீன் தொடர்பின் மூலம் கல்வியில் - வகுப்பறைப் புரட்சியின் (Class-Room Revolution) கியூப மாதிரியைப் பற்றி அறிவதில் அதிக ஆர்வம் காட்டுகிறார்கள்.

கியூபாவில் ஆறு வயதில் ஒரு குழந்தை பள்ளிக்குப் போகிறது. அதுவரை உள்ளூர் கல்வி அமைப்புகள் அந்தந்த இல்லங்களுக்குப் பிரதிநிதிகளை அனுப்பிக் குழந்தையின் பொது சுகாதாரம், உணவு மற்றும் விளையாட்டு ஆகியவற்றின் அடிப்படைகளில் உதவுகின்றன. இதன் மூலம் குழந்தைகளின் இருப்பிடம் தேடி கல்வி நுழைந்துவிடும் நாடாக கியூபா உள்ளது.

கியூபாவில் ஆசிரியர் எனும் பணி வெறும் பள்ளிக்கூடப் பணி மட்டும் கிடையாது. மருத்துவர்கள், பொறியாளர்கள், முதல் சாதாரண விடுதிச் சிப்பந்திகள் வரை அனைவரும் நாட்டின் கல்வியில் ஈடுபடுகிறார்கள்.

பள்ளிக்கூடம் வகுப்பறைகளையும் பட்டறைகளையும் கொண்டுள்ளது. அங்கே பள்ளி என்பது கற்றலாகவும் அதே சமயம் தேசிய உற்பத்தியில் பங்கேற்பதாகவும் உள்ளது. அந்தந்த உள்ளூர் தொழில் உற்பத்தியின் ஏதாவது ஒரு அம்சத்தில் பள்ளியின் வகுப்பறை தனது கல்வி போதனைக் காலம் முடிந்ததும் குறைந்தபட்சம் இரண்டரை மணி நேரம் 13 வயது தாண்டிய மாணவர்களின் தேசியச் சேவையாக உற்பத்தி பங்கேற்பைப் பள்ளியிலேயே நடைமுறைப் படுத்துகிறது.

மிகவும் அடிக்கடி இயற்கை சீற்றத்திற்கு உட்படும் கியூபா தனது குழந்தைகளைத் தேசிய பேரிடர் மேலாண்மைப் பயிற்சியில்

நேரடியாக ஈடுபடுத்துகிறது. பள்ளிக்கூடங்கள் எனும் கட்டடம் குழந்தைகள் மிகவும் விரும்பிப் போகும் வகுப்பறை மட்டுமல்ல. பேரிடர் தடுப்புக் காலங்களில் ஊர்ப் பாதுகாப்பு அரணாகவும் அறுவடைக் காலங்களில் ஊர் உற்பத்தி சேகரிப்புக்களனாகவும் ஒருங்கே செயலூக்கம் பெறுவது அவற்றின் முக்கியத்துவத்தைச் சமூகத்தில் கூட்டுகின்றன.

கியூபாவின் கல்வி ஏனைய நாடுகளுக்கு மிகவும் விநோதமாகப்படுவதற்கு இன்னொரு பிரத்யேக காரணமும் உண்டு. அங்கே ஒருவர் கல்வி கற்கும் அதே பகுதியில் பெரும்பாலும் பணி அமர்த்தவும்படுகிறார். கல்வி, சுகாதாரம் இவற்றில் தன்னிறைவு பெற்ற ஒரு நாட்டில் வேலையை முன்வைத்துக் கல்வி எனும் பதற்றம் கிடையாது.

எழுதப் படிக்க, கணக்கிடத் தெரிவது என்பதோடு கியூபக் கல்வி நிற்பதில்லை. மூன்று (Reading, Writing, Arithmatic) கல்வி என்பதே உலகளாவிய போக்கு ஆகும். கியூபாவில் ஒரு குழந்தை நீச்சலடிக்கவும், சைக்கிள் ஓட்டவும், மரம் ஏறவும் மற்றும் தீ தடுப்பிலும் ஈடுபடுவதோடு ஏற்கெனவே குறிப்பிட்டதைப் போல பள்ளி இறுதி ஆண்டுகளில் தேர்வை விட தேசியப் பணி பங்களிப்பை அது பிரத்யேகத் தேவையாகவும் கொண்டுள்ளது. அங்குள்ள பள்ளி குழந்தை இடர் தடுப்பு அமைப்பிடம் சூறாவளிகள் அடிபணிகின்றன.

நேரடியாகக் குழந்தைகளுக்கும் கல்விக்கும் என தேசிய அளவில் பட்ஜெட் தயாரித்து விவாதித்து ராணுவத்தின் மேற்பார்வையோடு அதை அமல்படுத்தும் நாடான கியூபா, உலகவங்கி உட்பட (யுனெஸ்கோ, யுனிசெஃப்) எந்த அமைப்பிடமிருந்தும் சல்லிக்காசு உதவி பெறாமலேயே கல்வியில் தன்னிறைவைக் கண்டது, உலக அளவில் மிகப்பெரிய சாதனையாக பார்க்கப்படுகிறது.

எந்த அளவிற்கு ஒவ்வொரு பள்ளியும், ஒவ்வொரு வகுப்பறையும் தன்னிறைவு பெற்றுள்ளதென்றால், அங்கே பதினாறு பேருக்கு ஒரு ஆசிரியர் இருக்கிறார். உலக அளவிலான தர வரிசை எதிலும் வளர்ந்த நாடுகள் கியூபாவைக் கணக்கில் சேர்ப்பது கிடையாது. நமது சென்னை அப்பல்லோ மருத்துவமனை என்பது அங்கே கியூபாவில் ஒவ்வொரு குக்கிராமத்திலும் செயல்படும் மக்கள் மருத்துவ அமைப்பகமாய் மிளிர்வது பொய்யல்ல. பள்ளிக்கூடங்கள் சூரிய சக்தி மூலம் தனக்கான மின்சாரத்தைத் தயாரித்துக் கொள்கின்றன. உள்ளூர் அளவில் மின் கம்பங்களைச் செப்பனிடுவது வீடுகளின் தொலைபேசி இணைப்புப் பராமரிப்பு, மராமத்துப் பணி சாலை தூய்மை என மாணவர்கள் பங்களிப்பு செய்யாத விஷயமே

கிடையாது. சாரண சாரணியர் மாநாடு (ஜாம்புரி) ஒன்றில் கொல்கத்தாவில் 2000 ஆம் ஆண்டு கலந்து கொண்ட அனுபவத்தின் போது திடீர் பழுதடைந்த மின் ஒலிபெருக்கியைச் சரி செய்ய ஒலிபெருக்கிக்காரரை எல்லாரும் தேடிக் கொண்டிருந்தபோது, பன்னிரண்டு வயது கியூபா சாரணப் பிரதிநிதி (மாணவர்) தன்னார்வத்தோடு தனது மின்சாதனப் பெட்டியோடு வேலையில் இறங்கிச் சற்று நேரத்தில் அதைச் சரி செய்தது, மாநாட்டின் சிறப்புச் செய்தியானது என்பதை இங்கே பதிவு செய்ய வேண்டும்.

இளைஞர்கள் மருத்துவர்களாகி நேரடியாகத் தன் பகுதி தெருக்களில் பணியாற்றும் புரட்சிகர மருத்துவர்கள்- (Revolutionary Doctors) அமைப்பு போல கியூபாவில் செயல்படும் பல்வேறு அமைப்புகளில் இணைந்து இளம் பருவ மாணவர்கள் பங்களிப்பு செய்வதைக் கல்வியும் வகுப்பறையும் அடிப்படை நோக்கமாய்க் கொண்டுள்ளன.

சமீபத்தில் சில தன்னார்வக் குழுக்கள் கியூப குழந்தைகளிடையே நடத்திய பிரத்யேகத் திறனறிவு ஆய்வுகளின் போது, எழுத்தறிதல், வாசித்தல், கணக்கிடுதல், அறிவியல் இவற்றோடு உலக அளவில் இசைக் கருவிகள் வாசித்தல், விளையாட்டு, நோய்கள் குறித்த விழிப்புணர்விலும் அவர்கள் சிறந்தவர்களாக இருப்பதை ஒரு அறிக்கையாக வெளியிட்டுள்ளனர். கியூபக் குழந்தைகளுக்கு மட்டுமல்ல, அந்த நாடு ஒரு கம்யூனிச நாடு என்பதால் உலகிலிருந்து பல்வேறு செய்திகள் தகவல்கள் நாட்டிற்குள் நுழையாமல் தடுக்கப்படுவதாக ஒரு பிரச்சாரமும் உண்டு. ஆனால் ஆச்சரியமான வகையில் கியூப மாணவர்கள் உலக அரசியல், அறிவியல் துறை குறித்த விழிப்புணர்வுடன் இருப்பதை ஆய்வுத்தேர்வுகள் மெய்ப்பித்தன.

ஜப்பான், சீனா போன்ற நாடுகளில் மின்னணு சாதனங்களை பள்ளிகளின் உபரி நேரத்தில் தயாரிக்க மாணவர்கள் அதிகம் ஈடுபடுவதாக அதை ஒரு கல்வி மாதிரியாக முன் வைப்பவர்கள் உண்டு. ஆனால் அது உண்மையில் கியூப மாதிரி (Cuban-Model) என்பதை நாம் குறிப்பிட வேண்டியுள்ளது.

5

ஜப்பானின் யுட்டோரி

ஆனால் பின்லாந்தின் தற்போதைய கல்விமுறை உலக அளவில் தாக்கங்களை ஏற்படுத்தாமல் இல்லை. 124 நாடுகள் அங்கம் வகிக்கும் சர்வதேச புக்காலுரியேட் திட்டம் (International Buccalaureate Programme)

சமீபத்தில் தன்னில் அங்கம் வகிக்கும் நாடுகளைக் குழந்தைகளின் வேலைப் பளுவைப் பெருமளவு குறைக்குமாறு நிர்பந்தம் கொடுத்தது. 10 வயது வரை தேர்வுகளே இல்லை எனவும் 14 வயது தேர்வு என்பது குழந்தைகள் விருப்பத்திற்கு விடப்பட்ட ஒன்றாக வேல்ஷ் அரசு அறிவித்தது. 2015-க்குள் இங்கிலாந்தின் டீன் ஏஜ்- மாணவர்கள் தேர்வு என்பது பற்றி பிரக்ஞையை சுத்தமாக இழக்க வழிமுறைகளை அரசு மேற்கொண்டுள்ளது. அமெரிக்காவில் தேர்வு நடத்திக் குழந்தைகளைக் கல்லூரிக்குத் தேர்வு செய்யும் முறையைப் பல பல்கலைக்கழகங்கள் கைவிட்டுவிட்டன. சீன மற்றும் கொரிய வசதி வாய்ந்த பெற்றோர்கள் பலர் 'தேர்வு' பயமின்றித் தங்கள் குழந்தைகள் வாழ மேற்கத்திய நாடுகளுக்கே இடம்பெயர்வது அதிகரித்துவிட்டது.

இந்த மாதிரி ஒரு அணுகுமுறை மாற்றத்தை சிங்கப்பூரில் காணலாம். சிங்கப்பூரின் கல்வி அமைச்சர் தர்மன் சண்முக ரத்னம் பெயரை வைத்து நீங்கள் கண்டுபிடித்தது சரி. அவர், தமிழ் வம்சாவளியைச் சேர்ந்தவர். தனது நாட்டிலிருந்து பின்லாந்திற்கு ஆசிரியர் குழுக்களை அனுப்புவதோடு தொடர்ந்து பின்லாந்திலிருந்து கல்வியாளர்களை அங்கே வரவழைத்து அடிப்படைக் கல்வியின் முகத்தை மாற்றுகிறார். குழந்தைகளின் திறன்களை இனம் காணும் கல்வியாக அதை உருமாற்ற தேர்வுகளைக் கைவிடும் கல்வியாக அது வேகமாக வடிவெடுப்பதைப் பார்க்க முடிந்தது. 1970-களில் உலக நாடுகளில் சிறந்த ஒன்றாகக் காட்டப்பட்ட சிங்கப்பூர் அப்போது கல்வியில் பின்தங்கியதாக இருந்தது. அங்கே சீன மொழி, ஆங்கில மொழி மாண்டரின் தாய்மொழி மற்றும் மலேயா ஆகிய மொழிகள் ஆட்சிமொழிகள். மாண்டரின் மொழி கலப்பு மொழியாக உருவெடுத்துப் பள்ளிகளுக்குள் காலங்கடந்தே புகுந்தது. சீன, மலேசிய தலையீடு இன்றி சிங்கப்பூர் கல்வியில் தன்னிறைவு பெற்றது தனிக்கதை. 54.2 சதவிகிதம் பேர் ஏதாவது ஒரு பிராந்திய மொழியில் கற்றோராக இருக்கின்றனர். ஆனால் 100 சதவிகிதம் நாடு ஆங்கிலத்தில் முழுமை பெற்றுவிட்டது மாண்டரின் தேசிய மொழியாக ஏற்கப்பட்டது. 1980-களுக்குப் பிறகு அதிவேக மாற்றங்கள் வந்தன.

சிங்கப்பூரில் ஆசிரியர்கள் பாடம் நடத்துவதோடு குழந்தைகள் கலை இலக்கியத்தில் பங்களிப்பதும் கட்டாயமாக்கப்பட்டுள்ளது. பாடங்களைக் கலை வடிவங்களுக்குள் நுழைப்பது குறித்த பல்வகைப் பயிற்சிகளைத் தேசிய கல்வி ஆணையம் ஆசிரியர்களுக்கு வழங்குகிறது.

ஆசிரியர்களுக்கான பயிற்சியில் தேர்வுகளுக்கு மாற்றாக மாணவர்களின் தொடர்நிலை மதிப்பீடு சேர்க்கப்பட்டுள்ளது. இது

குறித்துப் பெற்றோர்கள் உள்ளிட்ட குழந்தைகளுடன் தொடர்புடைய யாவருக்கும் தனித்தனிப் பயிற்சி தரப்பட்டது.

2002-ல் ஜப்பானில் யுட்டோரி கயோயிக்கு (Yutori Kyoiku) அதாவது சுமையில்லாக் கல்வி எனும் திட்டம் அமல்படுத்தப்பட்டது. கல்வியில் ஒரு புரட்சி (Revolution in Education) என்று அனைத்துத் தரப்பிலும் அது அழைக்கப்பட்டது. இதன் வழியே மாணவர்கள் மீதான தேர்வு பாரம் நீக்கப்படுவதற்கோ அல்லது கற்றல் சுமை குறைக்கப்படுவதற்கோ முயற்சிகள் மேற்கொள்ளப்பட்டன. சனிக்கிழமை பள்ளி நடத்துவது நிறுத்தப்பட்டதோடு தினசரி பள்ளி நாளில் மூன்றில் ஒரு பங்கு குறைக்கப்பட்டது. அத்தோடு ஒன்று அல்லது இரண்டு பாட வேளைகள் அங்கே ஆசிரியர் எதிரில் குழந்தைகள் எந்தப் பாட, இடை ஈடுமின்றிப் பொது விஷயங்களை இங்கும் அங்கும் சென்றபடி சுதந்திரமாய் அளவளாவலாம். இப்படி வகுப்பறை விதிகள் குறித்த தளர்வு மாணவர்-மாணவர் உறவுகளை மேம்படுத்துவதோடு ஆசிரியர் - மாணவர் இறுக்கத்தைத் தளர்த்தி நெருக்கத்திற்கும் வழி வகுக்கிறது. ஜப்பானில் பள்ளியில் மதிய உணவு, குழந்தைகளோடு சேர்ந்து ஆசிரியர்களும் உண்பது கட்டாயமாக்கப்பட்டுள்ளது.

ஆனால் ஜப்பானிய பெற்றோர்கள் சனிக்கிழமையன்று பள்ளிக்கு விடுமுறை விடுவதைக் கடுமையாக ஆட்சேபித்தனர். தனியார் பள்ளிகளை நோக்கி அவர்களது படையெடுப்பு நடந்தது. அவர்கள் எல்லாரும் அலுவலகம் செல்லும் நிலையில் இருந்ததால் சனிக்கிழமை குழந்தைகளைப் பார்த்துக் கொள்ளும் வேலை பெரிய பாரமாக இறங்கியதே காரணம். தேசிய உற்பத்தியில் அது பெரும் பாதிப்புகளை ஏற்படுத்தக் கூடுமென்று சில பொருளாதார வல்லுனர்கள் எச்சரிக்கும் அளவுக்கு நிலைமை மோசமானது. சிலர் ஜூக்கு (Juku) என்ற டியூஷன் மையங்களுக்குள் தங்கள் குழந்தைகளைத் திணிக்கவும் செய்தனர். 2003-ல் தென்கொரியா இதே மாதிரி ஒரு சனிக்கிழமை விடுமுறை முடிவை எடுத்தபோது அங்கும் இதேநிலைதான் ஏற்பட்டது. சத்தமின்றி வகுப்பு கால அளவை வேலை நாளில் பழையபடி பள்ளிகள் நீட்டித்துக் கொண்டன. ஆனால் குழந்தைகளின் வேலைப் பளு விஷயத்தில் மாற்றங்கள் தங்கியதோடு மற்றொரு முக்கிய சாதனையை நோக்கி அது நாடுகளை இட்டுச் சென்றுள்ளது.

2007-ல் ஜப்பானின் பிரதமர் ஷின்சு அபெ நாட்டின் பள்ளிக்கூட நேரத்தை மேலும் பத்து மணி நேரமாக நீட்டிப்பு செய்ய ஒரு வேண்டுகோள் விடுத்தார். இது பெரிய சர்ச்சையைக் கிளப்பியது. 'உலக அளவில் நாடு முன்னேற ஜப்பானின் குழந்தைகள் உட்பட அனைவரும் கடுமையாக உழைக்க வேண்டும்' என்பது அவரது

வேண்டுகோளாக இருந்தது. ஆனால் ஏற்கனவே யுட்டோரி முறை அறிமுகமாகி ஐந்தாண்டுகள் சென்றுவிட்ட நிலையில் தேசிய அளவில் ஐந்து முதல் ஒன்பதாம் வகுப்பு மாணவர்கள் 23 பாடத் திறனறி தேர்வில் ஆர்வமும் முன்னேற்றமும் காட்டியது நிரூபணம் ஆனதால் சுமையற்ற கற்றல் (யுட்டோரி) ஜப்பானில் தங்கியது. பிரதமர் ஷின்சு சுபெ குழந்தைகள் கடினமாக உழைக்க வேண்டுமென முன் மொழிந்தாலும் தேர்வுகள் அடிப்படை மன உளைச்சலுக்கு கடும் எதிர்ப்பும் தெரிவித்ததால் கல்வியில் தேர்வுகளற்ற, போட்டிகளற்ற திறன் அடிப்படைப் பார்வை எவ்விதத்திலும் பாதிக்கப்படவில்லை.

தென் கொரியா இதே யுட்டோரி முறையைத் தனது பள்ளிகளில் அறிமுகம் செய்தது. கிழக்கு ஆசியா முழுதும் இப்போது 'யுட்டோரி' அலைதான். மனப்பாடம், பரீட்சை, மதிப்பெண் எனும் முறைகளுக்கு முற்றுப்புள்ளி வைத்துப் படைப்பாக்கம், தனித்திறன், கூட்டு முயற்சிகள் என கல்வியின் பார்வை மாறியுள்ளது. பல தனியார் கல்வி நிறுவனங்கள் முழுக்க முழுக்கச் சுமையற்ற கற்றல் நிலையங்களாகக் கொரியாவில் விளம்பரப்படுத்துகின்றன. உதாரணமாக தென்கொரியாவின் மிகவும், தரம் வாய்ந்த கவுரவ மிக்க பள்ளியான மிஞ்சாக் லீடர்ஷிப் அகாடமி பள்ளித் தலைமை ஆசிரியர் லீடோன்ஹீ ஒரு படி மேலே போய் ஜனநாயகப் பள்ளி எனும் அங்கீகாரத்தைத் தன் பள்ளிக்கு வழங்கி மாணவர் மன்றத் தேர்தல்கள் முறைப்படி நடத்தி பள்ளியின் பல்வேறு முடிவுகளில் அங்கம் வகிக்கும் மாணவர் பிரதிநிதிகள் சபை எனும் அமைப்பை உருவாக்கிப் பாடப்புத்தகம் தேர்வு செய்தல் மற்றும் பள்ளி வேலை நாட்களை முடிவு செய்தல் என்று தொடங்கிப் பள்ளிக்கு ஆசிரியர்களைத் தேர்வு செய்தல் வரை மாணவர்களையே ஈடுபடுத்திப் புதிய வழி ஒன்றைக் காட்டினார்.

பல நாடுகளில் இன்று பள்ளி அளவில் மாணவர் பிரதிநிதிகள் சபை எனும் அமைப்புகள் உள்ளன. இவற்றில் முறைப்படி தேர்வு பெறும் மாணவர்கள் தங்களது பள்ளி நூலகத்திற்குப் புதிய புத்தகங்களை வாங்குவதிலிருந்து பள்ளி ஒழுக்கம் தொடர்பான விதிமுறைகளைத் தங்களுக்குத் தாங்களே கண்காணிப்பது வரை அனைத்திலும் பங்களிப்பு செய்கிறார்கள். இதனை லீ மாதிரி (Lee-Model) என அழைக்கிறார்கள். தென் கொரியாவில் தொடங்கி, ஹாங்காங், ஹவாய், வெனிசுலா, ஆஸ்திரேலியா, இஸ்ரேல் என பள்ளிகளில் குறிப்பாக ஆறாம் வகுப்பிற்கு மேல் இவ்வகை மாணவர் பிரதிநிதிகள் சபை இன்று பெரிய அளவில் செயல்படுகிறது. சீனாவின் அனைத்துப் பள்ளிகளிலும் இவ்வகை மாணவர் அமைப்பு வலுவானது.

கலிபோர்னியாவில் சரடோகா பள்ளி பற்றித் தனியே குறிப்பிட வேண்டும். இப்பள்ளியின் முன்னாள் மாணவர்களில் பல பிரபலங்கள் உண்டு. இயக்குனர் (ஜூராசிக் பார்க் புகழ்) ஸ்டீபன் ஸ்பீல்பெர்க் சமீபத்திய தொலைக்காட்சி பேட்டியில் தனது சரடோகா பள்ளி நாட்கள் பற்றிக் கேட்கப்பட்டபோது... 'அய்யோ... பூமியில் உள்ள ஒரு நரகம் அது... அது பற்றி கேட்காதீர்கள்' என்று பதிலளித்தார். இதுதான் 1960-களின் நிலைமை. சர்ச்சில், நேரு போன்றவர்கள் படித்த ஹாவர்டு பள்ளி (இங்கிலாந்து) போல ஆவதற்காக அந்தப் பள்ளி 60-களில் குழந்தைகளை வறுத்தெடுத்தது உண்மைதான். காரணமின்றி பருமனாவது, பிஞ்சில் பழுப்பது, மாடியில் இருந்து எந்த முன்யோசனையும் இன்றிக் குதித்துச் சாவது, ஆத்திரம் அழுகை, வீட்டுப்பாடம் எழுதாததற்குப் பயந்து நாற்பது தூக்க மாத்திரை என அவலங்களைக் குழந்தைகள் அனுபவிக்கத் தொடங்கினார்கள். 1990-களில் சரடோகா பெற்ற மதிப்பெண் நாட்டின் உச்சத்தை அடைந்தாலும் மெவரிக் பகுதி மக்களிடையே இளம் பிராய நோய்கள், மன உளைச்சலில் பைத்தியம் பிடிப்பது, ஊரை விட்டே ஓடுவது... கடும் வன்முறை, பெற்றோர்களைத் தாக்குவது உட்பட பிரச்சனை பூதாகரமானது. குழந்தைகள் அளவு குற்றங்கள் சராசரியை விட 7 மடங்கு அதிகரித்து கல்வி குறித்த பெரிய சர்ச்சையை ஏற்படுத்தியதால் மாற்றங்கள் நோக்கிய ஒருவகை நிர்பந்தம் ஏற்பட்டது. 2005- கல்வியாண்டில் சர்டோகா தடையரண் அட்டவணை (Block - shedule) எனும் புதிய முறையை அறிமுகம் செய்தது.

இந்தத் தடையரண் அட்டவணை (Block-Shedule) ஆரம்பத்தில் பெருத்த சர்ச்சையைக் கிளப்பியது. ஒரு நாளைக்கு நான்கு பீரியட் என அட்டவணையில் மாற்றம், ஐம்பது நிமிடமாக இருந்த பாடவேளை 95 நிமிடமாக நீட்டிக்கப்பட்டு ஒரு நாளைக்குள் எல்லாப் பாடங்களையும் நடத்தி ஏராளமான சுமையை ஏற்றாமல் 'நிதானமாகக் கற்பது' (slow-learning) எனும் இந்த முறை அந்த ஊரில் பெரிய மாறுதலை ஏற்படுத்தி விட்டது. குழந்தைகளும் ஆசிரியர்களும் அளவளாவிட ஏராளமான நேரம் கிடைப்பதோடு, மன உளைச்சலையும் அது பெருமளவில் குறைத்தது. பல ஆசிரியர்கள் தாங்கள் ரத்தக் கொதிப்பு மாத்திரைகள் எடுத்துக் கொள்வதையே நிறுத்திவிட்டதாகக் கூட அறிவித்து பெரிய அளவில் இந்த முறையை வரவேற்றார்கள். அத்தோடு பாடங்களில் இரண்டு மாற்றங்களை சரடோகாவின் தடையரண் அட்டவணை (Block-Shedule) முன்மொழிந்தது.

பாடவேளைகளில் தங்கள் வீட்டில் முதல் நாள் மாலை முதல் மாணவர்கள் ரசித்த தொலைக்காட்சி நிகழ்வுகள், நாடகம், ஏன்

விளையாட்டு என இவற்றை வகுப்பறையில் விவரிக்க எஸ்கலேட்டர் எனும் ஒரு பாடவேளை தினசரி பள்ளிப் பாடவேளையில் சேர்க்கப்பட்டது.

சினிமா விமர்சனம், அதன் வரலாறு, செயலாற்றல் துறை ஏற்படுத்தப்பட்டு அதற்கு ஒரு ஆசிரியரையும் நியமித்து உள்ளார்கள். குழந்தைகளின் வாழ்விலிருந்து இன்று பிரிக்க முடியாத அங்கம் வகிக்கும் சினிமாவை வகுப்பறைச் செயல்பாடாக்கியது மிகவும் தைரியமான நடவடிக்கை ஆகும்.

வட அமெரிக்கா முழுவதும் இன்று தடையரண் அட்டவணை (Block Shedule) மற்றும் நிதானமாகக் கற்றல் (Slow-learning) ஏறக்குறைய அனைத்துப் பள்ளிகளுக்குள்ளும் நுழைந்துவிட்டது. இந்த பிளாக் ஷெட்யூல் முறையினால் கல்வி பின் தங்குகிறது எனும் விமர்சனம் எழாமல் இல்லை. ஆனால் சரடோகா பள்ளியின் மாணவர்களும் ஆசிரியர்களும் இந்த மாற்றத்தை விரும்பி ஏற்று அதை விடாமல் செயல்படுத்தி மதிப்பெண் வேட்டையிலும் பள்ளி வெற்றி காண வழிவகுத்தனர். மன அழுத்தம் குறைந்த அதே சமயம் கல்வித் திறனிலும் மாணவர் தகுதி குறையாதிருக்கவே இந்த முறை இன்று பரவலான வரவேற்பையே பெற்றுள்ளது. பல்கலைக் கழகங்களில் பலருக்கும் இடம் கிடைக்கவில்லை என்பதும் ஒரு குற்றச்சாட்டு. ஆனால் பிரின்ஸ்டன் பல்கலைக்கழகம் அதை மறுக்கிறது. தீவிர கல்விப் பயிற்சி ஆண்டுகளை விட அதைக் கடந்த நிதான கற்றல் (Slow-Learning) முறையிலான பிள்ளைகள் அதிக சுயமரியாதை, சுய நம்பிக்கை இவற்றில் சிறந்து விளங்குவதோடு படைப்பாற்றலும் மனப்பாடம் தவிர்த்து புரிந்து கற்றலின் ஆர்வத்திலும் சிறப்பாக விளங்குவதாக அதன் முதலாண்டு ஆய்வறிக்கை குறிப்பிடுகிறது.

6

வீட்டுப்பாட யுத்தங்கள்

வீட்டுப்பாடம் தருவது இங்கே பெரிய விவாதமாக இப்போது கிளம்பியுள்ளதே பார்ப்போம். வீட்டுப்பாடங்கள் தருவது என்கிற ஒரு விஷயத்தை எடுத்துக் கொண்டால் பள்ளிகளின் உண்மையான குழந்தைகளை நோக்கிய அணுகுமுறை விளங்கி விடுகிறது. சிறந்த பள்ளிகள் என அறியப்பட்டவை வீட்டுப்பாடங்களைச் சுமையாகவே கருதுகின்றன. பள்ளிக்கூடக் காலை மாலை மணி ஓசைகளுக்கு இடையே வேறுபாடற்ற சுவையான அனுபவமாக உள்ள சிறப்பான பள்ளிகள், வகுப்பறைகள் பல உள்ளன. அப்படியான தகுதிகளை மதிப்பெண் அடிப்படையில் அணுகுவதும் குறைந்து வருகிறது. வீட்டுப் பாடங்களை அதிகமாகத் தரும் பள்ளிகளை மட்டுமே பெற்றோர்கள் விரும்பிய ஒரு காலகட்டம் இருந்தது.

அமெரிக்காவின் கிரீன்பீல்டு (விஸ்கோன்ஸின் மாகாணம்) நகரின், விட்னல் உயர்நிலைப்பள்ளி (Whitnall High School) 2005-ம் ஆண்டு கோடை விடுமுறையில் திடீர் உலகப் பிரசித்தம் பெற்றது. பள்ளியின் கணித ஆசிரியர் விடுமுறை புராஜக்ட் தருகிறார். வகுப்பறையில் ஆத்திரம் கூச்சலாக வெடிக்கிறது. அவரது வாகன டயரை பதம் பார்ப்பது, சுவரில் பட்டப்பெயர் எழுதுவது, மொட்டை பெட்டிஷன் இல்லை இல்லை! பீர் லார்சன் எனும் மாணவர் அந்தக் கணித ஆசிரியர் மீது வழக்கே தொடர்ந்தார். மாணவரின் பெற்றோர்களும் ஆதரித்து வழக்கை நடத்தினர். அப்புறம் ஏன் விடுமுறை விட வேண்டும். கல்வி ஆண்டே முடிந்த பின்னும் வீட்டுப்பாடம் என்பது குழந்தைகளுக்கான சித்திரவதை என அவர்களோடு சேர்ந்து நாடே விவாதித்தது. திடீரென்று லார்சன் நாட்டின் கதாநாயகக் குழந்தை அந்தஸ்து பெற்றார். வீட்டுப்பாடம் தரும் வாத்தியார்கள் வில்லன்களானார்கள். லார்சன் குடும்பத்தினர் படம் பொறிக்கப்பட்ட பனியன்களில் 'Yes... we want freedom' என்று எழுத்துகளிட்டுக் குழந்தைகள் அணிந்து பள்ளிக்கு வந்தன. இது பற்றி விவாதிக்காத டி.வி. சானல் இல்லை, எழுதாத பத்திரிகை ஒன்றுகூட பாக்கி கிடையாது. விட்னல் உயர்நிலைப்பள்ளி நிர்வாகம், ஆசிரியர் பக்கம் துணை நின்றது. ஒரு ஆசிரியருக்கு வரையறுக்கப்பட்ட பாட எல்லைக்குள் வீட்டுப்பாடம் தரும் உரிமை உண்டு என வாதிட்டது. நீதிபதி ஒப்புக் கொண்டு வழக்கைத் தூக்கி எறிந்தார். ஆனால் நாடு விவாதிப்பதை நிறுத்தவில்லை. இந்த டிஜிட்டல் யுகத்தில் எழுதி எழுதிப் பார்ப்பதும் பக்கம் பக்கமாக வீட்டுப்பாடம் எழுதுவதும் தேவையா என்பது அமெரிக்க செனட் வரை போனது.

ஆனால் இந்த விஷயத்திலும் புள்ளி விவரப் புலிகள் களத்தில் குதித்தார்கள். 6000 அமெரிக்கக் குழந்தைகளை ஆய்வு செய்து ஒரு குழு அவர்களில் சராசரியாக 30 நிமிடங்கள் நாள்தோறும் வீட்டுப்பாடம் செய்பவர்களே கணக்கில் சிறந்து இருப்பதாக அறிவித்தார்கள். ஹார்வர்டின் இரண்டு பேராசிரியர்கள் ஒரு படி மேலே போய் நான்கு, எட்டு, பன்னிரண்டு ஆகிய வகுப்புகளைச் சேர்ந்த 50 நாடுகளின் சுமார் 10,000 மாணவர்கள் இடையே ஆய்வு மேற்கொண்டு வீட்டுப்பாடம் எதிர்வினை கொண்டதாகவும் அநேகம் பேருக்குக் கண்பார்வை கெடுதலை ஏற்படுத்துவதாகவும், பெற்றோர்க்குப் பெருத்த சுகாதாரக் கேடு விளைவிப்பதாகவும் அறிவித்தார்கள். உண்மையில் வீட்டுப்பாடம் பல குடும்பங்களில் ஒரு சமூக கவுரவமாகவும் குழந்தைகளை ஏதாவது ஒரு வேலையில் பிஸியாக வைத்திருக்க உதவிகரமாக இருப்பதாகவுமே பார்க்கப்படுகிறது. இதற்கு எந்த நாடும் விதிவிலக்கல்ல.

வட கொரியா பதினொரு மணிநேரம் பள்ளி நடத்துகிறது. காலை ஏழு மணி முதல் மாலை ஆறு வரை பள்ளி நேரம். உலகிலேயே அதிக நேரம் குழந்தைகள் பள்ளியில் தங்குவது அங்கேதான். ஆனால் உலகிலேயே தனது குழந்தைகளுக்கு அதிக வீட்டுப்பாடம் தருவதும் வட கொரியாதான். பொதுவாகவே தங்கள் குழந்தைகளின் கல்வியில் தங்களது கட்டுப்பாட்டை நிலைநாட்ட மத்தியதர வர்க்கப் பெற்றோர்கள் வீட்டுப்பாடத்தையே பெருமளவு நம்பி இருக்கிறார்கள். ஆரம்பத்தில் அதன் அறிமுக ஆண்டுகளில் வீட்டுப்பாடம் பெருத்த எதிர்ப்பைச் சந்தித்தது. 1911-ல் முதல் மாணவர் போராட்டம் அட்லாண்டிக் சமுத்திர நாடுகள் அனைத்திலும் பரவியது. இங்கிலாந்து உட்பட 17 நாடுகளில் 62 நகரங்களில் வகுப்புகளை மாணவர்கள் புறக்கணித்து வீதிகளில் பிரமாண்ட ஊர்வலங்கள் நடத்தியது இந்த வீட்டுப்பாடப் பிரச்சனைக்கு எதிராகத்தான். இருபதாம் நூற்றாண்டின் தொடக்கத்தில் தொழில்துறை நாடுகள் பலவற்றில் வீட்டுப்பாடங்கள் நிறுத்தப்பட்டன. ஆனால் இரண்டாம் உலக யுத்தம் முடிந்த பின் சோவியத் குழந்தைகளது அபரிமித ஈடுபாடும் கல்வி வளர்ச்சியும் கண்டு 'கொதித்த' அமெரிக்க ஆதரவு உலகம் மீண்டும் தன் குழந்தைகளின் வீட்டுக் குதூகலத்திற்குள் தலையீடுகள் செய்யத் தொடங்கியது. அதுவே 1980-களில் ஆசிய நாடுகளின் குழந்தைகளது வேலைத் தகுதி தேடும் அச்சத்தில் அது இரு மடங்காக்கப்பட்டது.

தெற்கு ஆஸ்திரேலியா, இஸ்ரேல், டென்மார்க், சுவீடன், நெதர்லாந்து, பின்லாந்து, கனடா உட்பட 13 நாடுகளில் வீட்டுப்பாடங்கள் கிடையாது. ஆனால் மற்றொரு உலகம் இருக்கிறது. இசுலாமிய உலகம், ஆப்பிரிக்க ஏழை நாடுகள் உலகின் பெரும்பான்மை உலகம் அதுதான். காங்கோ முதல் நைஜீரியா வரை, பாலஸ்தீனம் முதல் ஆப்கானிஸ்தான் வரை உலகெங்கிலும் யுத்தத்தால் கதிகலங்கிய ரத்த வீதிகளின் அனாதைச் சிறார்களும் வறுமை வாட்டும் மூன்றாம் உலக நாடுகளின் சத்துக் குறைபாடு நோய் வாட்டுகிற குழந்தைகளும் வகுப்பறை என்கிற ஒன்று கிடைப்பதே பெரிய வரப்பிரசாதமாய் உணரும் நிலை மேலும் ஆழமாகி வளர்ந்த தொழில்துறை நாடுகளிலிருந்து இடைவெளி பெருகி வருவது உலகமயமாதலில் பின்விளைவாக உள்ளது.

ஆனால் பாடப்புத்தகத்திற்கு வெளியே அதிகம் நூல்களை விரும்பி வாசிக்கும் குழந்தைகள் குறித்த ஆய்வு ஒன்றைச் சமீபத்தில் வெளியிட்ட போது அதில் இஸ்ரேல் நாட்டுக் குழந்தைகள் முதலிடம் வகித்தனர். நூறு குழந்தைகளில் எழுபத்தேழு (77) பேர் ஆண்டு ஒன்றிற்கு எட்டுப் புத்தகங்கள் (பாடப்புத்தகத்திற்கு

வெளியே) வாசிக்கின்றனர். இதுவே பிரான்சில் 61 சதவிகிதம் ஆகவும் இங்கிலாந்தில் 47 ஆகவும் சுவிட்சர்லாந்தில் 33 சதவிகிதமாகவும் உள்ளது. பின்லாந்தில் வாசிப்புப் பழக்கம் நூறில் 53 குழந்தைகளுக்கே உள்ளது. அதே இந்தியாவில் 17 ஆக உள்ளது. சீனாவின் பாடப்புத்தகத்திற்கு வெளியே புத்தகம் படிப்பதில் 100 குழந்தைகளில் 10 பேர் மட்டுமே என அந்தக் கணக்கீடு கூறுகிறது.

அவ்வாறு வாசிக்கப்படும் புத்தகங்களில் இஸ்ரேல் குழந்தைகள் ஹீப்ரூ இலக்கியத்தையே அதிகம் விரும்பி வாசிக்கின்றனர்! ஏனைய மேற்கத்திய நாடுகளில் பெரும்பாலும் பைபிள்தான் பிரதான புத்தகம். ஹாலந்து, பெல்ஜியம், போர்ச்சுகல், ஆஸ்திரியா இங்கெல்லாம் தவறாமல் குழந்தைகளைப் பெற்றோர்கள் நூலகங்களுக்கு (பத்து பேரில் ஆறு பேர்) அழைத்துச் செல்கின்றனர். தாங்களும் வாசிக்கின்றனர்! பெரும்பாலான ஆசிரியர்களே நூலாசிரியர்கள்.

7

டிஜிட்டல் வகுப்பறைகள்

வகுப்பறை முழுவதும் நவீன மயமாகிவிட்டது. காகிதமே இல்லாத கல்விமுறை (பேப்பர் லெஸ் எஜுகேஷன்) இங்கிலாந்தில் பல பள்ளிகளில் அமலாகி இருக்கிறது. இவற்றை நாம் டிஜிட்டல் வகுப்பறைகள் என்று அழைக்கிறோம். ஆசிரியர்கள் சாக்பீஸ் பயன்படுத்துவதே கிடையாது. ஹாங்காங், சிங்கப்பூர் முதல் கனடா, ஸ்வீடன் என இந்த டிஜிட்டல் மய வகுப்பறை வேகமாகப் பரவி வருகிறது. இந்தியாவில் ஏன் தமிழ்நாட்டில் கூட ஸ்மார்ட் போர்டு எனும் கரும்பலகைக்கு மாற்றாக டிஜிட்டல் போர்டுகள் வந்துவிட்டன.

இந்த ஸ்மார்ட் போர்டுகள் பயன்படுத்துவற்கு ஆசிரியர்களுக்குத் தனியாகப் பயிற்சி அளிக்கப்படுகிறது. ஒவ்வொரு டிஜிட்டல் பலகையிலும் பாடங்கள் அனிமேஷன் முறையில் சிறந்த வாய்ஸ் மாடுலேஷன் (அதாவது குரல் பதிவுடன்) தெளிவாக ஒரு டாக்குமெண்டரி படம் போல விளக்கப்படுகின்றன. இது நவீன தகவல் தொழில்நுட்பத்தைக் கல்விக்கு நேரடியாகப் பயன்படுத்தும் வெற்றிகரமான செயல்பாடு ஆகும். பல சிறப்பான விஷயங்களை இது உருவாக்க முடியும்.

பாடப்புத்தகத்தின் உள்ளடக்கம் இந்தப் பலகைத் திரையில் உருப் பெருக்கப்பட்டுப் பல சிறப்பான இடையீட்டுத் தகவல்கள் ஆவணங்கள் வழியே நேரடியாக மாணவர்களைச் சென்றடைகின்றன.

ஒரு பாடப்பொருள் சார்ந்து உலகெங்கிலும் உள்ள பல்வேறு கல்விமுறைகளின் பாடப்புத்தக உள்ளடக்கத்தைப் பல மொழிகளில் மாணவர்கள் விருப்பத்திற்கு ஒலி ஒளிப் படுத்த முடிகிறது.

வரலாறு, அறிவியல், தொழில்நுட்ப வளர்ச்சி குறித்த நாடக மயமாக்கல், ஆய்வு, செய்திப் படம் என புதிய பல படைப்பாக்க முறைகள் இதன் மூலம் வகுப்பறைக்குள் நுழைந்துவிட்டன.

ஒவ்வொரு பாடவேளை முடிவிலும் இந்த ஸ்மார்ட் போர்டு கேள்விகளைத் திரையில் விழ வைத்து மாணவர்களிடம் ஒருவகை மதிப்பீடும் செய்ய முடிகிறது.

வகுப்பறை திரை அரங்கமாய்ச் செயல்படும் இந்த வகை டிஜிட்டல் அதிசயம் இன்று குழந்தைகளின் பெரிய கவர்ச்சியாக உள்ளது. ஹாங்காங்கின், சைனீஸ் இண்டர்நேஷனல் பள்ளி (Chinese International School) ஒரு படி மேலே போய் தனது 1,406 மாணவர்களுக்கும் மடிக்கணினி தானே ஸ்பான்சர் செய்து, வீட்டுப்பாடம், தேர்வுகள், செயல்திட்டம் என காகிதமற்ற கல்வி முறையை மடிக்கணினி மற்றும் ஸ்மார்ட் போர்டு வழியே சாத்தியமாக்கி உள்ளது. யயாங்கன் (yayauncan) எண் 2 மழலையர் பள்ளி (Yayuncan Number 2 Kindergarten) என்று பீஜிங்கில் (சீனா) தற்போது தொடங்கப்படுகின்றன. வீட்டுப்பாடப் பிரச்சனையின் ஒரே மாற்றாக டிஜிட்டல் வீட்டுப்பாடம் தருகிறார்கள். குழந்தைகள் டாப்லட் எனும் கைபேசியை விட பெரியதான நோட்டுப்புத்தக அளவிற்கு இருக்கும் மின்னணு ஸ்லேட் மட்டுமே பள்ளிக்கு எடுத்து வருகிறார்கள்.

மலேசியா ஒரு புதிய வகை வகுப்பறைக்கு அடிகோலுகிறது. இசுலாமியர்களை அதிகம் கொண்ட அந்த நாட்டில் இசுலாமியப் பெண் குழந்தைகளைப் பள்ளிக்கு ஈர்க்க ஒருவகை யுக்தியாகப் பார்க்கப்பட்ட இந்தப் புதிய அணுகுமுறை இன்று வேறு வேறு மாதிரியான வசதிகளுக்குப் பயன்படும் என நம்புகிறார்கள்.

வகுப்பறை ஸ்மார்ட் போர்டில் காமிரா பொருத்தப்பட்டுள்ளது. இது வகுப்பறையைப் படம் பிடிக்கிறது. இந்த நேரடி ஒளிபரப்பு மையக் கணினி மூலம் இணையதளத்தில் எப்போதும் கிடைக்கிறது. யார் வேண்டுமானாலும் வகுப்பைப் பார்க்கும் வசதி.

பெற்றோர்கள் தங்களது குழந்தை வகுப்பில் உள்ளதா? அங்கே பாடம் நடத்தும் ஆசிரியர் யார், வகுப்பில் என்ன நடக்கிறது என்பதை இணையதளம் வழியே எப்போது வேண்டுமானாலும் யார் வேண்டுமானாலும் பார்த்துக் கொள்ளலாம்! ஆசிரியர் வந்தார்/வரவில்லை! நடத்தினார் அல்லது நடத்தவில்லை. திருப்திகரமாக உள்ள கற்றல் செயல்பாடு' குறைகள் என தங்களுக்குப் பயன்படும் என்று அதிகாரிகள் இதனை வரவேற்றனர்.

குழந்தைகள் மீதான அதீத கண்காணிப்பு சித்திரவதை என்று மனித உரிமை அமைப்புகள் எதிர்ப்பு தெரிவித்தனர். மலேசிய பெண் குழந்தை நல (இசுலாமிய) அமைப்புகள் வரவேற்றன.

பிற நாடுகளுக்கும் நகரங்களுக்கும் இது வேகமாகப் பரவி வருகிறது. சென்னையில் மூன்று பள்ளிகள் தற்போது இணையத்தில் உள்ளன. தண்டையார் பேட்டையில் இப்பள்ளி மைதானத்தில்

உங்கள் குழந்தைகள் விளையாடுவதைக் கூட நீங்கள் எங்கிருந்தும் உங்கள் 3ஜி கைபேசியில் காணலாம்!

வெனிஸ் நகரத்தின் மிதக்கும் வகுப்பறைகளையும் பற்றி நீங்கள் அறிய வேண்டும். ஒரு பள்ளி என்பது பதினேழு தனித்தனி மிதக்கும் படகுகளால் ஆனது. நகரம் பெரும்பாலான மாதங்கள் நீரால் வெள்ளத்தில் மூழ்கும் போது அப்படித்தான் பள்ளி இயங்க முடியும். ஆனால் நமது அந்தமானிலும் கேரளத்தின் நான்கு பகுதிகளிலும் அவ்வகையான வகுப்பறைகள் உண்டு. மிதக்கும் வகுப்பறைகள் வித்தியாசமானவை. பாலஸ்தீனத்தில் அரசியல் யுத்த குண்டு மழையில் பள்ளிகள் தரைமட்டமானபோது வகுப்பறை ஒரு ஓடும் ரயிலுக்கு இடம் பெயர்ந்தது. அதுவே அங்கு பிறகு நிலைத்துவிட்டது. ரயில் நூலகம், ரயில் உணவகம் அதுபோல ரயில் பள்ளிக்கூடம்.

லல்லுபிரசாத் யாதவ் முதலமைச்சராக இருந்தபோது மேய்ச்சல் வகுப்பறை (Grassing Classes) என்று ஒரு புதிய வகை வகுப்பறை பீகாரில் அறிமுகமானது. அந்த மாநிலம் கல்வியில் மிகவும் பின்தங்கிய ஒரு மாநிலம். அங்கே சராசரி பள்ளி நாளில் பள்ளிக்கு வராத, குறிப்பாக ஆடுமாடுகள் மேய்க்கின்ற குழந்தைகளே அதிகம். அக்குழந்தைகளை எவ்வளவு முயன்றாலும் பள்ளியில் தங்க வைப்பது முடியாத ஒன்றாகவே தொடர்ந்து இருந்தது. இதனைப் போக்க அரசாங்கம் முன் வைத்த திட்டமே மேய்ச்சல் வகுப்புகள்.

ஒரு ஆசிரியர் தனது புத்தகங்களுடன் ஒரு நீண்ட கயிறையும் எடுத்துக் கொண்டு கிராமத்தின் மேய்ச்சல் நிலத்திற்கு வந்துவிடுவார். கயிறு மாட்டைக் கட்டி ஒரு மரத்தோடு இணைத்துவிடும் (தேவைப்பட்டால் கயிறுகள் அதிகமாகலாம், அரசு வாங்கித் தரும்) அந்த மேய்ச்சல் சிறுவர்களுக்கு அந்த மரத்தடியிலேயே வகுப்புகள். பொதுவாக ஆசிரியர் மற்றும் மாணவர்கள் வட்டமாக உட்கார்ந்து பாட்டும் பாடமுமாகக் கழித்தாலும் எழுத்துப் பயிற்சிக்கு ஆசிரியரே ஸ்லேட் எடுத்துச் சென்று விட வேண்டும். ஆண்டுத்தேர்வுக்கு அந்தக் குழந்தைகள் அருகமைப் பள்ளிகளில் இணைக்கப்படுவார்கள். திட்டம் படுதோல்வி என்பதை அரசே பின்னர் ஒப்புக் கொண்டது என்றாலும் இந்த வகை மேய்ச்சல் வகுப்பறை பிலிப்பைன்ஸ், ஸ்விட்சர்லாந்து என பிரபலமடைந்ததை மறுக்க முடியாது. யுத்தம் மிகக் கடுமையாகப் பாதித்த ஆப்பிரிக்க நாடுகளில் கூட இவ்வகை திறந்தவெளி வகுப்பறைகள் உண்டு.

கேரளத்தில் கல்வித்துறை உள்ளூர் அளவில் டி.வி. தனி சானல் நடத்துகிறது. மத்தியப் பிரதேசத்தில், மேகாலயாவில் ஆசிரியர்களுக்கான புத்தாக்கப் பயிற்சிகள் அந்தந்தப் பள்ளிக்கே வந்து வழங்கும் முறை உள்ளது. ஏதாவது ஒரு விளையாட்டில் கண்டிப்பாக அனைத்து வகை ஆசிரியர்களும் இணைந்திருப்பதை வட கிழக்கு மாநிலங்களில் காணலாம். உடம்பைத் திடகாத்திரமாக எப்போதும் சுறுசுறுப்பாக ஜிம் பயிற்சி பள்ளியிலேயே மாலையில் பெற்று அங்கே ஆசிரியர்கள்

உடல் பராமரிப்பிற்குக் குழந்தைகளுக்கே முன்னுதாரணமாக இருக்கிறார்கள்.

சரி, உலக அளவில் நடத்தப்படுகிற கல்வி தொடர்பான தர வரிசையில் நமது இடம் என்ன? கல்வியில் பின்லாந்திற்கு அடுத்த இடம் டென்மார்க். அதனைத் தொடர்ந்து ஜெர்மனி, நெதர்லாந்து, இப்படியே இந்தியாவிற்கு 96 வது இடம்! 45ல் சீனா, 118ல் பாகிஸ்தான். ஆனால் உலகிலேயே குழந்தைகள் மகிழ்ச்சியாக இருக்கிறார்களா எனும் யுனெஸ்கோவின் தர வரிசையில் முதலிடம் டென்மார்க் குழந்தைகளுக்கே. அங்கே பள்ளிக்கூட மொத்த வேலை நாட்கள் நூறு மட்டும்தான். இரண்டு மூன்று, பின்லாந்து, நார்வே, ஸ்வீடன், நெதர்லாந்து இப்படியே போய் அமெரிக்கா 14வது இடத்திலும், 17ல் இங்கிலாந்தும் உள்ளன. ஒன்பதாவது இடத்தை யுனெஸ்கோ கியூபாவின் குழந்தைகளுக்கு வழங்கி உள்ளது. பிரேசிலுக்கு 13 வது இடம். மகிழ்ச்சியான குழந்தைகள் தர வரிசைப் பட்டியலில் இந்தியாவுக்கு 116வது இடம் என்பது அதிர்ச்சியாகவே உள்ளது. யஷ்பால் குழு பரிந்துரைகளை நாம் முழுமையாக ஏற்று அதனைச் செவ்வனே நடைமுறைப்படுத்துவது ஒருபுறம் இருக்கட்டும். கல்வியை ஒரு அடிப்படை உரிமையாகக் குழந்தைகளிடம் கொண்டு சேர்க்க, சுதந்திரம் பெற்றும் அறுபத்தைந்தாண்டு காலம் போராட வேண்டி இருக்கும் நிலையில் வேறு எதை எதிர்பார்க்க முடியும்?

உலகில் குழந்தைகள் மகிழ்ச்சியாக இருக்கும் நாடுகளில்தான் கல்வியும் நிறைவாக உள்ளது. அங்கே ஆசிரியர்களும் மகிழ்ச்சியாக இருக்கிறார்கள். வகுப்பறைகளும் குதூகலமாய் உள்ளன.

துணை நின்ற நூல்கள்

1. Education, Society and development, NIEPA வெளியீடு, ஜா: ஜந்தியாலா, H.T. திலக். A.P.H. வெளியீட்டகம், புதுடில்லி, 2007.
2. Do Teachers Make a Difference? ஜெ.குத்ரி, அமெரிக்கக் கல்வித்துறை வெளியீடு 1970
3. 'Raising School Quality in Developing Countries' பிஃபுல்லர், ஆக்ஸ்போர்டு யுனிவர்சிட்டி பிரஸ், இங்கிலாந்து.
4. Education and Development - பி.ஆர். சின்ஹா ரூப் அண்ட் சன்ஸ், புதுடில்லி, 2003 பதிப்பு.
5. Putting the Child Back in Childhood (Under Pressure) கார்ல் ஹோனரே, ஓரியன் புக்ஸ், 2008 அமெரிக்கா.
6. 'Home Work Myth: Why Our Kids Get too Much of a Bad Thing?' மார்கரெட் கிரேஸ், காம்பிரிட்ஜ் யுனிவர்சிட்டி பிரஸ், இங்கிலாந்து.

7

வகுப்பறையின் சுவர்களை தகர்த்தெறிந்தவர்கள் !

1. வகுப்பறை வாழ்வுக்கான பந்தயமா?

இன்றைய ஆசிரியர்கள் உலகம் முழுவதும் ஒரே மாதிரி இருக்கிறார்கள். ஆனால் குழந்தைகளின் பிரச்சனைகள் நாட்டுக்கு நாடு ஏன் மாகாணத்திற்கு மாகாணம் வேறுபடவே செய்கிறது. பின்லாந்து கல்வி என்பது அவர்களது கலாசாரத்தின் வெளிப்பாடு. தேவைக்கு அதிகமாக அழுத்தம் தருவதும், தனிநபர் சாதனைக்கு முக்கியத்துவம் தருவதும் அமெரிக்கப் பள்ளிகளில் ஏறுமுகமாய் உள்ளது. நகர்ப்புற நடுத்தர மக்களுக்கான எதிர்கால முன்னேற்றம் எனும் சுயநலச் சிந்தனையின் வெளிப்பாடாகக் குழந்தைகள் வறுத்து எடுக்கப்படுவதைக் கல்வி என்று அழைப்பது உச்சத்தில் உள்ளது.

இன்றைய ஆசிரியர்கள் சந்திக்கும் பெரிய சவால் இரு வகையானது. ஒன்று பள்ளி மாணவர் வளர்ச்சி குறித்த பெற்றோரின் அபரிமித எதிர்பார்ப்பு. அதுவே அதிகாரிகள் வழியான அழுத்தமாய் ஆசிரியர் மீது விழுகிறது. இரண்டாவது அதை முனைந்து செயல்படுத்த மாணவர்களிடம் எந்த ஒத்துழைப்பும் இல்லாதது. இந்தக் குறுகிய இரண்டே முனை கொண்ட பிரச்சனை என்பதில் மாணவரின் அனைத்து வகை முரண் நடத்தைக்கும் அதிகாரச் சூழல் சமூகம் எல்லாம் ஆசிரியரை நோக்கியே குற்றம் சுமத்துவது என்பது நடைமுறையாய் இருக்கிறது.

கல்வியின் மெய்யான இலக்கிலிருந்து மேற்கண்ட அம்சம் நம்மை திரிபு பெற வைக்கிறது. குழந்தைகளின் நடத்தை இன்று நாம் சந்திக்கும் பெரிய சிக்கலாகும். இன்றைய குழந்தைகளிடம் பொதுவாகக் காணப்படும் கற்றலுக்கு எதிரான இயல்புகள் என்னென்ன? அவற்றைக் கீழ்க்கண்டவாறு நாம் விவரிக்க முயல்வோம்.

1. கல்வி கற்றல் பங்கேற்றல் விஷயத்தில் உழைப்பதற்கு அவர்கள் தயாராக இல்லை. ஒருவிதமான சுக மன அமைப்பு (Comfort Zones) என்பதற்குள் இருக்கும் அவர்கள் எவ்விதத்திலும் கஷ்டப்படாமலேயே உயர்ந்த நிலை (நல்ல மதிப்பெண் பெற) அடைய மட்டும் விரும்புகிறார்கள்.

2. யார் சொல்வதற்கும் செவிமடுக்கத் தயாராக இல்லாத நடத்தை முரண் இன்றைய குழந்தைகளிடம் அதிகம். அதீத சாகசப்பிரியர்களாக அது அவர்களை வீழ்த்துகிறது. குறுக்கு வழிகளில் எதையும் சாதித்துக் கொள்ள முடியும் எனும் மனப்பான்மை அவர்களிடையே சகஜமாய் இருப்பதால் குழந்தை நிலை குற்றங்கள் பெருகிவிட்டன.
3. பள்ளியில் வகுப்பறையின் அடிப்படை விதிகளை மீறும் குழந்தைகள் அதிகமாகிவிட்டன. காரணம் அவர்களைக் கடுமையாக நடத்தக்கூடாது எனும் கடிவாளம் ஆசிரியர்களின் மீது விழுந்திருக்கிறது.
4. சமூகத்தின் அமைப்பு (அரசியல்) சக்திகளின் அளவுக்கு அதிகமான தலையீடு, பெற்றோர்களின் குழந்தை மீதான கண்டிப்பின்மை ஆகியவை கற்றல் கற்பித்தல் மற்றும் பள்ளியின் நடவடிக்கைகள் மீதே கடும் தாக்குதலாய் மாறுகின்றன.

இவை இன்றைய ஆசிரியர்களின் மனக்கொதிப்பு.

மேற்கண்ட காரணங்களால் ஆசிரியர்கள் தங்களைக் குரலற்ற, வலிமை குறைந்தோராய் உணரும் அவலச்சூழல் ஏற்பட்டுள்ளது. நமக்கு பாதுகாப்பே முக்கியம் என தவறாகப் புரிந்து கொண்டு வெறுமனே பள்ளிக்கு வருகைச் சான்று பதியச்சென்று ஏதும் செய்யாமல், எந்த வம்பும் வைத்துக் கொள்ளாமல் திரும்புவதே புத்திசாலித்தனம் என்று வேலைக்கான ஊக்கத்தை முற்றிலும் இழந்து விட்ட பலரை இந்தச் சூழல் உருவாக்கிவிட்டது. இம் என்றால் சிறைவாசம் ஏன் என்றால் வனவாசம் என்பது போல ஆசிரியர் வேலை மிகவும் ஆபத்தானதாகி விட்டதாக உணரப்படுகிறது. இதில் உண்மை இல்லாமல் இல்லை. தீர்வு என்ன?

ஆசிரியர் மாணவர் உறவு என்பதே உலக அளவிலான மனித வளர்ச்சியின் வரலாற்றில் எல்லா அவசியமான திருப்புமுனைகளையும் சாதித்தது என்பதை நாம் மறந்து விடக்கூடாது. ஆசிரியர் - மாணவர் உறவு எப்படி இருக்க வேண்டும்? தனது வேலையின் மிக அவசியமான, அத்தியாவசியமான அடிப்படையாக ஒரு ஆசிரியர் மாணவரைக் கருத வேண்டியுள்ளது. அன்றாட வாழ்வில் மாணவர்களைச் சந்திக்கவும் அவர்களோடு கலந்து ஒன்றுபட்டுக் கற்றலை சாத்தியமாக்கவும் முனைப்பில்லாத ஒருவர் ஆசிரியர் ஆக இருக்க முடியாது. ஒரு நாளைக்குக் குறைந்த பட்சம் ஆறு மணிநேரம் வருடத்திற்கு 1000 மணி நேரம் ஆசிரியர் - மாணவர் இணைந்து செயல்படுதல் இயற்கையாக அமைந்த சூழல் என்பதால் குழந்தைகளோ ஆசிரியர்களோ தங்களை ஒருவருக்கு ஒருவர் புறக்கணிப்பதோ தள்ளிப்போவதோ இயற்கைக்கு முரணானது ஆகும்.

ஒரு குழந்தை குறித்த பெற்றோரின் அபரிமித எதிர்பார்ப்பு உலகளாவிய பிரச்சனை என்பதைக் கண்டோம். பெரிய ஆளாக வர வேண்டும், பணம் கொட்ட வேண்டும் என்பது இன்றைய சமூகத்தின் போட்டி மனப்பான்மையைப் புரையோட வைத்து ஊழல் பெருத்த சூழலாக வடிவெடுத்துள்ளது. இதை நம் வகுப்பறைக்கான பிரச்சனையாக மட்டுமே சுருக்கிப் புரிந்து கொள்ளக்கூடாது. ஒரு சுரண்டல் சமூகத்தில் மொத்த அவலமாய் அது குழந்தைகள் மீது பாய்கிறது. தனக்குப் பிறந்துவிட்ட குழந்தை என்பதால் அவர்கள் தான் நினைத்தபடி எல்லாம் வளர்ந்து தான் நினைத்துக்கூடப் பார்க்காத சமூக அந்தஸ்தைத் தனக்கு வழங்க வேண்டுமென எதிர்பார்க்கும் பெற்றோர்கள் இன்று அதிகம்.

எனவே அந்தப் பார்வையில் தன் குழந்தைக்கான கடும் பயிற்சி, கட்டுப்பாடு... ஒரு ரேஸ் குதிரையைக் கட்டமைத்து உருவாக்கப் பெயர் பெற்ற பள்ளிக்கூடத்தைப் பெற்றோர்கள் தேர்வு செய்கிறார்கள். அதற்காகப் பல படிகள் ஏறி இறங்கி இரவெல்லாம் வரிசையில் காத்திருந்து சேர்க்கைப் படிவத்தைப் பெறவும் இடம் பிடிக்கவும் போட்டாப்போட்டி நடக்கிறது. இந்தக் கண்ணுக்கு தெரியாத ரேஸில், எதிர்கால அந்தஸ்தை உறுதியாக்கும் (Promissing Future) பள்ளி மிகவும் அதிகமான கிராக்கியாகி சமூக அதிர்வுகளை ஏற்படுத்திக் கல்வியைச் சந்தைப் பொருளாக்கி விலை நிலவரத்தின் உச்சாணிக்கு செல்கிறது. சிறந்த குடும்ப அடையாளங்கள் அடுக்குக் கடைக்கு அணி வகுக்கின்றன.

2

நம் நாட்டிற்கு ஏற்ற கல்வி முறையா இது?

இத்தனை செலவு செய்து பெற்ற ஒரு பள்ளி சீட்டு (இடம்) என்பது அந்தப் பிஞ்சு மழலை மீதான 'எதிர்பார்ப்பு' பிசாசாகி அதன் குழந்தைப் பருவத்தை வேட்டையாடுவதில் பிரதான ஆணிவேராக உள்ளதென்று கல்வியாளர்கள் சுட்டிக் காட்டுகிறார்கள். இந்திய விவசாய நிலப்பிரபுத்துவ சமூக அமைப்பின் பெரிய வகை சிதைவுக்கு இந்தப் பள்ளிமுறை காரணியாய்ச் செயல்பட்டுப் பின் விளைவுகளை ஏற்படுத்துகிறது. நிலப்பிரபுத்துவ படிநிலை பள்ளிகளுக்கான குழந்தை தேர்வில் அப்படியே விலை அடிப்படையில் பிரதியாக்கம் பெறுவது பலமுறை நிரூபிக்கப்பட்டுள்ளது. நிலப்பிரபுக்களும், சமூக விரோதச் செயல்களின் ஊடாகச் செல்வம் கொழித்தவர்களும் இன்று கல்வியில் பெரிய சக்திகளாக இயங்கி வருவது யதேச்சையாக நடந்த ஒன்றல்ல.

விவசாய நிலங்களைக் கைவிட்டு நகரத்தின் வாழ்வை சுவீகரிக்கப் பரிதவிக்கும் ஒரு சமூக வர்க்கத்தின் அவலப் படிநிலை கல்விச்சாலைகளில் எதிரொலிப்பதை நாம் பார்க்கிறோம். இந்தச் சிறு விவசாயிகளும், நிலமற்ற விவசாயக் கூலிகளும் தங்கள் குழந்தைகள் விவசாயத்தை நோக்கி வந்து விடக் கூடாது என வாழ்வைப் பணயம் வைத்தாவது ஆங்கிலக் கல்வியிடம் குழந்தைகளைச் சரணடைய வைப்பது ஒரு வகை சமூக வன்முறை என்பதில் இரு வேறு கருத்து இருக்க முடியாது. இந்தக் கருத்து உங்களில் சிலருக்கு ஆச்சரியத்தைக் கூட கொடுக்கலாம்.

ஒரு நாட்டின் பொருளாதாரம் எப்படிப்பட்டது என்பதன் அடிப்படைகளைக் குறைந்தபட்சப் பொருளாதார இயல் அறிவோடு ஆராய்ந்தாலே நாம் இப்போது பார்த்துக் கொண்டிருக்கும் கல்வி 'வளர்ச்சி ஒரு மோசடி என்பதை அறிய முடிகிறது. ஒரு நாட்டினது பொருளாதாரத்தில் உணவு உற்பத்தித் துறையே பிரதானமானது ஆகும். மூன்று துறைகளாகச் சமூகப் பொருளாதாரம் அடிப்படையில் விரிவடைகிறது.

1. உணவு உற்பத்தித் துறை (Food - Producers) அல்லது பிரதான துறை (Primary - Sector)
2. தொழிற்துறை (Industrial - Sector) அல்லது இரண்டாந்துறை (Secondary - Sector)
3. சேவைத்துறை (Service Sector)

உணவு உற்பத்தியாளர்கள் தங்களுக்குப் போக, தான் உற்பத்தி செய்த உணவை விவசாய உற்பத்திக்கு வெளியே உள்ளவர்களோடு பகிர்கிறார்கள். சமூகத்தின் பிரதான உற்பத்தியாளர்களான அவர்களுக்கு மண்வெட்டி, கடப்பாறை, உழுதல் கருவிகள், டிராக்டர் உட்பட தொழிற்துறை தனது தொழிற்சாலைகளில் உருவாக்கிக் கொடுத்துத் தனது பங்காக உணவு உற்பத்தியில் ஒரு பகுதியைப் பெறுகிறது. பிரதான உற்பத்தியாளர்களான உணவு உற்பத்தியாளர்களுக்கும், அவர்களைச் சார்ந்து இயங்கும் தொழிற்துறைக்கும் பொழுதுபோக்கு, மருத்துவம் என சேவைகள் புரிவது சேவைத்துறையின் வேலை. ஒரு இடத்தில் உற்பத்தியாகும் மேற்படி (இரு வகை) உற்பத்தித்துறையின் இறுதித் தயாரிப்புகளை ஒரு இடத்திலிருந்து இன்னொரு இடத்திற்குக் கொண்டு செல்லுதல் உள்ளிட்ட சேவைகளையும் அவர்களது வீட்டுக் குழந்தைகளுக்கான கல்வி, செய்திகள் அறிய பத்திரிகை நடத்துதல், டி.வி. சானல் நடத்துதல், ஆடல்-பாடல் கேளிக்கை தியேட்டர்கள் வழி பொழுதுபோக்கிற்கு உதவுதல் என்பவற்றை உள்ளடக்கியதே சேவைத்துறை (Service Sector). இதில் அரசின் துறைகள் முதல் மென்பொருள் கணினித்துறை வரை யாவும் அடக்கம்.

7
வகுப்பறையின் சுவர்களைத் தகர்த்தெறிந்தவர்கள் !

1. வகுப்பறை வாழ்வுக்கான பந்தயமா?
2. நம் நாட்டிற்கு ஏற்ற கல்வி முறையா இது?
3. நடத்தை இயல்: ஆல்பிரட் ஆட்லரின் பார்வை...
4. ஆன்னா பிராங்க்டின் நடத்தை வேறுபாடுகள்.
5. நடத்தைச் சிக்கல் சாண்டர்ஸ் கருத்து
6. ஆசிரியர்- மாணவர் உறவு உலகக் கல்வியாளர் அணுகுமுறை
7. இன்றைய ஆசிரியர் நாளைய - ஆசிரியர்.

பிரதான துறையான விவசாய உற்பத்தித் துறையைப் பலப்படுத்தவும் அதற்கு ஆதரவாக இருக்கவும் அதனைச் சார்ந்து இயங்கவும் உருவாக்கப்பட்ட சேவைத்துறை வல்லரசுகளின் உலகமயமாக்கல் எனும் பகடி காரணமாகப் பிரதான துறை அந்தஸ்தை இன்று பெற்றுவிட்டது. சேவைத்துறையை ஒரு உற்பத்தித் துறையாக மாற்றி, அதன் வருமானத்தை, 'உற்பத்தி'யைத் தேசிய ஒட்டுமொத்த இண்டெக்ஸில் (Grand Domestic Product) சேர்த்தது 1990 முதல் நடக்கும் ஒருவகை மோசடி என்று அமர்தியா சென் போன்ற மூன்றாம் உலக பொருளாதார நிபுணர்கள் கருதுகிறார்கள். இதன் மூலம் சுற்றுலா, கல்வி ஆகிய துறைகளையும் உற்பத்தித்துறை தான் என்று அறிவித்திருக்கிறார்கள். பிரதான உற்பத்தித் துறை பெறுகிற அரசின் அடிப்படை கவனம் சிதைந்துபோய் விவசாயத்துறை நலிவடைந்து அழிவுக்கு உள்ளாவதற்கு இது ஒரு முக்கிய காரணமாகும்.

எனவே நமது நாட்டின் பொருளாதாரத்திற்கு முதுகெலும்பாய்த் திகழும் விவசாயத்திற்கு ஏற்றாற்போல அதன் வருங்கால வல்லுனர்களை உருவாக்கும் கல்வி அல்லவா நமது தேவை? அதைப் பரிசீலிக்கத் தவறும் யாராக இருந்தாலும் எவ்வளவு பெரிய கல்வி மகானாக இருந்தாலும் இந்த நாட்டிற்குத் தேவையான கல்வியை, வெகுஜன மக்களுக்கான பிரதிநிதித்துவக் கல்வி முறையை முன் மொழியவோ விமர்சிக்கவோ தகுதியான நபராக நாம் ஏற்கவே முடியாது.

விவசாயத்தையும் நிலத்தையும் கைவிட்டு அடகுத் தரகர்களிடம் வாழ்வை முற்றிலும் இழந்து நிற்கும் இந்திய விவசாயியிடம் கொஞ்ச நஞ்சம் ஒட்டி இருப்பதையும் ஒட்டச் சுரண்டும் விவசாயத்திற்கு எதிரான கல்விமுறையை நாம் ஏன் கொண்டாட வேண்டும்?

ஒரு விவசாயி வீட்டுக் குழந்தை பள்ளி வகுப்பறையில் தனது தந்தையின் தொழில் விவசாயம் என்பதைச் சத்தமாகச் சொல்லிக் கொள்ளக் கூச வைக்கும் வகுப்பறையை இந்தியாவில் அறிமுகம் செய்து விவசாய உற்பத்தியைக் கல்வியிடமிருந்து தொடர்பு அறுந்து போக வைத்தது, பிரிட்டிஷ்காரர்களின் திட்டமிட்ட சூழ்ச்சி என்பது உண்மையானால் அந்த சூழ்ச்சி இன்றும் (மேலும் பன்மடங்கு பெருத்த அகோர ரத்த வெறியோடு) தொடர்வது, என்பது தெரிந்தே தனக்குத்தானே சூனியம் வைத்துக்கொள்வதல்லாமல் வேறென்ன?

இந்தக் கல்விமுறையை பாவ்லோ பிரையரே வங்கிமுறைக் கல்வி என்று அழைத்தார். விவசாயிகளின், நாட்டின் அடிப்படையாக விளங்கும் நிலத்தையே விற்று நடக்கும் பிரமாண்ட சமூக இடப்பெயர்வாக அவர் கல்வியைப் பார்க்கிறார்.

1. விவசாயிகள் மேலும் தங்களது தொழிலுக்கான ஊக்கத்தைப் பெறாமல் தன் பிள்ளைகளுக்கான கல்விக்காகவும் சேர்த்து

நிலங்களைக் கைவிடும் நிலைக்கு இன்றைய கல்வியின் கார்ப்பரேட் அம்சம் நடைமுறையில் இயங்குகிறது.

2. தன் பிரதான உற்பத்தித் துறையான விவசாயத்தை நோக்கிய ஆர்வத்தோடு மக்களைத் திருப்பும் கல்வியை நடைமுறைப்படுத்த வேண்டிய அரசு அடுத்த தலைமுறையினர் 'விவசாயி' ஆகிவிடக்கூடாது என்பதற்காகவே தப்பி ஓடிச் சரணடைந்து தன்னைப் பெரிய இக்கட்டிலிருந்து விடுவித்துக் கொண்டு விட்டதாகக் கருத வைக்கும் ஒன்றிற்குக் கல்வி என்று பெயரிட்டு அதனைத் தனியாருக்கு தாரை வார்ப்பதே இன்றைய பொதுவான நடைமுறையாய் உள்ளது.

ஒரு விவசாயி வீட்டுப் பிள்ளை விவசாயி ஆகிவிட வேண்டும் என்கிற அர்த்தத்தில் மேற்கண்ட வாசகங்கள் எழுதப்படவில்லை. ஏனைய மக்கள் திரளும் பிரதான இயங்கு சக்தியாக விவசாயத்தை கருத வைக்கும் அரசியல் செயல்பாடாகக் கல்வி பார்க்கப்பட வேண்டும் என்பதே பாவ்லோ பிரையரேவின் கல்வியாகும்.

3

நடத்தை இயல்: ஆல்பிரட் ஆட்லரின் பார்வை

நமது வகுப்பறைகளில் மிகுதியாக வந்து இணைந்தவர்கள் மேற்கண்ட வகைப்பாட்டோடு தொடர்புடையவர்களே ஆவர். இத்தனை பெரிய முரண் நமது கல்வியில் இயங்குவதன் விளைவாக நம்மால் திறந்த மனதோடு இக்கல்வி முறையை ஆதரிக்க முடியவில்லை. அதனால் அந்தக் கல்விமுறைக்குள் நிலவும் பிரச்சனைகளுக்கான புரையோடிய ஆணிவேரைச் சரி செய்யாமல் வேரோடு பிடுங்கிக் களை எடுக்காமல் இந்த அமைப்பைக் கல்வி முறையைத் தக்க வைத்தபடியே அதன் உட்கூறுகளுக்குள் தீர்வுகள் கூறுவது என்பது, நோயோடு (பழகிக்கொண்டு) வாழ வழி செய்வதாகவே அமைகிறது. கல்வி குறித்துச் சிந்தித்து அதில் செயலாற்றும் யாவருக்கும் இந்த முரண் ஏன் கண்ணில் படுவதில்லை. எனவே நமது கல்வியை முழுவதும் சிதைத்து விவசாய தொழில் சார்ந்து மறு கட்டுமானம் செய்ய வேண்டியுள்ளது. ஏனெனில் நமது வகுப்பறை சந்திக்கும் ஒவ்வொரு சவாலுக்குப் பின்னும் மேற்கண்ட முரண் ஒரு காரணியாய் இருக்கிறது.

உதாரணமாக ஒரு மாணவர் பள்ளியில் வரம்பு மீறி, முறை தவறி ஏன் நடந்து கொள்ள வேண்டும் என்பதற்கு ஆல்பிரட் ஆட்லர் எனும் கல்வியாளர், நடத்தையியல் (Behaviourism) மாற்றங்கள் குறித்த ஐந்து அடிப்படைகளை முன் மொழிகிறார்.

ஒரு மனிதரின் தோற்றம், ஆளுமைப் பண்பு ஆகியவை குழந்தைப் பருவத்திலேயே தீர்மானிக்கப்பட்டு விடுவதாக அவர் கூறுகிறார்.

குடும்பம் அதில் முக்கிய பங்கு வகிக்கிறது. நான்கு வகையினராகக் குழந்தைகளை நடத்தை சம்பந்தப்பட்டு அவர் பிரிக்கிறார். சமூகக் காரணிகள் ஆட்லரின் உளவியலில் பிரதானமானவை.

முதலாவது பிறரைத் தனது ஆளுகைக்குள் வைக்க இயல்பூக்கம் பெற்ற குழந்தைகள். இவை ஆக்ரோஷமாய் (Aggressive) பிறரைத் தனது பிடியில் வைத்திருக்கும் (Dominant) வகையைச் சேர்ந்தவை. தங்கள் வழியில் குறுக்கிடும் யார் மீதும் எதன் மீதும் தனது நினைப்பைத் திணிக்கும் ஆற்றல் இவற்றுக்கு உண்டு. ஒழுங்காக வழி நடத்தப்படாத போது இவ்வகைக் குழந்தைகள் பிறர் துன்பத்தில் இன்புறுதல் (Sadists) பிறரைத் தேவைக்கு அதிகமாக துயர்படுத்துபவை (Bullies) ஆக மாறுகின்றன. இதே வகையில் ஆற்றல் குறைந்த நபர்களும் உண்டு. இவ்வகைக் குழந்தைகள் தன்னைத் துன்புறுத்திக் கொள்வதன் மூலம் பிறரை மனரீதியில் தாக்குபவை. இவை ஒழுங்காக வழிநடத்தப்படாத போது போதை அடிமைகள் (Addicts), குடி, தற்கொலை (Suicides) போன்ற நடத்தைகளை இயல்பூக்கமாய்ப் பெறுகிறார்கள்.

இரண்டாம் வகை குழந்தைகள் பிறர் மீது முழுமையாய்ச் சார்ந்து (Leaning) வாழும் வகை (Type) யினராக ஆட்லர் முன் வைக்கிறார். தங்களைச் சுற்றிப் பல்வகைப் பாதுகாப்பு வளையங்களை இவர்கள் போட்டுக் கொண்டாலும் வாழ்வின் ஒவ்வொரு அம்சத்திலும் பிறரையே சார்ந்து இவர்கள் வாழ வேண்டும். சார்ந்து வாழ்தல் (Dependent) அம்சம் குறை ஆற்றலையே இவர்களுக்குத் தருவதால் விரைவில் பய உணர்வு (Phobia) அபரிமித உணர்வு (Anxiety) மன அதிர்வு (Hysteria), மறத்தலுணர்வு (Ammensia) போன்றவையும் எளிதில் இவர்களை பாதிக்கும்.

மூன்றாம் வகை குழந்தைகள் விலகி இருக்கும். பிறர் உறவைத் தவிர்க்கும் (Avoiding) வகை (Type) குழந்தைகள் என வகை பிரிக்கிறார் ஆட்லர். ஆகக் குறைவான ஆற்றல் கொண்ட இந்தக் குழந்தைகள் பெரும்பாலான அம்சங்களில் பிறரைத் தவிர்த்துத் தனித்து வாழ்வதையே விரும்பும் தன்மையன. இந்தத் தனிமைப்படுதலால் மன ரீதி பாதிப்புகளுக்கு விரைவில் தள்ளப்பட்டுத் தாழ்வு மனப்பான்மையில் விழும் தன்மை இவர்களுக்கு உண்டு. தனது குறுகிய உலகிற்குள் அவலத்துடன் வாழும் இவர்களும் தற்கொலை போன்ற முடிவுகளுக்கு மிக எளிதில் தள்ளப்படும் ஆபத்தோடு வாழ்பவை.

நான்காவது வகை ஓரளவு சமநிலை (Balanced) வகை (Type). சுயமாக சமூகப் பொறுப்புகளில் பங்கேற்றல் மற்றும் அதற்கான மன ஆற்றல் படைத்த இந்த வகை குழந்தைகளிடம் சமயத்திற்குத்

தக்கவாறு மேற்கண்ட மூன்று அம்சங்களுமே கலந்து வெளிப்படவும் செய்கிறது.

ஆட்லர், குழந்தைகளின் சமூக நடத்தை என்பது தான் பிறந்து வளர்ந்த குடும்பத்தில் தாய் தந்தை உறவுகள் அக்குழந்தை முதல் குழந்தையா, கடைக்குட்டியா (கடைசிக் குழந்தை) நடுக் குழந்தையா என்பதையும் பொறுத்து உள்ளது என்கிறார். முதல் குழந்தை என்பது அக்குடும்பத்தின் ஒரே குழந்தையாக முதலில் வளர்கிறது. எல்லோரது கவனமும் பெற்று உரிமைக் குழந்தையாய் முக்கியத்துவம் பெறும் அதே சமயம் விரைவில் இரண்டாவது குழந்தை வீட்டில் வந்துவிட, கவனம் தன் மீது குறைவதைப் புதிய குழந்தை முக்கியத்துவம் பெறுவதைக் கண்டு திகைக்கிறது. பெற்றோர் கவனம் தன் மீது திரும்பிட ஒரு குழந்தையாய் நடந்து கொள்ள முயல்கிறது. அனைத்து வகையிலும் கைவிடப்பட்ட ஒருவராய் மன உளைச்சல் பெறும் அது, கீழ்ப்படிய மறுத்தல், எதிர்த்து செயல்படுதல் (Rebellious), பள்ளியில் பெரிய பிரச்சனைகளை ஏற்படுத்திப் பெற்றோர் கவனத்தை ஈர்த்தல் இப்படிக் 'காரியத்தில்' இறங்குகிறது. அல்லது முற்றிலும் உள்வாங்கி கல்விச் செயல்பாடுகள் அனைத்திலும் பின்னடைவு கொள்கிறது.

இரண்டாவது குழந்தை என்பது வேறு வகையான சூழலைச் சந்திக்கிறது. தனக்கு முன் பிறந்தவர் ஏற்கனவே பல விஷயங்களில் வீட்டில் அமைத்த வாழ்க்கைப் பாதையில் பயணிக்கும் நிலை. தனது நிலை எடுத்த உடனேயே போட்டியானதாக (Competitive) ஆகிவிட்டதை உணர்கிறது. பெரியவரைத் தாண்டிச் செல்ல அனுமதி எப்போதும் கிடையாது. சகோதர உறவோடு ஒருவகைப் போட்டி உணர்வும் கலந்து தனது நிலைக்காகப் போராடும் சூழல்களின் வெளிப்பாடாக பள்ளிக்கூடம் இருப்பதைக் காண்கிறது. பெரும்பாலும் ஒரே குடும்பத்தில் குழந்தைகள் ஒரே பள்ளியில் படிக்கின்றன. தொடர்ந்து கல்வி, வேலைவாய்ப்பு, குடும்பம் என அனைத்திலும் வெளியில் தெரியாப்போட்டி தொடர்கிறது. ஒப்பீட்டு அவலத்தின் உச்சத்தில் வகுப்பறைக்குள் தனித்தனியே பிரச்சனையாக அவர்களது நடத்தை விதி முரண் அடைகிறது.

பிறந்ததில் முதலில் ஆணாக பின் பெண்ணாக அல்லது முதல் குழந்தை பெண்ணாக பின் ஆணாக இருக்கும் குடும்பங்களிலிருந்து வரும் பிள்ளைகள் குறித்தும் ஆட்லர் தனித்தனியே நடத்தைப் பிரச்சனைகளை முன் வைக்கிறார். தங்களது சகோதர உறவில் ஒருவர் தொடர்நோய்க்கு ஆளாகிப் பெற்றோர் கவனத்தை அதிகம் பெறும் சூழலிலிருந்து பள்ளி வரும் சிறார்கள் நடத்தை முரண் அடைந்து பெற்றோர் கவனம் பெறுதலையும் அவர் சுட்டிக் காட்டுகிறார்.

குழந்தைகளுக்கு இடையிலான வயது வேறுபாடும் கூட இதில் முக்கிய அங்கம் வகிக்கிறது.

ஆனால் ஒரே குழந்தை என்று வருகிறபோது பெற்றோரின் மொத்த கவனமும் அதன் மீதே திரும்புகிறது. நிலப்பிரபுத்துவ சமூகத்தின் 'வாரிசு' என்கிற சொல்லாக்கம் ஏற்படுத்தும் முக்கியத்துவத்தையும் அது சார்ந்த மன அழுத்தத்தையும் அறியாதவரான ஆட்லர், ஒரே குழந்தை குடும்பச் சூழல்களில் வளரும் குழந்தைகள் குடும்பத்தில் கிடைக்கும் அதே வகை முக்கியத்துவம் வகுப்பறையிலும் கிடைக்காத முரணில் நடத்தைச் சிதைவு அடைவதைச் சுட்டுகிறார். அதீத எதிர்பார்ப்பு பெற்றோரிடமிருந்து குழந்தைகளை நோக்கியும் அதே சமயம் குழந்தைகளிடமிருந்து பெற்றோரை நோக்கியும் செயல்படுகிறது.

4

ஆன்னா ஃபிராங்க்ட்டின் நடத்தை வேறுபாடுகள்

வகுப்பறையின் நடத்தை வேறுபாடுகள் குறித்து ஆன்னா ஃபிராய்டின் கருத்துக்களை நாம் பரிசீலிக்கலாம். ஆன்னா ஃபிராய்டு, மாபெரும் உளவியல் அறிஞரான சிக்மண்ட் ஃபிராய்டின் மகளாவார். தனது தந்தையின் உள்ளப் பகுப்பாய்வு (Psycho-analysis) கோட்பாட்டை வகுப்பறைக் குழந்தைகளுக்குப் பொருத்தித் தனது கோட்பாட்டை உருவாக்கியவர் அவர். முதிர் பருவநிலை குழந்தைகளது நடத்தை முரண்களைப் பெரும்பாலும் தனது ஆய்வுப்பொருளாக ஏற்றவர் ஆன்னா ஃபிராய்டு. வகுப்பறையில் குழந்தைகளிடையேயான நடத்தை வேறுபாடுகளை (Behaviour - Difference) இவ்வாறு பட்டியலிடுகிறார்.

1. வயது அடிப்படையிலான நடத்தை வேறுபாடுகள்:

ஒரு தேர்ந்த ஆசிரியர் வயது ஏற ஏறக் குழந்தைகளின் நடத்தையில் ஏற்படும் வேறுபாடுகளை அறிந்து அதற்கேற்றாற் போல அவர்களைப் புரிந்து கொள்ள முடியும். வயது சார்ந்த நடத்தைப்படி வகுப்புகளைக் கட்டுப்பாட்டில் வைப்பதிலிருந்து வேலைகளைத் திறம்பட வாங்குவது வரை இதில் அடங்கும். பெரியவர்களைப் போல நடந்து கொள்ளும் சிந்தனைப் போக்கு இவ்வகை நடத்தை முரணுக்குப் பிரதான காரணி ஆகிறது.

2. திறன் சார்ந்த நடத்தை வேறுபாடுகள்:

வகுப்பறை சார்ந்த வேலைத் திறன்கள் என்பது எல்லாருக்கும் ஒரே மாதிரி இருப்பது கிடையாது. திறன் குறைந்த குழந்தைகள், பிற திறன் சார்ந்து நடத்தப்பட்டால் நடத்தை வேறுபாடுகளை

ஓரளவு தவிர்க்கலாம். ஊக்கம் குறைந்த சூழலில் வளரும் குழந்தைகள் அடையாளச் சிக்கல்களுக்கு (Identity Crisis) உட்படும்போது நடத்தை முரணை வகுப்பறை சந்திக்கிறது.

3. பாலியல் சார்ந்த நடத்தை வேறுபாடுகள்:

கேங் லீடர் மனநிலை, ரவுடி செயல்பாடுகள் என்பவை ஆண் குழந்தை நடத்தை முரண் அடையாளமாகவே பெரும்பாலும் பார்க்கப்படுகிறது. பெண் குழந்தைகள் எளிதில் உணர்ச்சி வசப்படுபவராகவும் குழுக்களாக ஒத்துழைப்போடு செயல்படும் அதே சமயம் சிறு குழுக்களாகப் பிரிந்து மோதிக் கொள்பவராகவும் ஆசிரியர் என்பவர் பாலின வேறுபாடுகளில், இரு பாலரையும் சமமாக நடத்தும் மன முதிர்ச்சி பெற வேண்டியது அவசியம் ஆகும்.

4. சமூக பொருளாதார அந்தஸ்து சார்ந்த நடத்தை வேறுபாடுகள்:

சமூகத்தின் பின்தங்கிய வகுப்பைச் சேர்ந்தவர்களை விட முன்னேறிய சமூகத்தின் குழந்தைகள் அதிக நடத்தை முரண்களை வெளிக்காட்டுபவர்களாக இருக்கிறார்கள். பின்தங்கிய, ஒடுக்கப்பட்ட சமூகப் பின்னணியிலிருந்து வரும் குழந்தைகள் தன்னம்பிக்கை பெறும் வகையில் ஆசிரியரின் அணுகுமுறை அமைய வேண்டும்.

5. கலாசார மாறுதல் சார்ந்த நடத்தை வேறுபாடுகள்:

பல்வேறு கலாச்சார சூழல்களிலிருந்து பள்ளிக்கு வரும் குழந்தைகள் பள்ளிக்கூடத்திற்கு என்றே உருவாகி நடைமுறைப்படுத்தப்படும் கலாச்சாரத்திற்கு ஏற்ப தன்னை மாற்றிக் கொள்ள முடியாத முரண், நடத்தை முரணாக வெளிப்படுகிறது. இசுலாமியக் குடும்பத்துக் குழந்தைகள், இனக்குழு சார்ந்த மலைசாதியினர், விளிம்பு நிலை இனங்களின் குழந்தைகள் இதே போன்ற முரண்களை சந்திக்கிறார்கள். மதமும், இனக்குழுச் சட்டங்களும் விதிக்கும் கலாசார அடையாளங்கள், தனி மனித நன்னடத்தை விதிகள், வெறித்தனமான எதிர்ப்புணர்வு, கலாச்சார, இனக்குழுக்களிடையே சாதிய அடையாள சக்திகளிடையேயான பகைமை இவற்றை நேர்மையாகக் கையாளும் மூன்றாம் நபராகத் தோழமை உணர்வுடன் ஆசிரியர் இருப்பது அவசியத் தேவையாக இருக்கிறது.

5

நடத்தைச் சிக்கல் சாண்டர்ஸ் கருத்து

ஒரு குழந்தை பள்ளியில் முறை தவறி நடப்பதற்கான பிரதான காரணங்களைக் கல்வியாளர் எம். சாண்டர்ஸ், பல்வேறு சமூக - கள ஆய்வுகளுக்குப் பின் பட்டியல் இட்டிருக்கிறார். குழந்தைகள்

முறை தவறி ஏன் நடக்கின்றன என்பதற்கு, பதில் வகுப்பறைக்குள் இருக்க முடியுமா என்பது குறித்துப் பல்வேறு கருத்துகள் நிலவுகின்றன.

சமூகக் காரணிகளைப் பின்புலமாகக் கொண்டு மட்டுமே ஒரு வகுப்பறையில் குழந்தைகள் நடத்தை தவறிப் போகின்றன என்பது பெரும்பாலான கல்வியாளர்களின் கருத்தாகும். ஆர்வமின்மை, கல்விக்கு எதிராகச் செயல்படுதல், கீழ்ப்பணிய மறுத்தல், குழுக்களோடு குற்றங்களில் ஈடுபடுதல், பள்ளியைக் கைவிட்டுப் பெற்றோருக்கும் தெரியாமல் வேறெங்கோ செல்தல், தொடர்ந்து வகுப்பறையில் ஆசிரியரின் பிரச்சனையாக இருத்தல், பள்ளி விதிகளுக்குக் கட்டுப்படாமல், பிற மாணவர்களுடன் கலவரத்தில் ஈடுபடுதல், பாலியல் குற்றங்களில் சம்பந்தப்படுதல் என பலவகையில் பள்ளியில் மாணவர்கள் நடத்தை மீறலில் ஈடுபடுவதைப் பார்க்கிறோம். பள்ளியின் பொதுச் சொத்துக்களை உடைப்பது, சுவர்களில் எழுதி சினிமா நடிகரோடான அபிமானத்தை வெளிக்காட்டுவது, ஆபாசமான வக்கிரமான வெளிப்பாடுகளை முடுக்கிவிட்டுக் கூட்டத்தோடு ஒளிவது இவை எல்லாம் அனைத்து வகை பள்ளிகளிலும் இன்றும் உண்டு.

சாண்டர்ஸ் இதுபோன்ற நடத்தைப் பிரச்சனைகளுக்கு ஆறு வகை காரணங்களை முன் வைக்கிறார்:

1. பள்ளி மீதான பொதுவான வெறுப்பு.
2. சமூகத்தின் கவன ஈர்ப்பு எனும் ஆழ்மனப் பிறழ்வு.
3. குழுவில் அங்கீகாரம் பெற தலைமைப் பண்பாய் நடத்தை மீறல்
4. தனிப்பட்ட ஆசிரியர் / நபர் / பாடம் மீதான காழ்ப்புணர்ச்சி
5. விதிகளைக் குறித்த முழுமையான விழிப்புணர்வு இல்லாமை.
6. ஒன்றுக்கு ஒன்று முரணாக உள்ள பள்ளி / வீட்டுச் சூழலின் வடிகாலாக நடத்தை மீறல்.

மேற்கண்ட ஆறு வகை விதி மீறல்களில் ஈடுபடும் குழந்தைகளில் பெரும்பாலானவர்கள் கற்றல் செயல்பாடுகளில் ஆர்வம் இல்லாதவர்கள். படிப்பில் ஆர்வமும் பள்ளி வகுப்பறைச் செயல்பாடுகளில் அதிக அக்கறை மதிப்பு ஏற்பட ஏற்பட மேற்கண்ட நடத்தை மீறல்கள் முற்றிலும் குறைந்து விடுகின்றன. ஆயிரம் குழந்தைகளிடையே தொடர்ந்து கள ஆய்வு மேற்கொண்ட சாண்டர்ஸ் அவ்விதம் கற்றல் சூழலில் ஒரு பிரச்சனை ஆகின்ற குழந்தைகளின் குடும்பச் சூழலில் கீழ்க்கண்ட பொதுவான அம்சங்கள் இருப்பதைப் பட்டியலிடுகிறார்.

1. குழந்தையின் தந்தை மிகவும் அவரை விட்டு விலகியோ அல்லது மிக அதிகமாகக் கட்டுப்பாடு மிக்கவராகவோ இருப்பது.

2. தாயின் கண்காணிப்பு அற்ற நிலை அல்லது அவரது சிறு தவறுகளைத் தந்தைக்குத் தெரியாமல் மறைத்துக் காப்பாற்றுதல்.
3. குழந்தையிடம் பெற்றோர்கள் வேறுபடுத்தியோ அல்லது மோசமாகவோ நடந்து கொள்ளுதல்.
4. தாய் தந்தை பிரிந்து இருத்தல்.
5. எப்போதும் கோபத்தோடு உடல் சார்ந்த தண்டனைகளையே குழந்தைக்கு வழங்குதல்.
6. தாங்கள் சொல்வதைக் குழந்தை கேட்க மாட்டார் என பெற்றோர் நம்புதல் அல்லது அப்படி சொல்லுதல்.
7. பிற குழந்தைகள் தன் குழந்தையைக் கெடுத்துவிட்டதே காரணம் என எப்போதும் சொல்லுதல்.
8. குழந்தையோடு தங்களது ஓய்வு நேரத்தைப் பகிர்ந்து கொள்ளாத பெற்றோர்.
9. அவர்கள் தங்களது அன்றாடப் பள்ளி வாழ்வில் நடப்பதைப் பகிர்ந்து கொள்ள வீட்டுச் சூழலில் ஆளற்ற நிலை.
10. வறுமைக் கல்வி உபகரணங்கள் விலை தந்து பெற இயலாத சூழல் , பள்ளி நேரம் போக உழைத்துப் பொருளீட்ட வேலைக்குச் செல்லும் நிலை.

இப்படியான குழந்தைகளின் நடத்தை மற்றும் கற்றல் செயல்பாடுகள் கல்விக்கு எதிராக இருப்பதற்கான காரணங்கள் சதவிகித அடிப்படையில் வாட்கின்ஸ் மற்றும் வாக்னர் ஆகியோர்கள ஆய்வு செய்து (ஜெர்மனி, ஆப்பிரிக்கா, இங்கிலாந்து குழந்தைகள்) வெளியிட்ட பட்டியல் இது. இந்தியாவிலும் இதுவே நிலை என்பதை இதை வாசிக்கும் போது அறியலாம். குழந்தைகளின் நடத்தை மீறல் (100%க்கு) சதவிகிதத்தில்.

1. ஆதரவற்ற குடும்பச் சூழல் 49.6% சம்பவங்களில் காரணம்.
2. குழு கொடுத்த தூண்டுதல் 35.6% சம்பவங்களில் காரணம்
3. பாடத்தின் மீது ஆர்வம் இல்லாதிருத்தல் 30.7% சம்பவங்களில் காரணம்
4. பள்ளி மீதான பொது வெறுப்பு 30.5% சம்பவங்களில் காரணம்
5. உளவியல் மற்றும் உணர்வு சமநிலை குன்றல் 29.4% சம்பவங்களில் காரணம்
6. வகுப்பறைச் செயல்பாடுகளில் திறன் குன்றி இருத்தல் 21.9% சம்பவங்களில் காரணம்

7. பெரியவர் அதிகார அமைப்பின் மீதான கலகச் செயல்பாடு 20.8% சம்பவங்களில் காரணம்
8. சுய கட்டுப்பாடு இல்லாத சூழல் 13.7% சம்பவங்களில் காரணம்
9. ஆசிரியர் மீதான வெறுப்பு 12.7% சம்பவங்களில் காரணம்
10. போதை போன்ற பிற காரணங்கள் 4.9% சம்பவங்களில் பிரதான காரணமாக இருக்கிறது.

மேற்கண்ட பிரச்சனைகளில் பெரும்பாலானவற்றை ஆசிரியர்கள் தீர்த்து வைக்க முடியும் என்பது கண்கூடான உண்மையாகும். ஆசிரியர்- மாணவர் உறவு குடும்பச் சூழல்களையும் மீறி குழந்தைகளின் வாழ்வில் குதூகலத்தை உருவாக்க முடியும். இவ்வகை பிரச்சனைகளை எப்படி ஆசிரியர்கள் தீர்க்கலாம் என்பதற்குக் கல்வியாளர்கள் பல வகை தீர்வுகளை முன் வைத்துள்ளனர்.

பள்ளிக்கூட அன்றாடச் செயல்பாடு இவ்வகை விதிமீறல் பிரச்சனைகளின் பிரதான காரணி என்பதில் சந்தேகமே இல்லை. ஆசிரியர்கள் தங்களது பணிகளில் அதிக ஈடுபாடும் முழு அர்ப்பணிப்பும் கொண்டுள்ள பள்ளிகளில் விதிமீறல்கள் மிகக் குறைவு. தலைமை ஆசிரியரின் அணுகுமுறையும் இங்கே பெரும் பங்கு வகிப்பதைப் பார்க்கிறோம். தங்களுக்குள் குழுக்களாகப் பிரிந்து அதிகார யுத்தத்தில் ஆசிரியர்களே ஈடுபடும் சூழல்கள் கொண்ட பள்ளிகளில் மாணவர் நடத்தை மீறல்கள் உச்சக்கட்டத்தை அடைகின்றன. பாலியல் குற்றங்களில் ஆசிரியர்களே ஈடுபடும் குற்றச்சாட்டுகள் கொண்ட பள்ளிகளில் அதே வகை நடத்தை மீறல்களில் பெரிய குழந்தைகளும் ஈடுபடுவது அதிகரிக்கிறது.

நடத்தை மீறலில் ஈடுபட்ட ஒரு மாணவர் மீது உடலியல் தண்டனை (Corporale Punishment) தருதல், பள்ளியிலிருந்து குறுகிய காலத்திற்கு விலக்கி வைத்தல் (Suspention), பள்ளியை விட்டே அனுப்புதல் (Dismiss) போன்ற நடவடிக்கைகள் நடத்தை மீறல்களை முடிவுக்குக் கொண்டு வராமல், அதனை அதிகரிக்க வைத்து பிரச்சனையை மேலும் புரையோட வைப்பதை உளவியலாளர்களும் சமூகவியல் ஆய்வாளர்களும் நிரூபித்துள்ளனர். அதற்கு மாற்றாகப் பிரச்சனையின் அடிப்படையை ஆய்ந்தறிந்து சம்பந்தப்பட்டவர்களை நேரில் சந்தித்து முறைப்படி அவருக்கு உளவியல் சிகிச்சையாக வழிகாட்டுதல் மற்றும் அறிவுரை பகிர்தல் (Guidence and Councelling) வழியில் மனதைப் பதப்படுத்துதல் முறையை அவர்கள் முன்மொழிகிறார்கள். சமூகத்தின் குற்றவாளிகளாக அவர்கள் மாறுவதிலிருந்து தடுக்க அது ஒன்றே வழி ஆகும். அது குறித்த ஆசிரியர் அணுகுமுறை குழந்தை ஆதரவாக (Positive Towards Child)

இருக்கும்போது ஆசிரியர் - மாணவர் உறவின் ஆரோக்கியமான நிலையின் காரணமாக வகுப்பறை தலைசிறந்த கற்றல் - கற்பித்தல் தளமாக நிலவுகிறது. ஒரு ஆசிரியர் ஒழுக்க விதிகளை மிகவும் கறாராகக் கடைப்பிடிப்பவராக இருப்பதைக் காட்டிலும் சிறு சிறு பிரச்சனைகளில் குழந்தை ஆதரவாளராய் அவர்களது கற்றல் செயல்பாடுகள் மற்றும் வளரும் சூழலில் அக்கறையும் விழிப்புணர்வும் ஆதரவு நிலைப்பாடும் கொண்டவராக இருக்கும்போது நடத்தை மீறல்களைச் சமாளிப்பது உச்சத்தில் உள்ளது என்பதை வாட்கின்ஸ் மற்றும் வாக்னரின் ஆய்வுகள் நிரூபிக்கின்றன. நடத்தைச் சூழலைத் தீர்வு காண்பதில், சதவிகித அடிப்படையிலான உண்மை நிலையை அவர்கள் கீழ்க்கண்டவாறு தருகிறார்கள்!

தீர்வு சதவிகிதம்

1. நம்பிக்கை ஊட்டும் ஆசிரியர் - மாணவர் உறவு 89.7%
2. பாடம் நடத்துவதில் சிறப்பான முறை 87.6%
3. ஆரம்பத்திலேயே நடத்தை விதிகளில் கறாராக இருத்தல் 86.3%
4. ஆசிரியரின் நடத்தை விதி செயல்படுத்துவதில் தலைமை ஆசிரியரின் முழு ஆதரவு 70.8%
5. அனைத்துக் குழந்தைகளுக்கும் மிகக் கண்டிப்பாக விதிமுறைகளை ஒன்றுபோல கடைப்பிடித்தல் 69.3%
6. பெற்றோர்களின் ஆதரவு ஈடுபாடு 68.7%
7. நடத்தைப் பிரச்சனைகளின் காரணத்தைக் கண்டறிந்து நீக்குதல் 66.6%
8. தலைமை ஆசிரியரின் கண்டிப்பு 56.0%
9. ஆசிரியரின் நடத்தைவிதி கண்டிப்பு 39.9%

6

ஆசிரியர் - மாணவர் உறவு - உலகக் கல்வியாளர் அணுகுமுறை

ஒரு பள்ளியில் வகுப்பறையில் ஆசிரியர் - மாணவர் நல்லுறவு மட்டுமே 89.7% குழந்தைகளின் நன்னடத்தைக்கு உறுதுணை புரிந்து கற்றல் சூழலை இனிமை கொண்டதாக ஆக்க முடியும் என்பதை நிரூபித்திருக்கிறார்கள். ஆசிரியர் - மாணவர் உறவு எப்படி இருக்க வேண்டும் என்பதை உணர்விலும் பேச்சிலும் நடைமுறையிலும் வெளிப்படுத்திய ஐந்து மாமனிதர்களின் உறவுமுறை மேம்பாட்டு

விளக்கங்களைப் பார்க்க இருக்கிறோம். வகுப்பறையின் சுவர்களைத் தகர்த்தெறிந்த அந்தக் கல்வியாளர்கள் முன்வைத்த ஆசிரியர் அணுகுமுறை கட்டமைப்புகள்தான் கல்வியில் இன்று நாம் பார்க்கும் (தொடர் மற்றும் முழுமை மதிப்பீடு, செயல்முறை கற்றல் உட்பட) அனைத்து மாற்றங்களையும் முன்மொழிந்தது. இவர்கள் யார்? இன்றைய நமது கல்வியின் புதிய சூழலில் இவர்களது பங்களிப்பு என்ன என்பதைப் பார்ப்போம்.

1. மரியா மாண்டிசொரி: ஆசிரியர்- மாணவர் உறவு என்பது கற்றலில் ஒருவருக்கு ஒருவர் சுதந்திரமாய்ச் செயல்படும் சக பயணிகளின் உறவாக இருக்க வேண்டுமென்பதே மாண்டிசொரி கல்விமுறையின் அடிப்படை. புத்தகமே இன்றி, செயல்பாடுகள் மூலம் சுயமாக முயற்சித்தல் மூலம் நடைபெறும் கல்வி அது. இத்தாலியில் தனது பாம்பினி (சிறார் இல்லம்) பள்ளிகளை நிறுவி ஆசிரியர் என்பவர் ஒரு குழந்தையின் விளையாடும் துணையாக (Play - Partner) அவரோடு சேர்ந்து செயல்பாடுகளை ஊக்குவித்து கற்றலை இனிமையாக்குபவராக மாற்றியவர் மாண்டிசொரி. அவரது பள்ளியில் மூன்றே படிநிலைகள்; பள்ளிக்கூடம் ஒரு கட்டடமல்ல. டயர் விளையாட்டு முதல் விஸ்தார மரத்தடிகளில் ஏணிகளைப் படுக்கப் போட்டுக் குதித்து உடல் திறன் வளர்ப்பதிலிருந்து முயல்குட்டிகள், குரங்கு, மான், கோழி, கிளிகள் என பரந்து விரிந்த அறிவியல் இயற்கை அற்புதமாய் பாம்பினி விளங்கியது. தனது முதல் பாம்பினியை ரோமாபுரியின் மிகவும் நலிவடைந்த 'பஞ்சப் பராரைகள்' வசித்த சான்லொரான்ஸோ பகுதியில் இலவசக் கல்விச் சாலையாக தொடங்கினார் மாண்டிசொரி. முதன் முதலில் ஆசிரியர்களாக பெண்களை 1907-ல் நியமித்து தொடக்கக் கல்வி என்பது ஆசிரியர் தாயன்போடு மாணவர்களிடம் பழகுவதன் மூலம் மட்டுமே சாத்தியம் என்பதை முன்வைத்தார். அவரது செயல்வழிக் கற்றல் இந்தியாவில் பிரம்மஞான சபைக்கு அன்னிபெசன்ட் மூலம் அறிமுகமாகி ஜே.கிருஷ்ணமூர்த்தி மூலம் ரிஷிப் பள்ளத்தாக்கு பள்ளியில் இடம்பெற்று அதன் வழியே தமிழகப் பள்ளிகளுக்குள் நுழைந்தது. அவரது கல்விமுறைக்கும் நமது ஆங்கில நர்சரி பள்ளிகள் தம்பட்டம் அடித்துக் கொள்ளும் மாண்டிசொரி ஆங்கிலக் கல்விக்கும் எந்தச் சம்பந்தமும் இல்லை என்பதே உண்மை. ஒரு தாயாக குழந்தையை அரவணைத்து அதே சமயம் தவறு செய்ய அனுமதிப்பதில் தயக்கம் காட்டாமல், சரியாகக் கற்கும்போது பாராட்டத் தவறாமல் இருப்பதன் மூலம் வகுப்பறையை அற்புதங்களின் உலகமாக்கும் முறையே மாண்டிசொரி முறை ஆகும்.

ஒரு குழந்தை எதிர்காலத்தில் என்னவாக வரவேண்டும் என்பதிலிருந்து குழந்தையின் கல்வி முறையை அணுகாமல் ஒரு குழந்தையின் அடிப்படை இயல்புகள் என்ன என்பதிலிருந்து கல்வியைக் கீழிருந்து மேலாக நாம் அணுகும்போது தான் உண்மையான கல்வி சாத்தியமாகிறது. மாண்டிசொரி முறையில் தேர்வுகள் என்ற பேச்சுக்கே இடமில்லை. வகுப்பறை என்பது வெறும் நோட்டும், புத்தகமும் செத்த வார்த்தைகளும் அவற்றை மனப்பாடம் செய்யும் மனித இயந்திரங்களும் இருக்கும் இடமல்ல. மாறாக பலவகை கற்றல் கருவிகள், சாதாரண கம்பி, கல், கப்பி, மணல், தகர டப்பா, உருளை, பத்து இருபது சதுர அட்டைகள், கோலிகள் என குழந்தைகள் விளையாடப் பொறுக்கி வரும் பொருட்கள் கற்றலின் கருவிகளாய் உருமாறி அற்புத உலகைக் கட்டமைக்கின்றன.

குழந்தையை மதிப்பீடு செய்ய ஆசிரியர்கள் நுழையும் அந்த இடத்தில்தான் கல்வி வன்முறையாக மாறுகிறது என்று கருத்து கொண்டிருந்தார் மாண்டிசொரி, அதனை வெற்றிகரமாகத் தவிர்த்தது அவரது சுய மதிப்பீட்டு (Self-Evaluation) முறை.

மதிப்பீடே கூடாது என்று மாண்டிசொரி சொல்லவில்லை. மாணவர்கள் தங்களுக்குள் மதிப்பீடு செய்யும் முறையே மாண்டிசொரியுடையது. மாணவர்களுக்குள் ஒரு குழு செயல்படும் குழு (performing group) அதனை மற்றொரு குழு மதிப்பீட்டுக் குழுவாக (Evaluating group) இருந்து மதிப்பீடு செய்யும். அதன்பிறகு செயல்பாட்டுக்குழு மதிப்பீட்டுக் குழுவாகும்; இப்படி மாறி மாறி மதிப்பீடுகளை மாணவர்கள் வழங்குகிறார்கள். இந்த விஷயத்தில் தேவை ஏற்பட்டாலொழிய ஆசிரியர் தலையிடுவதே கிடையாது. குழுக்களை அமைப்பதில் கூட குலுக்கல்முறை பின்பற்றப்பட்டது. குழுக்களின் உறுப்பினர் நிரந்தரமான ஒருவராக இல்லாமல் மாறிக்கொண்டிருப்பர். கற்றலில் கடினத்தை அனுபவித்த குழந்தைகளுக்கு ஆசிரியர் உதவிக்கரம் நீட்டுவார். குழுக்களோடு இணைந்து செயல்படுபவராக ஆசிரியர் இருக்கிறார். மேற்பார்வையாளராகவோ கண்காணிப்பாளராகவோ இருக்கும் நிலைமை அவருக்குக் கிடையாது. ஆசிரியர் - மாணவர் உறவில் ஆகச் சிக்கலான அந்த இடத்தை மாண்டிசொரி முறை பதப்படுத்தியது இப்படித்தான்.

2. ஆண்டன் மக்கெரென்கோ

சோவியத் யூனியன் (ரஷ்யா) தந்த மாபெரும் கல்வியாளர் மக்கெரென்கோ. வீதிகளில் அனாதையாய்த் திரிந்த குழந்தைகளை ஒன்றிணைத்து விடுதிப் பள்ளிகளை நடத்தியவர். கல்வியில் சுய

மேலாண்மை (Self - Management) எனும் சொல்லாக்கத்தை அறிமுகம் செய்தவர். ஆசிரியர் - மாணவர் உறவில் விளையாட்டுக் குழுக்களின் கேப்டன் - பிளேயர் உறவை முன் வைத்தவர். உண்மையில் உலகெங்கும் இன்று பள்ளிக்கூடங்களில் உடற்கல்வி (Physical - Education) எனும் விளையாட்டுப் பாடப்பிரிவு உள்ளதென்றால் அதை சோவியத் பள்ளிகளில் 1920-ல் அவர்தான் அறிமுகம் செய்தார்.

ஒரு குழந்தையின் விளையாடும் காலம், ஈடுபாடு, அதில் அக்குழந்தை காட்டும் ஆர்வம் இவற்றுக்கும் எதிர்காலத்தில் அது எவ்வளவுக்கு உழைத்து வேலைகளில் ஈடுபாடு காட்டப் போகிறது என்பதற்கும் தொடர்பு இருக்கிறது என்பதை முன்மொழிந்தவர் மக்கெரென்கோ. கல்வியின் சக்கரவர்த்தி குழந்தை என்பது அவரது நிலைப்பாடு. குழந்தையை எந்த அளவிற்கு வகுப்பறை மதிக்கிறதோ அந்த அளவிற்கு அங்கே கற்றல் சாத்தியமாகிறது. இதனால் உடல் அளவில் குழந்தைகளை அடிப்பது, குட்டுவது, காதைத் திருகுவது, முழந்தாள் இடச் சொல்வது இவற்றை முற்றிலும் தடுத்து நிறுத்திய உலகின் முதல் கல்விச்சாலைகள் மக்கெரென்கோ மேற்பார்வையில் சோவியத்தில் தான் இயங்கின. கோல் எடுக்காத ஆசிரியர்கள் கல்வியைப் பள்ளி வகுப்பறையோடு சுருக்காமல், குழந்தையின் தொடர்பு ஏற்படும், குடும்பம், பொது இடங்கள், சமுதாய கிளப்புகள், வீதி என எங்கே அக்குழந்தை சென்றாலும் கல்வியின் அம்சங்கள் இடம் பெற முழுச் சமூகத்தையும் பயிற்சிக்கு உட்படுத்தினர். உதாரணமாகப் பள்ளிக்குக் குழந்தைகளை அழைத்து வந்து சென்ற தாதிகள், வாகன ஓட்டிகளும் கல்வியில் இடம் பெற்றனர்.

கல்வியை சாத்தியமாக்கும் பிரத்யேக விளையாட்டு மைதானத்தை ஒவ்வொரு பள்ளியும் பெற்றது. கல்வியில் விளையாட்டு அத்தோடு வேலை கல்வி (Work- Education) என்பதையும் மக்கெரென்கோ அறிமுகம் செய்திருந்தார். கட்டட வேலை, பாலம் அமைத்தல், அருகமை தொழிற்சாலை, அரசு அலுவலகம், மருத்துவமனை, விவசாயக் கூட்டுப்பண்ணை என்று நேரடியாகச் சென்று மாணவர்கள் அங்கே வேலை கல்வி பெற்றதும் அவரது கல்வியின் ஒரு பகுதியாய் இருந்தது.

விளையாட்டு வேலைக் கல்வி இதில் ஒழுக்கம் கட்டுப்பாடு இவை விளையாட்டின் விதிகளைப் போலவே முக்கியமானவை. கால்பந்து கோல்கீப்பர் எங்கே இருக்க வேண்டுமோ அவர் அங்கே இருக்க வேண்டும். பந்தைக் காலால் மட்டுமே உதைக்க வேண்டும். எப்போதாவது தலையால் முட்டலாம் என்பது போலவே பள்ளியில் வகுப்பறையில் இதைச் செய் இதைச் செய்யாதே. வாழ்க்கையில் இது விதி. இது விதி மீறல்! மக்கெரென்கோவின் மாணவர்கள் மிக

எளிதாக நடத்தை விதிகளைக் கடைப்பிடித்து புதிய வழி காட்டினார்கள். வகுப்பறையில் வன்முறைக்கு பதிலாகப் புன்னகை புகுந்தது.

விளையாட்டு மட்டுமே குழந்தைகளுக்குப் படைப்பாக்க மகிழ்ச்சியைத் தருகிறது; வெற்றிக்கான இன்பத்தைத் தருகிறது; தோல்வி என்பது நிரந்தரமற்றது என்பதை எளிதாக வார்த்தை இன்றி போதிக்கிறது. குழந்தைகள் மிகவும் நேசிக்கும் விளையாட்டின் வழியே ஆன்ம குதூகலத்தோடு கற்கும் விளையாட்டு வழி கற்றல் (Play-Way-Learning) மக்கெரென்கோவால் கண்டடையப்பட்டு இன்று நம் கல்விக்குள் நுழைந்திருக்கிறது. ஆசிரியர்களுக்கு அவர் கூறுகிறார்: 'அவர்களோடு விளையாடு, ஒருபோதும் விளையாட்டை வழி நடத்தாதே (Don't Guide Play)'

வயதுக்குத் தக்க விளையாட்டுகள். வகுப்பறையின் சுற்றுச் சுவர்களை தகர்த்தெறிந்து விளையாட்டு மைதானங்களையும் கல்விச் சாலைகளாக ஆக்கியவர் மக்கெரென்கோ. ஒவ்வொரு விளையாட்டும் உடல், மூளை மனதிடம் உழைப்பு அனைத்தையும் உள்ளடக்கியது. கல்விச் சாலைகளைக் குழந்தைகள் பொம்மைகளை உடைக்கும் மறு நிர்மாணம் செய்யும் புதிய பொம்மைகளை படைக்கும் இடமாக அவர் மாற்றினார். ஒவ்வொரு குழந்தை மீதும் முழுமையான கவனம், ஒவ்வொரு குழந்தை மீதும் முழுமையான மரியாதை. ஒவ்வொரு குழந்தைக்குமான சுயமான முழுமையான வளர்ச்சி என்பதே மக்கெரென்கோவின் கல்விமுறை ஆகும்.

3. பாவ்லோபிரையரே:

'இன்றைய கல்விமுறை 'எடுத்துச் சொல்வது' எனும் நோயால் அவதியுறுகிறது' என அறிவித்தார் பாவ்லோ பிரையரே. வங்கியில் பணம் போடுவது போல மாணவர்களின் தலையைத் திறந்து, தகவல்களை இட்டு நிரப்பும் முரட்டு அமைப்பிற்குக் கல்வி என்று பெயரிட்டுள்ளதைச் சுட்டிக்காட்டியவர் பாவ்லோபிரையரே. எடுத்துச் சொல்வது அதாவது பாடத்தைக் கத்துவது என்பதே இக்கல்வியின் ஒரே அம்சமாக உள்ளது என்பதை அணைவரும் ஒப்புக் கொள்வார்கள். இந்த அடிப்படையில் அரசு உருவாக்கித் தந்துள்ள ஒரு தகவலை எடுத்துச் சொல்லும் ஒரு மனிதரையும் (ஆசிரியர்) அதனை மறுப்பு ஏதும் தெரிவிக்காமல் பொறுமையாகக் கேட்டுக் கொண்டே இருக்கும் ஒரு பருப்பொருளையும் (மாணவர்) இக்கல்வி இரண்டே அம்சங்களாக உள்ளடக்கமாகக் கொண்டுள்ளது.

யதார்த்தம் மாறிக் கொண்டே இருக்கிறது. ஆனால் அதனை மாறாத, மாற்ற முடியாத ஜடப்பொருளான தகவல்களாகப் பெட்டி பெட்டியாக உடைத்து இலக்குகளாக முன் வைப்பது இக்கல்வி

வங்கி முறை வகுப்பறை

ஆ – ஆசிரியர்

மா – மாணவர்

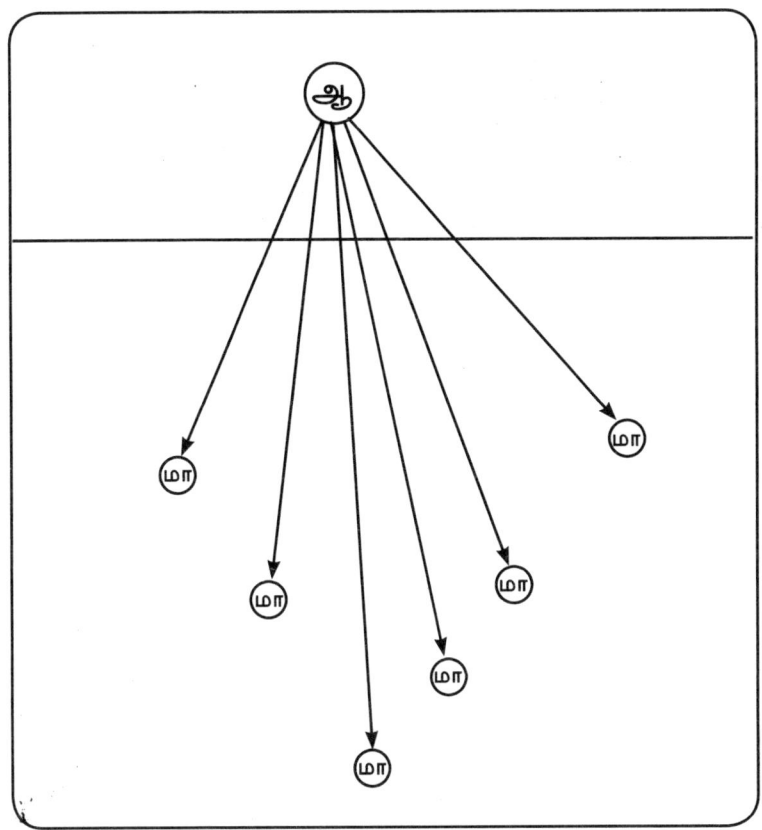

முறையின் பெரிய பலவீனம். ஆசிரியர் என்பவர் சகல அதிகாரமும் பெற்றவர். அவரது வேலை மாணவர்களை, அவர்களது யதார்த்தத்திற்கு ஒவ்வாத ஆனால் அவசியம் என கருதப்படும் பாடப்பொருளால் இட்டு நிரப்புதலே ஆகும். இந்த அம்சத்தினாலேயே கல்வி மிகுந்த வன்முறை கொண்டதாக உள்ளது.

ஆசிரியர் பாடம் நடத்துபவர்; மாணவர்கள் நடத்தப்படுபவர்கள், ஆசிரியர் அனைத்தும் அறிவார்; மாணவர்கள் ஏதும் அறியாதவர்கள்,

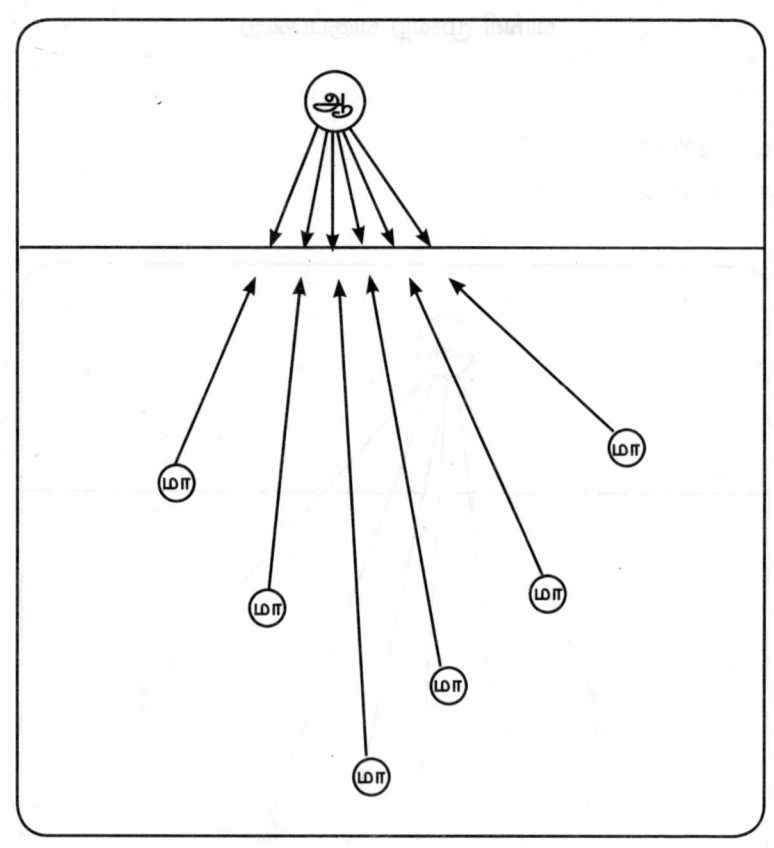

குழு வகுப்பறை
பாவ்லோ பிரையரே வகுப்பறை

ஆசிரியர் சிந்திப்பவர்; மாணவர்களோ சிந்திக்க முடியாதவர்கள், அவர்கள் எதைச் சிந்திப்பது என்பதை ஆசிரியர்களே சொல்ல வேண்டும். ஆசிரியர் பேசுவார்; மாணவர்கள் கவனிப்பவர்கள். ஆசிரியர் ஒழுக்கத்தை போதிப்பவர்; மாணவர்கள் அதை ஏற்று நல்வழி நடப்பவர்கள். இந்த அதிகார அமைப்பே வகுப்பறையை ஒரு கொடுங்கோலாட்சியாக மாற்றி விடுகிறது என்கிறார் பாவ்லோ பிரையரே. கல்வி ஒருவகை ஒடுக்குமுறையாக இருப்பதை அவர் சுட்டிக்காட்டுகிறார்.

போர்ச்சுகீசிய மொழியில் 'ஒடுக்கப்பட்டோர் விடுதலைக்கான கல்விமுறை' (The Pedogogy of the oppressed) எனும் நூலை எழுதினார்

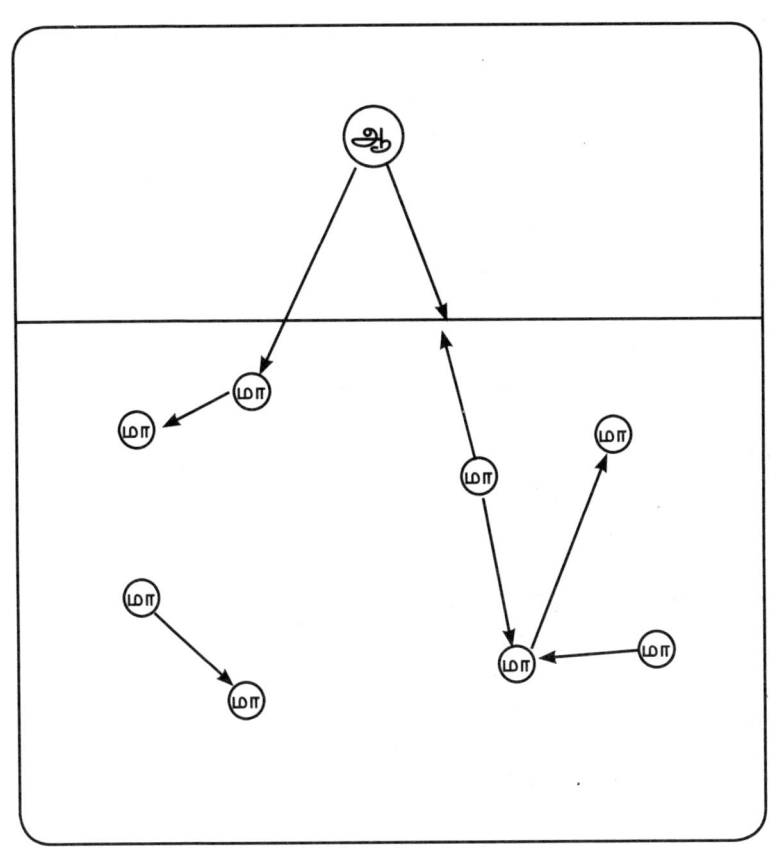

குழு வகுப்பறை

பாவ்லோ பிரையரே வகுப்பறை

பாவ்லோ பிரையரே. பாவ்லோ பிரையரே நமது கல்விக்கு மாற்றாக முன்வைத்த அதிகாரத்திற்கு எதிரான கல்வி வகுப்பறை ஜனநாயகத்தை அடிப்படையாகக் கொண்டது ஆகும். பிரேசில் நாட்டில் தனது வகுப்பறைகளைக் களம் கண்ட பிரையரே, கிராமப்புறத்தின் அடித்தட்டு மக்களிடம் கல்வியைக் கொண்டு செல்வதைத் தலையாய பணியாய் ஏற்றவர்.

ஆசிரியர்- மாணவர் உறவு என்பது பிரையரேவை பொறுத்தமட்டில் தோழமை உறவாக இருக்க வேண்டும். வரிசை வரிசையாய் உட்காரும் நிலையைத் தவிர்த்து வட்டமாக உட்காருதல், விருப்பப்பட்ட இடத்தில் உட்காருதல் போன்றவற்றை அறிமுகம் செய்தார். பாவ்லோ பிரையரேவின் ஏழு வகையான வகுப்பு அமைப்பைப் படங்களாக

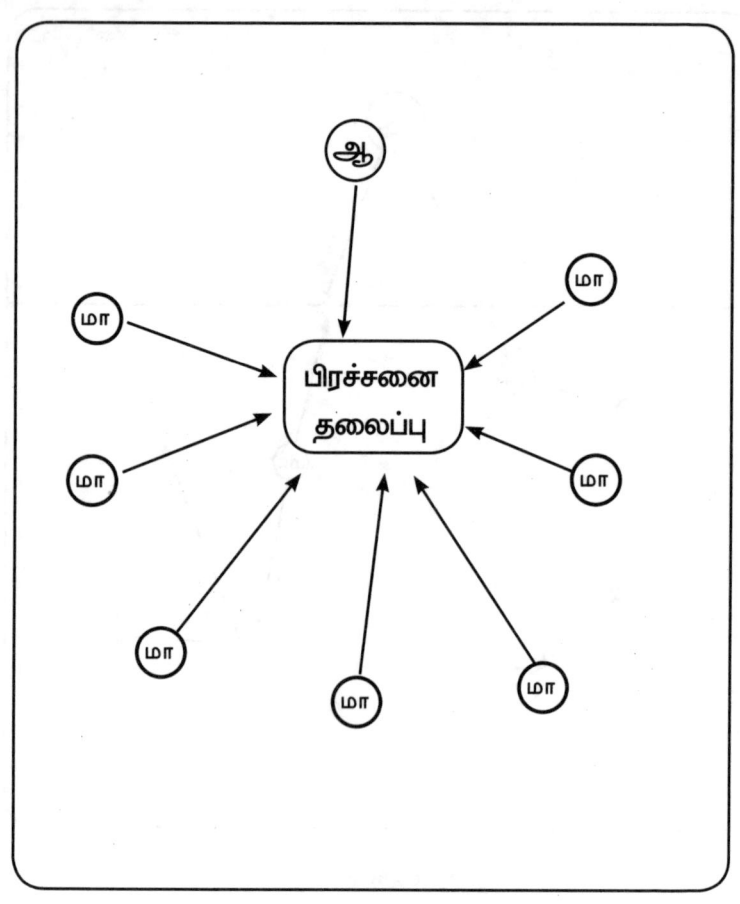

(பிரச்சனை – மைய – வகுப்பறை)
பாவ்லோ பிரையரே வகுப்பறை – 4

நாம் விவரிக்க முடியும். வித்தியாசத்தை உணர முடியும். வகுப்பில் பாடப்பொருளை அடிப்படையாகக் கொண்ட கல்வியைத் தூக்கி எறிந்து பிரச்சனைகளை அடிப்படையாகக் கொண்ட விமர்சனப்பூர்வமான கல்வியை அவர் முன்வைத்தார். மாணவர்கள் தங்களை மாணவ ஆசிரியர்களாகவும் ஆசிரியர்கள் தங்களை ஆசிரிய மாணவராகவும் கருதும் வகுப்பறைகள் அவருடையவை. எடுத்து இயம்பும் (Lecturing) முறைக்கு மாற்றாகக் கலந்துரையாடல் (Dialogue) முறையை பிரையரே முன்மொழிந்தார். தோழமை உணர்வோடு உள்ளூர் பிரச்சனை அடிப்படையில் கலந்தாலோசிக்கும்

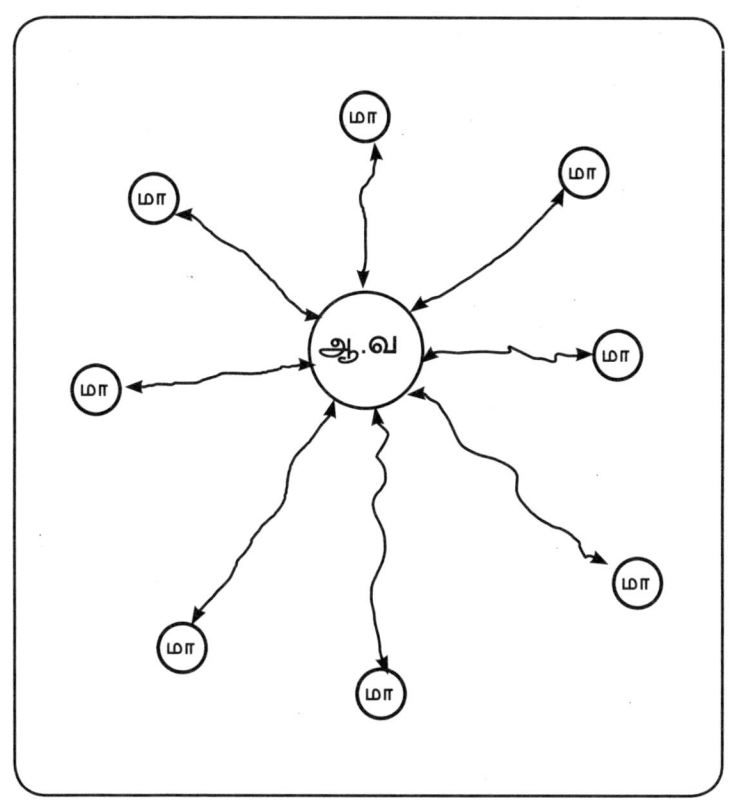

வல்லுனர் உரையாடல் வகுப்பறை
பாவ்லோ பிரையரே வகுப்பறை - 5

முறைப்படியான கல்வியில் ஆசிரியரின் அதிகாரம் இல்லை. அனைவருக்கும் பேச சம வாய்ப்பு கிடைக்கிறது. தற்போது தொலைக்காட்சியில் அரங்கேறும் டாக் ஷோ (Talk-Show) போல வழி நடத்துபவராக ஆசிரியர் தன்னையும் ஒரு மாணவராகக் கருதி பிரச்சனைகளைக் கலந்துரையாடுகிறார். ஆசிரியர் என்பவர் மாணவர்களில் ஒருவர். மாணவர் என்பவர் ஆசிரியர் ஆகும் தகுதி கொண்டவரே. வகுப்பறையின் அதிகாரச் சூழலை உடைத்தெறிந்து அனைவருக்குமான உரிமையைக் கொண்டாடும் இடமாய் வகுப்பறையை விசாலப்படுத்தியவர் பாவ்லோபிரையரே. ஊரைத் திரட்டி ஒரு பொது இடத்தில் அமர வைத்துத் தனது வகுப்பறைகளாய் அவற்றை நடத்த அவரால் முடிந்தது. பிரச்சனை அடிப்படையிலான கல்வியில் குப்பைக்கூளங்கள் கொண்ட ஒரு சாலையின் ஒற்றைப்

புகைப்படம் போதுமானது. உரையாடல் கல்விமுறை மாணவ ஆசிரியரிடமிருந்து, ஆசிரிய மாணவருக்குக் கேள்விகள் பல கொட்டுவதையும் விரைவில் வகுப்புப் பாடப்புத்தகம் ஏதானாலும் சொல்லிச் செல்ல முடியாத பல்வேறு விஷயங்களைக் கூர்ந்தாய்வுக்கு உட்படுத்தி விவாதிப்பதையும் நாம் காண்கிறோம். ஆசிரியர் தொடங்கி வைப்பதோடு சரி, பிறகு குறிப்பெடுப்பவராக எப்போதாவது அவர்களில் ஒருவராக மாறி கருத்துரைப்பவராக மட்டுமே செயல்படுகிறார். நமது நாட்டின் உன்னத 'அறிவொளி' இயக்கச் செயல்பாடுகள் அனைத்தும் பாவ்லோ பிரையரே முறைப்படி எழுத்தறிவு இயக்கமாய் நடந்ததே ஆகும். மாணவ - ஆசிரியர்கள் எனும் புதிய அந்தஸ்து ஆசிரிய - மாணவர் எனும் ஆசிரியரோடு தோழமை உறவு கண்டு சமூக அவலங்களான பிரச்சனைகளை உரையாடல் முறையில் கல்வியாக அடையும்போது வகுப்பறை புத்துயிர்ப்பு பெறுகிறது.

4. கோர்டான் மற்றும் ஆண்ட்ரு பொலார்டு

வகுப்பறை என்பது குழந்தைகளுக்கே சொந்தமானது. அந்த வகுப்பறையில் தனது ஆசிரியர் எப்படி இருக்க வேண்டும்? அவரது நடத்தை விதிகள் என்ன? எப்படி நடந்து கொள்வதைக் குழந்தைகள் விரும்புகின்றனர் என்பதை அறிந்து அதன்படி ஆசிரியர் பாடம் நடத்தும் முறை, தனது ஆளுமை போன்றவற்றை முடிவு செய்து தன் குழந்தைகளுக்கு ஏற்றாற்போல தன்னை மாற்றிக் கொள்ளும், தனது பாடம் நடத்தும் முறையை மாற்றிக் கொள்ளும் முறைக்கு எதிரொலிப்பு வகை கற்பித்தல் (Reflective Teaching) என்று பெயர். குழந்தைகள் எப்படி எல்லாம் தனது வகுப்பறையில் இருக்க வேண்டும் என்று சொல்ல உரிமை உள்ளது போல, தனது ஆசிரியர் எப்படி எல்லாம் இருந்தால் தனக்குப் பிடிக்கும் என்று கருத்து வெளியிடவும் எதிர்பார்க்கவும் குழந்தைகளுக்கும் உரிமை உண்டு என்பதே கோர்டானின் கருத்தாகும். ஒரு தலைசிறந்த ஆசிரியர் யார் என குழந்தைகளே சரியாகக் கருத்துக் கூற முடியும் என்பது அவரது ஆழ்ந்த நம்பிக்கை. கோர்டான் மிஸிசிப்பியைச் சேர்ந்த கருப்பின நீக்ரோ கல்வியாளர் ஆவார்.

தனது வகுப்பறையில் இது குறித்து கருத்துக்கணிப்பு போல நடத்தி அதன் அடிப்படையில் வகுப்பிற்கு ஏற்றாற்போல தன்னை இலேசாக மாற்றிக் கொள்ளும் இயல்புடைய ஆசிரியரின் வகுப்பறை மகிழ்ச்சியான வகுப்பறை என்பதில் சந்தேகமில்லை. ஆனால் தலைசிறந்த ஆசிரியர் யார் என்பது குறித்த கருத்தாக்கம் வகுப்பிற்கு வகுப்பு மாறுவதைப் பார்க்கலாம். ஆனால் ஆறு வருடங்கள் தொடர் ஆய்வு நடத்திய கோர்டான் குழுவினர் உண்மையில் குழந்தைகள்

யாரைத் தனது ஆதர்சமான ஆசிரியராகக் கருதுகின்றனர் என்பதற்கு எட்டு முக்கிய அம்சங்களை வெளியிட்டார்கள்.

1. தன்னையும், வகுப்பையும் தன் பிடியில் வைத்திருப்பவர்
2. நோக்கத்தில் குறியாக இருந்து கற்றலில் ஒவ்வொருவரும் விடாமல் ஈடுபட்டுள்ளனரா என்பதில் தெளிவாக இருப்பவர்.
3. கற்றலில் ஆர்வம் குன்றியோர் மீது நேர்மறை (Positive) செயல்பாடுகளை, நடவடிக்கைகளைத் தூண்டுபவர்.
4. மாணவர்களின் எதிர்வினைக்கு மதிப்பளித்துத் தன்னைத் திருத்திக் கொள்வதில் வெட்கப்படாதவர்.
5. மாற்றங்களை அதிகச் சுமையின்றிக் கொண்டு வருபவர்.
6. கற்பவர்களான மாணவர்களின் பார்வையில் பிரச்சனைகளை அணுகத் தெரிந்தவர்.
7. மற்றவர்களுக்கு மரியாதை தருபவர். நிற வேற்றுமை சமய சாதி, மற்றும் அறிவு வேற்றுமை பார்க்காதவர்.
8. அனைத்து மாணவர்கள் மீதும் அக்கறை கொண்டவர்.

வகுப்பறையில் ஒரு பிரச்சனையை முன் வைத்துப் பாடப்பொருளாக்கி ஆசிரியர் மாணவர்களிடமிருந்து பங்கேற்றல் கற்றல் மூலம் எதிர்வினைகளைப் பெறும் தற்போதைய கற்றல்கற்பித்தல் முறை கோர்டான் குழுவின் பங்களிப்பாகும்.

5. இகோர் பெட்ரோவிச் இவானோவ்

தனது கொம்யுனார்டு இயக்கத்தின் மூலம் உலகக் கல்வியில் பெரிய அளவில் மாற்றங்களைக் கொண்டு வருவதில் கிரியா ஊக்கியாக இருந்த ரஷ்யக் கல்வியாளர் இகோர் இவானோவ். இன்றைய நமது வகுப்பறை வேறு யாரையும் விட இவானோவ் கல்விமுறைக்கு மிகவும் கடன்பட்டது ஆகும்.

சமூக இளைஞர் கல்வியியல் இயக்கம் (Social Pedogogical Youth Movement) என்பதே கொம்யுனார்டு இயக்கம். 1955-ல் உயர்நிலைப் பள்ளி மாணவரிடையே புரன்ஸி கேம்ப் எனப்படும் முகாம்களை இவானோவ் ஒரு ஆசிரிய மாணவராக அறிமுகம் செய்தார். இந்த முகாம்களை அவரோடு இணைந்து கல்வியாளர்கள் லுட்வினா போரிஸோவா, பாயினாஷெரிப்போ போன்றவர்களும் முனைப்புடன் நடத்தினர். இந்த முகாம்களில் (ஆர்லியோனக்) எனப்படும் சிறப்பு வகுப்பறைகளை இவானோவ் ஏற்படுத்தித் தொடர்ந்து குழந்தைகளை நாள் அடிப்படையில் அவர்களது கற்றல் பங்களிப்புகள் வழியே மதிப்பீடு செய்யும் முறையை அறிமுகம் செய்தார். ஆசிரியர் என்போர் வயது முதிர்ந்த மாணவர்களே ஆவர். இந்த மாணவ ஆசிரியர்கள் வகுப்பெடுப்பது முதல் ஆய்வுக் கட்டுரைகள் சமர்ப்பிப்பது வரை அனைத்து வகைக் கற்றல் செயல்பாடுகளையும் சுதந்திரமாய்ச் செய்ய

அனுமதிக்கப்பட்டார்கள். ஒன்றிணைந்த படைப்பாக்கச் செயல்முறை (Collective Creative Deeds Methodology) என்று அவர் அதை அழைத்தார்.

சமூகத்தில் ஒன்றிணைந்து படைப்பாக்கத்தை முன்மொழியும் கல்விமுறை (Pedagogy of Co-Operativecare) மூலம் மாணவர்கள் அறிவியல் செயல்பாடுகள், வினாடிவினா, பொறுப்புகளில் இணைதல், பேனா நண்பர் அமைப்புகளில் செயல்படுதல் இவற்றோடு செயல் திட்டங்கள் (Project Work) என்பதையும் அறிமுகம் செய்தார். சோவியத் குழந்தைகள் தபால்தலை சேகரிப்பு முதல் பல்வேறு பொழுதுபோக்கு அம்சங்களில் கற்றல் தொடர்பு கொள்ளும் வகையில் இவானோவின் வகுப்பறைகள் இருந்தன. அங்கே எல்லாவற்றுக்கும் மதிப்பும் மதிப்பீடும் உண்டு.

இன்றைய தொடர் மற்றும் முழுமை மதிப்பீட்டின் அடிப்படைகளில் பெரும்பாலானவை இவானோவின் வகுப்பறைச் செயல்பாடுகளே என்பது அவரது Encyclopedia of Collective Creative - Projects நூலை வாசிப்பவர்க்குப் புரியும். ஜோசப் ஸ்டாலின் இறந்தபின் தலைமைப் பீடத்திற்கு வந்த குருஷேவ் காலத்தில் சோவியத் ரஷ்யாவில் கல்வி பிரமாண்ட வளர்ச்சி கண்டது இவானோவின் வழிகாட்டுதலில் தான். உள்ளூர் அண்டை அயலார் பள்ளி எனும் Neighbourhood School; குழந்தைகள் வாழும் பகுதிக்கே வகுப்பறையை எடுத்துச் சென்றதை நமது கல்வி உரிமைச் சட்டம், ஒரு கிலோ மீட்டர் தூரத்திற்குள் குழந்தைக்குக் கல்வி எனும் ஷரத்தாக இன்று மாற்றியுள்ளதைப் பார்க்கிறோம். பல நாடுகளில் இது பின்பற்றப்படுகிறது!

'வகுப்பறைகளின் பிராண வாயு' என்று இவானோவ் ஆசிரியர்களை அழைத்தார். குழந்தைகளின் மனப்பாட அவலத்தைக் கைவிட்ட அவர் அவர்களது அனைத்து வகை கற்றல் செயல்பாடுகளிலும் திறன்கள் பளிச்சிடுவதை உலகின் கவனத்திற்குக் கொண்டு சென்றார்.

7

இன்றைய ஆசிரியர் - நாளைய ஆசிரியர்

இப்படிப்பட்ட மாமனிதர்களின் ஆசிரியர் - மாணவர் உறவு குறித்த புதிய அம்சங்களை வகுப்பறையின் சுவர்களைத் தகர்த்தெறிந்து புத்தொளி பரவச் செய்தது வரலாற்றுச் சிறப்புமிக்க விஷயம். நம்பிக்கை ஊட்டும் இந்தப் புதிய பாதை நமது ஆசிரியர்களை வேறு வேறு மனிதர்களாகப் பாத்திரமேற்று சமூகத்தின் முன் நிறுத்துகிறது.

ஒரு ஆசிரியர் இன்று ஆசிரியர் மட்டுமல்ல.

1. குழந்தை உரிமை போராளி: (The Child Rights Activist)

குழந்தைகளை ஒரு சமூகம் எப்படி நடத்த வேண்டும் என்பது அவருக்கு மட்டுமே நன்றாகத் தெரியும். அந்த உரிமைகள் தடுக்கப்படும்போது எந்த முன் நிபந்தனையும் இன்றி குழந்தையைக் காப்பாற்றி வாழ்வை மீட்டெடுக்கும் உரிமை அவருக்கு உண்டு என்பதை உணர்ந்து சட்டரீதியில் நடவடிக்கை எடுப்பவர். எத்தனையோ குழந்தைத் திருமணங்களை அறிந்து இன்று தடுத்து சிறப்பான நடவடிக்கை எடுப்போர் ஆசிரியர்களே ஆவர். குழந்தை தொழிலாளர் தான் வாழும், தாம் ஆசிரியர் பணியாற்றும் பகுதிகளில் இருப்பின் அதற்காக அதிகாரிகள் துணையோடு மீட்பு நடவடிக்கையில் ஈடுபட சட்டம் அவருக்கு அதிகாரங்களை வழங்கியுள்ளது. நீதிமன்றம் இந்த விஷயத்தில் பெற்றோரை விட ஒரு ஆசிரியரின் குரலுக்கு அதிக மதிப்பளித்த வழக்குகள் பீகார், சிக்கிம், அசாம் ஏன் ஆந்திராவில் கூட சகஜமாக நடக்கும் சம்பவங்கள்.

எனவே குழந்தைகள் உரிமை குறித்த போராளியாக அவ்விஷயத்தில் குழந்தைகளின் ஒப்புயர்வு அற்ற ஒற்றைப் பிரதிநிதியாக இருக்கும் பணி ஆசிரியர்களுடையதே ஆகும். தான் பணி செய்யும் பகுதியில் பள்ளியைத் துறக்கும் குழந்தைகள் படிப்பைப் பாதியில் விட்டுவிடும் அவலங்கள் ஏதுமில்லை என்பதற்கான சான்றினை ஆசிரியரே வழங்க வேண்டும் என்கிறது நமது அரசியல் சட்டம். தான் பணியாற்றும் பகுதியில் கல்விச்சுடராய் கல்வி உரிமைப் போராளியாய்க் குழந்தைகளை ஒருவர் விட்டுவிடாமல் கல்விக்கண் திறக்கும் கடமையில் அரசு, ஆசிரியர்களையே நம்பி இருக்கிறது.

2. சமூக நலப் பணிகளின் மேலாளர்: (Social - Schemes Manager)

அரசின் கல்வி சார்ந்த நலத்திட்டங்கள் பல. அரசுப் பள்ளிகள், அரசு உதவிபெறும் பள்ளிகள், சுயநிதிப் பள்ளிகள் என எங்கே ஒரு குழந்தை படித்தாலும் அந்தந்தப் பள்ளியின் தகுதி அறிந்து அரசு பல நலத் திட்டங்களை மக்கள் வரிப்பணத்தில் இன்று அமல்படுத்துகிறது. வாழ்வில் பின்தங்கிய சமூகங்களின் வீட்டுக் குழந்தைகளுக்கான கல்வி உதவித்தொகை முதல், விலையில்லாப் புத்தகம், நோட்டுப்புத்தகம், பெண் குழந்தைகளுக்கான விலையில்லா சைக்கிள், மேனிலை மாணவர்களுக்கான மடிக்கணினி, குழந்தைகள் சென்று வர பேருந்து பாஸ், சீருடை, செருப்பு என்று பலவகைப்பட்ட நலத் திட்டங்கள் மாணவர்களுக்குச் சென்றடைவதை ஒரு மேலாளராக இருந்து செயல்படுத்தும் கடமையாக ஆசிரியர்பணி இன்று புதிய பாத்திரம் (Role) வகிக்கிறது.

3. கண்காணிப்பு மற்றும் அறிவுரைக்கும் அலுவலர்

(Observing Cum Guidance Counsellor)

நடத்தையியல் முதல் நலக்கல்வி வரை அனைத்திற்கும் குழந்தைகள் சார்ந்திருக்கும் அலுவலராக இன்று ஆசிரியர் இருக்கிறார். இன்றைய மாணவர், சமூகத்தில் தவறு பல புரியும் சூழலில் வாழ்கிறார். பெற்றோர்களின் கண்காணிப்பை மீறி பாலியல் குற்றங்கள், போதைப் பழக்கம், சிறு சிறு பொருட்களைத் திருடுவது, பெற்றோர்களை எடுத்தெறிந்து பேசுவது, சமூக அந்தஸ்து என சினிமாத் தனங்களுக்கு அதீத முக்கியத்துவம் கொடுப்பது, ஆடம்பரச் செலவுகளின் மூலம் பெற்றோர்க்கு பெரிய பிரச்சனையாக இருப்பது என பலவகை பிரச்சனைகள் பள்ளிக்குழந்தைகளிடையே மலிந்துவிட்ட சூழலில், ஆசிரியர் பணி ஒரு அறிவுரைக்கும் அலுவலராக (Guidance Counselling officer) ஒரு உளவியல் அறிஞராக (Psychologist), குழந்தைக்கு மன நல அடிப்படை சிகிச்சை அளித்து ஆதரவாக இருந்து நல்வழிப்படுத்தும் முக்கிய பணியாக மாறி இருக்கிறது. இந்த விஷயத்தில் பள்ளிகளில் தனியே ஒரு அறிவுரை பகர்வாளர் (Counsellor) இருப்பதை விட அப்பணியை ஆசிரியரே மேற்கொள்வதைத்தான் சமூகம் வரவேற்கிறது.

4. திறன் ஆய்வு மற்றும் ஊக்க அலுவலர்:

(Skill Researcher cum Motivator)

இன்றைய கல்வி திறனடிப்படைக் கல்வியாக அறிவை விட படைப்பாக்கத்திற்கு முக்கியத்துவம் (Creativity has Replaced Knowledge) தருகிற ஒன்றாய் மாறியுள்ளது. எனவே பாடங்களைச் சத்தமாகக் கத்தி ஒரு நடமாடும் என்சைக்ளோபீடியா என்று பெயர் வாங்க வேண்டிய கட்டாயம் இன்று ஆசிரியருக்கு இல்லை. இணையதளத்தைத் தட்டிவிட்டால் கூகுள் வழியே அறிவு, செய்திகளாய்க் கொட்டுகிற ஒரு காலத்தில் குழந்தைகள் அறிவு (Knowledge) தேடி வகுப்பறைக்கு வர வேண்டியதில்லை எனும் நிலை வந்துவிட்டது.

இன்றைய நமது கல்வி குழந்தைகள் தங்களது திறன்களை வளர்த்துக் கொள்ள பள்ளிக்கு வரத் தூண்டுகிறது. உபக் கல்வியாக்க (Co-Scholastic) செயல்பாடுகளை நமது தொடர் மற்றும் முழுமை மதிப்பீட்டு (CCE) முறை செயல்படுத்துகிறது. இதன் அடிப்படைகள் திறன் வளர்ப்பிற்கான வாய்ப்புகளைக் குழந்தைகளுக்கு வழங்குகின்றன. உப கல்வியாக்க நடவடிக்கைகளை நாம் கீழ்க்கண்ட வரைபடத்திலிருந்து அறியலாம்.

ஓவியம் வரைதல், சுவரொட்டி விளம்பரம் தயாரித்தல், முழக்கம், செயல் திட்டம், கணித புதிர், அறிவியல் கண்காட்சி, நடனம், நாடகம், இசை, பொம்மலாட்டம் முதல் சுகாதார கிளப் வரை:

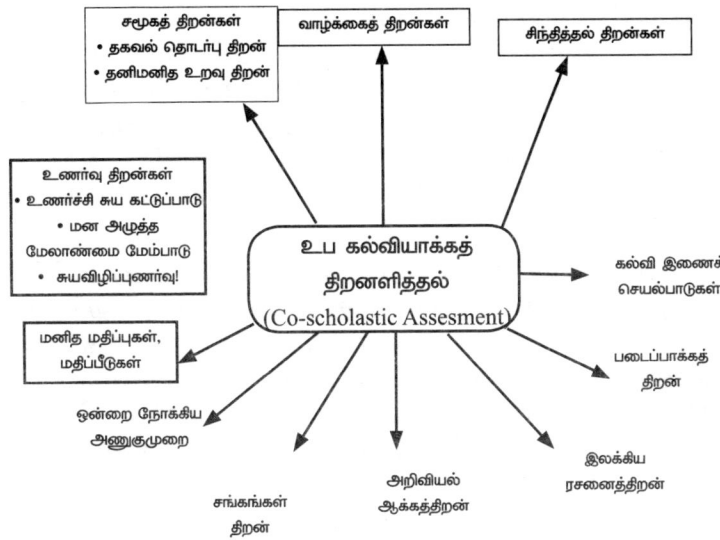

விவாத மேடை, அரட்டை அரங்கம், கவியரங்கம், உரை அரங்கம், மாதிரி பாராளுமன்றம் என பல்வகைத் திறன்களின் சங்கமமாக இன்றைய கல்வி வடிவெடுத்துள்ள நிலையில் ஆசிரியர் வேலை என்பது தொலைக்காட்சி தொகுப்பாளர் போலவும், திறன்களைக் கற்றுக் கொடுத்து அதை ஆய்ந்து அறிந்து தொடர் மதிப்பீடு செய்து திறன்களைக் குழந்தைகள் தொய்வின்றி வளர்த்தெடுக்க அவர்களுக்கு ஊக்கம் (Motivation) அளிப்பவராக அதாவது திறன் ஆய்வு மற்றும் ஊக்க அலுவலராக இன்று ஆசிரியர் பணி மாறியுள்ளது.

5. மனித வள மேம்பாட்டுக் கல்வி அலுவலர்:
(Human Resource Development Education)

தாது வளங்கள், காட்டு வளங்கள் போல ஒரு நாட்டிற்கு மிகவும் அவசியமான வளங்களில் ஒன்றாக மனித வளமும் உள்ளது. இந்த மனித வளம் தேசத்தின் மிகப்பெரிய சொத்தாகும். நாட்டு மக்களின் தேசப்பற்றும், வரலாறு சார்ந்த அவர்களது பங்களிப்புமே ஒரு நாட்டின் அடிப்படை அடையாளம் ஆகும். இந்த மனிதவள மேம்பாடு ஒரு தேசத்தின் மேம்பாடாக (Development) பார்க்கப்படுகிறது. எழுத்தறிவு, தனி மனிதத் திறன்கள், கூட்டுச் செயல்பாடுகள் இவை தேசிய அடையாளங்களாக இருக்கின்றன.

இத்தகைய மனித வளம் அதிகாரிகளாய், மருத்துவர்களாய், பொறியியல் வல்லுனர்களாய், பத்திரிகைச் செய்தியாளராய், இன்னும் தொழில் முனைவோராய், போக்குவரத்தில் வித்தகராய், விஞ்

ஞானியாய், பொருளாதார வரலாற்று நிபுணர்களாய், அமைச்சர் உள்ளிட்ட அரசாட்சி மக்கள் பிரதிநிதிகளாய் உருவாக்கம் அடைந்து நாட்டின் அடையாளமாகிறார்கள். இத்தகைய மனித வளத்தை வளர்த்தெடுக்கும் பொறுப்பான அலுவலராய், கல்வியாளராய், மனித வள மேம்பாட்டு கல்வி அலுவலராய் இன்றைய ஆசிரியர்களின் சமூகப் பாத்திரம் (Role) மாறி இருக்கிறது.

இன்னும் எதிர்காலத்தில் சமூகத் தேவைகளுக்கு ஏற்ப ஆசிரியர்கள் வகிக்க இருக்கும் முக்கியத்துவம், சமூகத்தின் முடிவுகள் மேற்கொள்பவர் (Decision Maker), அமைப்பாளர் (Organiser), குழந்தை குறை அறிந்துரைப்பவர் (Diagnostician), பிரச்சனை நடுநிலை மேம்பாட்டாளர் (Facilitator) என பல்வேறு அம்சங்களாக விரிந்து கொண்டே போகிறது. தன்னை வகுப்பறை விதிகள் எனும் சிறைச்சாலைக்குள் குறுக்கிக் கொள்ளாமல் அதன் சுவர்களைத் தகர்த்தெறிந்து குழந்தைகளையும் சேர்த்து மீட்டு சமூகத்தின் ஒட்டுமொத்த மேம்பாட்டில் முக்கிய பாத்திரம் வகிக்கப் புறப்படுவோம்.

1986 தேசிய கல்விக் கொள்கை ஆவணத்தில் ஒரு வாசகம் உள்ளது. அந்த ஆவணத்திலேயே நம்மைக் கவரும் ஒரே அம்சம் என்று கூட அதைச் சொல்லலாம். 2000 வருடங்களுக்கு முன் சிசெரோ எனும் அறிஞன் சொன்னது, அதைச் சொல்லி நமது பணிகளின் முக்கியத்துவத்தோடு இதை முடிப்பது பொருத்தமாக இருக்கும்.

‘No people can rise above the level of its Teachers’

– Cicero

‘எந்த சமூகமும் தனது ஆசிரியர்களின் நிலையைத் தாண்டும் சிறப்பை அடைய முடியாது’

- சிசெரோ

காலம் நம் மீது வைத்திருக்கும் நம்பிக்கையைக் காப்பாற்றுவோம்.

துணை நின்ற நூல்கள்

1. ‘Every Child is a Genius’ பிரிடேர், பி.ஸி. சர்மா Pentagon Press, நியூடெல்லி, இந்தியா 2005
2. Socialising the Three R’s - R.M. Weeks, ஆக்ஸ்போர்டு யுனிவர்சிட்டி பிரஸ், ஹிரி 1964
3. The Human Factor in Education J.P.Munrol Freedom Press கலிபோர்னியா 1976

4. 'Discipline and Group Management in Classrooms' ஜெ.எஸ்.கௌனின் 1970 ஹோல்ட் வெளியீடு, நியூயார்க்.

5. The Psychology fo Classroom Discipline - W.J. ஞாகேமாக்மிலன் வெளியீடு, லண்டன்

6. The Discovery of the Child, Maria Montessori ராண்டம் பப்ளிஷிங் ஹவுஸ், நியூயார்க் 1967

7. 'ஒடுக்கப்பட்டோர் விடுதலைக்கான கல்விமுறை' - பாவ்லோபிரையரே (தமிழில் இரா. நடராசன்) பாரதி புத்தகாலயம், சென்னை

8. Life and Works of Igor Petrorich, Ivanov UNICEF வெளியீடு, பாரீஸ், பிரான்ஸ், (Future in the Present)

∎

பெயர் அடைவு (Name - Index)

அகஸ்தீன் 45
அமர்தியாசென் 153,181
அரிஸ்டாட்டில் 43, 44
அலெக்சாந்தர் போக்டானவ் 146
அன்னி பெசன்ட் அம்மையார். 79
அனடொலி லூவசார்ஸ்கி 146
அனாக்ஸிமாண்டர் 42
ஆண்ட்ரூ பொலார்டு 23, 238
ஆண்டன் மக்கெரென்கோ 13, 231
ஆல்பிரட் ஆட்லர் 13, 94, 220-223
ஆன்னா ஃபிராய்ட் 222
இகோர் பெட்ரோவிக் இவானோவ் 239,241
இமானுவேல் காண்ட் 27, 54
உல்புவாஸ் கோஹ்லர், 94
உன்னி கிருஷ்ணன் 149
எஃப்.ஜெ. மெல்லார் 127
எச்.எச். வில்சன் 66
எச்.டி. பிரைஸ் 65
எச்சி. லிண்ட்கிரென் 92
எம்மா புரூமர் 144
எரிக் எரிக்சன் 10, 112
ஏ.எம்.நல்லா குவண்டன் 186
ஏராஸ்மஸ்க் 48
எங்கெல்ஸ் 39
ஐசக் நியூட்டன் 32, 50
கர்சன் பிரபு 69
கர்ட் காஃப்கா, 94, 121
கர்ட் லெவின், 94
கலீலியோ 50
காமராஜர் 19
கார்ல் மார்க்ஸ் 29, 48, 49, 62
கார்ல் ரோஜர்ஸ் 95
காரல் பாப் 95
கிறிஸ்டோபர் வைன் 184
கூப்மன் 185
கோத்தாரி குழு 20, 30
கோபாலகிருஷ்ண கோகலே 36
கோர் பான் 238, 239
கோலெஸ்னிக் 96
சட்டோபாத்யாயா குழு 153
சாக்ரடீஸ் 30, 43
சாண்டர்ஸ். எம் 214, 224
சார்லஸ் உட் 9, 69, 70, 71, 72, 83
சார்லஸ்மன் 184
சார்லிசாப்ளின் 101, 147
சிக்மண்ட் ஃபிராய்டு 93, 99, 223
சிசெரோ 244
சீசர் 45
டல்ஹவ்சி பிரபு 76
டாக்டர் அம்பேத்கர் 36. 152
டாக்டர் இராதாகிருஷ்ணன் 80, 81
டாக்டர் டி.எஸ். கோத்தாரி 82
டாக்டர் ராஜேந்திர பிரசாத் 152
டி.என்.ராவ் 186
டிட்சனர் 93
டிராட்ஸ்கி 45
டெட்ரியோ 185
டெல்லோ அக்லிடா 13, 147
டோமிஷ் ரெய்னர் 194
தந்தைபெரியார் 36

தாம்டைக்	112	ரோஸ் டால்மின்	183
தாமஸ் அக்வினாஸ்	8, 45	லட்சுமண சாமி முதலியார்	81
தாமஸ் ஸ்பென்ஸ்	12, 146	லார்டு மெக்காலே	7, 9, 29, 36, 65, 66, 67, 68, 70, 82, 83
தாலஸ்	43		
திருவள்ளுவர்	9	லாலு பிரசாத் யாதவ்	22, 212
நஜ்ரூல்	36	வர்கரியஸ்	49
நாடெஷ்தா குரூப் ஸ்காயா	146	வாட் கின்ஸ், வாக்னர்	226
பகத்சிங்	152	வாரன்ஹாஸ்டிங் பிரபு	65
பாவ்லவ்	115, 116	வால்டேர்	49, 54
பாவ்லோ பிரையரே	37, 219, 220, 232-238, 244	வில் டூராண்ட்	27
		வில்லியம் ஆடம்ஸ்	68
பித்தாகரஸ்	42	வில்லியம் மக்டூல்	93
பியாகட்	113, 114	வில்லியம் ஜேம்ஸ்	115
பிரான்சிஸ் பெக்கான்	51	வில்லியம் ஹண்டர்	76, 77
பிளாட்டோ	30, 38, 40, 43, 44	வில்ஹெம் புரோபல்	58
பிளெயிஸ் பாஸ்கல்	49	விவேகானந்தர்	161
பீர் லார்சன்	206	ஐந்த்யாலா திலக்	184
பெக்கா கெய்ஸ்மன்	195	ஜார்ஜ் பசாச்சார் டாலஸ்	184
பெர்னார்ட்	93	ஜான் அமாஸ்கோமன்ஸ்கி	53
பென்டிங்க் பிரபு	66, 68	ஜான் ஹேராட்	12, 23, 139, 176
பெஸ்டெலோஎி	54	ஜெ.பி. வாட்சன்	93
பொத ராச்	48	ஜேம்ஸ் தாம்சன்	68
மகாத்மா காந்தி	66, 80	ஜேனஸ் கார்க் ஸாக்	12, 146, 147
மகாத்மா பூலே	36	ஹஸ்டர்	127
மதன்மோகன் மாளவியா	36	ஹார்கிரீவ்ஸ்	127, 131, 132
மரியா மாண்டசொரி	23	ஹாவர்டு கார்ட்னர்	10, 20, 97, 112
மாக்ஸ் வர்திமர்	94	ஹெகல்	51
மார்டின் லூதர்	20, 48, 52	ஹெர்ப்பார்ட்	8, 27, 58
மாரிலி ஜோன்ஸ்	138, 190	ஸ்கின்னர் பி.எஃப்	116, 119, 121
மோசஸ்	39, 40	ஸ்டீபன் ஸ்டீல் பெர்க்	207
யஷ்பால் கமிட்டி	19, 20, 30, 163	ஸ்பினோசா	27, 45, 47, 50
ராமகிருஷ்ணபரமஹம்ஸர்	30	ஃபேரல்	185
ராஜாராம் மோகன் ராய்	36, 68		
ரெனே டெஸ்கார்ட்ஸ்	49		

ஆயிஷா இரா.நடராசன் நூல்கள் *

நூல்	விலை
ஆயிஷா	15
நீ எறும்புகளை நேசிக்கிறாயா?	25
சர்க்கஸ்.காம்	70
உலகிலேயே மகிழ்ச்சியான சிறுவன்	40
உலகமாற்றிய சமன்பாடுகள்	40
இரவுப் பகலான கதை	45
குண்டுராஜா 1,2,3	30
ஒரு தோழியின் கதை	40
ர.்ப் நோட்டு	50
ஒரு தோழியின் கதை	40
கணிதத்தின் கதை	70
பாலிதீன் பைகள்	110
.்பீனிக்ஸ் அறிவியல் நாடகங்கள்	50
அயல்மொழி அலமாரி	60
வரலாற்றில் மொழிகள்	70
ரோஸ்	30
நம்பர் பூதம்	80
ர.்ப் நோட்டு	50
ஒரு தோழியும் 3 நண்பர்களும்	60
மலர் அல்ஜீப்ரா	30
ஒரு தோழியின் கதை	40
நாகா	100
பூஜ்ஜியமாம் ஆண்டு	50
குண்டு ராஜா 1 2 3	30
நத்தைக்கு எத்தனை கால்	45
நீ எறும்புகளை நேசிக்கிறாயா?	50
உலகிலேயே மகிழ்ச்சியான சிறுவன்	40
நீங்களும் விஞ்ஞானி ஆக வேண்டும் என்று விரும்புகிறீர்களா?	65
வரலாறு மறந்த விஞ்ஞானிகள்	50
உலக கல்வியாளர்கள்	30
உலகத் தொழில் நுட்ப முன்னோடிகள்	35
உலக பெண் விஞ்ஞானிகள்	60
இரவு பகலான கதை	45
சர்க்கஸ். காம்	70
பூமா	50
விண்வெளிக்கு ஒரு புறவழிச்சாலை	30
ஹிக்ஸ்போஸான் வரை இயற்பியலின் கதை	100
நேனோ தொழில் நுட்பம்	30
மைக்கேல் பாரடே	15
கணித மேதைகளின் பேஸ்புக்	60
சீனிவாச ராமானுஜன்	25
ஜியாமெட்ரிக் பாக்ஸ்	25
உலகை மாற்றிய சமன்பாடுகள்	40
இது யாருடைய வகுப்பறை...?	150
ஒடுக்கப்பட்டவர்களின் விடுதலைக்கான கல்விமுறை	95

* புகஸ் ஃபார் சில்ரன் பதிப்பகத்தில் வெளிவந்த நூல்கள் மட்டும்